రావణుడు–ఆర్యావర్త వైరి

అమీశ్ 1974లో జన్మించారు. కోల్ కత ఐఐఎంలో విద్యాభ్యాసం చేశారు. బ్యాంకరుగా విసుగు చెంది రచయితగా తృప్తి పొందారు. వీరి మొదటి రచన 'ద ఇమ్మోర్టల్స్ ఆఫ్ మెలూహా' (శివత్రయంలో మొదటిది) సాధించిన ఘన విజయం, పద్నాలుగేళ్ళ పాటు చేసిన ఆర్థిక రంగ సేవా వృత్తిని వదిలి రచన పైనే దృష్టిని కేంద్రీకరించే విధంగా ప్రోత్సాహాన్నిచ్చింది. వీరికి చరిత్ర, పురాణాలు, తత్త్వశాస్త్రం, ప్రపంచంలోని అన్ని మతాల్లోని సౌందర్యాన్ని, పరమార్థాన్ని అన్వేషించడం అభిమాన విషయాలు. అమీశ్ రచనలు 5 మిలియన్ కాపీలకు పైగా అమ్ముడయ్యాయి. 19 భాషల్లోకి అనువాదమయ్యాయి.

www.authoramish.com

www.facebook.com/authoramish

www.instagram.com/authoramish

www.twitter.com/authoramish

రమాంజనీకుమారి తెలుగులో గత పాతికేళ్ళుగా అనువాదాలు చేస్తున్నారు. ఎం.వి. కామత్, రాబిన్ శర్మ, రాధాకృష్ణన్ పిళ్ళై, అశ్విన్ సంఘి, భవదీప్ కాంగ్, ఆనంద నీలకంతన్ మొదలైన రచయితల రచనలు, జైకో పబ్లిషింగ్ హౌస్, యాత్ర బుక్స్, వెస్ట్ ల్యాండ్ తరపున అనువాదం చేశారు. అమీశ్ రాసిన 'సీత–మిథిల యోధ'ను తెలుగులోకి అనువాదం చేశారు.

www.authoramish.com

అమీశ్ రచనలు

శివత్రయం

భారతదేశ ముద్రణ చరిత్రలోనే అతివేగంగా అమ్ముడైన గ్రంథమాల

మెలూహా మృత్యుంజయులు (శివత్రయంలో 1వ పుస్తకం)

నాగా రహస్యం (శివత్రయంలో 2వ పుస్తకం)

వాయుపుత్ర శపథం (శివత్రయంలో 3వ పుస్తకం)

రామచంద్ర గ్రంథమాల

భారతదేశ ముద్రణ చరిత్రలోనే అతివేగంగా అమ్ముడైన రెండో గ్రంథమాల

రాముడు : ఇక్ష్వాకు కులతిలకుడు (రామచంద్ర గ్రంథమాలలో 1వ పుస్తకం)

సీత : మిథిల యోధ (రామచంద్ర గ్రంథమాలలో 2వ పుస్తకం)

వ్యాసాలు, ప్రసంగాల సమాహారం

అజరామర భారతదేశం: యువదేశం, అనాది నాగరికత

www.authoramish.com

‘అమీశ్ రచనలు భారతదేశ వైభవోపేతగతాన్ని, సంస్కృతులను గురించి అత్యంత కుతూహలాన్ని రేకెత్తించాయి.’

— నరేంద్ర మోదీ

(భారతదేశ ప్రధానమంత్రి)

‘అమీశ్ గ్రంథం ఆసక్తిగా, కదలకుండా చదివిస్తుంది. ఎంతో సమాచారమిస్తుంది.’

— అమితాబ్ బచ్చన్

(నటుడు, ఈ శతాబ్ది మహామనిషి)

‘ఆలోచనాత్మకం. గంభీరం. మిగిలిన రచయితల కన్న అమీశ్ నవభారతాన్ని ప్రతిబింబింపజేస్తారు.’

— వీర్ సాంఘవి

(సీనియర్ జర్నలిస్టు, కాలమిస్టు)

‘అమీశ్ భారతదేశపు అతిపెద్ద సాహిత్య రాక్ స్టార్.’

—శేఖర్ కపూర్

(పురస్కారాలు పొందిన చిత్ర దర్శకుడు)

‘తన తరంలోని అత్యంత మౌలిక చింతనాపరులలో ఒకరు అమీశ్.’

— అర్ణవ్ గోస్వామి

(సీనియర్ జర్నలిస్టు, రిపబ్లిక్ టీవి ఎం.డి.)

www.authoramish.com

'అమీశ్ ది ప్రతి వివరాన్ని నిశితంగా పరిశీలించే దృష్టి. వదలకుండా చదివించే కథనాత్మక శైలి.'

– శశి థరూర్

(పార్లమెంటు సభ్యుడు, రచయిత)

'అమీశ్ ది గతాన్ని గురించి గాఢమైన ఆలోచన. అసాధారణమైన, మౌలికమైన, ఆకర్షణీయమైన దృక్పథం.'

–శేఖర్ గుప్తా

(సీనియర్ జర్నలిస్టు, కాలమిస్టు)

'నవభారతాన్ని అర్థం చేసుకోవాలంటే అమీశ్ రచనలు చదవాలి.'

– స్వపన్ దాస్ గుప్త

(పార్లమెంటు సభ్యుడు, సీనియర్ జర్నలిస్టు)

'అమీశ్ రచనల్లో ఉదారమైన ప్రగతిశీల భావజాలం ప్రసరిస్తూ ఉంటుంది; జెండర్ గురించి, కులం గురించి, ఎటువంటి వివక్షను గురించైనా సరే... నిజమైన తాత్త్వికతా లోతులను స్పృశించే ఒకే ఒక భారతీయ ఉత్తమ రచయిత – ఆయన రచనలకు అపారమైన పరిశోధన, గాఢమైన తాత్త్వికత వెన్నెముకగా ఉంటాయి.'

– సాందీపన్ దేవ్

(సీనియర్ జర్నలిస్టు, స్వరాజ్య ఎడిటోరియల్ డైరెక్టర్)

'అమీశ్ ప్రభావం ఆయన పుస్తకాలను మించి ఉంటుంది, ఆయన పుస్తకాలు సాహిత్యాన్ని మించి ఉంటాయి. ఆయన సాహిత్యంలో తాత్త్వికత నిండి, అది భక్తిలో లంగరేసుకుని, భారతదేశం మీద ఆయన ప్రేమకు శక్తినిస్తుంది.'

– గౌతమ్ చికర్మనె

(సీనియర్ జర్నలిస్టు, రచయిత)

'అమీశ్ అద్భుతమైన సాహితీవేత్త.'

– అనిల్ ధార్కర్

(సీనియర్ జర్నలిస్టు, రచయిత)

రావణుడు

ఆర్యావర్త వైరి

రామచంద్ర గ్రంథమాల
3వ పుస్తకం

అమీశ్

అనువాదం

వేమూరి రమాంజనీకుమారి

eka

www.authoramish.com

eka

First published in English as *Raavan: Enemy of Aryavarta* in 2019 by Westland Publications Private Limited

First published in Telugu as *Ravanudu: Aryavarta Vairi* in 2020 by Eka, an imprint of Westland Publications Private Limited

Published in Telugu as *Ravanudu: Aryavarta Vairi* in 2022 by Eka, an imprint of Westland Books, a division of Nasadiya Technologies Private Limited

No. 269/2B, First Floor, 'Irai Arul', Vimalraj Street, Nethaji Nagar, Allappakkam Main Road, Maduravoyal, Chennai 600095

Westland and the Westland logo are the trademarks of Nasadiya Technologies Private Limited, or its affiliates.

ISBN: 9789395073820

10 9 8 7 6 5 4 3 2 1

This is a work of fiction. Names, characters, organisations, places, events and incidents are either products of the author's imagination or used fictitiously.

Translated into Telugu by Vemuri Ramanjani Kumari
Typeset by Pavan Graphics, Hyderabad.

Printed at Nutech Print Services-India

www.authoramish.com

ఓం నమఃశివాయ

విశ్వమంతా మహాశివుడికి నమస్కరిస్తుంది

నేను మహాశివుడికి నమస్కరిస్తున్నాను.

www.authoramish.com

నీకు

దుఃఖంలో, క్రోధంలో, కుంగుబాటులో
నేను మునిగిపోతున్నాను.
నువ్వు నన్ను శాంతి అనే మలయమారుతంలోకి లాగావు.
కొంచెంసేపటి కోసమైనా గాని,
కేవలం నా మాటలు విన్నావు.

నేను చెప్పేవి కేవలం మాటలు మాత్రమే కావు,
వాటిలో నిరంతరం నీకు నా మౌన కృతజ్ఞత ఉంటుంది.
వాటిలో నిరంతరం నీకోసం నా మూగ ప్రేమ ఉంటుంది.

'ఏ వ్యక్తికైనా అసాధారణ అదృష్టంతో అంతులేని వైభవం ప్రాప్తిస్తే,
వెనుతిరిగిపోతున్న దురదృష్టం తన దుఃఖాల శక్తిని పెంచేస్తుంది.'

– కల్హణుడు, రాజతరంగిణి

మీలో ఎవరు గొప్పవారు కావాలనుకుంటున్నారు?
మీలో ఎవరు సంతోషం కలిగించే అవకాశాలన్నీ
కోల్పోవాలనుకుంటున్నారు?
ఈ వైభవం దానికన్న మించినదా?

నేను రావణుడిని.
నాకు అన్నీ కావాలి.
నాకు కీర్తి కావాలి. అధికారం కావాలి. సంపద కావాలి.
చివరికి నా వైభవమూ, దుఃఖమూ చెట్టపట్టాలేసుకుని నడుస్తున్నా సరే,
నాకు సంపూర్ణ విజయం కావాలి.

ముఖ్యమైన పాత్రలు, తెగల వివరణ

అకంపనుడు: అక్రమ వ్యాపారి; రావణుడి సన్నిహిత సహాయకులలో ఒకడు.

అరిష్టనేమి: మలయపుత్రుల సేనాధిపతి; విశ్వామిత్రుడి కుడిభుజం.

అశ్వపతి: వాయవ్య రాజ్యం కేకయకు రాజు; కైకేయి తండ్రి; దశరథుడికి మిత్రుడు.

ఇంద్రజిత్తు: రావణుడు, మండోదరిల పుత్రుడు.

కుబేరుడు: లంకలో ప్రధాన వ్యాపారి.

కుంభకర్ణుడు: రావణుడి పెద్ద తమ్ముడు; నాగుడు.

కుశధ్వజుడు: సంకాశ్యరాజు; జనకుడి తమ్ముడు.

కైకసి: విశ్రవుడి మొదటి భార్య; రావణుడికి, కుంభకర్ణుడికి తల్లి.

క్రకచబాహు: చిలుకా రాజ్యపాలకుడు.

ఖరుడు: లంక సేనాధిపతి; సమీచి ప్రియుడు.

జనకుడు: మిథిల రాజు; సీత తండ్రి.

జటాయువు: మలయపుత్ర తెగ దళపతి; సీతారాముల నాగమిత్రుడు.

దశరథుడు: కోసల రాజు; సప్తసింధు చక్రవర్తి; రామలక్ష్మణ భరత, శత్రుఘ్నులకు తండ్రి.

నాగులు: అవకరాలతో పుట్టిన మానవ తెగ.

పృథ్వీ: వేదవతి భర్త; టోడీ గ్రామంలో వ్యాపారి.

భరతుడు: రాముడి సవతి సోదరుడు; దశరథుడు, కైకేయిల కుమారుడు.

మండోదరి: రావణుడి భార్య.

మారుడు: కిరాయి హంతకుడు.

మారీచుడు: కైకసి అన్న; రావణుడికి, కుంభకర్ణుడికి మేనమామ; రావణుడి సన్నిహిత సహాయకులలో ఒకడు.

మలయపుత్రులు: ఆరో విష్ణువు పరశురామ ప్రభువు తెగ.

రాముడు: చక్రవర్తి దశరథుడు, ఆయన పెద్ద భార్య కౌసల్యల కొడుకు; నలుగురన్నదమ్ములలో పెద్దవాడు; సీత భర్త.

రావణుడు: విశ్రవ ఋషి కుమారుడు; కుంభకర్ణుడి అన్న; విభీషణుడు, శూర్పణఖల సవతి సోదరుడు.

లక్ష్మణుడు: దశరథుడి కవల పిల్లల్లో ఒకడు; రాముడి సవతి సోదరుడు.

వశిష్ఠుడు: అయోధ్య రాజ గురువు; నలుగురు రాజకుమారుల గురువు.

వాయుపుత్రులు: పూర్వ మహాదేవుడు రుద్రుడి తెగ.

వాలి: కిష్కింధ రాజు.

విభీషణుడు: రావణుడి సవతి సోదరుడు.

విశ్రవుడు: గౌరవనీయుడైన ఋషి; రావణుడు, కుంభకర్ణుడు, విభీషణుడు, శూర్పణఖల తండ్రి.

విశ్వామిత్రుడు: ఆరో విష్ణువు పరశురాముడి తెగ మలయపుత్రుల ప్రముఖుడు; రామలక్ష్మణుల తాత్కాలిక గురువు.

వేదవతి: టోడీగ్రామ వాసి; పృథ్వీ భార్య.

శత్రుఘ్నుడు: లక్ష్మణుడి కవల సోదరుడు; దశరథుడు, సుమిత్రల కుమారుడు; రాముడి సవతి సోదరుడు.

శూర్పణఖ: రావణుడి సవతి సోదరి.

శోచికేశుడు: టోడీ గ్రామ భూస్వామి.

సీత: మిథిల రాజు జనకుడు, రాణి సునయనల పుత్రిక; మిథిల ప్రధానమంత్రి; రాముడి భార్య.

సుకర్ముడు: టోడీ గ్రామవాసి; శోచికేశుని కొడుకు.

హనుమంతుడు: నాగుడు; వాయుపుత్ర తెగ సభ్యుడు.

కథనాత్మక ప్రణాళికను గురించి

ఈ రచన చదవడానికి మీ అమూల్యమైన సమయాన్ని నాకోసం వెచ్చించినందుకు ధన్యవాదాలు.

రామచంద్ర గ్రంథమాలలో మూడో భాగం విడుదల కోసం మీలో చాలామంది సహనంతో వేచి చూస్తున్నారని నాకు తెలుసు. ఆలస్యానికి హృదయపూర్వక క్షమాపణలు కోరుతున్నాను. ఈ పుస్తకం మీరూహించిన విధంగా ఉంటుందని ఆశిస్తాను.

ఈ పుస్తకం పేరు *రావణుడు – ఆర్యావర్త అనాథ* నుంచి *రావణుడు – ఆర్యావర్త వైరి* గా ఎందుకు మార్చాలనుకున్నానని మీలో కొందరు ఆలోచిస్తూ ఉండవచ్చు. ఆ విషయం వివరిస్తాను. రావణుడి కథ రాస్తున్నపుడు, ఆ వ్యక్తి గురించి కొన్ని విషయాలు తెలుసుకున్నాను. పసివాడుగా ఉన్నప్పటినుంచి తానున్న పరిస్థితులను అసహనంతో ఎదిరించాడు. తన విధికి తానే కర్తనని భావించాడు. మొదట్లో రావణుడు మాతృభూమి నుంచి బహిష్కరించబడ్డాడని అనుకుని అనాథ అని తలచాను. అయితే నా మనసులో కథ మెదులుతూ ఉన్నపుడు మాతృభూమి నుంచి అతన్ని దూరం చేసే నిర్ణయాలు కావాలని తీసుకున్నాడనిపించింది. అతను అనాథగా ఉండేకన్న శత్రువుగా ఉండాలని అనుకున్నాడు.

మీలో కొందరికి తెలుసు. నేను హైపర్ లింక్ అనే కథనాత్మక ధోరణితో ప్రేరితమయ్యానని. కొందరు దీనిని మల్టీ లీనియర్ కథనం అంటారు. ఇటువంటి కథనంలో చాలా పాత్రలుంటాయి; ఒక సంబంధం వారందరినీ ఒకచోట చేరుస్తుంది. రామచంద్ర గ్రంథమాలలోని మూడు ప్రధాన పాత్రలు రాముడు, సీత,

రావణుడు. ప్రతి పాత్రకూ తనవైన జీవితానుభవాలు ఉన్నాయి. అవి వారిని మలిచాయి. ప్రతి ఒక్కరికీ తమదైన సాహసం, సొంతకథ ఉన్నాయి. చివరికి సీతాపహరణంతో వారి కథలు కలుస్తాయి.

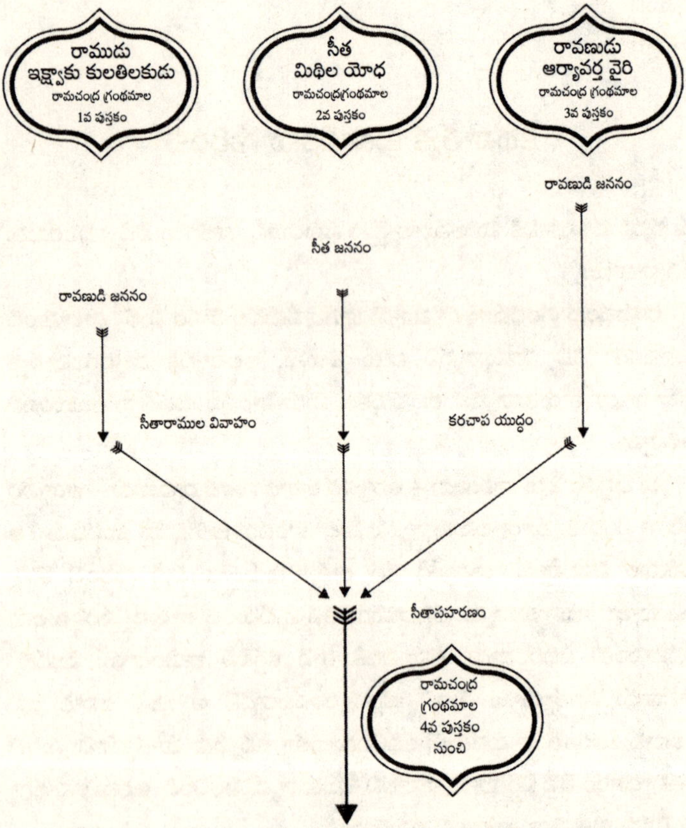

మొదటి పుస్తకం రాముడి కథను చెబితే, రెండో పుస్తకం సీత కథను, మూడో పుస్తకం రావణుడి కథను వివరించాయి. ఇప్పుడున్న ఈ మూడు కథలు నాలుగో పుస్తకం నుంచి ఒకే కథగా కలుస్తాయి. సీతారాములకన్న రావణుడు వయసులో చాలా పెద్దవాడని గుర్తుంచుకోవాలి. వాస్తవానికి రాముడి తండ్రి చక్రవర్తి దశరథుడితో రావణుడు నిర్ణయాత్మకమైన కరచాప యుద్ధాన్ని జరిపిన రోజున రాముడు జన్మించాడు! అందువల్ల ఈ పుస్తకం ఎంతో గతంలోకి వెళుతుంది. ప్రధాన పాత్రలైన సీత, రాముడు జన్మించక ముందు జరిగిన కథలోకి.

మల్టీ లీనియర్ కథనంలో మూడు పుస్తకాలుగా రాయడం క్లిష్టమైనదని, రాయడానికి చాలా సమయం పడుతుందని నాకు తెలుసు. అయినాగాని ఇది చాలా ఉత్తేజకరంగా ఉందని నేను చెప్పక తప్పదు. నాలాగే మీకూ ఇది ఆనందాన్నిస్తుందని, ఉత్కంఠభరితమైన అనుభవాన్నిస్తుందని ఆశిస్తాను. రాముడు, సీత, రావణుడు పాత్రలను అర్థం చేసుకొనడం, వాళ్ళ ప్రపంచాల్లో నివసిస్తూ, ఇతివృత్తాల, కథల చిక్కుముడులు విప్పుకొంటూ ఉంటే నాకు ఈ ఇతిహాసం సాక్షాత్కరించింది. ఈ భాగ్యం లభించినందుకు నిజంగా అదృష్టవంతుణ్ణని భావిస్తున్నాను.

నేను మల్టీ లీనియర్ కథనం అనుసరిస్తున్నాను కనుక మొదటి పుస్తకం (*రాముడు – ఇక్ష్వాకు కులతిలకుడు*) లోను, రెండో పుస్తకం (*సీత – మిథిల యోధ*) లోను సూచనలు ఇచ్చాను. అవి మూడో పుస్తకంతో సంబంధం కలిపేవి. మిమ్మల్ని ఆశ్చర్యపరిచే సంఘటనలు, మెలికలు ఎన్నో దీనిలో ఉన్నాయి. ఇంకా ఎన్నో ఎదురవుతాయి!

రావణుడు : ఆర్యావర్త వైరి మీకు నచ్చుతుందని భావిస్తాను. ఈ పుస్తకం గురించి మీ అభిప్రాయాలను నా ఫేస్ బుక్, ఇన్ స్టాగ్రాం, లేదా ట్విట్టర్‌లో సందేశాల ద్వారా తెలియజేయండి.

ప్రేమతో,

అమీశ్

www.facebook.com/authoramish

www.instagram.com/authoramish

www.twitter.com/authoramish

కృతజ్ఞతలు

రెండేళ్ళు భారంగా గడిచాయి. జీవితంలో ఎన్నడూ అనుభవించనంత కష్టాన్ని, దుఃఖాన్ని ఈ రెండేళ్ళలో అనుభవించాను. కొన్నిసార్లు జీవితమంతా కుప్పకూలిపోతుంది అనిపించింది. కాని అలా జరగలేదు. నేను దాన్నించి బయటపడ్డాను. భవనం ఇంకా నిలబడి ఉంది. ఈ పుస్తక రచన పునాదిరాయిగా నిలిచింది. కింద నేను కృతజ్ఞతలు చెప్పబోయే వారందరూ నన్ను కాపాడుతూ ఊతమిచ్చారు; వాళ్ళు నన్ను పడిపోకుండా నిలబెట్టారు.

నా దైవం మహాశివుడు. ఈ రెండు సంవత్సరాలు నన్ను నిజంగా పరీక్షించాడు. కనీసం ఇప్పుడు దాన్ని కొంచెం సులభం చేస్తాడని ఆశిస్తాను.

ప్రాచీన ప్రపంచ విలువలు, ధైర్యం, గౌరవం కలిగినవారు, జీవితంలో నేను మన్నించిన ఇద్దరు వ్యక్తులు –మా మామగారు మనోజ్ వ్యాస్, మా బావగారు హిమాంశు రాయ్ లు. వాళ్ళిద్దరూ ఇప్పుడు స్వర్గం నుంచి నన్ను చూస్తున్నారు. నేను వాళ్ళు గర్వపడేలా ఉన్నానని ఆశిస్తాను.

నా తనయుడు నీల్ పదేళ్ళ వాడు; 'లోకంలో నా కొడుకు కన్న ఉత్తముడు లేడు, ఎప్పుడూ ఉండడు,' అని నేనంటే అతని తండ్రి ప్రేమను మీరు క్షమిస్తారు.

నా సోదరి భావన, నా సోదరులు అనీశ్, ఆశీశ్ లు ఈ కథకు సహకరించారు. ఎప్పటిలా రాతప్రతిని మొదట వారే చదివారు. వారి అభిప్రాయాలు, సహాయం, వాత్సల్యం, ప్రోత్సాహం అమూల్యాలు.

మిగిలిన నా కుటుంబ సభ్యులు: ఉష, వినయ్, షెర్నాజ్, మీత, ప్రీతి, డొనెటా, స్మిత, అనుజ్, రుత లకు – నిరంతరం వీరందించిన ప్రేమాభిమానాలకు. నా

సంతోషానికి దోహదం చేసిన నా మరోతరం కుటుంబ సభ్యులు: మితాంశ్, డేనియల్, ఎడెన్, కేయ, అనిక, ఆష్న.

నా ప్రకాశకులు వెస్ట్ ల్యాండ్ సిఇఒ గౌతమ్, నా సంపాదకులు కార్తీక, సంఘమిత్ర. నా కుటుంబం తరువాత ఈ ప్రాజెక్టుకు అత్యంత సన్నిహితులు ఈ ముగ్గురే. వీరు సమర్థత, వినమ్రత, హుందాతనాల సమ్మేళనం. వీరితో దీర్ఘకాలం కలసి నడుస్తానని ఆశిస్తున్నాను. వెస్ట్ ల్యాండ్ లో మిగిలిన ప్రతిభామూర్తుల బృందం: ఆనంద్, అభిజీత్, అంకిత్, అరుణిమ, బరణి, క్రిస్టినా, దీప్తి, ధవళ్, దివ్య, జైశంకర్, జయంతి, కృష్ణకుమార్, కుల్ దీప్, మధు, ముస్తఫా, నవీన్, నేహ, నిధి, ప్రీతి, రాజు, సంయోగ్, సతీష్ (Sateesh) సతీశ్ (Satish), శత్రుఘన్, శ్రీవత్స్, సుధ, విపిన్, విశ్వజ్యోతి ఇంకా చాలామంది. ముద్రణ ప్రపంచంలో వీరు ఉత్తమ బృందం.

కార్యాలయంలో అమన్, విజయ్, ప్రేరణ, సీమ, నా మిగిలిన సహోద్యోగులు. వీళ్ళు నా వ్యాపార కార్యకలాపాలు చూస్తూ, నాకు రచనకు తగినంత సమయమిస్తారు.

హేమల్, నేహ, కాండిడా, హితేశ్, పార్థ్, వినిత్, నటాషా, ప్రకాశ్, అనుజ్, మిగిలిన ఆక్టోబజ్ బృందం ఈ పుస్తకానికి అందంగా కవర్ డిజైన్ చేశారు. ట్రైలర్ ను రూపొందించి, ఈ పుస్తకానికి సంబంధించిన సోషల్ మీడియా కార్యకలాపాలను సమర్థంగా చూసుకున్నారు. ప్రతిభ, సృజనాత్మకత, అంకితభావంగల ఏజెన్సీ.

మాయాంక, శ్రేయ, సరోజిని, దీపిక, నరేశ్, మార్వి, స్నేహ, సిమ్రన్, కీర్తి, ప్రియాంక, విశాల్, దానిశ్, ఇంకా మో ఆర్ట్ బృందం ఈ పుస్తకానికి మీడియా సంబంధాలు, మార్కెటింగ్ అలయెన్స్ లు ఏర్పాటు చేయడంలో సహకరించారు. వీళ్ళు ఏజన్సీ మాత్రమే కాదు. సలహాదార్లు.

సత్య, అతని బృందం ఈ పుస్తకం లోపలి కవర్లో ఉన్న రచయిత ఫోటోలు కొత్తవి తీశారు. సామాన్యుణ్ణి బాగా కనిపించేలా చేశారు.

కేలెబ్, క్షితిజ్, సందీప్, రోహిణి, ధారవ్, హీనా, వారి బృందం నా పనిలో చట్టపరమైన, మార్కెటింగ్ సలహాలు ఇచ్చి సహాయం చేశారు.

ప్రతిభామూర్తి, సంస్కృత విద్వాంసురాలు మృణాళిని నా పరిశోధనలో నాతో కలిసి పనిచేస్తారు. ఆవిడతో నేను చేసిన చర్చలు జ్ఞానోదయాన్ని కలిగించేవి. ఆవిడ నుంచి నేను నేర్చుకున్న జ్ఞానాన్ని నా పుస్తక రచనలో సిద్ధాంతాల రూపకల్పనకు ఉపయోగించుకున్నాను.

ఆదిత్య, నా పుస్తకాలను అనురక్తితో చదివే పాఠకుడు. ఇప్పుడు నాకు స్నేహితుడు. వాస్తవాలను పరిశీలించే వ్యక్తి అయ్యారు.

చివరిగా, ముఖ్యమైన మీరు, నా పాఠకులు. ఈ పుస్తకం చాలా ఆలస్యంగా వచ్చిందని నాకు తెలుసు. దీనికి హృదయ పూర్వకంగా క్షమాపణలు చెబుతున్నాను. జీవితం నన్ను రచన నుంచి దూరంగా లాక్కుపోయింది. కాని మళ్ళీ అదే నన్ను వెనక్కు తీసుకుని వచ్చింది. ఇంక ఇక్కడి నుంచి తడబడను. మీ సహనానికి, ప్రేమకు, అండగా ఉన్నందుకు ధన్యవాదాలు.

1వ అధ్యాయం

క్రీ.పూ. 3400. సాల్సెట్టి ద్వీపం, భారతదేశ పడమటి తీరం.

అతను బాధతో అరిచాడు. చావుకి చాలా దగ్గరగా ఉన్నానని అతనికి తెలుసు. ఇంక ఈ నొప్పిని ఎంతో సేపు భరించనవసరం లేదు. కాని, అప్పటివరకూ రహస్యాన్ని బయటకు చెప్పకుండా ఉండాలి. రహస్యాన్ని కాపాడాల్సిందే. మరికొంచెంసేపు అంతే.

తనను తాను కూడదీసుకుని మనస్సులో మంత్రాన్ని జపిస్తూండిపోయాడు. అత్యంత శక్తిమంతమైన మంత్రం. తన మలయపుత్ర తెగలోని వాళ్ళందరికీ పవిత్రమంత్రం.

జై శ్రీరుద్ర... జై పరశురామ్... జై శ్రీరుద్ర... జై పరశురామ్.

రుద్రదేవుడికి జయం. పరశురామ దేవుడికి జయం.

ప్రస్తుతం తనున్న పరిసరాలను మర్చిపోవాలని ప్రయత్నిస్తూ, కళ్ళు మూసుకుని, ఏకాగ్రంగా మంత్రాన్ని జపించసాగాడు.

దేవుళ్ళారా, నాకు శక్తినివ్వండి. శక్తినివ్వండి.

అతని శత్రువు మరోసారి గాయపరచటానికి ఉద్యుక్తుడవు తున్నాడు. కాని వేటు పడకముందే, ఒక స్త్రీ అతణ్ణి వెనక్కి లాగేసింది.

'ఖరా, దీనివల్ల ఉపయోగం లేదు,' కోపంగాను, కరుగ్గాను లోగొంతుతో అంది.

లంక సైన్యంలో దళాధిపతి అయిన ఖరుడు తన చిన్నప్పటి ప్రియురాలు సమీచివైపు తిరిగాడు. కొన్నేళ్ళ క్రితం వరకు ఉత్తర భారతంలోని చిన్నరాజ్యమైన మిథిలకు ప్రధానమంత్రిగా ఉండేది సమీచి. అయితే ఆమె ఆ పదవిని విడిచిపెట్టింది.

తనను ఆ పదవిలో నియమించిన వ్యక్తి, ఒకప్పుడు తను సేవచేసిన రాకుమారి సీత ఎక్కడుందో కనుక్కోవడంపై దృష్టి కేంద్రీకరించింది.

'ఈ మలయపుత్రుడు మొండివాడు,' ఖరుడు గొణిగాడు. 'ఇతను చెప్పేలా లేడు. మరోరకంగా సమాచారం తెలుసుకోవాలి.'

'అంత సమయం లేదు!'

సమీచి గొంతు తీవ్రంగాను, ఆత్రంగాను ఉంది. ఆమె సరిగ్గానే చెబుతోందని ఖరుడికి తెలుసు. ఇక్కడ బల్లమీద ఉన్న వ్యక్తే ప్రస్తుతానికి వాళ్ళకు సమాచారం ఇవ్వగల ఆధారం. సీత, ఆమె భర్త రాముడు, అతని తమ్ముడు లక్ష్మణుడు ఎక్కడున్నారో అతను మాత్రమే చెప్పగలడు. సమీచికి *అసలైన ప్రభువు, ఇరైవా* గా ఆమె పిలిచే లంకరాజు రావణుడి ఆదరణ పొందేందుకు ఇదే వాళ్ళకి మంచి అవకాశం.

'నేను ప్రయత్నిస్తూనే ఉన్నా. కాని వీడు ఎక్కువసేపు బ్రతకడు,' తన నిరుత్సాహాన్ని కనిపించనివ్వకుండా, ఖరుడు నిదానంగా అన్నాడు. 'వీడు చెబుతాడనుకోను.'

'నన్ను ప్రయత్నించనీ.'

ఖరుడు సమాధానం చెప్పేలోపునే సమీచి మలయపుత్రుణ్ణి బంధించి ఉంచిన బల్ల దగ్గరకు వెళ్ళింది. అతని ధోవతిని తీసి విసిరేసింది. గోచీని కత్తిరించి అవతల పారేసింది. పాపం ఆ మనిషిని పూర్తి నగ్నంగా చేసింది. అతను సిగ్గుతో ఏడుస్తున్నాడు. ఖరుడు కూడా భయపడ్డాడు. 'సమీచీ, ఇది' – సమీచి తీవ్రంగా చూసింది. అతను మౌనంగా ఉండిపోయాడు. హింసించే వాళ్ళకి కూడ నియమావళి ఉంది. కనీసం భారతదేశంలో. కాని దాన్ని అనుసరించాల్సిన అవసరం లేదని సమీచి భావిస్తున్నట్టుగా స్పష్టమైంది.

కలగబోయే నొప్పి ముందుగానే ఊహించినట్టుగా మలయపుత్రుడి కళ్ళు ఆందోళనతో వెడల్పయ్యాయి.

దగ్గర్లో పడి ఉన్న కత్తిని సమీచి చేతిలోకి తీసుకుంది. అది ఒకవైపు పదునుగాను, మరోవైపు రంపం పళ్ళతోనూ ఉంది. వీలైనంత నొప్పిని పుట్టించే విధంగా దానిని క్రూరంగా రూపొందించారు. కత్తిని పట్టుకుని బల్ల దగ్గరకు వెళ్ళింది. వేలితో దాని పదును పరీక్షించింది. వేలు తెగి రక్తం కారింది. 'నువ్వు చెబుతావు. నన్ను నమ్ము. నువ్వు చెబుతావు,' అంటూ మలయపుత్రుడి కాళ్ళ మధ్యకు కత్తిని తెచ్చింది. బాగా దగ్గరగా.

కత్తిని నిదానంగా కదిపింది. అది చర్మం పైపొరను కోస్తూ వృషణ కోశంలోకి లోతుగా దిగింది. నరాలు గుదిగా ఉన్న చోట దిగబడి విపరీతమైన నొప్పి కలిగించింది.

మలయపుత్రుడు అరిచాడు.

ఏడుస్తూ ఆపమని వేడుకున్నాడు.

తన దేవుళ్ళ కోసం ఆక్రందించలేదు. ఇప్పుడు అది వాళ్ళకూ చేరదు. తన తల్లిని పిలుస్తున్నాడు.

ఖరుడికి అర్థమైంది. మలయపుత్రుడు చెబుతాడు. కొంతసేపు మాత్రమే. తరవాత తట్టుకోలేదు. చెబుతాడు.

—ꣻ—

రావణుడు, అతని తమ్ముడు కుంభకర్ణుడు పుష్పక విమానంలో సుఖంగా కూర్చుని ఉన్నారు. అది దట్టమైన అడవి పైన ఎగురుతోంది.

లంక రాజు మౌనంగా ఉన్నాడు. అతని శరీరంలో ఆందోళన. పతకాన్ని గట్టిగా పట్టుకున్నాడు – అతని మెడలో బంగారు గొలుసుకు అది నిరంతరం వేలాడుతూ ఉంటుంది. దాన్ని మనిషి రెండు చేతివేళ్ళ ఎముకలతో తయారుచేశారు. ఆ ఎముకలు జాగ్రత్తగా బంగారు కొక్కేలకు తగిలించి ఉన్నాయి.

సాహసులైన తమ శత్రువుల శరీరంలోని ఎముకలను ధరించే రాక్షస వీరులున్న తెగలున్నాయని భారతీయులు చాలామంది నమ్ముతారు. అలా చేయడం వల్ల చనిపోయిన వారి శక్తి తమకు వస్తుందని వాళ్ళ విశ్వాసం. రావణుడికి అత్యంత విధేయులైన లంక సైనికులు అతని మెడలోని పతకం అతడి బద్ధ శత్రువు చేతి వేళ్ళ ఎముకల నుంచి తయారైందని నమ్మి ఆ కథను ప్రచారం చేశారు. కేవలం కుంభకర్ణుడికి మాత్రమే నిజం తెలుసు. రావణుడు పతకాన్ని అంత గట్టిగా ఇప్పుడెందుకు పట్టుకుంటున్నాడో, దాని అర్థమేమిటో అతనికి తెలుసు.

అన్నగారిని మౌనంగా ఆలోచించుకోడానికి వదిలి కుంభకర్ణుడు పుష్పక విమానాన్ని కలయజూశాడు. ఆ బ్రహ్మాండమైన విమానం శంఖాకారంలో పైన సన్నగా ఉంది. దాని అడుగుకి దగ్గరగా ఉన్న, కాంతి కోసం పెట్టిన, రంధ్రాలను మందపాటి గాజుతో మూసేశారు. కిటికీలకు ఉన్న లోహ తెరలు తొలగించి ఉన్నాయి. లోపలికి

ఉదయ సూర్యుడి వెలుగు వస్తోంది. విమానంలోకి బయటి ధ్వనులేమీ వినపడకపోయినా విమానం పైన ఉన్న ప్రధాన పంఖా చేస్తున్న పెద్ద శబ్దం వినిపిస్తోంది. దానికి తోడు విమానం అడుగున ఉన్న చిన్న చిన్న పంఖాలు చేసే శబ్దం వినిపిస్తూనే ఉంది. విమానం వెళ్ళే దిశను, విమాన పార్శ్వపు కదలికలను నియంత్రించడానికి అవి తోడ్పడతాయి.

విమానం లోపల విశాలంగా, సౌకర్యవంతంగా ఉంది. ఎక్కువ అలంకరణలు లేకుండా సాదాగా ఉంది. కుంభకర్ణుడు పైకి చూడగానే విమానంలోపల ఉన్న ఒకే ఒక అలంకరణ మీద అతని దృష్టి పడింది – అది ఒక రుద్రాక్ష పెద్ద చిత్రం. గుండ్రంగా గోధుమ రంగులో ఉన్న రుద్రాక్ష. రుద్రాక్ష అర్థం 'రుద్రుడి కన్నీటి బిందువు' అని. దేవదేవుడు మహాదేవుడైన రుద్రదేవుడికి విధేయులైన వారు రుద్రాక్షలను ధరించడంగాని, పూజగదుల్లో ఉంచుకొనడంగాని చేస్తారు. ఆ చిత్రంలో ప్రత్యేక రకానికి చెందిన ఒకే చీలిక ఉన్న రుద్రాక్ష ఉంది. ఆ చిత్రానికి నమూనాగా నిలిచినది ఏకముఖి రుద్రాక్ష. చాలా చిన్నది. అరుదైన రుద్రాక్ష, దొరకడం అసాధ్యం, అత్యంత విలువైనది. బంగారు తీగతో చుట్టిన అటువంటి ఒక రుద్రాక్ష రావణుడి ప్రాసాదంలోని పూజామందిరంలో ఉంది.

ఆ చిత్రం తప్ప విమానంలో ఇంకేమీ లేదనే చెప్పాలి – యుద్ధ విమానంలా ఉందది. విలాసం కోసం రూపొందించినట్టుగా లేదు. ఎందుకంటే ఆకారంపైన కన్న, దాని ఉపయోగిత్వానికి ప్రాధాన్యత నిచ్చారు. దానిలో వందమందికి పైగా ప్రయాణికులు కూర్చొనవచ్చు.

కుంభకర్ణుడు విమానంలో అర్థచంద్రాకారంలో వరుసగా నిశ్శబ్దంగా, క్రమశిక్షణతో కూర్చున్న సైనికులను తృప్తిగా చూశాడు. వాళ్ళప్పుడే తినడం ముగించారు. తిని, విశ్రాంతి తీసుకుంటే, యుద్ధానికి సిద్ధంగా ఉంటారు. కొన్ని గంటల్లో వాళ్ళు సాల్సెట్టి ద్వీపంలో దిగుతారు. అక్కడ సమీచి దేశ బహిష్కృతులైన అయోధ్య రాచకుటుంబీకులు – రాముడు, అతని భార్య సీత, అతని తమ్ముడు లక్ష్మణుడు – వాళ్ళ మలయపుత్ర అనుచరులకు సంబంధించిన కీలక సమాచారంతో వారి కోసం నిరీక్షిస్తోందని కుంభకర్ణుడికి చెప్పారు.

శక్తిమంతుడైన తమ రాజుగారి చెల్లెలు శూర్పణఖకు జరిగిన అవమానానికి ప్రతీకారం తీర్చుకోవడానికి వెళుతున్నామని లంక సైనికులు అనుకున్నారు. లక్ష్మణుడు ఆమెను గాయపరిచాడు. ముక్కు మీది మచ్చను సౌందర్య శస్త్ర చికిత్స చేసి పోగొట్టవచ్చు. కాని జరిగిన అవమానానికి రక్తంతోనే ప్రతీకారం తీరుతుంది. సైనికులకి అది తెలుసు. వాళ్ళు దాన్నర్థం చేసుకున్నారు.

అయితే వారిలో కొందరు మాత్రం రావణుడి సవతి చెల్లెలు శూర్పణఖ, తమ్ముడు విభీషణుడు అంతదూరంలో దండకారణ్యం లోపల దేశ బహిష్కృతులు, అధికార రహితులైన అయోధ్య రాచకుటుంబీకులతో ఏం చేస్తున్నారని ఆలోచించకుండా ఉండలేకపోయారు.

''వాళ్ళు శుద్ధ మూర్ఖులు,'' స్వరం తగ్గించి, కరుగ్గా అన్నాడు రావణుడు. పై నుంచి వేలాడుతున్న తెర ఒకటి మిగిలిన వారి నుంచి రావణ, కుంభకర్ణుల ఆసనాలు వేరు చేస్తోంది. 'ఈ పని వాళ్ళు చేయగలరని నమ్మకం పెట్టుకోకుండా ఉండాల్సింది.'

అనుకోకుండా రాముడికి అతని అనుయాయులకి తారసపడడం, తత్ఫలితంగా ఘర్షణ జరగడంతో విభీషణుడు శూర్పణఖను, లంక సైనికులను తీసుకుని త్వరగా భారతదేశ పడమటి తీరంలోని సాల్సెట్టికి చేరుకున్నాడు. అక్కడి నుంచి రావణుడి కొడుకు ఇంద్రజిత్తు నాయకత్వంలో ఓడలో లంకకు వెళ్ళారు. వాళ్ళు వెళ్ళిన కార్యం విఫలమైందని తెలియగానే, పుష్పక విమానంలో పట్టగలిగినంతమంది సైనికులను తీసుకుని రావణుడు రాజధాని నుంచి తక్షణమే బయలుదేరాడు.

కుంభకర్ణుడు దీర్ఘశ్వాస తీసుకుని అన్నవైపు చూశాడు. 'అది జరిగిపోయింది, అన్నా,' అన్నాడు.

'ఎంత చవటలు! విభీషణుడికి, శూర్పణఖకి ఆటవికురాలైన వాళ్ళమ్మ మూర్ఖత్వం వచ్చింది. చిన్న పని కూడ వాళ్ళు సక్రమంగా చెయ్యలేరు.'

రావణుడు, కుంభకర్ణుడు విశ్రవ ఋషికి, ఆయన మొదటి భార్య కైకసికి జన్మించారు. విభీషణుడు, శూర్పణఖ కూడ ఋషి సంతానమే, కాని ఆయన రెండో భార్య క్రౌషేస్ కు పుట్టారు. ఆమె మధ్యధరా సముద్రంలోని ద్వీపం కనోసాస్ కు చెందిన గ్రీకు రాకుమారి. రావణుడికి తన సవతి సోదరి, సోదరుడంటే అసహ్యం. కాని తండ్రి మరణించిన తర్వాత తల్లి కోరిక మేరకు వాళ్ళని ఆదరించాడు.

'ప్రతి కుటుంబంలోనూ మూర్ఖులుంటారు, అన్నా,' అన్నను శాంతింపజేయాలని ప్రయత్నిస్తూ, చిరునవ్వుతో చెప్పాడు కుంభకర్ణుడు. 'అయినా వాళ్ళు మన కుటుంబమే.'

'నేను నీ మాట విని ఉండాల్సింది. వాళ్ళని పంపకుండా ఉండాల్సింది.'

'వదిలెయ్యండి, అన్నా.'

'కొన్నిసార్లు నాకేమనిపిస్తుందంటే–

'మనం చెయ్యగలం, అన్నా,' అతని మాటకు కుంభకర్ణుడు మధ్యలో అడ్డు వచ్చాడు. 'విష్ణువుని మనం అపహరించుకుని వద్దాం. అప్పుడు మలయపుత్రులకి మనం కోరేది, మనకి అవసరమైనది ఇవ్వడం తప్ప మరో మార్గం లేదు.'

రావణుడు తమ్ముడి చేతిని తన చేతిలోకి తీసుకున్నాడు. 'నిన్ను ఇబ్బంది పెట్టడం తప్ప, నీకు నేనేమీ ఇవ్వలేదు, కుంభా. నిరంతరం నన్ను వెన్నంటి ఉన్నందుకు నీకు నా కృతజ్ఞతలు.'

'కాదు, అన్నా. పుట్టినప్పట్నించి మిమ్మల్ని ఇబ్బంది పెట్టడం తప్ప నేను మీకేమీ చేయలేదు. మీ వల్లే నేను బ్రతికి ఉన్నాను. మీ కోసమే చస్తాను,' ఎంతో ఉద్వేగంతో చెప్పాడు కుంభకర్ణుడు.

'అర్థం లేని మాటలు! నువ్విప్పుడే చనిపోవు. నా కోసం గాని మరెవరి కోసంగాని. ఇప్పటికి ఎన్నో ఎన్నో ఏళ్ళ తర్వాత వృద్ధుడివైనాక చనిపోతావు. నువ్వు కోరుకున్న ఆడవాళ్ళందరినీ అనుభవించాక, నువ్వు కోరుకున్నంత మద్యం తృప్తిగా తాగాక!'

కుంభకర్ణుడు బ్రహ్మచారి. ఇప్పటికి ఎన్నో ఏళ్ళుగా మద్యం ముట్టని వాడు, నవ్వేశాడు.

'అన్నా, మనిద్దరికీ సరిపోయేంతగా అవన్నీ మీరు చేస్తున్నారు!'

—ᛈᛟᛁ—

బలమైన గాలులు పుష్పక విమానాన్ని కుదిపేశాయి.

రాక్షసుడి చేతిలో ఆటబొమ్మలా విమానం ఒకవైపుకు ఒరిగిపోయి ఊగిపోతోంది. కుంభవృష్టి పడుతోంది. విమానంలో కాంతి కోసం అమర్చిన రంధ్రాల నుంచి వాళ్ళు వర్షాన్ని చూశారు.

'రుద్రదేవుడి దయ వల్ల నేను విమాన దుర్ఘటనలో చనిపోకూడదు.'

శరీరం కదలకుండా ఆసనానికి అమర్చిన అమరికను మరోసారి చూసుకున్నాడు రావణుడు. కుంభకర్ణుడు కూడ అలాగే చూసుకున్నాడు. కూర్చున్న ప్రయాణీకులు కదలకుండా వారి మొండెం పై భాగానికి ఈ అమరిక ఉంది. తొడలకు కూడ ఇలాంటి ఏర్పాటే ఉంది. లంక సైనికులు విమానానికి అమర్చిన, నేలకు బిగించిన కొక్కేలను గట్టిగా పట్టుకుని కూర్చున్నారు. చాలామంది ప్రశాంతంగా ఉండాలని, పొట్టలో వికారం కలగకుండా ప్రయత్నిస్తున్నారు. విమానంలో మొదటిసారి ప్రయాణిస్తున్న వారు మాత్రం బాగా కక్కుతున్నారు.

కుంభకర్ణుడు రావణుడి వైపు తిరిగాడు.

'ఇది అకాల తుఫాను.'

'అలా అనుకుంటున్నావా?' రావణుడు నవ్వాడు. ప్రతికూల పరిస్థితుల కన్నా అతనిలో ఉన్న పోటీపడే స్ఫూర్తిని బయటకు తెచ్చేది మరేదీ లేదు.

కుంభకర్ణుడు పక్కకు తిరిగి మీటలతో సతమతమవుతున్న నలుగురు విమాన చోదకులను చూశాడు. వాళ్ళు గాలిని ఎదుర్కొనడానికి కేవలం తమ శరీరాల శక్తితో దానిని నియంత్రించాలని చూస్తున్నారు.

'అంత బలంగా వద్దు!' హోరుగాలిని మించి వినిపించేలా కుంభకర్ణుడు కేకపెట్టాడు. 'మీటలు విరిగితే, మనం అయిపోతాం.'

నలుగురూ కుంభకర్ణుడి వైపు తిరిగారు, బహుశా జీవించి ఉన్న విమానచోదకుల్లో వీళ్ళు ఉద్దండులు.

'గాలిని అంత బలంగా ఎదుర్కోవద్దు. మీటలు పాడైపోతాయి,' కుంభకర్ణుడు ఆజ్ఞాపించాడు. 'గాలిని వీయనీయండి. అలాగని పూర్తిగా నియంత్రణ వదలవద్దు. విమానం నడుపుతూ ఉండండి. మనం క్షేమంగా ఉంటాం.'

చోదకులు మీటలను కొంచెం వదులుచేశారు. విమానం మరింత తీవ్రంగా ఊగిపోయింది.

'ఏమిటి నేను వాంతి చేసుకోవాలనుకుంటున్నావా?' రావణుడు ముఖం వికారంగా పెడుతూ అడిగాడు.

'వాంతి ఎప్పుడూ ఎవరినీ చంపదు,' కుంభకర్ణుడు అన్నాడు. 'కాని ఆ పని మరింత సమర్థవంతంగా విమానం కూలిపోతే జరుగుతుంది.'

రావణుడు కోపంగా చూసి, గాఢంగా శ్వాసించాడు, కళ్ళు మూసుకున్నాడు. చేతితో ఆసనాన్ని గట్టిగా పట్టుకున్నాడు.

'ఇంక తుఫాను వల్ల మరో మంచి కూడా ఉంది,' అన్నాడు కుంభకర్ణుడు. 'ఈ హోరుగాలులు విమానం పంఖాల శబ్దాన్ని వినిపించ నీయవు. దాడి చేసినపుడు, హఠాత్తుగా దాడి జరిగినట్టు వాళ్ళు భావిస్తారు.'

రావణుడు కళ్ళు తెరిచి, కనుబొమలు ముడివేస్తూ కుంభకర్ణుడిని చూశాడు. 'నీకేమైనా పిచ్చా? వాళ్ళకి అయిదు రెట్లున్నాం మనం. ఆశ్చర్యపరచాల్సిన అవసరం మనకు లేదు. సురక్షితంగా కిందకు దిగాలి అంతే.'

—ऽ८I—

యుద్ధం చిన్నది. నిర్ణయాత్మకం.

లంక సైనికులెవరూ చనిపోలేదు. మలయపుత్రుల నాయకుడు జటాయువు, అతని ఇద్దరు సైనికులు తప్ప మిగిలిన వారందరూ చనిపోవడమో, తీవ్రంగా గాయపడటమో జరిగింది. కాని రాముడు, లక్ష్మణుడు, సీత కనిపించకుండా పోయారు.

ఆ ముగ్గురూ ఎక్కడున్నారో కనుక్కోడానికి కుంభకర్ణుడు ప్రయత్నిస్తుండగా, నేలమీద వెల్లకిలా పడున్న మలయపుత్ర సైనికుడిని చూస్తూ నిలబడ్డాడు రావణుడు. ఆ మనిషి కొన ఊపిరితో కొట్టుమిట్టాడుతున్నాడు. ప్రతి శ్వాసతోనూ వేగంగా మృత్యువుకి దగ్గరవుతూ ఉన్నాడు.

అతని శరీరం నుంచి చిక్కటి రక్తం తడి మట్టి మీదకు కారుతూ పచ్చటి గడ్డి రంగును మారుస్తూ ఉంది. ఎముక బయటికి కనిపించేలా అతని తొడ కండరాలను ఛిద్రం చేశారు. తెగిన ధమనుల నుంచి రక్తం కారుతూ ఉంది.

రావణుడు కళ్ళార్పకుండా చూస్తున్నాడు. నిదానంగా పోయే ప్రాణాన్ని గమనిస్తూ ఎప్పటిలానే మంత్రముగ్ధుడయ్యాడు.

కుంభకర్ణుడి మాటలు వినిపించాయతనికి.

'జటాయువు ద్రోహి. మలయపుత్రులతో చేరక ముందు వాడు మనలో ఒకడు. వాణ్ణేం చేసినా నాకనవసరం. సమాచారం రాబట్టు ఖరా.'

'అలాగే కుంభకర్ణ రాజా,' అన్నాడు ఖరుడు. అతనేదో భారం దిగినట్టుగా భావించాడు. సమాచారంతోను, కండబలంతోను సమీచి, తను సామర్థ్యాన్ని నిరూపించుకున్నారు. అతను నమస్కారం చేసి తన బందీవైపు నడిచాడు.

చనిపోతున్న మలయపుత్రుడి పైన రావణుడు దృష్టి కేంద్రీకరించాడు. అతను వేగంగా రక్తం కోల్పోతున్నాడు. కడుపులో గాయం నుంచి రక్తం ఉబుకుతున్నట్టుగా కారుతోంది. గాయం చాలా లోతుగా ఉందని రావణుడు గమనించాడు. మూత్రపిండాలు, కాలేయం, పొట్ట అన్నీ కోసేశారు. రక్తం కారుతున్నపుడు ఆ మనిషి శరీరం ఆకస్మికంగా కదులుతూ, వణుకుతూ ఉంది.

కుంభకర్ణుడి మాటలు మళ్ళీ అతని చెవుల్లో పడ్డాయి.

'నాకు ఏడు బృందాలు కావాలి. ఒక్కో బృందంలో ఇద్దరుండాలి. తలో దిక్కున వెదకండి. వాళ్ళు ఎక్కువదూరం వెళ్ళి ఉండరు. రాకుమారిగాని, రాకుమారులు గాని కనిపిస్తే యుద్ధానికి తలపడవద్దు. ఒకరు వచ్చి మాకు చెప్పాలి. ఇంకొకరు వారిని కనిపెడుతూ ఉండాలి.'

రావణుడి దృష్టి ఇంకా మలయపుత్రుడి పైనే ఉంది. అతని ఎడమ కన్ను బయటకు పెకలించి ఉంది. బహుశా చేతికి పులిపంజా తగిలించుకున్న లంక సైనికుడు ఆ పని చేసి ఉండొచ్చు. కంటి నరానికి వేలాడుతూ కనుగుడ్డు బైటకు వచ్చింది. తెల్ల గుడ్డు రంగు మారుస్తూ, శరీరంలోంచి రక్తం కారుతోంది.

మలయపుత్రుడి నోరు తెరుచుకుని ఉంది. రొమ్ము ఎగసిపడుతోంది. గాలి పీల్చుకుని శరీరంలోకి ప్రాణవాయువును పంపాలని ప్రయత్నిస్తోంది.

చిట్టచివరి నిముషం వరకూ శరీరాన్ని అంటి పెట్టుకుని ఉండాలని ఆత్మ ఎందుకు పట్టుబడుతోంది? దీనికన్న చావే మెరుగైన ప్రత్యామ్నాయం అని స్పష్టంగా కనిపిస్తున్నప్పుడు కూడ?

అతని ఆలోచనాస్రవంతిని భగ్నం చేస్తూ 'అన్నా,' కుంభకర్ణుడు పిలిచాడు. మౌనంగా ఉండమన్నట్టుగా రావణుడు చేయి పైకెత్తాడు. మలయపుత్రుడి ప్రాణం నిదానంగా పోతుండగా రావణుడు చూశాడు. అతని శ్వాస మరింతగా కొట్టుకులాడుతోంది. ఎంత భారంగా అతను శ్వాసిస్తే, అంత వేగంగా అసంఖ్యాకంగా ఉన్న గాయాల నుంచి రక్తం కారుతూ ఉంది.

వెళ్ళిపోనీ....

ఆఖరిగా శరీరం వణికింది. చిట్టచివరి శ్వాస చనిపోయే మనిషి నోట్లోంచి బైట పడింది. క్షణం పాటు అంతా చలనరహితమైంది. అతని కళ్ళు ఆందోళనతో బాగా తెరుచుకున్నాయి. పిడికిళ్ళు బిగుసుకున్నాయి. వేళ్ళు కొంకర్లు తిరిగాయి. శరీరం బిగుసుకుపోయింది.

తర్వాత నిదానంగా, చనిపోయాడు.

కొన్నిక్షణాలు గడిచాక రావణుడు శవం మీదనుంచి దృష్టి మరల్చాడు. 'ఏమిటో చెబుతున్నావ్?' కుంభకర్ణుణ్ణి అడిగాడు.

'వాళ్ళు ఎక్కువ దూరం వెళ్ళి ఉండరు,' అన్నాడు కుంభకర్ణుడు. 'జటాయువుతో త్వరగానే సమాచారం రాబడతాడు ఖరుడు. మనం విష్ణువుని కనిపెడతాం. సజీవంగా పట్టుకుంటాం ఆమెని.''

'రామ, లక్ష్మణుల సంగతేంటి?'

'వాళ్ళని గాయపరచకుండా ఉండటానికి మాకు చేతనైనంతగా ప్రయత్నిస్తాం. శూర్పణఖకు చేసిన దానికి ప్రతీకారంగా ఇదంతా చేశామని వాళ్ళు అనుకునేలా చేస్తాం. మీరు విమానం దగ్గరకు వెళ్ళి నిరీక్షించాలను కుంటున్నారా?'

రావణుడు తల అడ్డంగా ఊపాడు. లేదు.

—ऽ।ऽ—

'సీతను నేను చూడాలి,' రావణుడన్నాడు.

'అన్నా, సమయం లేదు. రాజు రాముడు, రాకుమారుడు లక్ష్మణుడు దగ్గరలోనే ఉన్నారు. వాళ్ళు త్వరగా వచ్చేస్తారు. తప్పనిసరిగా వాళ్ళని చంపాల్సిన స్థితి రావడం నాకిష్టం లేదు. ఇది బాగుంది. మనకి విష్ణువు దొరికింది. అయోధ్యకు రాజుగా పిలవబడే వ్యక్తి గాయపడలేదు. ఇప్పుడే వెళ్ళిపోదాం. విమానంలోకి వెళ్ళగానే మీరామెను చూడవచ్చు.'

మలయపుత్రులు తమ తాత్కాలిక శిబిరం ఏర్పరచుకున్న చిన్న చదునైన ప్రదేశంలో లంక సైనికులున్నారు. వాళ్ళ చుట్టూ దట్టమైన అడవి, చెట్లు తప్ప మరేమీ కనిపించడం లేదు. ఆ ప్రదేశానికి రాకుమారులు రాకముందే వెళ్ళిపోవాలని కుంభకర్ణుడు ఆత్రుతగా ఉన్నాడు.

రావణుడు తలూపి, విమానంవైపు నడిచాడు. అతను రక్షకభటుల ముందు నడిచాడు, కుంభకర్ణుడు అతని పక్కన నడిచాడు. తరవాత ప్రధాన సైనికదళం స్పృహ లేకుండా కట్టి ఉన్న సీతను రెండు కడ్డీల మధ్య ఉన్న వస్త్రం(అంచె)పై పడుకోబెట్టి మోసుకువస్తున్నారు. వెనక నుంచి రక్షణ కల్పించే పటాలం చివరిగా ఉంది.

రామ, లక్ష్మణులు స్వేచ్ఛగా, సాయుధులై ఉన్నారని తెలిసిన లంక సైనికులు తమ జాగ్రత్తలో తామున్నారు. అకస్మాత్తుగా బాణ వర్షం పాలుపడరాదని వారి కోరిక.

అప్పుడప్పుడు దూరంగా ఒక స్వరం వినవస్తోంది. పిలిచిన ప్రతిసారీ అది దగ్గరగా, బిగ్గరగా వినపడుతోంది.

'సీతా ఆఆఆఆఆఆ!'

అతను రాముడు. కీర్తిశేషుడైన అయోధ్యరాజు దశరథుడి పెద్ద కుమారుడు. ఆ ప్రాంతంలో అయోధ్య అత్యంత శక్తిమంతమైనది కావడంతో దశరథుడు ఏడు నదుల పరీవాహ ప్రాంతం సప్తసింధుకు చక్రవర్తి కూడా. మిథిల యుద్ధ సమయంలో అనధికారికంగా దైవిక ఆయుధమైన దైవీఅస్త్రాన్ని ఉపయోగించడంతో రాముడు

పద్నాలుగు సంవత్సరాలు దేశబహిష్కరణ శిక్షకు గురవడంతో దశరథుడు యువరాజుగా భరతుడిని ప్రతిపాదించాడు. అయితే దశరథుడు మరణించిన తర్వాత భరతుణ్ణి చక్రవర్తిగా కిరీటధారుని చేసే సమయంలో, అందరూ భావించిన దానికి విరుద్ధంగా భరతుడు రాముని పాదరక్షలను సింహాసనం మీద ఉంచి, తన అన్నగారి ప్రతినిధిగా సామ్రాజ్యాన్ని పాలించడం ప్రారంభించాడు.

సాంకేతికంగా అప్పుడు రాముడు దేశ బహిష్కారంలో ఉన్నా నియతంగా రాజ పట్టాభిషేకం జరగకపోయినా. అయోధ్యకు రాజు, సప్తసింధు చక్రవర్తి రాముడే పరోక్షంగా. ఒకవేళ అతను గాయపడినా గాని, చంపబడినాగాని సప్తసింధులోని ఇతర రాజ్యాలతో కుదుర్చుకున్న ఒప్పందాలు అమలులోకి వస్తాయి. తమ చక్రవర్తికి హాని చేసిన వారిపై ఈ రాజ్యాలన్నీ కలిసి యుద్ధం చేయాల్సి ఉంటుంది. లంక ప్రస్తుతానికి యుద్ధాన్ని భరించే స్థితిలో లేదని రావణుడికి తెలుసు.

కాని చక్రవర్తి భార్య విషయంలో ఇటువంటి అభ్యంతరమేమీ లేదు.

ఆక్రందిస్తున్న స్వరం మళ్ళీ వినబడింది. 'సీతాఆఆఆఆఆఆ...' రావణుడు కుంభకర్ణుడివైపు తిరిగాడు. 'అతనేం చేస్తాడని అనిపిస్తోంది నీకు? సప్తసింధు సైన్యాలను కూడగట్టుకుని దండెత్తుతాడా?'

కుంభకర్ణుడు భారీకాయుడైనా, ఆశ్చర్యం గొలిపే విధంగా రావణుడితో సమానంగా అతని పక్కనే వేగంగా నడుస్తున్నాడు. అతను ఆలోచిస్తున్నట్లుగా చెప్పాడు, 'మనమేం చేస్తామనే దానిపైన ఆధారపడుతుందది. రాముడిని, అతడి కుటుంబాన్ని వ్యతిరేకించేవాళ్ళు సప్తసింధులో చాలామంది ఉన్నారు. శూర్పణఖ మీద జరిగిన దాడికి ప్రతీకారంగా సీతను అపహరించామని తెలిసేలా చేస్తే, యుద్ధం చేయకూడదనుకునే రాజ్యాలకి సాకు దొరికి తప్పించుకుంటారు. అంతేకాకుండా చక్రవర్తి కాకుండా, మరే ఇతర అయోధ్య రాచకుటుంబీకులు గాయపడినా ఒప్పందపు నియమాలు వర్తించవు. అందువల్ల చక్రవర్తి భార్యను మనం అపహరించామని వాళ్ళు యుద్ధం చెయ్యాల్సిన అగత్యం లేదు. యుద్ధం చేయకూడదనుకునేవాళ్ళు దూరంగా ఉండవచ్చు. అతను పెద్ద ఎత్తున సైన్యం కూడగట్టగలడని నేననుకోను.'

'అయితే, ఆ మూర్ఖులు శూర్పణఖ, విభీషణుడు ఎంతో కొంత పనికొచ్చారన్నమాట.'

'పనికొచ్చే మూర్ఖులు,' కళ్ళలో మెరుపు కనిపిస్తుండగా కుంభకర్ణుడన్నాడు.

'హేయ్, ఆ మాట అనే అధికారం నాకే ఉంది!' కుంభకర్ణుడి పెద్ద పొట్టమీద సరదాగా కొడుతూ, నవ్వుతూ అన్నాడు రావణుడు.

అన్నదమ్ములిద్దరూ పుష్పక విమానం చేరి, త్వరగా దానిలో ప్రవేశించారు.

సైనికులు వారిననుసరించి లోపలికి ప్రవేశించి తమ స్థానాల్లో కూర్చుంటున్నారు. రావణుడు, కుంభకర్ణుడు విమానం ఎగిరే కుదుపు తట్టుకోవడానికి సన్నద్ధమవుతున్నారు. విమానం తలుపులు మూసుకున్నాయి.

'ఆమె యోధురాలు!' ప్రసన్నతతో కూడిన మెచ్చుకోలు చూపిస్తూ కుంభకర్ణుడన్నాడు సీతవైపు చూస్తూ. అచేతనంగా ఉన్న ఆమె శరీరం చుట్టూ లంక సైనికులు చేరి తాళ్ళతో కడుతున్నారు.

సాహసి, యోధురాలైన రాకుమారిని బంధించడానికి పెద్ద పోరాటమే జరిగింది.

శూర్పణఖకు రాకుమారులకు మధ్య ఘర్షణ జరిగి ముప్పయి రోజులపైనే అయింది. లంక సైనికులకు తమ జాడ తెలియదని అయోధ్య రాజకుటుంబీకులు కొంచెం ప్రమత్తంగా ఉన్నారు. ఆ రోజున వారు సరైన భోజనం చేయాలనుకున్నారు. మకరాంతుడనే మలయపుత్ర సైనికుడితో కలిసి సీత అరటి ఆకులు కోయడానికి వెళ్ళింది. రామ లక్ష్మణులు వేటాడటానికి మరో దిశలో వెళ్ళారు.

సీతను కనిపెట్టిన ఇద్దరు లంక సైనికులు మకరాంతుణ్ణి చంపగలిగారు, కాని సీత చేతిలో చనిపోయారు. అప్పుడామె ఛిన్నాభిన్నమైన మలయపుత్ర శిబిరంలోకి చాటుగా ప్రవేశించి, చెట్ల మరుగున వేగంగా ఒక చోటి నుంచి మరోచోటికి చేరి దాక్కుంటూ ఎంతోమంది లంక సైనికులను తన బాణాలతో తుదముట్టించింది.

కాని రావణుడిని, కుంభకర్ణుడిని ఆమె ఏమీ చేయలేకపోయింది, వాళ్ళు లంక సైనికుల రక్షణ వలయంలో ఉన్నారు. చివరికి విశ్వాస పాత్రుడైన తమ దళపతి జటాయువును రక్షించడానికి తప్పనిసరిగా బయటికి వచ్చింది. అప్పుడే ఆమెని పరాజితురాలిని చేసి, విషంతో అచేతనురాలిని చేసి బంధించి విమానంలోకి తీసుకొచ్చారు. 'మలయపుత్రులు ఆమె విష్ణువని నమ్ముతారు,' అంటూ రావణుడు మృదువుగా నవ్వాడు. 'ఆమె మంచి యోధురాలవడం మెరుగు!'

ప్రాచీన భారతీయ సంప్రదాయం ప్రకారం ఉన్నతమైన నేతలు, గొప్పవారిలో కెల్ల గొప్పవారు, మంచిని ప్రచారం చేయగలవారు, నూతన జీవిత విధానాన్ని ఆరంభించే వైతాళికులను విష్ణువు అనే పేరుతో గుర్తిస్తారు. ఇప్పటివరకు ఆరుగురు విష్ణువులున్నారు. మలయపుత్ర తెగను ఆరవ విష్ణువు పరశురామదేవులు

స్థాపించారు. ఇప్పుడు మలయపుత్రులు భారతదేశంలో నూతన జీవిత విధానాన్ని స్థాపించే వ్యక్తిగా సీతను ఏడో విష్ణువుగా గుర్తించారు. ఆమెను ఇప్పుడు రావణుడు అపహరించాడు.

సీత చుట్టూ ఉన్న సైనికులు తమ తమ స్థానాలకు తిరిగి వచ్చారు.

రావణుడికి ఇరవై అడుగుల దూరంలో అంచె మీద ఆమె సురక్షితంగా కట్టబడి ఉంది. ఆమె శరీరం చుట్టూ అంగవస్త్రం చుట్టి ఉంది. మొండెం, కాళ్ళను గట్టిగా బంధించారు. కళ్ళు మూసుకుని ఉన్నాయి. నోటి చివరి నించి చొంగకారుతూ ఉంది. శక్తిమంతమైన విషాన్ని పెద్ద మోతాదులో ఇచ్చి ఆమెను అచేతనురాలిని చేశారు.

తమ జీవితాల్లో మొదటిసారి రావణుడు, కుంభకర్ణుడు సీత ముఖం చూశారు.

రావణుడి శ్వాస ఆగినట్లయింది. కదలకుండా కూర్చున్నాడు. గుండె ఆగింది. కళ్ళు ఆమె ముఖాన్ని వదలడం లేదు.

సీత ముఖం రాజసంతో, బలంగా, అందంగా ఉంది.

2వ అధ్యాయం

ఏభై ఆరేళ్ళకు ముందు భారతదేశంలో ఇంద్రప్రస్థానికి సమీపంలో విశ్రవ గురువు ఆశ్రమం.

నాలుగేళ్ళ పిల్లవాడిగా ఉన్నపుడే రావణుడి పనులు కచ్చితంగా స్థిరంగా ఉండేవి.

వయసుకు మించిన తెలివితేటలు కలిగిన ఆ పసివాడు విశ్రవ ఋషి కుమారుడు. మహనీయుడైన ఆ ఋషి డెబ్బయ్యేళ్ళు పైబడిన తర్వాత ఆలస్యంగా వివాహం చేసుకున్నాడు. ఆయనని చూసినపుడు అంత వయసున్న వాడిలా కనిపించడు; వయసు పెంచని సోమరసాన్ని క్రమం తప్పక తాగుతుండడంవల్ల ఆయన యౌవనంగానే కనిపిస్తుంటాడు. దశాబ్దాల తరబడి చేసిన కృషితో గొప్ప శాస్త్రవేత్తగా, ఆధ్యాత్మిక గురువుగా పేరొందాడు. సమకాలికులలో గొప్ప మేధావులలో ఒకడిగా గుర్తింపు పొందాడు.

అటువంటి విశిష్ట ఋషి కుమారుడు కనుక రావణుడి పసి భుజాల మీద ఎన్నో అంచనాల భారముండేది. అతను నిరుత్సాహపరచడనే అనిపించేది. అంత చిన్న వయస్సులో కూడ భీతి కలిగించే తెలివి ఉండేది. ఏదో ఒకనాడు ప్రసిద్ధుడైన తండ్రిని మించి ఎన్నో విజయాలు సాధిస్తాడని అతన్ని కలిసిన అందరూ అనుకునేవారు.

కాని వివిధ విషయాల మధ్య సంతులనాన్ని సాధించడానికి విశ్వం తనదైన మార్గాన్ని అనుసరిస్తుంది. అనుకూలతలతోపాటు ప్రతికూలతలు ఉంటాయి.

దూరంగా ఆకాశంలో సూర్యుడు అస్తమిస్తున్నాడు. నేలమీద రెండు కర్రముక్కలకు తను పట్టుకున్న కుందేలు కాళ్ళను ఓర్పుగా కట్టాడు రావణుడు. మోకాలితో దానిని అదిమి ఉంచి, తాళ్ళు బిగించడంతో కంగారుగా

విడిపించుకోవాలని తల్లడిల్లుతోంది. నేలమీద కాళ్ళు కట్టబడి, వెల్లకిలా ఉంది. పిల్లవాడికి తృప్తిగా ఉంది. ఇప్పుడు తన పని మొదలుపెట్టవచ్చు.

అంతకుముందు రోజు మరో కుందేలును రావణుడు కోశాడు. అది బతికి ఉండగానే దాని కండరాలు, స్నాయువులు, ఎముకలను క్షుణ్ణంగా పరిశీలించాడు. కొట్టుకుంటున్న గుండెను చూడాలనుకున్నాడు. కాని బాగా గాయపడిన కుందేలు పక్కటెముకలను కత్తిరించేలోపే మరణించింది. రావణుడు దాన్ని చూసేసరికే దాని గుండె ఆగిపోయింది.

ఈరోజు నేరుగా ఆ జంతువు గుండెనే కోయాలనుకున్నాడు.

తన పొడవైన చెవులను వేగంగా కదుపుతూ విడిపించుకోవాలని కుందేలు తపిస్తోంది. సాధారణంగా కుందేళ్ళు ప్రశాంతమైన జంతువులు. కాని ఇది స్పష్టంగా ఆందోళన పడుతూంది. దానికి కారణం ఉంది.

రావణుడు చూపుడు వేలితో కత్తి పదునును పరీక్షించాడు. కొద్దిగా రక్తం కారింది. కుందేలును చూస్తూ, వేలు నోటిలో పెట్టుకున్నాడు. చిరునవ్వు నవ్వాడు.

అతనికి కలిగిన ఉత్సాహం, గుండె వేగంగా కొట్టుకొనడం, నాభిలో వస్తున్న నొప్పిని తెలియనివ్వలేదు. ఆ నొప్పి నిరంతరం ఉండేది.

తన బందీని కదలకుండా ఎడమ చేతితో పట్టుకున్నాడు. కత్తిని ఆ జంతువు గుండెకు పైన తిన్నగా పట్టుకున్నాడు.

ఇంక కోయడానికి ఉద్యుక్తుడవుతుండగా, సమీపంలో ఎవరో ఉన్నట్లుగా అనిపించింది. తలపైకెత్తి చూశాడు.

కన్యాకుమారి.

భారతదేశంలో చాలాచోట్ల కన్యాకుమారిని పూజించే సంప్రదాయం ఉంది. ఎంపిక చేసిన కొందరు బాలికల శరీరాలలో ఆదిశక్తి తాత్కాలికంగా ఉంటుందని విశ్వసిస్తారు. ఈ బాలికలను సజీవ దేవతలుగా పూజిస్తారు. జనం వాళ్ళ దగ్గరకు సలహా కోసం, భవిష్యత్తు తెలుసుకొనడం కోసం వస్తారు – వాళ్ళు పుష్పవతులయ్యే వరకు ఇలాగే ఉంటారు. తర్వాత దేవత మరో బాలిక శరీరంలోకి చేరిపోతుందని నమ్ముతారు.

భారతదేశంలో ఎన్నో కన్యాకుమారి దేవాలయాలున్నాయి. రావణుడి ముందు నిలబడిన ఈ కన్యాకుమారి భారతదేశ తూర్పు ప్రాంతం వైద్యనాథ్ నుంచి వచ్చింది. ఆమె కశ్మీరులోని పవిత్రమైన అమరనాథ్ గుహను దర్శించుకొని వైద్యనాథ్ వెళుతూ, మార్గమధ్యంలో విశ్రవబుషి ఆశ్రమంలో విడిది చేసింది. ఏడాదిలో

చాలాకాలం మంచుతో కప్పబడి ఉండే ఆ పవిత్రమైన గుహలో పెద్ద మంచులింగం ఉంది. ఈ గుహలోనే మొదటి మహాదేవుడు ప్రాణం, సృష్టిల రహస్యాలను ఆవిష్కరించాడని విశ్వసిస్తారు.

కన్యాకుమారి పరివారానికి తీర్థయాత్ర చేసినందువల్ల ఆత్మశక్తి లభించింది కాని, శరీరాలు అలసిపోయాయి. యమున ఒడ్డున విశ్రవ ఋషి ఆశ్రమంలో కొన్ని వారాలు ఉండాలని తర్వాత వైద్యనాథ్ కు ప్రయాణించాలని దేవత నిర్ణయించుకుంది.

ఋషి ఆమె సందర్శనను స్వాగతించాడు. అది ఆ దేవతతో మాట్లాడి ఆధ్యాత్మిక ప్రపంచానికి సంబంధించిన అవగాహనను విస్తృతం చేసుకోవడానికి దైవమిచ్చిన అవకాశంగా భావించాడు. ఆయన ఎంత ప్రయత్నించినాగాని, కన్యాకుమారి ఒంటరిగానే ఉండేది. ఆయనతో గాని, ఆశ్రమ వాసులతోగాని సమయం గడిపేది కాదు.

అదంతా ఆ సజీవ దేవత సహజ అయస్కాంత శక్తిని, దివ్యతేజస్సును మరింత పెంచింది. చివరికి తన ప్రపంచంలో తానుండే రావణుడు కూడ అవకాశం దొరికితే రెప్పవేయకుండా పారవశ్యంతో ఆమెని చూస్తుండిపోయేవాడు.

ఇప్పుడామెని చూస్తూ, కదలకుండా ఉండిపోయాడు. కత్తి అలాగే గాలిలో ఉంది.

కన్యాకుమారి అతని ఎదురుగా నిలబడి ఉంది. ప్రశాంతంగా ఉంది. ఈ 'శాస్త్రీయమైన' ప్రయోగాలు చేస్తున్నపుడు ఆశ్రమవాసులెవరైనా చూస్తే వాళ్ళు తనను కోపంగా, అసహ్యంగా చూడడం రావణుడికి అలవాటైంది. కాని అటువంటి కోపం, అసహ్యం ఛాయలు లేశమాత్రమైనా ఆమెలో లేవు. అలాగని ఆమె కళ్ళలో విషాదం గాని, జాలిగాని లేవు. ఏదీ లేదు. అస్సలే భావమూ లేదు.

ఆమె అక్కడ నిలబడి వుంది అంతే. కాని ఆశ్చర్యం కలిగించేలా దూరంగా రాతిబొమ్మలా ఉంది. ఎనిమిది, తొమ్మిదేళ్ళ బాలిక. గోధుమ ఛాయ, ఎత్తైన చెక్కిళ్ళు, చిన్న, సూటి నాసిక, పొడవాటి నల్లటి కేశాల జడ, పెద్ద నల్లటి కళ్ళు, ముడతలు లేని కనురెప్పలు. ఎర్రటి ధోవతి, రవికె, అంగవస్త్రం. హిమాలయ పర్వతవాసిలా ఉంది.

రావణుడు అంతఃప్రేరణతో ధోవతిపైన నడుముకు చుట్టూ ఉన్న దట్టీని చూసుకున్నాడు. నాభిని కప్పుతూ అది సరిగానే ఉంది. రహస్యం సురక్షితంగా ఉంది. తర్వాత ముఖంపైనున్న స్ఫోటకం మచ్చలు గుర్తువచ్చాయి. పసివాడుగా ఉన్నప్పుడు అమ్మవారు పోయడంతో వచ్చినవి. జీవితంలో బహుశా మొదటిసారి తన రూపాన్ని గురించి ఆలోచించాడు.

తల విదిల్చి ఆలోచనను మనసులోంచి బైటకి నెట్టాడు.

'దేవీ క... కన్యాకుమారీ,' అని గొణిగాడు. చేతిలో కత్తిని కింద పడేశాడు. అతని కళ్ళు దేవత మీదే స్థిరంగా నిలిచాయి.

మాట్లాడకుండా కన్యాకుమారి ముందుకు వచ్చింది. ముఖంలో భావం మారలేదు. వంగి కత్తిని చేతిలోకి తీసుకుంది. త్వరగా, చురుకైన కదలికలతో కుందేలు కట్లను తెంచింది.

తరవాత దానిని ఎత్తుకుని తలమీద ముద్దుపెట్టింది. కుందేలు ఆందోళన మర్చిపోయి ఆమె చేతుల్లో ప్రశాంతంగా ఉంది. నోరు లేని ఆ జంతువుకి తాను మళ్ళీ సురక్షితంగా ఉన్నానని తెలిసిందేమో.

రెప్పపాటు కాలం కన్యాకుమారి కళ్ళు ప్రేమతో మెరుస్తున్నట్టుగా అనిపించింది రావణుడికి. మళ్ళీ ముసుగు పడిపోయింది.

ఆమె కుందేలుని కిందికి దింపింది. అది గెంతుకుంటూ పోయింది.

కన్యాకుమారి తిరిగి రావణుడిని చూసి, కత్తిని ఇచ్చివేసింది.

ఆమె ముఖం భావరహితంగా ఉంది. ఒక్కమాట కూడ మాట్లాడకుండా తిరిగి వెళ్ళిపోయింది.

దేవతగా గుర్తించకముందు కన్యాకుమారి పేరు ఏమై వుంటుందా అని ఆమె ఆశ్రమానికి వచ్చినప్పటి నుంచి రావణుడు అనుకోవడం ఇది మొదటిసారి కాదు.

తల్లి కైకసి నిద్రించగానే రావణుడు ఇంటినుండి బయటికి వచ్చాడు. త్వరత్వరగా తన గమ్యం వైపు నడిచాడు.

ఇప్పుడతనికి ఏడేళ్ళు. తండ్రి ఆశ్రమంలోనే గాకుండా, చుట్టుపక్కలున్న ఆశ్రమాల్లో కూడ విలక్షణ జ్ఞానం ఉన్న ప్రతిభావంతుడని పేరు తెచ్చుకున్నాడు. యుద్ధ విద్యలలో కూడ శిక్షణ తీసుకొనడం ఆరంభించి గొప్ప నిపుణత చూపుతున్నాడు. అది చాలదన్నట్లు అతనికి సంగీతమంటే కూడ శ్రద్ధాసక్తులు మెండు. అతనికిష్టమైన వాయిద్యాలు, తంత్రీవాయిద్యాలు. ముఖ్యంగా దివ్యమైన రుద్రవీణ. వీణ వాయించడం మొదలుపెట్టి కొన్ని నెలలే అయినా అదంటే విపరీతమైన ఇష్టం పెంచుకున్నాడు.

రుద్రవీణకు ఆ పేరు గతంలోని మహాదేవుడు రుద్ర ప్రభువు పేరుమీద వచ్చింది. ఆయనను రావణుడు ఎంతో భక్తితో ఆరాధిస్తాడు. వాయించడం కష్టమైన వాయిద్యాలలో అత్యంత కష్టమైన వాటిలో ఒకటిగా దానిని భావిస్తారు. దానిలో ప్రావీణ్యం సంపాదించడానికి ఎన్నో ఏళ్లు అభ్యాసం చెయ్యాలని అంటారు- ఈ మాట విన్న ప్రతిసారి రావణుడు మరింత కష్టపడేవాడు. అత్యంత ప్రతిభావంతుడికన్న తక్కువ స్థాయిలో రావణుడెలా ఉండగలడు?

చీకటిలో వేగంగా నడుస్తున్న రావణుడి మనస్సు డాగర్ అనే సంగీతకారునితో మరునాటి ఉదయం జరగబోయే పోటీమీదే ఉంది. డాగర్ యువకుడు, అప్పటికే రుద్రవీణ వాయించడంలో మేటిగా పేరొందాడు. విశ్రవ ఋషి ఆశ్రమాన్ని సందర్శించడానికి వచ్చాడు.

అది స్నేహపూర్వకమైన పోటీనే అయినా, రావణుడికి ఓడిపోవడం ఇష్టంలేదు.

తనకిష్టమైన ప్రియ వాయిద్యాన్ని మొదటిసారి చూసిన క్షణాలను మళ్ళీ గుర్తు చేసుకున్నాడు. రెండు సొరకాయ బుర్రల మధ్య బిగించిన నాళికాకార వీణాదండిని తాకినపుడు అతనికెంతో పూజ్య భావం కలిగింది. సొరకాయను ఎండబెట్టి తొలిచి ఈ బుర్రలను తయారుచేస్తారని చెప్పారు. దండి రెండు చివర్లలో రుద్రదేవుడికి ఇష్టమైన మయూరాకృతులను చెక్కారు. దండికి ఇరవై రెండు చెక్కమెట్లను మైనంతో అతికించారు. దండి మీద మూడు పీటలు (బ్రిడ్జిలు) ఉన్నాయి.

ఈ విశిష్టమైన వాయిద్యానికి ఎనిమిది నాదతంత్రులున్నాయి. వాయిద్యానికి ఒకవైపున నాలుగు ప్రధాన తంత్రులు, మూడు తాళతంత్రులు, మరోవైపున ఒక తాళతంత్రి ఉన్నాయి. ఈ ఎనిమిది తంత్రులు శృతి శిఖరంపై ఉన్న కొయ్య బిరడాలకు బిగించి ఉన్నాయి.

మొదటి పాఠం నేర్చుకుంటున్నపుడు, పాత విద్యార్థులు ఒక బుర్రని భుజం పైన వుంచుకుని నేలమీద కూర్చుని ఉండడం రావణుడు గమనించాడు. మరికొందరు బుర్రని ఎడమ మోకాలి మీద పెట్టుకున్నారు. ఆ వాయిద్యాన్ని వాద్యకారుడికి అనుగుణంగా తయారుచేస్తారని, ఒకే పరిమాణం కలిగిన వాయిద్యం అందరికీ సరిపోదనే విషయం అప్పుడు అతనికి అర్థమైంది.

రుద్రవీణను గమనించిన ఎవరైనా, వాయించడం సంగతి అటుంచి, అర్థం చేసుకోవడానికి కూడా అతి సంక్లిష్టమైన వాయిద్యం అని గ్రహిస్తారు. లోహపు తీగతో చేసిన వేలి తొడుగులు కుడిచేతి చూపుడు వేలుకు, మధ్య వేలుకు పెట్టుకుని

ప్రధాన తంత్రులను మీటుతారు. తాళతంత్రులను చిటికెన వేలి గోరుతో మీటుతారు. బుర్రకి కిందవైపున ఉన్న దండికంతం క్రింద నుంచి ఎడమ చేతిని చుట్టి వేళ్ళతో నాదతంత్రులను సవరించవలసి ఉంటుంది. కాని ఆ వైపు నున్న తాళ తంత్రికి వాద్యకారుడి కుడిచేయి అడ్డు వస్తుండడంతో ఈ ప్రక్రియ కష్టమవుతుంటుంది.

రుద్రవీణను మిగిలిన తంత్రీవాయిద్యాల నుంచి ప్రత్యేకంగా నిలబెట్టేది విశిష్టమైన దాని అనురణనం. ఈ ప్రత్యేకత వీణకు రెండు వైపులా బిగించిన రెండు పెద్ద సొరకాయ బుర్రల మూలంగా ఏర్పడుతుంది. అనురణన తీవ్రత, పౌనఃపున్యాల ప్రభావం నాద నాణ్యత పైన, సంగీతం పైన బాగా ప్రభావం చూపిస్తాయి.

సొరకాయ బుర్రలు పాడుచెయ్యాలి. అనురణనాన్ని పాడు చెయ్యాలి. సంగీతాన్ని పాడు చెయ్యాలి.

సంగీత వాయిద్యాలను ఉంచిన చిన్న కుటీరంలోకి రావణుడు నిశ్శబ్దంగా ప్రవేశించాడు. డాగర్ వీణ కూడ అక్కడే ఉంది. సంగీత కళాకారులు ఉదయం, సాయంత్రం తమ వాయిద్యాలకు పూజ చేస్తారు. డాగర్ కూడ అలాగే చేసినట్లున్నాడు. పూజ చేసిన పూలు, సాంబ్రాణి పుల్లలు రుద్రవీణ దగ్గరున్నాయి.

రావణుడు తనలో తను వెటకారంగా నవ్వుకున్నాడు. *ఈ రాత్రి డాగర్ చేసిన పూజలు ఫలించవు.*

ఎటువంటి శబ్దం చేయకుండా త్వరగా పని చేశాడు. మొదట వాయిద్యం మీద కప్పిన బట్టను తొలగించాడు. ఎడమ పక్క ఉన్న సీలలు తీసి సొరకాయ బుర్ర లోపల తడిమాడు. నున్నగా ఉంది. నడుముకు ఉన్న సంచిలోంచి లోహ పరికరాన్ని తీశాడు.

దానితో సొరకాయ బుర్ర లోపల గీకడం మొదలుపెట్టాడు.

డాగర్ వెంటనే అనురణనం సరిగా లేదని గమనించలేడు. చివరికి మర్నాడు వాయిద్యాన్ని శ్రుతి చేస్తున్నపుడు కూడ తెలియదు. పోటీ సమయంలో రాగాన్ని వాయిస్తున్నపుడు తెలుస్తుంది. అప్పటికి చాలా ఆలస్యమైపోతుంది.

పనిచేస్తూ రావణుడు తలుపు వైపు చూస్తున్నాడు. ఒకవేళ ఎవరైనా లోపలికి వస్తే చెప్పడానికి అతని దగ్గర ఒక్క కారణమూ లేదు. కాని దాని గురించి ఆందోళన పడేంత సమయం లేదు. చేస్తున్న పని మీద దృష్టి పెట్టాడు.

పోటీ నాటి ఉదయం ఆకాశం నీలంగా స్వచ్ఛంగా ఉంది. ఆశ్రమ వాసులు ఆశ్చర్యపడేలా, వైద్యనాథ్ కన్యాకుమారి ఆశ్రమానికి మళ్ళీ వచ్చింది. అంతకుముందు మూడేళ్ళ కిందట ఆమె వచ్చింది. ఈసారి వాయవ్య భారతంలో ఉన్న ప్రసిద్ధ విశ్వవిద్యాలయ నగరమైన తక్షశిలను సందర్శించడానికి తన పరివారంతో వెళుతూంది. ప్రశాంతంగా ఉండే విశ్రవ ఋషి ఆశ్రమం విశ్రాంతికి అనువైన ప్రదేశం.

కన్యాకుమారిని సాక్షిగా చేసుకుని ఇద్దరు సంగీతకళాకారులు వీణ వాయించసాగారు. పోటీ ఎక్కువసేపు జరగలేదు. పోటీ మొదలైన పది నిముషాలలోపే వీణ పాడవడంతో డాగర్ వాయించడం ఆపేశాడు. అతనితో పోటీపడిన చిరు ప్రత్యర్థిని విజేతగా ప్రకటించారు.

కాని విశ్రవుడికి తన కుమారుడి గురించి బాగా తెలుసు.

పోటీ అయిన వెంటనే రావణుడిని నిరాడంబరమైన తమ కుటీరానికి తీసుకెళ్ళాడు.

'ఏం చేశావు?' తమ మాటలు ఎవరూ వినకుండా కోపంగా అడిగాడు.

'ఏం చెయ్యలేదు!' రావణుడు ధిక్కరిస్తున్నట్లుగా, కళ్ళు జ్వలిస్తుండగా చెప్పాడు. అతని తల తండ్రి రొమ్ము వరకూ కూడా లేదు. 'మీరు ఇష్టపడే ఆ మూర్ఖుడికన్న మెరుగ్గా వాయించాను.'

'మాటలు జాగ్రత్తగా రానీ,' విశ్రవుడి పిడికిళ్ళు కోపంతో బిగుసుకున్నాయి. 'ఈ ఆధునిక యుగంలో డాగర్ రుద్రవీణ వాయించడంలో యువకులందరిలోను మేటి.'

'నన్ను ఓడించేంత మేటి కాదు,' రావణుడు వెక్కిరించాడు.

'కన్యాకుమారి ఇక్కడుంది. ఆమె సమక్షంలో విద్రోహం జరగడం నేనెలా అంగీకరిస్తాను?'

ఆ పదానికి అర్థమేమిటో రావణుడికి తెలియదు. 'విద్.... ఏమిటి?'

వాళ్ళ వెనుకే నిలబడిన కైకసి మెల్లగా అంది. 'విశ్రవా, రావణుడు కపటంతో గెలిచాడనిపిస్తే, డాగర్ విజేత అని అందరి ముందూ ప్రకటించండి. రావణుడు అర్థం చేసుకుంటాడు. బహుశా కన్యాకుమారి కూడా...' రావణుడు అడ్డుకున్నాడు. 'నీ భర్త కూడ మోసగాడే. నేను పుట్టినప్పటి నుంచి అబద్ధమాడుతున్నాడు. కన్యాకుమారికి దాని గురించి ఎందుకు చెప్పడు? నా గురించిన నిజం అందరికీ ఎందుకు చెప్పడు?'

వృద్ధుడైన ఋషి కోపంగా చేతిని లేపాడు. 'దయచేసి వద్దు!' అంటూ కైకసి

గబగబా వచ్చి కొడుకు చుట్టూ చేతులు వేసి వేడుకుంది... 'మీరు తనని కొట్టడం ఆపండి. అది తప్పు. ... దయచేసి...'

'మాట్లాడకు! ఇదంతా నీ తప్పే. నీ కర్మను నేను అనుభవిస్తున్నాను. నీ పాపం వీడి నాభిని అంటుకుంది! వీడి మనసును కూడ!' విశ్రవుడి స్వరం ఆగ్రహంగా ఉంది.

'హే!' రావణుడు కోపంగా అన్నాడు. 'ఆవిడతో మాట్లాడవద్దు. నాతో మాట్లాడండి.'

విశ్రవుడు ఆగ్రహంతో కైకసిని పక్కకు తోసి రావణుడిని పట్టుకున్నాడు. ఆ పిల్లవాడిని గట్టిగా చెంపదెబ్బ వేశాడు. ఏడేళ్ళ పిల్లవాడు ఎగిరి గదిలో దూరంగా వెళ్ళిపడ్డాడు. కైకసి అరుస్తూ కొడుకుని రక్షించడానికి పరిగెత్తింది.

నేలమీద పడున్న పిల్లవాడిని విశ్రవుడు చూశాడు. రావణుడి దట్టీ ఊడిపోయింది. చిన్న ఊదారంగు కండ కనిపిస్తోంది బొడ్డుదగ్గర- పుట్టుకతో వచ్చిన అవకరం. అతను నాగుడు అని చెప్పే సాక్ష్యం. గత జన్మలో చేసిన పాప కర్మల వల్ల పుట్టుకతో అవకరాలు వస్తాయని భారతదేశంలో జనం నమ్ముతారు. అలా శాపగ్రస్తులై పుట్టిన వారిని నాగులు అంటారు.

ఏవగింపును కనీసం అణచుకోకుండా, 'దాన్ని సరిగ్గా కప్పుకో!' అన్నాడు విశ్రవుడు. భార్య వైపు చూశాడు. 'నీ కొడుకు నా పేరు చెడగొడతాడు.'

తల్లి రక్షణగా తన చుట్టూ వేసిన చేతిని తోసేశాడు. 'అవును, అలాగే చేస్తాను. ఎందుకంటే నేను మీకంటె అన్ని విధాల మెరుగైన వాణ్ణని ప్రతి ఒక్కరికీ తెలుసు.'

'పొగరుబోతా! ఇంద్రదేవుడు దుర్మార్గుడి మీద వరాలు కురిపించాడు,' కోపంతో గుర్రుమంటూ వెళ్ళడానికి వెనుతిరిగాడు.

'వెళ్ళండి!పొండి! మీరు నాకు అవసరం లేదు!' కళ్ళలో నీళ్ళు బయటకు రావడానికి సిద్ధంగా ఉన్నా కాని గొంతును స్థిరంగా ఉంచుకోవడానికి ప్రయత్నిస్తూ రావణుడు అరిచాడు.

నాభిలో నిరంతరం ఉండే నొప్పి తీవ్రమైంది. తీవ్రత మరింత పెరిగింది.

—⁂—

యమునానది ఒడ్డున తండ్రి ఆశ్రమానికి అంతదూరంగా లేనిచోట రావణుడు కూర్చున్నాడు. దవడ ఇంకా మండుతోంది, కాని కన్నీళ్ళు ఎప్పుడో ఎండిపోయాయి.

చేతిలో భూతద్దం ఉంది, నేలవైపు చూస్తున్నాడు. ఎంతో జాగ్రత్తగా సూర్యకిరణాలను శక్తిమంతమైన కాంతిగా మార్చి అక్కడ తిరుగుతున్న చిన్నచీమలను కాలుస్తున్నాడు. భారంగా శ్వాస తీస్తున్నాడు, ప్రతి నరంలోనూ పట్టరాని కోపంతో రగులుతున్నాడు. నాభి కంపిస్తోంది, నిరంతర వేదనా కేంద్రం అది.

సువాసన ముందుగా తెలిసింది. శ్వాస ఆగినట్టుగా ఉందతనికి.

తల తిప్పి ఆమెను చూశాడు.

కన్యాకుమారి.

అతని శరీరం గడ్డ కట్టింది. భూతద్దం ఇంకా చేతిలోనే ఉంది. కాని ముడుచుకుపోయిన చీమలు అతని పాదాల దగ్గరున్నాయి. కేంద్రీకృతమైన సూర్యకిరణాలు పచ్చగడ్డిని మాడ్చివేశాయి.

కన్యాకుమారి ముఖంలో ఏ భావమూ లేదు. అసహ్యం లేదు. కోపం లేదు.

ముందుకు వచ్చి రావణుడి చేతిలో అద్దం తీసుకుంది.

'నువ్వు ఇంతకన్న మెరుగ్గా ప్రవర్తించగలవు.' రావణుడేమీ అనలేదు. హఠాత్తుగా అతని నోరు ఎండిపోయింది. బిగబట్టి ఉంచిన ఊపిరి నిట్టూర్పుతో బయటపడింది.

కన్యాకుమారి కొద్దిగా చిరునవ్వు నవ్వింది. అలౌకికమైన చిరునవ్వు. సజీవ దేవత చిరునవ్వు.

ఆశ్రమం వైపు ఉదయం సంగీత పోటీ జరిగిన వైపు వేలు చూపింది. 'నువ్వంత కన్న కూడా మెరుగ్గా ఉండగలవు.'

రావణుడికి పెదవులు కదిలాయనిపించింది. కాని మాటలు బయటికి రాలేదు. అతని మనసంతా ఖాళీగా ఉంది. చిన్న ఆలోచనలు, పదాలు కూడ దానిలోకి రాలేకపోతున్నాయి.

అతని గుండె వేగంగా కొట్టుకుంటోంది. నాభిలో నొప్పి కొన్నిక్షణాల పాటు మంత్రం వేసినట్టుగా పోయిందని గమనించాడు.

'కనీసం ప్రయత్నించు,' కన్యాకుమారి చెప్పింది.

వెను తిరిగి వెళ్ళిపోయింది.

'నువ్వెలాగైనా గెలిచే వాడివి,' చిరునవ్వుతో అన్నాడు డాగర్.

సూర్యాస్తమయం అయి చాలా సేపైంది. ఆశ్రమవాసులు చాలామంది కుటీరాల్లోకి వెళ్ళిపోయారు. రావణుడు డాగర్ ని కలవడానికి వచ్చాడు. ఆ రోజు ఉదయం గెలిచిన పవిత్రమైన పద్మాల మాలను తీసుకుని వచ్చాడు. ఇష్టం లేనట్టుగా, డాగర్ కళ్ళలోకి చూడలేకపోతూ, తన తప్పును ఒప్పుకున్నట్టుగా గొణిగాడు. పెద్దవాడైన ప్రత్యర్థి హుందాగా ప్రతిస్పందించాడు.

డాగర్ కూడ, ఆ సమావేశంలో ఉన్న అందరిలానే తన వాయిద్యంలో ఏదో సరిగా లేదని అనుమానించాడు. పోటీ తర్వాత వీణను పరీక్షించాడు. త్వరగా సమస్యను గుర్తించాడు. కాని కోపగించుకోలేకపోయాడు. ఎంతైనా రావణుడు ఇంకా పిల్లవాడు.

రావణుడు ఏమీ అనలేదు. తల వంచుకుని నిలబడ్డాడు. కన్యాకుమారి గురించి ఆలోచిస్తూ. ఆమె మర్నాటి ఉదయం వెళ్ళిపోతుంది.

పదహారేళ్ళ డాగర్, పిల్లవాడికన్న పొడుగ్గా ఉన్నాడు, అతని జుట్టును చెరిపాడు. 'నీకు ప్రతిభ ఉంది. దాన్ని గెలవడానికి ఉపయోగించు. అనుచిత కార్యాలు చేయనవసరం లేదు.'

రావణుడు మౌనంగా తలూపాడు; అతనికి తన జుట్టు ఎవరైనా చెరపడం అస్సలు ఇష్టం ఉండదు.

ఆమె తప్ప.... ఆమె తన జుట్టు చెరపడానికి ఏం చెయ్యమన్నా చేస్తాడు.

'బాధపడకు,' డాగర్ చిరునవ్వుతో చెప్పాడు. 'నా వీణ బాగు చేస్తున్నారు. శాశ్వతమైన హాని జరగలేదు.'

రావణుడు సుదీర్ఘ శ్వాస వదిలాడు. తన నాభిలోని నొప్పి పోతుందనుకున్నాడు. కాని పోలేదు.

'దీనిని నువ్వు ఉంచుకోవచ్చు,' పద్మాల మాలను ఇచ్చేస్తూ డాగర్ అన్నాడు.

రావణుడు దాన్ని లాక్కుని ఇంటికి పరిగెత్తాడు.

3వ అధ్యాయం

రెండేళ్ళు గడిచాయి. రావణుడికి తొమ్మిదేళ్ళ వయసు వచ్చింది. ప్రతిరోజూ కన్యాకుమారి మాటలు తనలో సజీవంగా ఉంచుకునేలా ప్రయాసపడ్డాడు. నువ్వింత *కన్న మెరుగ్గా ప్రవర్తించగలవు.* తరచుగా తనకు తాను గుర్తు చేసుకునేవాడు. ప్రతిరోజూ ఈ పని చేస్తే ఆమె ప్రతిస్పందన ఎలా ఉంటుందని ఆలోచించకుండా చాలా అరుదుగా పనిచేసేవాడు. అది చాలా ఉపయోగపడుతున్నట్టు కనిపించింది. ఆశ్రమంలో కూడ చాలామందితో చక్కగా ఉండగలుగుతున్నాడు; వాస్తవానికి కొందరు అతనిని ఇష్టపడేవారు.

ఇంటిదగ్గరున్నపుడు కూడ నాభిచుట్టూ దట్టీ కట్టుకొనడం ఆరంభించాడు. తన కొడుకు నాగుడనే విషయం తండ్రికి అవమానంగా ఉందని అతనికి తెలుసు. గత రెండేళ్ళుగా ఈ పరిస్థితిని మరింత సహింపరానిదిగా చేయకుండా అతను ప్రయత్నిస్తున్నాడు.

ఫలితంగా తండ్రితో పోట్లాటలు తగ్గాయి. నొప్పి కూడ. ఇంకా ఉంది, కాని చాలా కొద్దిగా. రావణుడు కొన్నిసార్లు తన నాభిలో ఉపాంగం గురించి మర్చిపోయేవాడు.

అప్పుడు, ఒకనాడు విశ్రవ ఋషి పడమటి దిశగా సుదీర్ఘ ప్రయాణం చేస్తూ ఆశ్రమాన్ని వదిలి వెళ్ళాడు. మధ్యధరా సముద్రంలో కనోసాస్ ద్వీపానికి. ఈ ప్రసిద్ధ ఋషిని కలవాలని కనోసాస్ రాజు కోరుకున్నాడు, విశ్రవుడు ఆ ఆహ్వానాన్ని అంగీకరించాలని నిర్ణయించు కున్నాడు.

ఆయన వెళ్ళిన కొన్ని వారాలకి, తాను గర్భవతినని కైకసి తెలుసుకుంది. ఋషిని తిరిగి వెనక్కి వచ్చేయమని వార్త పంపుదామని అనుకుంది. తరవాత వద్దనుకుంది. ఆయన తిరిగి వచ్చినపుడు ఆశ్చర్యపరుస్తుంది.

అంతేకాక, నిజం చెప్పాలంటే ఒక ఆలోచన ఆవిడ మనసుని వేధించింది: రెండో *బిడ్డ కూడ నాగుడైతే ఏం చెయ్యాలి?*

తల్లి భయ సందేహాలు తెలియని రావణుడు తోబుట్టువు జన్మిస్తారనే ఉత్సాహంలో ఉన్నాడు. నిరంతరం తల్లి వెంటే ఉంటూ, ఆమెని కనిపెట్టుకుని, ఆమెకి అవసరమైనవన్నీ కచ్చితంగా అందేలా చూసేవాడు. చివరికి ఆ రోజు వచ్చింది.

ఇంటిలోపల ఒకదాది కైకసికి సపర్యలు చేస్తోంది. రావణుడు బయట నిరీక్షిస్తున్నాడు, వ్యాకులమైన తండ్రిలా, కబురు కోసం ఎదురుచూస్తూ.

ఆశ్రమవాసులు కూడ చాలామంది అతనితోపాటు వేచి ఉన్నారు. ప్రసవానికి చాలా సమయం పట్టింది. అప్పుడే పన్నెండు గంటలు గడిచాయి. నెమ్మదిగా ఒక్కొక్కరు తమ కుటీరాలకు వెళ్ళిపోతున్నారు. అప్పటికి రావణుడు, కైకసి పెద్దన్న మారీచుడు మాత్రం మిగిలారు. విశ్రవఋషి లేడు గనుక గర్భవతి అయిన చెల్లెలికి సాయంగా చాన్నాళ్ళ కిందట మారీచుడు వచ్చాడు.

కొంతసేపటి తర్వాత మారీచుడు కూడ నిద్రపోవాలని అనుకున్నాడు. 'నేను నిద్రపోవడానికి వెళుతున్నాను, రావణా. నువ్వు కూడ నిద్రించు. మంత్రసాని మనల్ని పిలుస్తుంది. నేనామెకి కఠినమైన ఆదేశాలిచ్చాను.'

రావణుడు తల అడ్డంగా ఊపాడు. అడవి గుర్రాలు కూడ అతన్ని అక్కణ్ణించి కదల్చలేవు.

'సరే,' అన్నాడు మారీచుడు లేస్తూ... 'నేను పక్కింట్లోనే ఉంటాను. మంత్రసాని పిలిచిన వెంటనే నువ్వొచ్చి నన్ను పిలవాలి అర్థమైందా?'

'ఆఁ'

'ఆమె పిలవగానే, తక్షణమే నన్ను పిలువు'

'మీరు మొదటిసారి చెప్పినప్పుడే విన్నాను, మామా.'

మారీచుడు మృదువుగా నవ్వి, రావణుడి జుట్టు చెరిపాడు.

రావణుడు తల వెనక్కి జరిపి, మామ వైపు చిరాగ్గా చూశాడు. మారీచుడు మరింత బిగ్గరగా నవ్వి, క్షమించమన్నట్టుగా రెండు చేతులు పైకెత్తాడు. 'క్షమించు... క్షమించు!'

తనలో తాను నవ్వుకుంటూ వెళ్ళిపోయాడు. రావణుడు తన జుట్టును సర్దుకున్నాడు. చక్కగా.

ఒంటరిగా ఉన్న ఆ పిల్లవాడు నక్షత్రాలు లేని ఆకాశాన్ని చూశాడు. నెలపొడుపు చంద్రుడు తన తెల్లని కాంతితో చీకటిని పారదోలడానికి ప్రయత్నిస్తున్నాడు. కుటీరం

బయట ఆవరణలో దీపాలు వెలిగించి ఉన్నాయి, చిన్న చిన్న వెలుగు ప్రదేశాలను సృష్టిస్తూ.

చీకటిలోకి చూస్తూండగా, దూరంగా నీడలేవో కదలాడుతున్నట్లుగా అనిపించిందతనికి. గాలి వేగంగా వీస్తోంది, దాని శబ్దం భయం గొలిపేదిగా ఉంది. దెయ్యాలు గుసగుసలాడుతున్నట్టుగా. తొమ్మిదేళ్ళ బాలుడు వణికాడు. శరీరం మధ్యలో నొప్పి తిరిగి వచ్చింది. భయంతో అతని నాభి కంపిస్తోంది.

చేతులు జోడించి ప్రార్థించాడు. మహా మృత్యుంజయ మంత్రాన్ని జపించసాగాడు. మృత్యుంజయుడి మహామంత్రం. దేవాధిదేవుడు మహాదేవుడికి అంకితం. రుద్రదేవుడు.

దాన్ని పదే పదే జపిస్తూంటే, భయం అదృశ్యమైనట్టుగా అనిపించింది. నిదానంగా కండరాలు విరామ స్థితిలోకి వచ్చాయి. అతని హృదయ స్పందన వేగం నిదానించింది.

అతని నాభిలో నొప్పి మళ్ళీ ఉపశమించింది. పునరుద్ధరించు కున్న ఆత్మవిశ్వాసంతో చీకటిలోకి చూశాడు.

నాతో పోరాడేదెవరు? రండి! నాతో పోరాడేదెవరు? రుద్రదేవుడు నాతో ఉన్నాడు.

విచిత్రంగా, మళ్ళీ అతని నాభి నొప్పి పెట్టసాగింది. మరింత వేగంగా జపించడం ఆరంభించాడు.

ఆకస్మికంగా రాత్రివేళ పెద్ద కేక వినబడింది.

'రావణా!'

కైకసి పిలుపు.

పసిబిడ్డ ఏడ్వడం అతడికి వినిపించింది.

'రావణా!'

ఈసారి అతని తల్లి అరుపులో మరింత తొందర ఉంది. రావణుడు తలుపు తెరిచి, త్వరగా కుటీరంలోకి వెళ్ళాడు.

లోపల చీకటిగా ఉంది. కేవలం కొన్ని దీపాలే నేల మీద నీడలు పరిచాయి. తల్లి ఇంకా పడకమీదే ఉంది, బలహీనంగా, లేవడానికి సతమతమవుతూ. ఆమె చెంపల మీద నుంచి కన్నీళ్ళు కారుతున్నాయి.

మంత్రసాని బిడ్డను ఎత్తుకుంది. అంతకన్న ఆమె బిడ్డని వేలాడదీసినట్టుగా పట్టుకుంది. మగబిడ్డ. నవజాత శిశువు కన్న ఆ బిడ్డ చాలా పెద్దగా ఉన్నాడు. తన

ముందు జరుగుతున్న దృశ్యం అతనికి అర్థమయ్యేసరికి, ఆ బిడ్డ తలని ఆమె నేలకేసి కొట్టబోతోందని గుర్తించి భయభీతుడయ్యాడు.

'ఆగు!' అంటూ అరిచి, తన చిన్న కత్తిని వెంటనే తీసి ముందుకు దూకాడు.

పొట్ట మీద కత్తి ఆనగానే మంత్రసాని బిక్కచచ్చింది. 'తమ్ముడిని ఇవ్వు, ఇప్పుడే!' కఠినమైన స్వరంతో అన్నాడు రావణుడు.

'నువ్వేం చేస్తున్నావో నీకు తెలియదు! నేను నీ తల్లిని రక్షిస్తున్నాను! నిన్ను రక్షిస్తున్నాను!' మంత్రసాని కీచుగొంతుతో అంది.

అప్పుడే రావణుడు పసిబిడ్డ చెవులపై ఉపాంగాలను గమనించాడు. వింతైన ఆ గడ్డలు కుండల్లా ఉన్నాయి. భుజాల మీద కూడ ఉపాంగాలున్నాయి. అదనంగా ఏర్పడ్డ చేతుల్లా. ఆ శిశువుకి జుట్టు బాగా ఉంది. కేరింతలు కొడుతున్నాడు.

రావణుడు కత్తిని ఆమె చర్మానికి ఆనించి గాయపరిచాడు. 'తనని నాకు ఇవ్వమంటున్నా.'

'నీకు అర్థం కావడం లేదు. తను చనిపోవాలి. శాపగ్రస్తుడు. అవకరాలతో పుట్టాడు. నాగుడు.'

'తను చనిపోతే, నువ్వూ చస్తావ్.'

తన పొట్టను చీల్చబోతున్న కత్తి ఒత్తిడిని తట్టుకుంటూ సంశయించింది. ఒకవేళ తక్షణమే వైద్యుడి దగ్గరకు వెళ్ళి కత్తిపోటుకు చికిత్స చేయించుకుంటే బ్రతుకుతానా అని ఆలోచించింది.

'దీన్నించి నువ్వు తప్పించుకోలేవు.' రావణుడు గదిమాడు, ఆమె మనసు చదివినట్లుగా. 'నా కత్తి నీ పొట్టను కోసి వెన్నెముక ఖండించగలదు. జంతువుల మీద నేను దీన్ని అభ్యాసం చేశాను. మనుషుల శరీరాలతో కూడ. ఏ వైద్యుడూ నిన్ను రక్షించలేడు. నా తమ్ముడిని నాకు ఇవ్వు. నిన్ను పోనిస్తాను.'

మంత్రసానికి ఏం చేయాలో అర్థం కాలేదు. ఆమెకి ఆదేశాలు వచ్చాయి, వాటిని ఆమె అనుసరించవలసిందే. కాని ఈ కారణంగా తను చనిపోవడం ఆమెకిష్టం లేదు. రావణుడి ప్రయోగాల గురించి ఆమెకు తెలుసు. కత్తిని నిపుణంగా వాడగలడని ఆమెకు తెలుసు. అందరికీ తెలుసు.

రావణుడు ఒత్తిడి పెంచాడు. 'తనని. నాకు. ఇవ్వు.'

ఆగ్రహంగా ఉన్న అతని ముఖాన్ని చూసి హాని జరుగుతుందనే భయం కలిగింది మంత్రసానికి. దీన్ని ఇంతకుముందు చూసింది, ఈ రక్తదాహాన్ని.

యోధుల ముఖాల్లో. చంపే వ్యక్తులు, కొన్నిసార్లు, కేవలం ఆనందం కోసం చేసేవారు.

అప్పుడామె గమనించింది.

రావణుడి దట్టీ ఊడింది. నాభి కనిపిస్తోంది, వికృతంగా ఉన్న ఉపాంగం కూడ. అతను కూడ నాగుడే అనే సాక్ష్యం.

దిగ్భ్రాంతికి గురైన ఆ స్త్రీ ఉన్న చోటే నిలబడింది కదల్లేక.

బయట జనం పోగవుతున్నట్టుగా శబ్దం వినిపిస్తోంది. వాళ్లు ఆమెకి మద్దతిస్తారు. ఏం చెయ్యాలో వాళ్ళకి తెలుసు.

తను చనిపోవాల్సిన అగత్యమేమీ లేదు. బిడ్డడిని రావణుడి చేతిలో పెట్టి గబగబా బైటకి వెళ్ళిపోయింది.

—⸻—

రావణుడికి బయట్నించి కోపంగా మాటలు వినిపించాయి. జనం, నియమాల విషయంలో వాదించుకుంటూ, అరుచుకుంటూ మాట్లాడు తున్నారు. నీతి, నైతికత.

కుటీరం తలుపు మూసి ఉంది కాని తాళం లేదు. ఎవరైనా ఏక్షణంలోనైనా లోపలికి రావచ్చు.

శ్వాసను నియంత్రించుకోవాలని చూశాడు. శరీరం ఉద్రిక్తంగా ఉంది. లోపలికి ఎవరొచ్చినా చంపడానికి సిద్ధంగా కత్తిని గట్టిగా పట్టుకున్నాడు. తమ్ముడివైపు చూశాడు. తల్లి చేతుల్లో భద్రంగా ఉన్నాడు. ఆవిడ రొమ్ము పట్టి తృప్తిగా పాలు తాగుతున్నాడు. తామున్న ప్రమాద పరిస్థితి తెలియక.

తల్లి ముఖం మాత్రం భయాన్ని చిత్రించినట్టుగా ఉంది.

'ఏం చేద్దాం రావణా?' కైకసి అడిగింది.

రావణుడు సమాధానం చెప్పలేదు. అప్రమత్తంగా ఉన్న అతని కళ్ళు తలుపు మీదే ఉన్నాయి. తన ప్రియతములను చంపే సాహసం చేస్తే దాడి చేయడానికి సిద్ధంగా.

హఠాత్తుగా తలుపు తెరుచుకుంది. మారీచుడు లోపలికి వచ్చాడు. కత్తి పట్టుకుని ఉన్నాడు. దాని అంచు నుంచి రక్తం కారుతూ ఉంది.

కైకసి భయంతో రోదిస్తూ బిడ్డను ఛాతీకి అదుముకుంది. అన్నను వేడుకుంది. 'అన్నా, దయుంచి మమ్మల్ని చంపకు!'

పసివాడు తల్లి నుంచి వెనక్కి జరిగి ఏడ్వసాగాడు. రావణుడు మారీచుడి ముందుకు వచ్చాడు. కత్తి దూశాడు. ఆశ్చర్యం గొలిపేలా అతని గొంతు ప్రశాంతంగా ఉంది.

'ముందు నువ్వు నాతో పోరాడాలి.'

మారీచుడు అతణ్ణి అసహనంగా చూశాడు.

'నోర్ముయ్, రావణా!' చెల్లెలి వైపు తిరిగాడు. 'నీకేమైంది కైకసీ? నీ అన్నని నేను! నిన్నెందుకు చంపుతాను?'

కైకసి అయోమయంగా అతన్ని చూసింది.

ఇంక సమయం వృథా చేయకుండా, గోడకి ఉన్న సంచిని తీసి రావణుడివైపు విసిరాడు. 'రెండు నిముషాలు. మీ అమ్మకీ, తమ్ముడికీ అవసరమైనవి సర్దు.'

పిల్లవాడు కదల్లేదు. ఆశ్చర్యంతో. 'త్వరగా!' మారీచుడు అరిచాడు.

రావణుడు తృటిలో వాస్తవంలోకి వచ్చాడు.

కత్తిని ఒరలో పెట్టుకుని మామ మాటను వినేందుకు సంచిని తీసుకున్నాడు.

మారీచుడు కైకసి వైపు తిరిగాడు. 'లే! మనం వెళ్ళిపోవాలి!'

కొన్ని నిముషాల్లోనే వాళ్ళు కుటీరం బయట ఉన్నారు. రావణుడు సంచి భుజానికి తగిలించుకున్నాడు. అతని తమ్ముడు తల్లి చేతుల్లో భద్రంగా ఉన్నాడు. ఆవిడ కుడి చెయ్యి శిశువు మెడకింద ఉంది.

ఆశ్రమ వాసులు కుటీరం వెలుపల గుమిగూడారు. ఆగ్రహంగా ఉన్న ముఖాలు. చేతుల్లో కాగడాలు.

మూడు శరీరాలు నేలమీద ఉన్నాయి. మారీచుడి కత్తి నరికినవి.

మారీచుడు ఆ గుంపు ముందు కత్తి దూసి, తన చెల్లెలు, ఆమె బిడ్డల ముందు నిలబడ్డాడు. ఆశ్రమవాసుల్లో చాలామంది మేధావులు, కళాకారులు. సామాజిక బహిష్కరణలో, మాటలతో హింసించడంలో, గుంపుగా కలిసి హింసకు దిగడంలో ఆరితేరినవారు. కాని సుశిక్షితుడైన యోధుడితో తలపడలేరు.

'వెనక్కి వెళ్ళండి,' మారీచుడు గర్జించాడు.

నిదానంగా గుర్రపుశాల వైపు నడిచాడు, కత్తి దూసి, ఇంకా గుంపును చూస్తూనే. త్వరగా, చెల్లెలు గుర్రమెక్కేందుకు సాయం చేశాడు. రావణుడు వెంటనే మరోదాన్ని ఎక్కాడు. తృటిలో మారీచుడు ద్వారాలు తెరిచి తన గుర్రమెక్కాడు.

వెంటనే ఆశ్రమం బయటకు వెళ్ళిపోయారు.

ఎన్నో గంటలపాటు తూర్పుగా అశ్వాలమీద స్వారీ చేశారు. సూర్యోదయం అయింది. సూర్యుడు పైపైకి వస్తున్నాడు.

'అన్నా, దయచూపు,' కైకసి వేడుకుంది. 'మనం ఆగాలి. ఇలా ఎంతో దూరం నేను రాలేను.'

'కుదరదు.' గంభీరంగా ఉన్న మారీచుడు చెప్పిన సాధారణమైన సమాధానమిది.

'దయచూపు!'

మారీచుడు వంగి కైకసి గుర్రాన్ని కొరడాతో అదిలించాడు. అది మళ్ళీ వేగంగా పరిగెత్తసాగింది.

వాళ్ళు విశ్రాంతి కోసం కూర్చునేసరికి మధ్యాహ్నమైంది. ఆశ్రమవాసులకు తమను వెంటాడి, యుద్ధానికి వచ్చే నిపుణత ఉందని మారీచుడు అనుకోలేదు. అయినా చేతులు కాలాక ఆకులు పట్టుకోవడం దేనికని, కైకసి కొంచెం ఆగుదామని అన్నప్పుడల్లా చెప్పాడు.

వాళ్ళు గంగా మైదానంలో ఉన్నారు. ఒండ్రు నేల, చిన్న కొండలు ఉండడంతో వాళ్ళని కనిపెట్టాలనుకునేవారికి సులభమవుతుంది. తరచుగా వెళ్ళే దిశను మార్చేవారు. వాగులను దాటుకుంటూ స్వారీ చేసేవారు. నీట మునిగిన పొలాల్లోంచి వెళ్లేవారు. ఎవరూ తమను వెంటాడి చంపకుండా ఉండేందుకు అవసరమైనవన్నీ చేశారు.

గుర్రాలు మూడింటినీ సురక్షితంగా కట్టేశారు. బిడ్డకు పాలిస్తూ, చెట్టుకింద కైకసి విశ్రాంతి తీసుకుంటోంది. రావణుడిని కాపలాగా ఉంచి మారీచుడు ఆహారం కోసం వెళ్ళాడు.

రెండు కుందేళ్ళను పట్టుకుని త్వరగానే వచ్చాడు. భుజానికి తగిలించుకున్న సంచిలో కొన్ని దుంపలు, రేగుపళ్ళు ఉన్నాయి.

వాళ్ళు వంట చేసుకుని త్వరగా తినేశారు.

'ఇరవై నిముషాలు విశ్రాంతి తీసుకుని, మళ్ళీ ప్రయాణిద్దాం,' అన్నాడు మారీచుడు.

'అన్నా,' అంది అలసిపోయిన కైకసి. 'వాళ్ళకి చాలా దూరంగా వచ్చేశాం. కొంచెంసేపు ఇక్కడే ఉందామా?'

'వద్దు. కనోజ్ వెళ్ళడం మంచిది. మన కుటుంబం ఉంది అక్కడ. వాళ్ళు మనల్ని రక్షిస్తారు.'

కైకసి తలూపింది.

రావణుడివైపు చూశాడు మారీచుడు, అతను ఆహారాన్ని తాకకపోవడం గమనించాడు.

'తిను, నాయనా.'

'ఆకలిగా లేదు.'

'నీకు ఆకలి ఉన్నా లేకపోయినా నాకనవసరం. నీ తల్లిని, తమ్ముడిని రక్షించాలనుకుంటున్నావా? అయితే, నువ్వు బలంగా ఉండాలి. అందుకని నువ్వు తినాలి.'

రావణుడు ఏవో అభ్యంతరాలు చెప్పడం ఆరంభించాడు.

'రావణా, మాట్లాడకుండా తిను,' అంది కైకసి. రావణుడు తల్లి వైపు చూసి, ఆహారం తినడం ఆరంభించాడు.

'ఆశ్రమవాసులు ఇలా ఎలా చేయగలిగారో అర్థం కావడం లేదు'– కైకసి అంది. 'నేను వాళ్ళ గురుపత్నిని. మేము వాళ్ళ గురువు కుటుంబం. వాళ్ళకెంత ధైర్యం!'

మారీచుడు చెల్లెలి వైపు చూశాడు. 'మూర్ఖురాలిగా కనిపించాలని ప్రయత్నిస్తున్నావా? లేకపోతే నిజాన్ని అంగీకరించలేకపోతున్నావా?'

'ఏమంటున్నావు?'

'వాళ్ళంతట వాళ్ళే ఇలా నిర్ణయించుకున్నారనుకుంటున్నావా?'

'ఏం చెప్పాలనుకుంటున్నావ్, అన్నా?'

'పగటి వెలుగులా ఇది స్పష్టం. వాళ్ళు ఆదేశాలు పాటిస్తున్నారు!'

కైకసి అపనమ్మకంతో తల అడ్డంగా ఊపింది. 'లేదు. అలా జరిగే అవకాశం లేదు. నేను గర్భవతినని తెలియకముందే ఆయన వెళ్ళారు.'

'ఆయనే. ఇలా జరుగుతుందని ఊహించి, ఆదేశాలు ఇచ్చి వెళ్ళాడు. వాళ్ళు ఆయన ఆదేశాలు పాటిస్తున్నారంతే.'

'నేను నమ్మలేను.'

'సత్యాన్ని నమ్మలేకపోవడంవల్ల అది తక్కువ సత్యం కాదు. కనోజ్ లోనే మేమీ విషయాన్ని విన్నాం. ఆశ్రమంలో నీకు తోడుగా ఉండడానికి నేనెందుకు వచ్చాననుకుంటున్నావు?'

కైకసి తలను అడ్డంగా ఊపుతూ ఉంది. 'లేదు, లేదు. ఇది నిజం కాదు.'

రావణుడు మాట్లాడాడు. 'నా తండ్రి మమ్మల్ని చంపమని ఆజ్ఞాపించారా?'

మారీచుడు రావణుడివైపు, తరువాత కైకసి వైపు చూశాడు. చెల్లెలితో మాట్లాడేటప్పుడు ఈ పిల్లవాడు ఇక్కడే ఉన్నాడని మర్చిపోయాడు.

'నేను మిమ్మల్ని ఓ సంగతి అడిగాను,' రావణుడన్నాడు.

'కైకసీ?' మారీచుడు నిస్సహాయంగా పిలిచాడు.

'మామా, మా తండ్రి మమ్మల్ని చంపమని ఆదేశించారా?' రావణుడు అడిగాడు.

'కైకసీ...' మారీచుడు మళ్ళీ పిలిచాడు.

అతని చెల్లెలు మౌనంగా ఉంది. తల ఇంకా అడ్డంగా ఊపుతూంది. చెంపల మీద కన్నీళ్ళు జాలువారుతున్నాయి.

'మామా...'

మారీచుడు రావణుడివైపు తిరిగాడు. 'నువ్విప్పుడు నీ కుటుంబాన్ని కాపాడుకోవాలి. ఇప్పుడు నీకు నిజం తెలిసింది.'

రావణుడు నిశ్శబ్దంగా ఉండిపోయాడు. పిడికిళ్ళు మూశాడు. అతనికి సమాధానం ముందే తెలుసు. కాని దాన్ని వినాలనుకున్నాడు.

'నాకు తెలిసిన దాని ప్రకారం నిన్ను గాని, మీ అమ్మనుగాని చంపమని ఆయన ఆదేశించలేదు,' అన్నాడు మారీచుడు. 'కాని ఒకవేళ నీ సోదరుడు నాగుడైతే తనని చంపమని ఆదేశించాడు.'

రావణుడు వేగంగా శ్వాస తీసుకున్నాడు. కోపము, బాధ అతని మనసులో కమ్ముకున్నాయి. తల్లి ఒడిలో ప్రశాంతంగా నిద్రపోతున్న తమ్ముడిని చూశాడు. అతని భుజాల మీద ఉన్న ఉపాంగాలు అతను నిద్రిస్తున్నా కొంచెం కదులుతున్నాయి. మిగిలిన శరీరంలో కదలిక లేదు.

రావణుడు వంగి పసిబిడ్డడైన తమ్ముడిని ఎత్తుకున్నాడు. కళ్ళలోంచి ప్రేమ కురిపిస్తూ తమ్ముడిని చేతులతో ఊపాడు. 'నీకేమీ అవదు. నీకెవరూ హాని చేయలేరు. నేను బ్రతికున్నంతవరకు.'

అతని తలపై నుంచి కైకసి, మారీచుడు ఒకరినొకరు ఆశ్చర్యంగాను, అర్థమైనట్టుగాను చూసుకున్నారు. ఆ పిల్లవాడి భుజాన్ని మారీచుడు సానుభూతిగా తడిమాడు కాని రావణుడు తనను ఓదారుస్తున్న చేతిని తోసేసి, తమ్ముడితో ఊసులాడసాగాడు.

౪

4వ అధ్యాయం

విశ్రవుడి ఆశ్రమం నుంచి కైకసిని, ఆమె కొడుకులను మారీచుడు రక్షించి రెండు రోజులైంది. అడవిలో చదునుగా ఉన్న ప్రదేశంలో రాత్రికి విడిది చేశారు. శిబిరం చుట్టూ గుర్రాలను కట్టివేశారు.

శుక్లపక్షం మూడో రోజు. దట్టమైన అడవి, రాత్రివేళ ఏర్పడిన పొగమంచు వల్ల కొన్ని అడుగులకు మించి ఎక్కువదూరం కనిపించని పరిస్థితి. మారీచుడు చిన్నమంట వేయడానికి ప్రయత్నం మొదలుపెట్టాడు. వేడి కోసమే కాకుండా, రక్షణ కోసం కూడ.

చదునుగా ఉన్న చెక్క పైకి వంగి కూర్చున్నాడు. దాని చివర గంటు ఉంది. అగ్ని పటలం. చేతిలో సన్నని పొడవైన కర్ర ముక్కను పట్టుకొన్నాడు. రెండు అరచేతుల మధ్య దాన్ని పట్టుకొని తిప్పుతూ ఓపికగా ఆ కర్రను చెక్కకున్న గంటులో అమర్చాడు. కర్రముక్కను తిప్పుతూ మండుతున్న బొగ్గుపొడిలాంటిది రాలేవరకూ ఎదురుచూస్తున్నాడు. ఇది ఆదిమ కాలంలోని పద్ధతి. చాలా సమయం పడుతుంది. నిప్పు రాజేయడానికి అడవిలో ఇది తప్ప వేరే మార్గం లేదు వారికి.

నిరీక్షిస్తున్నపుడు, మారీచుడి చూపు నిద్రిస్తున్న చెల్లెలు, ఆమె పసిబిడ్డపై పడ్డాయి. పగలంతా ప్రయాణం చేసి అలసిపోయి వాళ్ళు నిద్రపోతున్నారు, కొన్ని రోజుల వయసే ఉన్న ఆ పసివాడికి పేరుంది: కుంభకర్ణుడు– కుండ ఆకారంలో చెవులున్నవాడు. ఆ పేరును రావణుడు సూచించాడు. కైకసి, మారీచుడు వెంటనే అంగీకరించారు.

మారీచుడు తన సమీపంలో కూర్చున్న రావణుడిని చూశాడు. ఆ తొమ్మిదేళ్ళ పిల్లవాడి కత్తి ఒరలో నుంచి బయటకు తీసి ఉంది. రావణుడి ముఖంలోకి చూడాలని ప్రయత్నించాడు.

అతని కళ్ళు మూసి ఉన్నాయా?

రావణుడిని మందలించి, నిప్పు రాజేయటానికి సాయం చెయ్యి అని అనాలనుకుంటున్నాడు. అప్పుడా పిల్లవాడు మెరుపులా కత్తిని కింద ఆన్చాడు. మారీచుడు స్థాణువై ఆ పిల్లవాడిని చూశాడు. చీకటిలో అతనికి సరిగా తెలియలేదు, కాని మేనల్లుడు కత్తితో కుందేలుని పడగొట్టాడని పించింది.

చూడకుండా కొద్దిమంది మాత్రమే బాణాలు వేయగలరు. అతి కొద్దిమందే శబ్దాన్ని బట్టి కత్తులు విసరగలరు. కాని వేగంగా పరిగెత్తే కుందేలు వంటి జంతువుని శబ్దాన్ని బట్టి పొడవగలగడం అంతవరకూ వినలేదు.

మారీచుడు నోరు కొంచెం తెరిచి, ఆశ్చర్యంగా రావణుణ్ణి చూశాడు. తరవాత అగ్ని పటలం మీద పోగవుతున్న రాజుకుంటున్న ధూళిని చూశాడు. దాన్ని త్వరగా తీసి తాను పోగు చేసిన చిదుగులపై వేశాడు. దాన్ని నిదానంగా మంట వచ్చేవరకూ ఊదాడు. తరవాత ఆ చిదుగులను ఒక్కొక్కటిగా తీసి తాను పేర్చిన దుంగలకు అంటించాడు. ఆ చిన్న ప్రదేశంలో కొద్దిసేపటిలో చిటపటలాడే మంట వెలిగింది.

నిప్పు రాజుకున్నాక, మారీచుడు రావణుడి వైపు తిరిగాడు. ఆ పిల్లవాడు కుందేలు వెనక కాళ్ళ చర్మాన్ని ఒలుస్తున్నాడు. ఉలిక్కిపడిన మారీచుడు ఆ జంతువు ఇంకా బ్రతికే ఉందని గమనించాడు. అది ఎంతో వేదనతో బతిమాలుతున్నట్టుగా బలహీనమైన శబ్దాలు చేస్తోంది. మంట వెలుగులో రావణుడి ముఖంలో భావాన్ని కూడ మారీచుడు చూశాడు.

వెన్ను జలదరించింది.

అతను లేచి నిలబడి, తృటిలో కత్తి దూసి రావణుడి చేతిలో కుందేలుని తీసుకుని దాని గుండెల్లో పొడిచాడు. కొన్ని క్షణాలు కత్తిని అక్కడే ఉంచాడు, కుందేలు కదలడం ఆగేవరకూ. తరవాత దాన్ని రావణుడికి ఇచ్చాడు. 'ఈ జంతువు నీకేం హాని చెయ్యలేదు.'

ముఖంలో ఏ భావమూ వ్యక్తం చేయకుండా, రావణుడు మారీచుడిని చూశాడు. ఒక దీర్ఘక్షణం తర్వాత మళ్ళీ కుందేలు చర్మం ఒలవడం ఆరంభించాడు. మారీచుడు తన సంచిని అందుకుని, దానిలోంచి ఎండుమాంసాన్ని తీశాడు. పదునుగా ఉన్న కడ్డీని పట్టకారులా ఉపయోగిస్తూ, మంట మీద మాంసం కాల్చసాగాడు.

'మామా.'

మారీచుడు తలెత్తి చూశాడు.

'మీకు నేను కృతజ్ఞతలు చెప్పలేదు,' అన్నాడు రావణుడు.

'చెప్పాల్సిన అవసరంలేదు.'

'ఉంది, మామా. కృతజ్ఞతలు. మీ దయను గుర్తుంచుకుంటాను. మీ విధేయతను గుర్తుంచుకుంటాను.'

పెద్దవాడిలా మాట్లాడుతున్న ఆ తొమ్మిదేళ్ళ పిల్లాడిని చూస్తూ మారీచుడు చిరునవ్వు నవ్వాడు. మళ్ళీ మాంసం కాల్చసాగాడు.

ఈ రాత్రి త్వరగా గడిస్తే, త్వరగా సూర్యోదయం అయితే, మర్నాడు వాళ్ళు కనోజ్ లో ఉన్న తమ ఇంటికి చేరుకుంటారు.

—౯౦౫—

ప్రాచీన నగరమైన కనోజ్ ఎందరో భారతీయులను గొప్పగా ఆదరించింది.

పవిత్ర గంగా తీరంలో ఉన్న ఈ నగరం ఉత్పత్తి కేంద్రంగా, ముఖ్యంగా నాణ్యమైన వస్త్రాల ఉత్పత్తికి ప్రాచీన కాలం నుంచి పేరుగాంచింది. అలాగే పరిమళ ద్రవ్యాల ఉత్పత్తికి ప్రసిద్ధి. వాదసంవాదాలకు, పరిశోధనలకు, జ్ఞాన వినిమయానికి ఆటపట్టు. కన్యాకుబ్జ బ్రాహ్మణుల నివాస స్థలం. బీదలైనా, మేధావులైన జాతి. చదువుల తల్లి సరస్వతి తన కృపను తమపై వర్షించింది కాని సంపదల తల్లి లక్ష్మీదేవి అస్సలు తమను గుర్తుపెట్టుకోలేదని కన్యాకుబ్జ బ్రాహ్మణులలో ఒక చతురోక్తి ఉంది.

విజ్ఞానపీఠంగా ఉన్న ఆ నగరం ఆ కాలంలోని మేధావులకు, తాత్వికులకు నిలయం. కనోజ్ రాజవంశంలో జన్మించిన విశ్వామిత్ర మహర్షి కూడ ఈ నగరం వాడే. అయితే పారిపోయి ఆశ్రయం కోరి వచ్చిన శరణార్థులకు ఈ నగరం ఆశ్రయం ఇవ్వలేదు.

కైకసి, మారీచుల తల్లిదండ్రులు కూడ, కైకసి నాగుడికి జన్మనిచ్చిందని తెలియడంతో వాళ్ళని వెలివేయడమే ఉత్తమమనే నిర్ణయానికి వచ్చారు. ఈ సమయానికి రావణుడి గురించి ఇంతకాలం దాచిన రహస్యం కూడ బయటపడిపోయింది. ఇంక వాస్తవానికి ఇదంతా కైకసి తప్పని భావించారు. పూజ్యుడైన విశ్రవ ఋషి నాగులను సంతానంగా పొందేంత దుష్కర్మలు చేసి ఉండడు.

కైకసి పట్ల, ఆమె దుస్థితి పట్ల సానుభూతి కలవారికి కూడ తమ సముదాయంతోగాని, పెద్దలతో గాని ఆమె పక్షాన మాట్లాడే ఉద్దేశమూ, కోరికా లేవు.

కనోజ్ కి వచ్చిన ఒక్కరోజులోనే ఆ నలుగురూ మళ్ళీ నగరం బయట గంగా తీరంలో, ఎక్కడికి వెళ్ళాలో తెలియకుండా ఉన్నామని తెలుసుకున్నారు.

'ఇప్పుడేం చేద్దాం?' కైకసి అడిగింది.

మారీచుడు నది వైపు చూశాడు, అతని మనసంతా ఆగ్రహంతో ఉడుకుతోంది. తన కుటుంబమే తమకు సాయం చేయలేదనే విషయాన్ని నమ్మలేకపోతున్నాడు. చెల్లెలిని రక్షించడానికి విశ్రవుడి ఆశ్రమానికి వెళ్ళాలన్న నిర్ణయాన్ని సమర్థించిన వారు కూడ ఇప్పుడు మాట మార్చారు. 'కైకసి నాగుడికి జన్మనిస్తుందని మేం అనుకోలేదు! ఆ విషయం మాకెలా తెలుస్తుంది?' అనే దుస్సాహసం కూడ వాళ్ళు చేశారు.

'అన్నా!' కైకసి మళ్ళీ అంది. 'ఇప్పుడు మన గతేమిటి?'

'నాకు తెలియదు కైకసీ!' అన్నాడు మారీచుడు. 'నాకు తెలియదు!'

రావణుడు ఒక రాతితో కత్తికి పదును పెడుతున్నాడు. తలపైకెత్తి, ఇలా అన్నాడు, 'నాకు తెలుసు. ఇంక తూర్పుకు వెళదాం. వైద్యనాథ్ కి వెళదాం.'

'వైద్యనాథ్?' మారీచుడు ఆశ్చర్యంగా అన్నాడు. 'వైద్యనాథ్ లో ఏముంది?'

కన్యాకుమారి అనుకున్నాడు రావణుడు. కాని ఏ కారణం చేతనో గట్టిగా చెప్పాలనుకోలేదు. మళ్ళీ కత్తికి పదును పెట్టసాగాడు. 'అక్కడెవరు లేరో నాకు తెలుసు: మా తండ్రి.'

మారీచుడు మౌనంగా ఉండిపోయాడు.

'మనం తూర్పుకు ప్రయాణిద్దాం, ఉదయించే సూర్యుడి వైపు, మనమీద కూడ జ్ఞాన ప్రకాశం పడుతుందేమో.'

'ఈ వాక్యం నీ అంతట నువ్వే అంటున్నావా?' మెచ్చుకోలుగా అన్నాడు మారీచుడు.

రావణుడు అతడిని వెక్కిరిస్తున్నట్టుగా చూశాడు. 'లేదు ఎక్కడో చదివాను. మామా మీరు కూడ చదవాలి. మంచి అలవాటు!'

మారీచుడు దృష్టి మరల్చి మరోవైపు చూడసాగాడు. *తుంటరి పిల్లవాడు.*

—ꤷꤸ—

వాళ్ళకి విఖ్యాత వైద్యనాథ దేవాలయానికి కొంచెం దూరంలో ఉన్న చిన్న గ్రామంలోని ధర్మశాలలో నివాసం దొరికింది. వైద్యనాథ్ వైద్యులకు ప్రసిద్ధి పొందినది. కైకసి

ఆలస్యం చేయకుండా కుంభకర్ణుడిని ఒక వైద్యుని దగ్గరకు తీసుకెళ్ళింది. అతని భుజాలు, చెవుల మీద ఉపాంగాలు తీసేయవచ్చేమోనని. అయితే వైద్యుడు వద్దని చెప్పాడు. ఈ ఉపాంగాలలో తంతువులు, రక్తనాళాలు చాలా ఉన్నాయని, ఒకవేళ శస్త్ర చికిత్సతో వాటిని తీస్తే బిడ్డ ప్రాణానికే ప్రమాదమని చెప్పాడు. అంతేగాక కుంభకర్ణుడు సంతోషంగా ఉండే పిల్లవాడు. ఉపాంగాలు అతణ్ణి బాధించకపోవడం విశేషం. అతను వాటితో జీవించడం నేర్చుకోవడమే మంచిది.

కైకసికి చాలా నిరాశ కలిగింది. రావణుడికి కూడ. అతని నిరాశకు కారణం మరొకటి. దాని గురించి అతనెవరికీ చెప్పలేదు.

మర్నాటి ఉదయం సూర్యోదయం కాగానే, వాళ్ళు వైద్యనాథ దేవాలయానికి వెళ్ళారు. అది ప్రజలు భక్తితో మహాదేవుడైన రుద్రప్రభువుకి ఉదయపు హారతినిచ్చే సమయం.

వైద్యనాథ దేవాలయం దట్టమైన అడవి మధ్యలో చాలా దేవాలయాలున్న ఆలయ సముదాయం. గతంలోని విష్ణువుల దేవాలయాలు, భారతదేశాన్ని రక్షించిన చాలామంది దేవతలు, ఇంద్రదేవుడు, వరుణదేవుడు, అగ్నిదేవుడు, ఇతరుల దేవాలయాలు ఉన్నాయి. అన్నిటికన్న పెద్ద దేవాలయం రుద్రదేవుడిది. మహాదేవుడిది. దేవాధిదేవుడిది.

మందిర సముదాయానికి, వరదలు వచ్చే మయూరాక్షినదికి మధ్య ఋతు పవనాల కాలంలో వరద నీటిని పీల్చుకునే వరద మైదానాలు రక్షణగా ఉన్నాయి. తేమగా ఉన్న నేలలో ఎన్నో రకాల ఔషధ మొక్కలు పెరుగుతాయి. చాలా వ్యాధుల చికిత్సకు కావలసిన ఓషధుల నిధి ఈ దేవాలయ నగరం. వాస్తవానికి దీని పేరు కూడ ఇలా వచ్చినదే: వైద్యనాథ్. వైద్యులకు ప్రభువు.

వైద్యనాథ్ ప్రధాన దేవాలయం బృహత్పద్మాకృతిలో ఉంటుంది. దానికి జటిలం కాని, విశాలమైన కేంద్రం ఉంది. విశాలమైన గది, గర్భగృహం, రాతితోను సున్నంతోనూ కట్టిన శిఖరం ఉంది. దీనిని ఆగమ వాస్తు గ్రంథాల్లోని ప్రమాణాలకు అనుగుణంగా నిర్మించారు. ప్రధాన శిఖరం ఏభై మీటర్ల ఎత్తున ఉంది. దీనిని పదిహేను మీటర్ల పీఠంపై నుంచి కట్టారు. పీఠం పైన నూట ఎనిమిది చెక్క రేకులు అమర్చారు- ఇదొక వాస్తు శాస్త్ర అద్భుతం. ఒక్కో రేకు ఒక మనిషికి నాలుగింతలు పొడవు ఉంటుంది. ఈ రేకులను ప్రపంచంలోనే గట్టి చెక్కగా పేరొందిన సాలవృక్ష చెక్కతో చేశారు. చేసిన తర్వాత ప్రతి రేకుకూ రసాయన చికిత్స చేసి మరింత దృఢంగా చేసి, గులాబీరంగు వేశారు. ఈ రేకులను నాలుగు అంచెలలో ఒకదాని

మీద ఒకటిగా పేర్చి బృహత్పద్మాన్ని నిర్మించారు. ఇది మందిర కేంద్రమంతా పరుచుకుని ఉంటుంది. ప్రధాన శిఖరానికి పసుపు రంగు వేశారు. ఇది పద్మం మధ్యలో నుంచి ఒక పెద్ద కేసరం బయటికి వచ్చినట్లుగా ఉంటుంది. తామర తూడును సూచించే విధంగా పీఠానికి ఆకుపచ్చ రంగు వేశారు. పీఠం ఖాళీగా, బోలుగా ఉండి, ఆలయం లోపలికి సొరంగం ఆకారంలో ఉన్న మార్గంలా ఉంటుంది.

ఇది దాదాపు అధివాస్తవికం. అత్యంత ప్రతీకాత్మకం.

పద్మం బురదలోను మురికి నీళ్ళలోనూ పెరిగినా, సౌందర్యాన్ని, సౌరభాన్ని కోల్పోదు. ఈ దేవాలయం తనను దర్శించే మనుషులకు తమ చుట్టూ ఉన్న మనుషులు ధర్మం తప్పినా, వారు తమ ధర్మాన్ని తప్పకూడదనే మౌన సవాలు చేస్తుంది. పద్మపు రేకుల సంఖ్య – నూట ఎనిమిది – కూడ ప్రాముఖ్యత కలిగినది. ధార్మిక మార్గాన నడిచే భారత ప్రజలు ఈ సంఖ్యకు ఎంతో ప్రాముఖ్యమిచ్చారు. విశ్వ నిర్మితిలో మళ్ళీ మళ్ళీ తటస్థపడే దైవిక సంఖ్య ఇదని వారు నమ్ముతారు. సూర్యుడి వ్యాసం భూవ్యాసం కన్న నూట ఎనిమిది రెట్లు ఎక్కువ. భూమి నుంచి సూర్యుడి సగటు దూరం సూర్యుడి వ్యాసానికి నూట ఎనిమిది రెట్లు. భూమి నుంచి చంద్రుడి సగటు దూరం చంద్రుడి వ్యాసానికి నూట ఎనిమిది రెట్లు. విశ్వంలో ఇంద్రజాలికంగా ఈ సంఖ్య కన్పించే పలు ఉదాహరణలెన్నో ఉన్నాయి. కాలక్రమంలో దీనిని ఎన్నో ధార్మిక విధులలో చేర్చారు. ఉదాహరణకి మంత్రాన్ని దేనినైనా నూట ఎనిమిది సార్లు జపించాలి.

దేవాలయానికి బాగా లోపల గర్భగృహంలో రుద్రదేవుడి నిలువెత్తు విగ్రహం, పద్మాసనంలో యోగిలా, కనులు మూసి ధ్యానిస్తున్న స్థితిలో ఉంది. ఆయన వెనకే మూడు మీటర్ల ఎత్తున పొడవైన లింగం-యోని – ఏకేశ్వరుడిని సూచించే ప్రాచీన రూపం ఉంది. లింగం అర్ధ అండంలా ఉంటుంది. కొందరు ప్రాచీనులు దీనిని బ్రహ్మాండానికి ప్రతీక అంటారు. ఇది సృష్టిని ఏకీకృతం చేస్తుంది. కొందరు ఇది మగతనానికి, శక్తికి ప్రతీకగా భావిస్తారు. లింగానికి మూలంలో యోని ఉంది. దీనిని గర్భం అంటారు. శబ్దానికున్న అర్థం మూలం లేదా జన్మస్థలం. ఇది స్త్రీత్వానికి, శక్తికి ప్రతీక. లింగం, యోనిల కలయిక సృష్టిని సూచిస్తుంది. స్త్రీత్వ పురుషత్వ భాగస్వామ్య ఫలితమిది. జీవప్రాణమూ, వాస్తవానికి సకల సృష్టి, ఉద్భవించడానికి మూలమైన నిష్క్రియాత్మక అంతరిక్షం, సక్రియాత్మక కాలాల సంయోగం.

గర్భగుడి బయట పద్మాకృతిలో ఉన్న దేవాలయం మధ్యలో భక్తుల కోసం విశాలమైన చావడి ఉంది.

రావణుడు, అతని కుటుంబం దేవాలయానికి చేరేసరికి ఆలయ సౌందర్యంగాని, దాని ప్రతీకాత్మకతనుగాని గమనించి ఆనందించేంత సమయం వారికి చిక్కలేదు. అప్పటికే చావడిలో ఆరతి మొదలైంది. అది కన్నుల పండువగా ఉంది.

చావడిలో పక్కగా ముప్ఫయి పెద్ద మద్దెలలు వరుసగా పెట్టి ఉన్నాయి. వాటి పక్కన ఎత్తుగా, బలంగా ఉన్న మనుషులు తమ చేతులంత పెద్దగా ఉన్న కర్రలు పట్టుకుని నిలబడి, మద్దెలలను వాయిస్తూ ఉన్నారు.

ధూమ్-ధూమ్-దనా-ధూమ్-ధూమ్-దనా

ఆ తాళం,దాని లయ రావణుడి శరీరమంతా వ్యాపించాయి. అతని ఎముకలు ఆ శబ్ద తరంగాలను గ్రహించగలుగుతున్నాయి. రుద్రదేవుడి భక్తులందరిలానే, అతనూ ఈ తాళానికి నృత్యం చేయకుండా ఉండలేకపోయాడు. చివరికి పసిబిడ్డదైన కుంభకర్ణుడు కూడ ఉత్సాహంగా చేతులాడించసాగాడు.

ధూమ్-ధూమ్-దనా-ధూమ్-ధూమ్-దనా

ధూమ్-ధూమ్-దనా-ధూమ్-ధూమ్-దనా

సంగీతం తారాస్థాయికి చేరగానే స్త్రీ, పురుష భక్తులందరూ చావడిలో కట్టి ఉన్న రెండు వందల గంటలను మోగించసాగారు పూర్తి లయతో.

తరువాత, భక్తులు మంద్రస్వరంలో రెండు పదాల నిరాడంబర మంత్రాన్ని ఒకే శ్రుతిలో జపించసాగారు. ఎంతో శక్తిమంతమైన పదం.

'మహా...దేవ్!

మహా...దేవ్!

మహా...దేవ్!'

జపం కొంచెం వేగమందుకోగానే మహాదేవుడి పరమభక్తిలో లీనమై స్వరాలు మరింత బిగ్గరగా మారుతున్నాయి. మహోన్నత దేవుడు. దేవాధి దేవుడు. రుద్రదేవుడే.

జపంతో పాటుగా జతకలిసి మద్దెలలు మోగుతున్నాయి.

ధూమ్-ధూమ్-దనా-ధూమ్-ధూమ్-దనా

ధూమ్-ధూమ్-దనా-ధూమ్-ధూమ్-దనా

రావణుడు చుట్టూ చూశాడు. జీవితంలో మొదటిసారి తనకంటె పెద్దదైన విషయంలో పాలు పంచుకున్నందుకు అమితానందాన్ని పొందాడు. అతను

రుద్రదేవుడి భక్తుడు. వాళ్ళందరూ కూడ. ఇక్కడ తేడా లేదు. అస్సలే లేదు. ధనవంతులు పేదలైన భక్తులతో కలిసి నృత్యం చేస్తున్నారు. విద్యార్థులు గురువుల పక్కనే ఊగుతూ నిలబడ్డారు. సాయుధులైన సైనికుల పక్కనే అవయవలోపాలతో పుట్టినవారూ నిలబడి జపం చేస్తున్నారు. శుచిగా ఉన్న పురోహితులు సుఖలాలసులైన అఘోరాలతో కలిసి నృత్యం చేస్తున్నారు. స్త్రీలు, పురుషులతోను, నపుంసకులతోను కలిసి నాట్యం చేస్తున్నారు. పిల్లలు తల్లిదండ్రులతో కలిసి. అన్ని కులాలు, వర్గాల ప్రజలు, భారతీయులు, భారతీయులు కానివారు.

ఏమీ విభేదం లేదు.

స్వాతంత్ర్యం.

తీర్పు నుంచి స్వాతంత్ర్యం. ఉచితానుచితాల నుంచి స్వాతంత్ర్యం. దేవతలు, దానవుల నుంచి స్వాతంత్ర్యం. తానుగా ఉండే స్వాతంత్ర్యం. రుద్రదేవుడిలో లీనమైపోయే స్వాతంత్ర్యం.

ధూమ్-ధూమ్-దనా-ధూమ్-ధూమ్-దనా

'మ...హా...దేవ!'

ధూమ్-ధూమ్-దనా-ధూమ్-ధూమ్-దనా

'మ...హా...దేవ!'

ఆరతి ముగిసింది. ఉచ్చ స్వరంలో వైద్యనాథ్ అంతా ప్రతిధ్వనించింది.

'జై శ్రీరుద్ర!'

దీన్ని సంకేతంగా తీసుకుని మద్దెలలు, గంటలు మోగడం ఆగింది. గంభీరమైన ఆనంద భరితమైన భక్తిలోని నిస్తబ్ద మౌనంలో రాజ్యమేలుతూ కేవలం ప్రతిధ్వని వినిపిస్తూంది.

ఆరతి అయిదు నిముషాలకన్న ఎక్కువసేపు లేదు. అయినా అక్కడున్న అందరికీ జీవితకాలపు ఆనందం ఇచ్చింది. రావణుడు చుట్టూ చూశాడు. ప్రతి ఒక్కరి ముఖంలోను అలౌకికానందం కనిపిస్తోంది. మామ మారీచుణ్ణి, కైకసిని చూశాడు. వారి కళ్ళలోంచి ఆనందబాష్పాలు కారుతున్నాయి. రావణుడు తన బుగ్గలు తడిమి చూసుకున్నాడు. అవి కూడ తడిగా ఉండడంతో ఆశ్చర్యపోయాడు.

తనలో తను అనుకున్నాడు, 'జై శ్రీ రుద్ర!'

అకస్మాత్తుగా గుంపులోంచి గొంతులు గట్టిగా వినిపిస్తున్నాయి.

"కన్యాకుమారి"

''కన్యాకుమారి''

ఆరతి అయ్యాక లింగం – యోనికి మొదటి సాంప్రదాయిక పూజ అయిన *రుద్రాభిషేకం* కన్యాకుమారి చేయడం ఆనవాయితీ. కన్యాకుమారి తన విధి నిర్వహణ కోసం ముందుకు నడిచింది.

అందరూ మెడలు సాచి తలెత్తి చూశారు. తమ ముందు నిలబడిన వాళ్ళ తలలపై నుంచి చూడడానికి మునిగాళ్ళ మీద నిలబడి చూస్తున్నారు. అందరిలోనూ సజీవ దేవతను కనీసం ఒకసారి చూడాలనే తహతహ.

కాని రావణుడు అలా చేయలేదు. తన చూపులు నేలమీదే ఉన్నాయి. పిడికిళ్ళు బిగుసుకున్నాయి.

'కొత్త కన్యాకుమారా?' కైకసి అడిగింది.

కన్యాకుమారిని చూడడానికి వెనుదిరిగిన మారీచుడు చెల్లెలికి సమాధానం చెప్పేముందు భక్తితో చేతులు జోడించాడు. 'అవును. అంతకుముందున్న కన్యాకుమారి కొన్ని నెలల ముందు రజస్వల అయిందట. ఆమె వెళ్ళిపోయింది. కొత్త కన్యాకుమారిని గుర్తించారు.'

కుంభకర్ణుడిని ఊపుతూ నిద్రింపజేసింది కైకసి. 'ఎప్పుడూ తరవాత వాళ్ళేమవుతారని అనుకుంటూ ఉంటాను. ఎక్కడికి వెళతారు? ఏం చేస్తారు?'

మారీచుడు తెలియదన్నట్లుగా భుజాలు కదిపాడు. 'నాకు తెలియదు. కన్యాకుమారులు కారు గనుక వాళ్ళ గ్రామాలకు వెళ్ళి పోతారేమో. వాళ్ళని ఎవరైనా ఎలా కనుక్కుంటారు? చాలాకొద్దిమందికే వాళ్ళ అసలు పేరు తెలుస్తుంది.'

రావణుడు తల ఎత్తి కొత్త కన్యాకుమారిని చూశాడు. అతని కళ్ళలో ద్వేషం కనిపించింది.

ఒక్కక్షణంలో ముందుకురికి ఆమె ప్రాణం తీసెయ్యాలను కున్నాడు. ఆమె శాశ్వతంగా పోతుంది. ఆ ఆలోచన ఎంత త్వరగా వచ్చిందో అంత త్వరగా దాన్ని తొలగించేశాడు. అర్థంలేని పని. మరో బాలికను కన్యాకుమారిగా చేస్తారు. తన కన్యాకుమారి తిరిగిరాదు. ఆమె ఎక్కడుందో కూడ తెలియదు. ఆమె అసలు పేరేమిటో కూడ తెలియదు.

అతనికి అసలేమీ తెలియదు. అతనికి గుర్తున్నది కేవలం ఆమె మాటలు. ఆమె గొంతు. ఆమె ముఖం.

ఆమె దివ్యమైన ముఖం అతని మనసులో ముద్రితమైపోయింది. అతని బాధనంతటినీ పోగొట్టిన ముఖం.

ఇంతవరకూ రాకుండా బలవంతంగా ఆపుతున్న ఆలోచన ఒక్క ఉదుటున చైతన్యంలోకి ప్రవేశించింది. ఆమెను అతనింకెప్పుడూ చూడలేడు. అతని జీవితంలోనుంచి ఆమె వెళ్ళిపోయింది. శాశ్వతంగా.

శ్వాస సంకోచిస్తున్నట్టుగా అయింది. అతనికి ఊపిరాడడం లేదు.

తల్లి చేతిని పట్టుకున్నాడు, 'మనం వెళ్ళాలి.'

'ఏమిటి? ఎందుకు? కన్యాకుమారి...'

'రేపు ఆమె ఆశీర్వాదం తీసుకుందువుగాని. వెళదాం పద.'

రావణుడు వెనుతిరిగి దూరంగా నడిచాడు.

౫

5వ అధ్యాయం

'వెళదామా?' ఆశ్చర్యంగా అడిగాడు మారీచుడు. 'ఎందుకని?' ధర్మసత్రంలో చిన్నగదిలో ఉన్నారు మారీచుడు, కైకసి, రావణుడు, కుంభకర్ణుడు.

రావణుడి గొంతు శాంతంగా ఉంది. 'కుంభకర్ణుడికి ఇక్కడ చికిత్స దొరుకుతుందేమోనని ఆశించాను. వైద్యులు చేయగలిగిందేమీ లేదన్నారు. ఇంక ఇక్కడ ఉండడంలో అర్థం లేదు.'

'కాని మనం కుంభకర్ణుడి చికిత్స కోసమే ఇక్కడికి రాలేదు. ఇది సురక్షితమైన చోటు, కనీసం కొంతకాలం....'

'నేను భద్రంగా మాత్రమే ఉండాలనుకోవడం లేదు. నేనేదైనా సాధించాలి. ఇక్కడ నేనేం చేయలేను.'

మారీచుడు నిట్టూర్చాడు, వయసుకి మించి ప్రవర్తిస్తున్న ఈ పిల్లవాడి ధోరణి అతడికి చిర్రెత్తిస్తోంది. 'రావణా, నీకు తొమ్మిదేళ్ళిప్పుడు. పిల్లవాడివి. ఇదంతా నీ పని కాదు, పెద్దవాళ్ళని...'

'నేను పిల్లవాణ్ణి కాదు,' మారీచుడి మాటకు అడ్డువస్తూ నిశ్చయంగా చెప్పాడు రావణుడు. 'మా కుటుంబంలో పురుషుల్లో పెద్దవాణ్ని నేనే. నాకు బాధ్యతలున్నాయి.'

చిరునవ్వును దాచుకోవడానికి మారీచుడు అత్యంత కష్టపడ్డాడు. 'సరే, మహానుభావా, వైద్యనాథ్ కన్న మెరుగైన చోటు ఏదో నువ్వే చెప్పు? నిస్వార్థంగా దానం చేసే సంప్రదాయముంది ఇక్కడ. మీ అమ్మ, తమ్ముడు ఈ ధర్మసత్రంలో దొరికే ఉచిత భోజన, వసతి సదుపాయాలతో బ్రతకగలరు. మనం మరో చోటికి వెళితే వాళ్ళని నువ్వెలా పోషించగలవు?'

'బాలి, మలయదేశాలతో సముద్ర వ్యాపారం జరిపే పెద్ద రేవులు తూర్పున ఉన్నాయని చదివాను. మనం అక్కడికి వెళ్ళొచ్చు. అక్కడ మనం పని చేయవచ్చు.'

'రావణా, అక్కడంత సులభంగా దొరు....'

'నేను నిర్ణయించుకున్నాను, మామా,' రావణుడన్నాడు. 'అమ్మతో కూడ మాట్లాడాను. మీరేం చేయాలనుకుంటున్నారనేదే ప్రశ్న ఇప్పుడు.'

మారీచుడు చెల్లెలి వంక ఆశ్చర్యంగా చూశాడు. రావణుడి కోరికముందు ఆమె ఎప్పుడో ఓటమిని అంగీకరించేసిందని అతనికి తెలియదు. కైకసి ముఖంలో నిస్సహాయత, లొంగుబాటు కనిపించాయి. చాలా సంవత్సరాల తర్వాత, ఎన్నో లొంగుబాట్లలో మొదటిదానిగా దీన్ని మారీచుడు గుర్తుచేసుకుంటాడు. రావణుడితో తన బంధుత్వం మారిన క్షణం. పసివాడైన మేనల్లుడి నుంచి రావణుడు తనకు భవిష్యత్తులో ప్రభువుగా, అధినాయకుడిగా మారిన క్షణం.

'మంచిది, తూర్పు వైపు వెళదాం,' అన్నాడు.

రావణుడు, అతని కుటుంబం తూర్పుకు, చిలుకా సరస్సు తీరంలో ఉన్న చిన్న పట్టణానికి వచ్చి నాలుగేళ్ళు అయింది.

చిలుక సముద్రం పక్కనే ఉన్న పెద్ద సరస్సు. ప్రపంచంలోని పెద్ద సరస్సుల్లో ఒకటి ఇది. దీని విస్తీర్ణం 1000 చ.కిమీ.కు మించి ఉంటుంది. భారతదేశ తూర్పు తీరంలో ఈశాన్యం, నైరుతి దిశలలో వ్యాపించి ఉంది. మహానదికి ఉపనదులైన దయ, లూనా నదుల నీరు ఈ సరస్సులో చేరుతుంది. మరో యాభై చిన్న నదులు నీరు కూడ ఈ చిలుకా సరస్సులోకి ప్రవహిస్తుంది. ఋతుపవనాల కాలంలో పడే కుంభవృష్టి వల్ల కూడ ఈ సరస్సు పొంగుతుంది.

మహానదీ పరీవాహ ప్రాంతంలో నివసిస్తూ, కళింగ రాజ్యాన్ని మొదట సందర్శించిన వాళ్ళు అక్కడి సారవంతమైన భూమి, సమృద్ధంగా ఉన్న మంచినీరు, ఋతుపవన వృష్టి వల్ల ఆ ప్రాంతం అంతా సంపదతో విలసిల్లుతోందని భావిస్తే క్షమించేయవచ్చు. కాని వాస్తవానికి వ్యవసాయం రాజ్యసంపత్తికి పేర్కొనదగ్గ స్రోతస్సు అయినా, దాని ఐశ్వర్యానికి కారణం మాత్రం ఇతర సుదూర, సమీప ప్రదేశాలతో జరిగే వ్యాపారమని చెప్పక తప్పదు.

ఈ వ్యాపారానికి కేంద్ర బిందువు చిలుకా సరస్సు. చిలుకా సరస్సు ఆకృతి దాని ఒడ్డున పలు రేవులు నిర్మించడానికి అనువుగా ఉంటుంది. సరస్సుకున్న లోతైన ప్రవాహం వల్ల సముద్రంలో తిరిగే పెద్ద ఓడలు కూడ సులభంగా దీనిలోకి ప్రవేశించగలవు. సరస్సులోని పలు ద్వీపాలు, చాలావరకు సముద్రానికి దగ్గరగా ఉండి, చిన్న ఓడలకు రేవులుగా ఉపయోగపడేవి. దీనితో ఓడల రాకపోకల రద్దీ తగ్గేది. మరీ ముఖ్యంగా, సరస్సు తూర్పు సరిహద్దులు పెద్ద పెద్ద ఇసుక దిబ్బలతో తూర్పున సముద్రంతో దీనిని విడగొట్టేవి.

ఇవి సముద్ర తుఫాను చిలుకా సరస్సులోకి రాకుండా ముంపు నీరును అడ్డుకునేవి. ఈ ఇసుక దిబ్బలలో ఉన్న రెండు చీలికలలో విశాలంగా ఉన్న చీలిక ఉత్తరపు చివరలోను, ఇరుగ్గా ఉన్నది దక్షిణపు చివరలోను ఉండడంతో ఓడలు సరస్సులోకి రావడానికి వీలుండేది. ఇంకా, చిలుకా సరస్సునుంచి మహానది ద్వారా దక్షిణ కోసల రాజ్యంలోకి, ఉత్తర దిశలో సప్తసింధు పరీవాహ ప్రాంతాల్లోకి ప్రయాణించడం సులువైంది.

చిలుకా సరస్సు సురక్షితమైన, ప్రమాదరహితమైన ఓడరేవుని కలిగి ఉండడంతోపాటు, సంపన్నమైన దేశంలోకి సులభంగా చేరేందుకు వీలు కల్పించింది. వాస్తవానికి ప్రపంచంలోనే సమృద్ధ దేశం.

ఏ సమయంలో చూసినా కొన్ని వందల పెద్ద, చిన్న ఓడలు సరస్సులో లంగరు వేసి ఉండేవి. కొన్ని ఓడలు రేవులోకి రావడానికి నిరీక్షిస్తూ ఉండేవి. సామానును నిరంతరం పడవలలోకి ఎక్కించడంగాని దించడంగాని జరుగుతూనే ఉండేది. వ్యాపారులు తీవ్రంగా బేరసారాలు చేయడం ఒకవైపు, రాజ్యానికి రావలసిన పన్నులను రాబట్టటానికి అధికారులు ప్రయత్నించడం మరోవైపు జరుగుతుండేది. నావికులు పని లేనపుడు తీరానికి వచ్చి మద్యం, మగువల కోసం అన్వేషిస్తుండడం కనిపించేది. సత్రవల యజమానులు, స్త్రీలు వీలైనంతమంది నావికులను ఆకర్షించే ప్రయత్నం చేసేవారు. అక్కడ విధుల్లో ఉన్న సైనికులు ఈ గందరగోళం మధ్య క్రమపద్ధతి ఏర్పాటులో నిమగ్నమయ్యేవారు.

వ్యాపారులకు చిలుకా సరస్సు అంటే అభిమానం ఏర్పడడానికి కారణం, భారతదేశంలోని ఇతర ప్రదేశాలలోలా ఇక్కడ వ్యాపార కార్యకలాపాలపై అనుచితమైన ఆంక్షలుండకపోవడం. గత కొన్ని దశాబ్దాలుగా, సప్తసింధులోని చాలా ప్రాంతాలలో సామాన్య ప్రజానీకమూ, రాజకుటుంబాలు కూడ వ్యాపారం

వృత్తిగాగల వైశ్యుల పట్ల పెద్ద స్థాయిలో జరుగుతున్న అవినీతి వల్ల వ్యతిరేకులుగా ఉన్నారు. వ్యాపార కార్యకలాపాలపై కఠినమైన ఆంక్షలు విధించడం జరిగింది. ప్రతిదశలోను వ్యాపారులకు వాణిజ్య అనుమతులు అవసరమయ్యాయి. ఈ అనుమతులను వైశ్యేతర పాలకుల నుంచి తీసుకొనవలసి వచ్చేది. దీనిఫలితంగా అవినీతి అంతమవడం అటుంచి లంచం కూడా – పెద్ద మొత్తాల్లో – ఈ ప్రక్రియలో వచ్చి చేరింది. వీటన్నిటినీ మించి, వ్యాపారుల నుంచి లంచాలు గుంజడంలో తప్పేమీ లేదనే అహంకారంతో ఉండేవారు. 'దొంగల'ను శిక్షించే మార్గంగా దీన్ని భావించారు.

అయితే వివేకం గలవారెవరైనా కొందరు చేసిన తప్పులకు మొత్తం సముదాయాన్ని నిందించడం తగదని, ఇది అతి సంకుచితంగా వ్యవహరించడమని గ్రహిస్తారు. ప్రతి సమాజానికి, మేధావులు, యోధులు, కళాకారుల వలెనే పారిశ్రామిక వేత్తలు, వ్యాపారుల అవసరం కూడ ఉంది. ఏదో ఒక వర్గాన్నే ప్రోత్సహించడం వల్ల సమాజంలో సంతులనం దెబ్బతిని సమస్యలు తలెత్తుతాయి. దురదృష్టవశాత్తు సప్తసింధులోని పాలకవర్గంలో వివేకలోపం సంభవించింది. వ్యాపార వర్గాన్ని వేధించడం కొనసాగుతూనే ఉంది.

చివరికి, సప్తసింధు ప్రాంతంలోని వ్యాపారులు లంకను పాలించే ధూర్త పాలకుడు, వ్యాపారి అయిన కుబేరుడి నేతృత్వంలో ఒకటయ్యారు. కుబేరుడు సప్తసింధు చక్రవర్తితోను, అతని సామంత రాజ్యాలతోను ఒక ఒప్పందం చేసుకుని, వాళ్ళ వ్యాపార కార్యకలాపాలన్నీ తానే నిర్వహిస్తూ, లాభాల్లో పెద్దమొత్తాన్ని సామ్రాజ్యానికి చెల్లించేవాడు. అయితే దీనివల్ల వ్యాపారుల జీవితాల్లో కష్టాలు తొలగలేదు. తన లాభాలను గరిష్ఠం చేసుకొనేందుకు, కుబేరుడు వ్యాపారుల లాభాలను పిండేసేవాడు. అతనితో కలవడం వల్ల వ్యాపారుల పరిస్థితి పెనం మీద నుంచి పొయ్యిలో పడ్డట్లయింది.

అప్పటివరకు కుబేరుడితో కలవడానికి నిరాకరించిన సప్తసింధు రాజ్యం కళింగ ఒక్కటే. అందువల్ల దేశంలో మిగిలిన ప్రదేశాల్లో వ్యాపారం కష్టం కాగా, చిలుకా సరస్సులో మాత్రం బాగా పెరిగింది. ఈ రేవు కళింగరాజు అధీనంలో ఉండేది. సరస్సుకి ఎనభై కిలోమీటర్ల దూరంలో ఉన్న రాజధాని కటక్ నుంచి ఆయన దీన్ని పాలించేవాడు. 'కటక్' అంటే సైనిక నివాసం లేదా రాచశిబిరం అని అర్థం. ఈ పేరుతో గతంలోని కళింగ యోధుల పేర్లు ప్రతిధ్వనించేవి. ఎన్నో శతాబ్దాల నుంచి

కళింగులు అహింసాపరులుగాను, శాంతి కాముక జాతిగాను రూపొందారు. వాళ్ళు వ్యాపారము, సాంస్కృతిక, మేధాపరమైన అంశాల్లో అభిరుచి పెంచుకున్నారు. ప్రభుత్వ నియంత్రణల సమస్యల విషయంలో కూడ కళింగరాజులు ఈ కారణం చేతనే ఉదారవాదులుగా ఉండిపోయారు. దీనితో చాలా వైశ్య కుటుంబాలు కళింగ రాజ్యంలో స్థిరపడిపోయి వ్యాపారాన్ని కొనసాగించాయి.

కాని పరిస్థితులు నెమ్మది నెమ్మదిగా మారుతున్నాయి. మిగిలిన దేశమంతా ఉన్న వైశ్య వ్యతిరేక భావం కళింగలో కూడ ప్రవేశించసాగింది. ప్రతి ఒక్కరూ శక్తిమంతుడైన అయోధ్య రాజు దశరథుని అనుగ్రహం కోరుకుంటున్నారు. ఆయన సప్తసింధుకు చక్రవర్తి, అధిపతి. అయోధ్యలో వైశ్య వ్యతిరేక భావం ఉందని అందరికీ బాగా తెలుసు. అంతేకాక కళింగకు సమీపంలోనే మహానది ఎగువ భాగాల్లో ఉన్న దక్షిణ కోసల శక్తిమంతమైన రాజ్యం. అది అయోధ్యతో వివాహ సంబంధం ద్వారా బలమైన అనుబంధాన్ని ఏర్పరచుకుంది. చక్రవర్తి దశరథుడికి రాకుమారి కౌసల్య పట్టమహిషి అయింది.

శక్తిమంతులైన బంధువుల ప్రభావంతో దక్షిణ కోసల కూడ వ్యాపారంపైన తీవ్ర ఆంక్షలు విధించసాగింది. పొరుగు దేశాల్లో వచ్చిన మార్పులు చూసి కళింగ కూడ తనను తాను ఈ విషయంలో పునర్వ్యవస్థీకరించుకుంది. మెసపొటేమియాలోని బాబిలోన్ కు వాయవ్యంగా ఉన్న ప్రాంతం నుంచి ఒక పరిపాలకుడిని చిలుకాకు రాజ్యపాలకుడిగా నియమించి, స్వేచ్ఛగా, వ్యాపారం చేసుకునే వ్యాపారులను 'క్రమశిక్షణ'లో ఉంచటానికి ప్రయత్నించింది. ఎవరికీ అతని అసలు పేరు తెలియదు. అతను భారతీయ పేరును పెట్టుకున్నాడు: క్రకచబాహు. 'రంపం చేతుల మనిషి.' అతని పరిపాలన కూడ అతని పేరులానే ఉండడం శోచనీయం. దూరంగా రాజధానిలో ఉన్న కళింగ రాజు చిలుకా పరిపాలనను క్రకచబాహుకి వదిలేశాడు.

త్వరలోనే కళింగ వ్యాపారులు కూడ, సప్తసింధులోని వ్యాపారులలానే పన్నుల తీవ్రతతోను, అసంఖ్యాకమైన ఆంక్షలతోను సతమతమవడం మొదలైంది. చిలుకాలో వ్యాపారం చేయలేకపోతే, ఇంకెక్కడ చేయగలరు? హతాశులైన కొందరు వ్యాపారాన్నే వదిలేయాలనుకున్నారు. కాని ఎక్కువమందికి అనుభవం ఉన్నది వ్యాపారంలోనే కనుక వాళ్ళు దాన్ని వదల్లేకపోయారు. అయితే క్రకచబాహు అణచివేతను తప్పించుకునే మార్గాల కోసం అన్వేషించాలనే ఆలోచన బలం పుంజుకుంటోంది.

అనతికాలంలోనే, సప్తసింధు నుంచి బయటి ప్రపంచంలోకి వస్తువుల అక్రమ రవాణా మొదలైంది. భారతీయులకి విదేశాల నుంచి అవసరమయే వస్తువులు చాలా తక్కువ. జీవించడానికి కావలసిన అన్ని వస్తువులు దేశంలోనే సమృద్ధిగా పండేవి. ఒకవేళ అక్రమంగా వేటినైనా తెచ్చినా, వాటికి ఉండాల్సిన అనుమతులు లేనిపక్షంలో సప్తసింధులోని ఏదో ఒక రాజ్యంలో పట్టుకునేవారు. దీనితో అక్రమ రవాణా వ్యాపారం ఎగుమతులపైనే ఎక్కువ ఆసక్తి చూపసాగింది. ప్రపంచానికి కావలసిన ఎన్నో వస్తువులు సప్తసింధు ఉత్పత్తి చేసేది. మితిమీరిన ఎగుమతి సుంకాలు తప్పించుకొనడానికి, మంచి లాభాలు సంపాదించుకోవడానికి వాటిని అక్రమంగా తరలించడమే సులువైన మార్గం.

కాలానుగుణంగా మూడంచెల అక్రమ రవాణా వ్యవస్థ రూపొందింది. మొదటి అంచెలో సప్తసింధులోని వివిధ రాజ్యాలలో తయారైన వస్తువులను చిలుకాకు తరలించేవారు. ఇది సులభంగా జరిగిపోయేది. ఎందుకంటే వీటిలో చాలా వస్తువులను చట్టబద్ధ ఎగుమతులతో కలిపి వేయడం తేలిక. సమస్య చాలా తక్కువ, లాభం కూడ తక్కువే- అయిన అంచె. రెండో అంచెలో నిర్వాహకులు చిన్న పడవలను ఉపయోగించి చిలుకాలో పన్నులు విధించే క్రకచబాహు పడవలను తప్పించుకొనేవారు. వారికి కనిపించకుండాగాని, సుంకం విధించే అధికారులకు లంచం ఇచ్చిగాని వెళ్ళిపోయేవారు. మూడో అంచెలో చిలుకాకు దక్షిణంగా చాలా మైళ్ళ దూరంలో తూర్పు సముద్రంలో పెద్ద ఓడలు సముద్రంలో లంగరు వేసుకొని రేవులోకి వెళ్ళడానికి నిరీక్షించే ఓడల వరుసలో దాక్కుని ఉండేవి. ఇవి చిన్న పడవల నుంచి సరుకును ఎక్కించుకొని, దూరదేశాలకు వెళ్ళిపోయేవి.

ఈ మొత్తం వ్యవహారంలో రెండో అంచె ప్రమాదకరమైనది. ముఖ్యంగా చిన్న పడవల్లో అక్రమ రవాణా చేసేవారు యువకులు, జీవనోపాధి కోసం అల్లాడేవారు కావడంతో, లాభాలను మూడో అంచెవారు, సముద్ర వ్యాపారం చేసే ఓడల యజమానులు లాగేసేవారు. వాళ్ళు ఇక్కడ ఒకరికొకరిని ప్రత్యర్థులుగా చేసి గీసి గీసి బేరమాడి తక్కువ ధరకు సరకు కొని, అరేబియా, మలయా, కంబోడియా వంటి విదేశాలలో పూర్తిగా చట్టబద్ధంగా సుంకం చెల్లించిన ధరకు సరుకుని అమ్మి లాభాలను ఆర్జించేవారు.

మొదట ఇక్కడకు వచ్చినపుడు రావణుడు, మారీచుడు రేవులో సామాను మోసే కార్మికులుగా పనికి కుదిరారు. కొంతకాలం కష్టపడ్డాక, క్రమంగా అవకాశాలను

గమనించి ప్రేరితుడైన రావణుడు చిన్న పడవను అద్దెకు తీసుకొని రెండో అంచె అక్రమ రవాణా చేయసాగాడు. శీఘ్రకాలంలోనే తెలివైన పిల్లవాడిగా, ప్రమాదాలకు భయపడకుండా సరుకును ఎంత ప్రతికూల పరిస్థితులలోనైనా రవాణా చేయగల నిపుణుడైన నావికుడిగా గుర్తింపు పొందాడు. మూడో అంచె అక్రమ రవాణాలో నిపుణుడైన అకంపనుడు అనే వాడు అతని దగ్గరకు రావడం ఏమాత్రం ఆశ్చర్యం కలిగించలేదు.

సాధారణంగా మూడో అంచె అక్రమ వ్యాపారులు సముద్ర వ్యాపారంలో దిట్టలు, లాభాలు బాగా గడిస్తారు. కాని అకంపనుడు ఆ వర్గం వారిలో కొంత చేతకాని వాడు. మూడో అంచె కార్యకలాపాలలో అత్యంత తక్కువ లాభాలను గడించే వాళ్ళలో వాడు. తన సిబ్బందికి ఆలస్యంగా చెల్లింపులు చేస్తాడనో, అసలు చెల్లించడనో పేరొందాడు. అది చివరికి అతని దగ్గర పనిచేయడానికి ఎవరూ ముందుకురాని పరిస్థితికి దారితీసింది. అయితే అతనికో పెద్ద ఆస్తి ఉంది – తన సొంత ఓడ. పెద్దది. మహా సముద్రాల్లో ప్రయాణించే సామర్థ్యమున్నది.

రెండో అంచె అక్రమ వ్యాపారి లాభసాటి మూడో అంచెలోకి రావాలంటే సొంత ఓడ అయినా ఉండాలి, లేకపోతే సముద్ర వ్యాపారం చేసే ఓడలో పనైనా చేస్తుండాలి. ఇదంతా తెలిసినందున, అకంపనుణ్ని కలవడానికి రావణుడు ఒప్పుకున్నాడు.

మర్నాడు రావణుడు, మారీచుడు తమ కింద పనిచేసే మరో అయిదుగురితో కలిసి తమ చిన్న పడవలో చిలుకాకు దక్షిణంగా అకంపనుడి ఇల్లు ఉన్న ఎవరికీ తెలియని చిన్న కయ్యకు ప్రయాణించారు.

రావణుడు పడవను అకంపనుడి ఓడకు దగ్గరగా ఆపమని చెప్పాడు. అది తీరానికి మరీ దూరంగా లేదు.

'వరుణదేవా,' జలదేవుడిని, సముద్ర దేవుడిని ఆశ్చర్యంగా స్మరించాడు మారీచుడు. 'ఓడ మీద అకంపనుడు అసలేమీ శ్రద్ధ తీసుకోడా?'

ఓడకి ఉన్న తెరచాప కొయ్యలను బట్టి ఓడలను వర్గీకరిస్తారు. చిలుకాకు వచ్చే సముద్ర వ్యాపారం చేసే ఓడలకు మూడు తెరచాపలుండేవి. అకంపనుడి ఓడకు అలాగే ఉన్నాయి. కాని ఆ ఓడ స్థితి దయనీయంగా ఉంది. పట్టీచక్రం, తెరచాపలు కూడ శిథిలమైపోయాయి. అవి గాలిని సమర్థంగా లాగే స్థితిలో కూడ లేవు.

వాస్తవానికి బలమైన గాలులు హఠాత్తుగా వచ్చినపుడు చినిగిపోకుండా తెరచాపలను మడత పెట్టలేదు. తెరచాపలు పాడవకుండా ఆ ప్రాంతంలో

సాధారణంగా ఆ పని చేస్తారు. తెరచాప కొయ్యలు కూడ శిథిలమైపోయి, కొత్త చెక్కలు అవసరమయ్యేలా ఉన్నాయి. ప్రధానమైన తెరచాప కొయ్యపైన కాకి గూడు ఉంది. అక్కడ చెక్కలు కొన్ని లేవు. ఓడలోకి నీరు చేరకుండా, రంధ్రాలు పడకుండా చెక్కకు పూసిన తారు కూడ మళ్ళీ పూయాల్సి ఉంది.

'అకంపనుడి ఓడ బాగా వేగంగా వెళుతుందని విన్నాను,' అన్నాడు రావణుడు కూడ ఆశ్చర్యపోతూ.

'నేనూ అలాగే విన్నాను,' మారీచుడు అన్నాడు. 'ఇతనితో కలిసి పనిచేయాలనుకుంటున్నావా?'

రావణుడు ఆలోచనలోపడి ఓడని కన్నార్పకుండా చూశాడు. తర్వాత, తన అంగవస్త్రాన్ని పక్కన విసిరాడు. 'ఇక్కడే ఉండు.'

'ఏం చేస్తున్నావ్?' మారీచుడు అడిగాడు.

అతని మాట పూర్తయ్యేలోపే, రావణుడు నీళ్ళలో దూకి ఓడవైపు ఈదటం మొదలుపెట్టాడు. దగ్గరకు వెళ్ళి, ఆగి దాని చుట్టూ తిరుగుతూ మొత్తం ఓడని పరిశీలించాడు. నీటికింద ఉన్న ఓడ భాగాన్ని చూడాలని నీళ్ళలో ఈదుతూ ఉన్నాడు. తర్వాత మళ్ళీ పైకి తేలి ఓడ చుట్టూ ఈదుతూ, దాన్ని వేళ్ళతో తడుముతూ, నీటిలోపలికి వెళ్ళి కొన్ని నిముషాలుండి శ్వాస తీసుకోవడానికి పైకి వస్తూ, కిందికిపోతూ ఉన్నాడు. మారీచుడి ఆదేశాల మేరకు చిన్న పడవ అతన్ని అనుసరిస్తూ ఓడ చుట్టూ తిరుగుతూ ఉంది, రావణుడికి కొంచెం సమీపంగా. చివరికి రావణుడు పైకి వచ్చి ఓడ ఎక్కాక, మారీచుడు ప్రశ్నార్థకంగా చూశాడు.

'ఈ ఓడలో ఒక విషయం విచిత్రంగా ఉంది,' అన్నాడు రావణుడు.

'ఏమిటది?'

'శైవలాలు లేవు! నత్తలూ లేవు! సముద్రపు పురుగులూ లేవు! అంతా చాలా నున్నగా, తయారుచేసిన రోజున ఎలా ఉంటుందో ఇప్పుడూ అలాగే ఉంది.'

నౌకాయానం ఎంత ప్రాచీనమో జీవ శైథిల్యం కూడ అంత ప్రాచీన ప్రమాదం. ఓడ కింద ఉన్న చెక్క శైవలాలకు, సముద్రపు జీవాలకు పునరుత్పత్తి కేంద్రంగా ఉంటుంది. అవి తడిగా ఉన్న ఉపరితలానికి అంటుకుని, నీటిలోపల ఉన్న చెక్కకు అతుక్కుని ఇబ్బడి ముబ్బడిగా వృద్ధి చెందుతుంటాయి. కొన్ని ఓడలైతే జలరేఖకి దిగువున ఉన్న చెక్కని కూడ చూడలేనంతగా వీటిచేత ఆక్రమితమై ఉంటాయి.

శైవలాలు దట్టంగా పెరగడం వల్ల ఓడవేగం తగ్గుతుంది. మరో ప్రమాదం ఏమిటంటే, రెండు అడుగుల ఎత్తున పెరిగే ఒక రకం నత్తలు. ఇవి చెక్కకు రంధ్రాలు పెడతాయి. దానితో చెక్కకు నిదానంగా, దీర్ఘకాలికమైన నష్టం జరుగుతుంది. అందువలనే వాటిని సముద్రపు చెదలు అంటారు. సముద్రయానం చేసే ఓడ కింది భాగం ఈ జీవాల బారిన పడకుండా ఉండడం రావణుడు, ఇంతవరకూ చూడలేదు. కాని అకంపనుడి ఓడ, విచిత్రంగా ఇవేవీ లేకుండా ఉంది.

ఓడ అడుగు భాగాన్ని శుభ్రం చేయడానికి నిర్వహణ కేంద్రాలలో ఓడని నిలిపి పనివాళ్ళు సముద్ర జీవాలని చెక్క నుంచి గీకడం, తరవాత చెక్కకు మరమ్మతు చేయడమో, అవసరమైతే మార్చడమో సరైన పద్ధతి అని రావణుడికి తెలుసు. అయితే దొంగ వ్యాపారులకి నిర్వహణ కేంద్రాలలోకి ప్రవేశం దొరకడం అసాధ్యం. అందువల్ల వాళ్ళు పెద్ద అల వచ్చినపుడు సముద్ర తీరంలో ఓడని పక్కకు ఒరిగిస్తారు. దీనివల్ల ఓడ కింది భాగం నీటిపైకి కనబడుతూ ఉంటుంది. ఆ విధంగా దాన్ని శుభ్రం చేసి, పాత చెక్కని మరమ్మతు చేయడంగాని, కొత్తది వేయడంగాని చేస్తారు.

సంకేతాన్ని అర్థం చేసుకున్నట్లుగా మారీచుడు అన్నాడు. 'బహుశా వాళ్ళు ఓడని ఒరిగించి, చెక్కని శుభ్రం చేశారేమో?'

కాదన్నట్టు తలూపాడు రావణుడు. 'మామా, తెరచాపలు దెబ్బతినకుండా మడతపెట్టి కట్టాలనే జ్ఞానం లేని అకంపనుడు, ఓడని ఒరిగించి, అంత ఖర్చు పెట్టి శుభ్రం చేసేంత శ్రమపడతాడను కుంటున్నారా?'

మారీచుడు ఔనన్నట్టుగా తలూపాడు. 'ఆలోచించదగ్గ విషయమే.'

రావణుడు తన ముందున్న వాస్తవాలను ఆలోచించాడు. సముద్ర జీవాలతో దెబ్బతినలేదు కనుక అకంపనుడి ఓడ ఇతర ఓడల కన్న రెండింతలు వేగంగా ప్రయాణించగలదు. పోటీలో పెద్ద లాభం ఇది.

మనసులో నిర్ణయం తీసేసుకున్నాడు.

—ꟻ ᓄ I—

'మీ అందరికీ నేను జీతం ఇవ్వలేను, కాని మనకు వచ్చే లాభంలో కొంత వాటా ఇస్తాను,' అన్నాడు అకంపనుడు.

రావణుడు, మారీచుడు తమ బృందాన్ని దూరంగా వదిలి వచ్చారు, తమ మాటలు వినబడకుండా. ఇలా చేస్తే బేరసారాలు తేలికవుతాయి. ఆ ముగ్గురు

ఒకప్పుడు బాగానే ఉండి ఉంటుందనిపించే అంతగా పోషణ లేని తోటలో చెక్క కుర్చీల్లో కూర్చుని ఉన్నారు. అదే ఆవరణలో అకంపనుడి విశాలమైన, శిథిలావస్థలో ఉన్న భవంతి ఉంది. ఇల్లు తీరానికి మరీ దూరంగా లేదు. అందువల్ల వాళ్ళు కూర్చున్న చోటి నుంచి అకంపనుడి ఓడ స్పష్టంగా కనిపిస్తోంది.

అకంపనుడి మాటలు వినగానే మారీచుడు ప్రశ్నార్థకంగా రావణుడి వైపు చూశాడు, మేనల్లుడు ఈ పనికిరాని బేరాన్ని తిరస్కరిస్తాడని నిరీక్షిస్తూ. కాని ముఖంలో ఏ భావం వ్యక్తం కానీయకుండా రావణుడు మౌనంగా ఉండిపోయాడు.

సగటు ఎత్తులో బక్క పల్చగా ఉన్న అకంపనుడు కుర్చీలో ఇబ్బందిగా కదిలాడు. తెలియకుండా చేత్తో నుదురు తడిమాడు. నుదుటి మీద ఉన్న పొడవైన నల్లటి తిలకం చెరిగింది. చివరికి మౌనాన్ని వీడాడు.

'చూడండి,' అన్నాడు, 'రోజువారీ ఖర్చులకు ఏదో ఏర్పాటు చెయ్యొచ్చు కాని–''

కోపంగా ఉన్న ఒక స్త్రీ స్వరం అతని మాటకు అడ్డువచ్చింది. 'ఏం జరుగుతోందిక్కడ?'

వాళ్ళు వెనుతిరిగి చూశారు. పొడవుగా చక్కటి ముఖ కవళికలున్న స్త్రీ వాళ్ళవైపు వస్తోంది.

'ఏమిటి? మళ్ళీ నావికాదళాన్ని నియమిస్తున్నావా, అకంపనా?' అడిగిందామె, తన విసుగును స్పష్టంగా వ్యక్తీకరిస్తూ.

అకంపనుడు భయపడటం తెలుస్తోంది. 'ప్రియా, ధనార్జన కోసం ఏదో వ్యాపారం చెయ్యాలిగా. వీళ్ళు...'

'వ్యాపారమా? నీకు వ్యాపారం చేయడమేం తెలుసు? నష్టాలు తెస్తావు. నేనింక నీకు డబ్బేమీ ఇవ్వను. నా నగలేవీ అమ్మను. ఆ దరిద్రపు ఓడని అమ్మెయ్!'

'అది కాదు, కాని....'

'నువ్వు మూర్ఖుడివి!' ఆ స్త్రీ అరిచింది. 'ఆ సంగతి తెలుసుకుంటే నీకు మంచిది. నీ హద్దుల్లో నువ్వుండు.'

'కాని మనకు అవసరం...'

'కానీ గీనీ ఏం లేదు! ఆ శాపగ్రస్త ఓడని అమ్మెయ్! నేను క్రకచబాహుతో వెళ్ళిపోయేదాన్ని, నీకు తెలుసుగా. అతనికి నేనంటే ఇష్టం. చిలుకా పాలకుడి ప్రేమని కాదని నిన్ను పట్టుకుని వేళ్ళాడా. నీ మూర్ఖత్వాన్ని చాలా భరించాను. ఇంక చాలు. ఆ ఓడ అమ్మెయ్ అంతే!'

అకంపనుడు సిగ్గుపడుతూ మరోవైపు చూశాడు. అతని మౌనం ఆమె కోపాన్ని మరింత పెంచింది. గొంతు మరింత తీవ్రమైంది. 'నీకేమైంది? నేను నిజమే చెబుతున్నానని తెలుసుగా నీకు. కాదా?'

'సందేహం దేనికి?' అకంపనుడు తెచ్చిపెట్టుకున్న చిరునవ్వుతో అన్నాడు. 'నేను మరోలా ఎలా అనుకుంటాను ప్రియా?'

ఆ స్త్రీ తలూపి, రావణుడిని, మారీచుడిని తీవ్రంగా చూసి, వెనుతిరిగి, పాదాలు నేలకు కొట్టుకుంటూ వెళ్ళిపోయింది.

వెను తిరిగి వెళ్ళిపోతున్న భార్యను చూశాడు అకంపనుడు, అతని ముఖంలో తీవ్రమైన అసహ్యం. ఇంతలో తనతో ఇంకెవరో ఉన్నారన్న స్పృహ కలిగి ఈ లోకంలోకి వచ్చాడు. గొంతు సవరించుకుని బలవంతంగా చిరునవ్వు తెచ్చుకుని మారీచుడివైపు తిరిగాడు. ఇప్పుడు ఇబ్బందిపడి మరోవైపు చూడడం మారీచుడి వంతయింది.

కాని రావణుడికి ఇదంతా ఏం పట్టినట్టు లేదు. 'ఐతే ఇలా చేద్దాం,' మధ్యలో మాటలకు అంతరాయమేమీ కలగనట్టుగానే అన్నాడు. 'ఈ ఓడని తీసుకుంటాం. మా డబ్బుతో బాగు చేయించి, నడుపుతాం. నీకిష్టమైతే నువ్వు మాతో కలవచ్చు. లాభాన్ని పంచుకుందాం. తొంభై– పది శాతంలో.'

అకంపనుడి ముఖం వెలిగింది. 'తొంభై శాతం అంటే ఫరవాలేదు.'

రావణుడు నిర్వికారంగా అకంపనుణ్ణి చూశాడు. 'తొంభై నాకు, పది నీకు.'

'ఏమిటీ? కాని... ఇది నా ఓడ.'

రావణుడు లేచి నిలబడ్డాడు. 'ఇంక ఇది ఇక్కడే శిథిలమైపోతూంటుంది.'

'చూడు, నాకు....'

'ఇంకా నీకు నీ భార్య పీడ కూడ లేకుండా చూస్తాం.' కొన్నేళ్ళుగా తన పదమూడేళ్ళ మేనల్లుడి నిర్మొహమాటాన్ని దగ్గర్నించి గమనిస్తూ వచ్చిన మారీచుడు కూడ అవాక్కయి చూశాడు రావణుడిని.

అకంపనుడు భార్య వెళ్ళిన వైపు భయంగా చూశాడు. తిరిగి రావణుడిని చూశాడు. 'ఏమిటి... నువ్వేమంటున్నావ్?'

'నేనేం చేస్తానంటే, నువ్వు తలచుకోడానికి కూడ భయపడే దాన్ని చేస్తాను.'

అకంపనుడు కనిపించేలా గుటకమింగాడు. కాని అతని ముఖంలో భావం చూస్తే అతనికి ఈ విషయం నచ్చినట్టుగా ఉంది.

'బేరం కుదిరింది,' రావణుడు దృఢంగా చెప్పాడు.

6వ అధ్యాయం

అకంపనుడి ఓడను రావణుడు తీసుకుని రెండేళ్ళు అయింది. ఇప్పుడతని వయస్సు పదిహేనేళ్ళు. ఇప్పటికే దాన్ని బాగా లాభసాటి వ్యాపారంగా చేశాడు. ఓడకు మరమ్మతులు చేయించి, విజయవంతంగా ఎన్నోసార్లు దొంగ రవాణా చేశాడు. దూరతీరాలకు వస్తువులు తీసుకెళ్ళి లాభాలు గడించాడు.

స్వేచ్ఛగాను, సులభంగాను వ్యాపారం చేయడానికి ఉత్తర భారతదేశంలోని రేవుల్లో ఆంక్షలు ఎక్కువవుతున్నకొద్దీ హిందూ మహాసముద్రంలో లంక అత్యంత ఉపయోగపడే గోదాముగా అయింది. గత పన్నెండు నెలల్లో రావణుడు ఈ ద్వీపానికి తరచుగ రాకపోకలు సాగించాడు. అలా వెళ్ళినపుడొకసారి లంక వ్యాపారి- రాజు అయిన కుబేరుడు తనకు గురు సోదరుడు అని – తన తండ్రి విశ్రవుడికి శిష్యుడని తెలుసుకున్నాడు. అయితే దీని గురించి రావణుడు లంకలో ఎవరికీ చెప్పలేదు. తన తండ్రి నుంచి అతనికేమీ సహాయం అవసరం లేదు – ఆ మనిషి నుంచే కాదు, చివరికి ఆ పేరు నుంచి కూడ.

వ్యాపారం పెరుగుతున్న కొద్దీ, లంకలోని ప్రధాన రేవు గోకర్ణం – ఆవు చెవి అని అర్థం – ను తన మూలస్థావరంగా చేసుకోవాలని నిర్ణయించుకున్నాడు. ఆ ద్వీపానికి ఈశాన్యంలో నగరం ఉండడం సౌకర్యంగా ఉంది. దానికి సహజమైన రేవు ఉంది, లోతైన అఖాతము, సముద్రంలోకి చొచ్చుకుని పోయిన భూమితో అడ్డుకట్ట వేసిన సహజమైన ఓడరేవుగా ఉంది. అందువల్ల సంవత్సరంలోని ఏ ఋతువులోనైనా ఓడలు లంగరు వేయడానికి అనుకూలంగా ఉంది. ఇదో ముఖ్యప్రయోజనం.

లంకలోని పొడవైన నది మహావేలి గంగ దక్షిణం వైపు నుంచి గోకర్ణ అఖాతంలోకి ప్రవహిస్తుంది. ఈ ద్వీపంలోపలికి నౌకలు ప్రయాణించేందుకు ఈ మార్గం ఉపయోగపడుతుంది. ఈ నదికి విశ్వామిత్ర గురువు చాలా ఏళ్ళ క్రితం నామకరణం చేశాడు. మలయపుత్ర తెగకు ఆయన నాయకుడు. ఈ తెగకు గతంలోని విష్ణువైన పరశురామదేవుడికి వారసుడు. ఈ ఋషి బహుశ తన స్వదేశం కనోజ్ పక్కన ప్రవహించే నది గౌరవార్థం ఈ నదికి మహా ఇసుక గంగ అని నామకరణం చేశాడేమో.

లంకలో విశ్వామిత్ర గురువును చాలా గౌరవిస్తారు. ఆయన గొప్ప ఋషి అనే కాకుండా, ద్వీపాన్ని ఏర్పాటు చేయడానికి సహాయం చేసినందుకు, గ్రామీణ ప్రాంతాన్ని హిందూ మహాసముద్ర వ్యాపార మార్గం లోనే శక్తిమంతమైన వ్యాపార కేంద్రంగా చేసినందుకు ఆయనను గౌరవిస్తారు. ఒకప్పుడు లంక అంటే సంగమతమిళ భూమిలో మునిగిపోగా మిగిలిన భూమి. ప్రజలు తమ పూర్వీకులు నిర్మించిన ప్రాచీన దేవాలయ శిథిలాల వద్ద పూజలు చేయడానికి భారత ద్వీపకల్పం నుంచి ఇక్కడకు వచ్చేవారు. కాని అదంతా మారిపోతోంది. ఇప్పుడిక్కడికి వాళ్ళు ధనవంతులు కావడానికి వస్తున్నారు. ఇటీవల కాలంలో అలా వచ్చిన వారిలో చాలామంది కళింగ నుంచి వచ్చినవారే.

అప్పుడు కుబేరుడి పాలనలో లంకలో చాలామంది సంతోషంగా ఉన్నారు. వ్యాపారి-రాజు, అతడి ప్రజలు విశ్వామిత్రుడిని అత్యంత గౌరవిస్తున్నారు. ఎందుకంటే ఒక శతాబ్దం కిందట లంక మహారాజధానీ నగరం సిగిరియాను నిర్మించడానికి త్రిశంకు కాశ్యప రాజుకు ఆయన సహాయం చేశాడు. లోకప్రియుడు కాని నిరంకుశరాజు కొన్నేళ్ళ తర్వాత పదవీభ్రష్టుడైనందుకు ఎవరూ విచారించలేదు. కాని విశ్వామిత్రుడు వారికి అత్యంత ప్రియమైనవాడుగా ఉండిపోయాడు.

గోకర్ణానికి వాయవ్యంలో వంద కిలోమీటర్ల దూరంలో ఉన్న సిగిరియాకు రావణుడు ఎన్నడూ ప్రయాణించలేదు. అయితే గోకర్ణంలో రుద్రదేవుడికి అర్పితమైన కోణేశ్వర మందిరం సమీపంలో ఒక అందమైన గృహాన్ని కొన్నాడు. ఈ మందిరాన్ని ప్రాచీన కాలంలో నిర్మించారు. అఖాతానికి ఉత్తరంగా హిందూ మహాసముద్రంలోకి వచ్చే చీలికపైన నిర్మించారు. ఆరేళ్ళ కుంభకర్ణుడిని వెంటబెట్టుకుని, కైకసి రోజూ ఆ దేవాలయానికి వెళ్ళేది. రావణుడి తమ్ముడికి అన్నతో కలిసి సముద్రయానం చేసేంత వయసు లేదు.

ఆ విశేషమైన రోజున, కోణేశ్వరం దేవాలయానికి కైకసి ఒక సంకల్పంతో వచ్చింది. విశ్వామిత్రుడు సిగిరియాకు వెళుతూ దారి మధ్యలో ఈ ఊరిలో ఆగాడని ఆమెకు తెలుసు. చాలా ఏళ్ళ క్రితం విశ్రవుడి ఆశ్రమంలో ఆమె విశ్వామిత్రుడిని, అతడి కుడి భుజం అరిష్టనేమిని కలిసింది. విశ్వామిత్రుడితో కలవడం క్లుప్తంగా అయినా, అరిష్టనేమితో చాలాసేపే గడిపిందామె. అతనిని తన సోదరునిగా భావించింది. ఆ పరిచయంతో విశ్వామిత్రుడిని కలవడానికి ప్రయత్నించింది. కైకసి కుటుంబం, ప్రత్యేకించి ఆమె తాత ఒకప్పుడు విశ్వామిత్రుడి తండ్రి గాధిరాజుకు ఆప్తమిత్రుడు అనే సంగతి ఆమె చెప్పలేదు. దానికి తగిన కారణం ఉంది.

'దయచేసి నా భర్త పేరుని చెప్పి ఈ సమావేశం ఏర్పాటు చేసుకున్నానని ఎవరికీ చెప్పవద్దు,' కుంభకర్ణుడిని చేయి పట్టుకుని నడిపిస్తూ, వేడుకుంటున్నట్లుగా అంది కైకసి.

అరిష్టనేమి తలూపాడు. విశ్రవుడికి, అతడి మొదటి భార్య పిల్లలకి పొసగటం లేదని అతనికి తెలుసు. ప్రత్యేకించి ఇప్పుడు కనోసాస్ కి చెందిన విదేశీ మహిళను విశ్రవుడు రెండో పెళ్ళి చేసుకున్నాడని తెలుసు.

'భయపడవద్దు. నేను చెప్పను.'

కైకసి చిరునవ్వు నవ్వింది. 'ధన్యవాదాలు, అన్నా.'

వారిద్దరినీ అరిష్టనేమి కోణేశ్వరం దేవాలయానికి అనుబంధంగా ఉన్న అతిథి గృహానికి తీసుకెళ్ళాడు, అక్కడే విశ్వామిత్రుడు ఉన్నాడు. 'ఇక్కడొక నిముషం వేచి ఉండండి,' అని చెప్పాడు.

కైకసికి అయోమయంగా అనిపించింది. 'కాని...'

'నేను చెప్పినట్టు చేయండి,' అంటూ అరిష్టనేమి లోపలికి వెళ్ళిపోయాడు.

ద్వారం బయట నిలబడిన కైకసికి సంభాషణ కొద్దిగా వినబడుతోంది.

'ఇదంతా చూసేంత సమయం లేదు అరిష్టనేమీ. నువ్వు...'

కుంభకర్ణుడిని తనతో ఈడ్చుకుంటూ, కైకసి లోపలికి నడిచింది.

నేల మీద భారీకాయుడు, విశాల వక్షస్థలం ఉన్న వ్యక్తి పద్మాసనంలో ఉన్నాడు. కైకసి లోపలికి వచ్చిన శబ్దం విని తలపైకెత్తి చూశాడు. విశ్రవుడి భార్య అని, అంతేకాక తన తండ్రికి అత్యంత సన్నిహిత సలహాదారు మనవరాలుగా కూడ గుర్తించాడు.

తన విసుగును దాచుకునే ప్రయత్నమేమీ ఆయన చేయలేదు. 'చూడు, కైకసీ, మా తండ్రి మరణం తర్వాత మీ తాతగారు కావల్సినంత సమస్య తెచ్చిపెట్టారు. నేను...'

కైకసి చేతిని పట్టుకుని నిలబడిన పిల్లవాణ్ణి చూస్తూ తన మాటలు మధ్యలో ఆపేశాడు. ఆరేళ్ళ ఆ పిల్లవాడు వయసుకి మించి ఉన్నాడు. పదేళ్ళున్నాయన్నా నమ్మేలా ఉన్నాడు. వళ్ళంతా బాగా రోమాలున్నాయి. అతని చెవులు, భుజాల మీద ఉన్న ఉపాంగాలను ఋషి చూశాడు, అవి అతడు నాగుడని స్పష్టం చేస్తున్నాయి. వాత్సల్యమూర్తి అయిన తల్లి మాత్రమే కుంభకర్ణుడిలా అందవికారంగా ఉన్న పిల్లవాడిని అందంగా ఉన్నాడనగలదు. కాని విశ్వామిత్రుడిది విశాల హృదయం. ముఖ్యగా విధి వంచితులుగా భావించినవారిపట్ల. ఆయన ముఖంలోకి చిరునవ్వు వచ్చింది. 'ఎంత అందమైన పిల్లవాడు.'

కైకసి కుంభకర్ణుడిని గర్వంగా చూసింది. 'అవును.'

విశ్వామిత్రుడు పిల్లవాడిని పిలిచాడు. 'అబ్బాయీ, ఇటురా.' కుంభకర్ణుడు తల్లి చెంగు పట్టుకుని, ఆమె వెనక నక్కాడు భయంగా.

'తన పేరు కుంభకర్ణుడు, మహర్షీ,' మర్యాదగా చెప్పింది కైకసి.

అబ్బాయి కళ్ళలోకి చూడాలని విశ్వామిత్రుడు వంగాడు. 'ఇటురా కుంభకర్ణా.'

కుంభకర్ణుడు ఋషిని గబుక్కున ఒక్కసారి చూశాడు. మళ్ళీ తల్లి వెనక దాక్కున్నాడు.

విశ్వామిత్రుడు మృదువుగా నవ్వాడు. అరిష్టనేమి వైపు చూసి అక్కడున్న పళ్ళేన్ని చూపించాడు. అంతకుముందు వచ్చిన సందర్శకులు స్వయంగా చేసిన మిఠాయిలు ఇచ్చి వెళ్ళారు. అరిష్టనేమి ఆ పళ్ళేన్ని మహర్షికి ఇచ్చాడు.

'నా దగ్గర లడ్డూలున్నాయి, కుంభకర్ణా,' అంటూ నవ్వుతూ ఒకదానిని చేతిలోకి తీసుకుని చేయి జాపాడు.

తనకిష్టమైన మిఠాయి పేరు వినగానే, కుంభకర్ణుడు సందేహిస్తూ ముందుకు వచ్చాడు. తల్లి వైపు చూశాడు. ఆమె చిరునవ్వుతో తలూపింది. మహర్షి దగ్గరకి పరిగెత్తి లడ్డూ తీసుకున్నాడు. విశ్వామిత్రుడు నవ్వి, ఆప్యాయంగా అతన్ని దగ్గరకు తీసుకుని ఒడిలో కూర్చోబెట్టుకున్నాడు.

కైకసికి భయం తగ్గింది, కూర్చున్న విశ్వామిత్రుడి ముందు మోకరిల్లింది.

'మలయపుత్ర మహానుభావా,' కైకసి అంది, 'నేను వేడుకోవాలను కున్నాను.... నా కొడుకు కుంభకర్ణుడు... వాడు...'

'అవును, నాకు తెలుసు. కొన్నిసార్లు ఉపాంగాల నుంచి బాగా రక్తస్రావం జరుగుతుంది. చాలా నొప్పిగా ఉంటుంది. దాన్ని నియంత్రించకపోతే ప్రాణానికే ప్రమాదం,' కైకసి కళ్ళలోకి సూటిగా చూస్తూ విశ్వామిత్రుడు చెప్పాడు. ప్రాచీన

కాలంలో ఋషులు వ్యక్తి కళ్ళలోకి చూసి వాళ్ళ మనసులో ఆలోచనలు చెప్పగలిగేవారు. ఆధునిక కాలంలో ఉన్న గొప్ప ఋషులలో ఒకడైన విశ్వామిత్రుడికి కూడ ఈ సామర్థ్యం ఉంది.

'మీరు సర్వజ్ఞులు. గురువర్యా. మీరు వాడికి సాయం చేయగలరా?'

'నేను పూర్తిగా చికిత్స చేయలేను. అది అసాధ్యం. కాని రక్తస్రావాన్ని తగ్గించగలను. కచ్చితంగా ఈ ముద్దుబిడ్డని బ్రతికించగలను.'

కైకసి కళ్ళలో ఉపశమన బాష్పాలు నిండాయి. విశ్వామిత్రుడి పాదాల మీద తన తలను ఉంచిందామె. 'ధన్యవాదాలు, ధన్యవాదాలు!'

విశ్వామిత్రుడు కైకసి భుజం పట్టుకుని లేపాడు. 'నేనిచ్చే ఔషధాలు అతను రోజూ తీసుకోవాలి. ఎప్పుడూ మానకూడదు. ఎప్పుడూ. లేకపోతే మృత్యువు సమీపిస్తుంది.'

'అలాగే, గురువర్యా, నేనెన్నడూ...'

'అవి అరుదైన ఔషధాలు. దొరకడం కష్టం. ఇక్కడ అరిష్టనేమి వాటిని నీకు క్రమం తప్పక అందజేస్తాడు. ఆ ఔషధాలని వెలుగుకి, వేడికి దూరంగా ఉంచు. అరిష్టనేమి చెప్పినట్టుగా వాటిని వెయ్యి.'

'ధన్యవాదాలు, ధన్యవాదాలు గురువర్యా. నేను మీ ఋణం ఎలా తీర్చుకోగలను?'

'మీ తాతగారితో గతంలో ఆయన చేసినదానికి నాకు క్షమాపణలు చెప్పమని చెప్పు!'

ఏమనాలో కైకసికి అర్థం కాలేదు. ఆమె తాతగారు ఇప్పుడు లేరు. గాభరాగా చెప్పింది, 'గురువర్యా, తాతగారు...వారు..'

'ఆయన చనిపోయాడా?' విశ్వామిత్రుడు ఆశ్చర్యంగా అడిగాడు. 'ఓహో.'

'గురువర్యా,' చెంపల మీద కన్నీళ్ళు కారుతుండగా కైకసి పిలిచింది.

'పరశురామ దేవుడి కోసం, ముందు ఏడ్వడం ఆపు'

'మహానుభావులైన మహర్షీ..?'

విశ్వామిత్రుడు కైకసి కళ్ళలోకి చూశాడు. 'ఇంకొకరికి కూడా ఈ పరిస్థితి ఉందా?'

కైకసి కన్నీళ్ళు తుడుచుకుని, చెప్పింది. 'మీ దగ్గర దాచగలిగిందేమీ లేదు, గురువుగారూ. నా మరో కొడుకు రావణుడు.... తను కూడా నాగుడే.'

విశ్వామిత్రుడు మృదుశ్వాసను వదిలాడు. ఆయనకి ఇక్కడో అవకాశం కనిపించింది. *రావణుడు కూడ నాగుడా?*

'తను... తను...'

విశ్వామిత్రుడు మధ్యలోనే అన్నాడు. 'దొంగ వ్యాపారి అని తెలుసు నాకు.'

కైకసి వ్యాకులంగా అరిష్టనేమిని చూసింది. తర్వాత విశ్వామిత్రుణ్ణి చూసింది. ఆమె చెంపల మీద కన్నీళ్ళు జాలువారాయి. 'మేం చాలా కష్టాలు పడ్డాం గురువర్యా. వాడు... వాడు చేయాల్సింది చేశాడు. వాడు నా కొడుకు... నేను అదంతా ఆపేయమని చెప్పగలను....'

విశ్వామిత్రుడు ఏమీ అనకుండా కూర్చున్నాడు, ఆయన మనస్సు మాత్రం వేగంగా ఆలోచిస్తోంది.

నేను విన్నదాన్ని బట్టి రావణుడు ఇప్పటికే పేరొందాడు. యువకుడు. అయినాగాని అనుచరులను ఆకర్షించి, ప్రేరేపించగలడు. సమర్థుడు. తెలివైనవాడు. క్రూరుడు కూడ. సామర్థ్యమున్న యోధుడు. నా ఉద్దేశాన్ని నెరవేర్చగలడు. భారతమాతకు ప్రయోజనం చేకూర్చగలడు.

కైకసి ఇంకా ఏడుస్తూనే ఉంది. 'తన నాభిలో ఉపాంగం నుంచి రక్తస్రావం మొదలైంది మలయపుత్ర శ్రేష్ఠా. తను అలా చనిపోతాడు. దయచేసి తనకి సాయం చెయ్యండి. తను దుష్టుడు కాడు. పరిస్థితుల వల్ల అతనిలా అయ్యాడు.'

అతని ఉపాంగాల నుంచి రక్తస్రావం అవుతుంటే, తనకి బ్రతికి ఉండటానికి నా ఔషధాల అవసరం నిరంతరం ఉంటుంది. నిరంతరం నా నియంత్రణలో ఉంటాడు. నిరంతరం.

'దయచూపండి, గురువర్యా, మళ్ళీ విశ్వామిత్రుడి పాదాల ముందు కైకసి మోకరిల్లింది. 'దయుంచి మాకు సాయం చెయ్యండి. మనిద్దరం కనోజ్ నుంచే వచ్చాం. దయచేసి నాకు సాయం చెయ్యండి. నా కొడుక్కి సాయం చెయ్యండి.'

విశ్వామిత్రుడు చిరునవ్వు నవ్వాడు.

'చాలా కష్టపడుతున్నారు. నాకు తెలుసు.'

కైకసి నిశ్శబ్దంగా వెక్కుతూంది, ఇంకా విశ్వామిత్రుడి పాదాల ముందు మోకరిల్లే ఉంది.

విశ్వామిత్రుడు ధైర్యం చెబుతున్నట్టుగా ఆమె తల మీద చేయి వేశాడు. 'వాళ్ళిద్దరి కోసం నేను ప్రతి నెలా ఔషధాలు పంపుతాను. వాళ్ళు జీవించి ఉండేలా చూస్తాను. ఉంచగలిగినంతకాలం ఉంచుతాను, ఉంచాల్సినంత కాలం ఉంచుతాను,' అన్నాడు.

కైకసి, కుంభకర్ణుడు వెళ్ళగానే, అరిష్టనేమి విశ్వామిత్రుడివైపు తిరిగాడు. ఏమీ అర్థం కానట్టుగా ఉన్నాడు.

'గురువర్యా,' జాగ్రత్తగా అన్నాడు. 'మీరు రావణుడికి ఎందుకు సాయం చెయ్యాలనుకుంటున్నారో నాకు అర్థం కావడం లేదు. కుంభకర్ణుడు పిల్లవాడు. అతనికి మీ సాయం కావాలి. కాని రావణుడు? అతని కఠినత్వం, క్రూరత్వం గురించి నేను చాలా కథలు విన్నాను. అతను ఇంకా వయస్కుడు కూడా కాలేదు. మరింత దుష్టుడవుతూ పోతాడు.'

విశ్వామిత్రుడు చిరునవ్వు నవ్వాడు. 'అవును, క్రూరుడే. నువ్వు సరిగ్గానే చెబుతున్నావు. మరింత దుష్టుడైపోతాడు.'

అరిష్టనేమికి మరింత అయోమయంగా అనిపించింది. 'అయితే మరి మీరెందుకు అతనికి సహాయం చెయ్యాలనుకుంటున్నారు గురువర్యా?'

'అరిష్టనేమీ, నాకాలంలోనే విష్ణువు, మలయపుత్ర నాయకుడిగా ఎదుగుతాడు.'

గతంలోని విష్ణువు పరశురామదేవుడు స్థాపించిన మలయపుత్ర సంతతి రెండు ముఖ్యకార్యాలు నెరవేర్చాలి. మొదటిది దుష్ట శిక్షణ చేసే తర్వాతి మహాదేవుడు వచ్చినపుడు వారికి సహాయం చెయ్యాలి. రెండోది తగిన సమయం వచ్చినపుడు శిష్టరక్షణ చేసే తర్వాతి విష్ణువును గుర్తించడం.

అరిష్టనేమి హతాశుడయ్యాడు. 'గురువర్యా, మీ నిర్ణయాన్ని ప్రశ్నించడం నా ఉద్దేశం కాదు, నాకెందుకో రావణుడు... మీకు తెలుసు... విష్ణువు నిర్వహించే పాత్ర చాలా....'

'నీకేమైనా మతిభ్రమించిందా అరిష్టనేమీ? నేనెన్నడైనా విష్ణువుగా రావణుడిని ఎంపిక చేస్తానని అనుకుంటున్నావా?'

అరిష్టనేమి భారం తీరింది. చిన్నగా నవ్వాడు. 'అలా జరగదని నాకు తెలుసు... నేను ఊరికే...'

'చెప్పేది శ్రద్ధగా విను. ఒకవేళ మనం అన్ని సంప్రదాయాలు, గందరగోళాలు సరిచేసేస్తే, సామాన్య భారతీయుడి దృష్టిలో విష్ణువుకి విలువేముంటుంది?'

అరిష్టనేమి మౌనంగా ఉండిపోయాడు. ఏ సమాధానం చెప్పినా తప్పవుతుందని అతనికి అనిపించింది.

విశ్వామిత్రుడు వివరించాడు, 'విష్ణువు మౌలికంగా నాయకుడు. ఇతరులందరూ ఇష్టపూర్వకంగా అనుసరించే నాయకుడు. వాళ్ళు విష్ణువు నెందుకు అనుసరిస్తారంటే వాళ్ళు తమ నాయకుడిని నమ్ముతారు కనుక.'

'కాని రావణుడికి దానికీ సంబంధమేమిటి, గురువర్యా?'

'ప్రతి నాయకుడికీ అవసరమైనదేమిటి, అరిష్టనేమీ?'

'ఒక ధ్యేయం.'

'అవును, అది కూడా. ధ్యేయంతో పాటు?'

అరిష్టనేమి చిరునవ్వు నవ్వాడు, చివరికి అతనికి అర్థమైంది.

'ప్రతినాయకుడు'

'అక్షరాలా. మన నాయకుడిని నాయకుడిగా నిలిపే ప్రతినాయకుడు కావాలి. అప్పుడే ప్రజలు నాయకుడిని తమ రక్షకుడిగా, విష్ణువుగా చూస్తారు. అప్పుడే వాళ్ళు మనం నిర్ణయించిన మార్గంలో విష్ణువుని అనుసరిస్తారు. ఈ భూమి మహత్వాన్ని పునరుద్ధరించే మార్గం. అప్పుడే ప్రపంచంలో దీనికి దక్కాల్సిన సరైన స్థానం దక్కుతుంది. దారిద్ర్యం, ఆకలి తొలగిపోతుంది. అన్యాయం అంతమవుతుంది. నిమ్న కులాలు, పేదలు, వికలాంగుల కష్టాలు తీరతాయి. అప్పుడు వర్తమాన భారతీయులు మహనీయులైన తమ పూర్వీకుల వారసులుగా ఉండే అర్హత సాధిస్తారు.

'నాకిప్పుడు అర్థమైంది, గురువర్యా,' అన్నాడు అరిష్టనేమి తలవంచి నమస్కరిస్తూ. 'నేను రావణుడి గురించి విన్నదంతా నిజమే అయితే, అతనికి మంచి ప్రతినాయకుడయ్యే సామర్థ్యం ఉంది.'

'సరైన ప్రతినాయకుడు. అతను నమ్మదగ్గ ప్రతినాయకుడు మాత్రమే కాక, నిరంతరం మన నియంత్రణలో ఉంటాడు,' విశ్వామిత్రుడు చెప్పాడు.

'అవును. అగస్త్య కూటం నుంచి మన ఔషధాలు లేకపోతే అతను మరణిస్తాడు.'

అగస్త్యకూటం మలయపుత్రుల రహస్యరాజధాని. పవిత్రభూమి కేరళలో కొండల మధ్య దాగి ఉంది. విశ్వామిత్రుడు తలూపాడు, తన ప్రణాళికలు నిశ్చయించుకున్నట్లుగా. 'రావణుడు ఎదగడానికి మనం సాయపడదాం. సరైన సమయం వచ్చినపుడు, మనం అతన్ని నాశనం చేద్దాం. భారతమాత శ్రేయస్సు కోసం.'

'భారతమాత శ్రేయస్సు కోసం,' అరిష్టనేమి అన్నాడు. విశ్వామిత్రుడి మనస్సు గతంలోకి వెళ్ళగానే, ఆయన ముఖంలో భావాలు మారిపోయాయి. ఆయన మళ్ళీ మాట్లాడినపుడు, ఆగ్రహాన్ని అణచుకోవడానికి యత్నిస్తున్నట్లుగా ఉంది. 'వాడు... ఆ మనిషి నా కర్తవ్యం నెరవేర్చకుండా నన్నాపలేడు.'

అరిష్టనేమికి తెలుసు విశ్వామిత్రుడు ఎవరి గురించి మాట్లాడుతున్నాడో. బాల్యస్నేహితుడు, ఆజన్మ శత్రువు, వశిష్ఠుడు. దానికి స్పందించకూడదని అతనికి తెలుసు. ఉద్రేకం తగ్గేవరకూ నిరీక్షిస్తూ మౌనంగా నిలబడిపోయాడు.

—— ——

'అన్నా!' కుంభకర్ణుడు ఉత్సాహంగా అరిచాడు, మెట్ల మీద నుంచి కిందికి పరిగెడుతూ. అతని అన్న అకంపనుడితోనూ మారీచుడితోనూ కలిసి ఇంట్లోకి వస్తున్నాడు.

గత కొన్ని సంవత్సరాలుగా రావణుడు ఆర్జించిన లాభాలు ఆ పదిహేడేళ్ళ యువకుడిని లంక సంపన్న వ్యాపారులలో ఒకడిగా చేశాయి. లభించిన సఫలత మరింత సంపాదించాలనే ఆకలిని పెంచింది అతనిలో. అతను ఎక్కువ సమయం, సముద్రంలోనే కష్టపడుతూ ఉండేవాడు. తత్ఫలితంగా, విలాసవంతంగా గోకర్ణం చుట్టూ ఉన్న కొండలలో ఒక కొండపైన నిర్మించుకున్న భవంతికి అరుదుగా వచ్చేవాడు. అతడిలా అరుదుగా వచ్చినప్పుడు ఎనిమిదేళ్ళ సోదరుడు కుంభకర్ణుడికి ఎంతో సంతోషం కలిగేది.

'అన్నా!' భవంతి మధ్యలో ఉన్న ఆవరణలో గబగబా రావణుడి దగ్గరకు వెళ్ళాడు పిలుస్తూ. అతను గెంతుతున్నపుడు పొట్ట ఎగురుతూ ఉంది.

రావణుడు తన చేతుల్లో ఉన్న కానుకలు కింద పెట్టి, నవ్వుతూ, 'నిదానంగా కుంభా! ఈ ఆటలకన్నా పెద్దవాడివైపోయావు నువ్వు ఇప్పుడు.'

కాని కుంభకర్ణుడు ఉత్సాహంతో వినేలా లేడు. అతనికి ఎనిమిదేళ్ళే కావచ్చు కాని పదిహేనేళ్ళ పిల్లవాడిలా ఉన్నాడు. భుజాల మీద అదనంగా ఉన్న చేతులు వేగంగా ఊగుతున్నాయి. అతను ఉత్సాహంగా ఉన్నపుడు అలా ఊగుతుంటాయి. అసాధారణంగా రోమాలున్న శరీరంతో, చిన్న ఎలుగుబంటిలా ఉన్నాడు.

కుంభకర్ణుడు ఎగిరి అన్న చేతుల్లోకి రాగానే, రావణుడు పట్టుదప్పి తడబడ్డాడు. కుంభకర్ణుడు సంతోషంగా నవ్వాడు.

రావణుడు తమ్ముడిని ఊపాడు. కొన్ని క్షణాల పాటు నిరంతరం నాభిలో ఉండే నొప్పి పోయింది.

కింది అంతస్తు మూలలో ఉన్న వంటింటిలోంచి కైకసి బైటకు వచ్చింది. కళ్లు ఎర్రబడి ఉండడంతో ఆమె ఏడుస్తూందని స్పష్టమైంది. 'రావణా.'

కుంభకర్ణుడిని దించి రావణుడు ఆమెవైపు చూశాడు. అతని ముఖంలో నిర్లిప్తత. నాభిలో నొప్పి మళ్ళీ వచ్చింది. 'ఏమైందమ్మా?'

'ఏమీ కాలేదు.'

రావణుడు కళ్ళు తిప్పాడు. 'అమ్మా, ఏమిటో చెప్పు?'

'అడగవలసిన అవసరం వచ్చిందంటే, నువ్వు మంచి కొడుకువి కాదు.'

'సరే అయితే నేను మంచి కొడుకుని కాదు,' అన్నాడు రావణుడు, ఎప్పుడూ తప్పనిసరిగా విచారంగా ఉండే తల్లితో తగవు పడుతున్నట్టుగా. 'ఇంకొక్కసారి మాత్రమే అడుగుతున్నా. సమస్యేమిటి?'

'రావణా, నువ్వు నాలుగు నెలల తర్వాత ఇంటికి వచ్చావు. కుటుంబంతో సమయం గడపాలని అనిపించదా? నేనెప్పుడూ నిన్నెందుకిలా అడుగుతూ ఉండాలి. ధనం ఒకటే కావాలా నీకు?'

'నేను నీతోనే ఉండిపోతాను. మనం గుడిసెలో ఆకలితో చస్తూ బ్రతుకుదాం. లేకపోతే నేను పనిచేసి మీ అందరినీ సుఖంగా ఉంచుతాను. నేను ఏం చెయ్యాలో నిర్ణయించుకున్నాను.'

మారీచుడు, అకంపనుడు ఇబ్బందిగా కదిలారు. కైకసికి, రావణుడికి మధ్య ఈ వాగ్యుద్ధాలు తరచుగా అవుతున్నాయి.

తన వల్లే అతనింకా బ్రతికి ఉన్నాడని, విశ్వామిత్రుడిని వేడుకుని ఔషధాలు తెచ్చినందువల్లే జీవించి ఉన్నాడని కృతజ్ఞతలేని తన కొడుక్కి కైకసి గుర్తు చేయాలనుకుంది. కాని తరవాత చెప్పకపోవడం మంచిదని నిర్ణయించుకుంది. ఇప్పుడు విశ్వామిత్రుడితో రావణుడికి స్వయంగా పరిచయం ఉంది. అతడికి ఆవిడ అవసరం లేదు నిజానికి.

వయసులో చిన్నవాడైనా కుంభకర్ణుడు తన ప్రియమైన తల్లికీ అన్నగారికీ మధ్య వివాద పరిష్కర్తగా ఉండడం ఆరంభించాడు. వారిద్దరి మధ్య ఉద్రిక్తతను గమనించి, అన్నాడు. 'అన్నా, మీ రహస్యగదిని నాకు చూపిస్తానని మాటిచ్చారు!'

రావణుడు చిరునవ్వుతో తమ్ముడిని చూశాడు. 'అరె, నీకు తెచ్చిన కానుకల సంగతేంటి?'

'నాకు కానుకలు ఇష్టం లేదు!' అన్నాడు కుంభకర్ణుడు. 'మీ గది చూడాలని ఉంది నాకు. మీరు వాగ్దానం చేశారు!'

కుంభకర్ణుడు చూడాలని కుతూహలపడుతున్న గది రావణుడి భవంతిలో అన్నిటికన్న పై అంతస్తులో ఉంది. ఎవరికీ ప్రవేశం లేని ఆ గది నిరంతరం తాళం

వేసి ఉంటుంది. తాళం చెవి రావణుడి దగ్గరే ఉంటుంది. కిటికీలు కూడ మూసి ఉంటాయి. గోకర్ణానికి వచ్చినపుడు, రావణుడు గంటల తరబడి ఆ రహస్యగదిలో కూర్చుని ఉండిపోతాడు. ఎవ్వరికీ లోపలికి ప్రవేశం లేదు. ఎవ్వరికీ.

కాని అంతకుముందు రావణుడు ఇంటికి వచ్చినప్పుడు ఆ గదిలోకి రానిస్తానని రావణుడితో కుంభకర్ణుడు ఎలాగో వాగ్దానం తీసుకున్నాడు. ఇంక ఇప్పుడు పిల్లవాడు కాని తన తమ్ముడిని తిరస్కరించడానికి రావణుడికి మార్గమేదీ లేదు.

కుంభకర్ణుడి చేతిని తన చేతిలోకి తీసుకుంటూ రావణుడు చిరునవ్వు నవ్వాడు.

'రా. కుంభకర్ణా వెళదాం.'

వెళుతూ వెళుతూ కానుకలు వదిలిన చోటును చూపించాడు. 'అమ్మా, నీ కానుక కూడ వాటిలో ఉంది. తీసుకో.'

కుంభకర్ణుడు ఊహించిన దానికన్న రావణుడి గది చాలా పెద్దగా ఉంది. చీకటిగా ఉంది. గత కొన్ని నెలలుగా గదిలో చేరిన దుమ్ము ముక్కులో చేరడంతో అతను చిన్నగా దగ్గాడు.

'ఇక్కడే ఉండు, కుంభకర్ణా,' అన్నాడు రావణుడు, పక్కనే ఉన్న బల్లమీద ఉన్న గిన్నెలో తాళాలు పెట్టాడు. చేతిలో కాగడాతో, గదంతా తిరుగుతూ కాగడాలు వెలిగించాడు. గోడల మీద పైవరకూ మెరుస్తున్న రాగిరేకులు ఉన్నాయి. కాగడాల వెలుగును ప్రతిబింబింపచేస్తూ అవి గదంతా వెలుగు నింపాయి.

'వావ్....' అన్నాడు కుంభకర్ణుడు, తల్లికి కూడ ప్రవేశం లేని అన్నగారి గదిలో, ఆయన జీవితంలో ఒక భాగానికి తనకు ప్రవేశం లభించిందని సంతోషంలో ఉన్నాడు. అతను చుట్టూ చూసి తలుపు మూసి గడియ వేశాడు.

'నీకు నచ్చిందా?' రావణుడు అడిగాడు.

కుంభకర్ణుడు తలూపాడు, ఆశ్చర్యంతో చుట్టూ తిరుగుతూ, మనసులో అదంతా గుర్తుండిపోవాలన్నట్లు చూస్తున్నాడు.

ఒక రుద్రవీణ గోడకి ఆనించి ఉంది. రావణుడు వచ్చిన ప్రతిసారి కుంభకర్ణుడు మూసి ఉన్న తలుపుల్లోంచి వచ్చే అలౌకిక శబ్దాన్ని విన్నాడు. ఆ గోడకు వరుసగా చాలా వాయిద్యాలు అమర్చి ఉన్నాయి – తబల, డోలు, ఢమరుకం, తవిల, సితార్,

చికార, షహనాయీ, మురళి, చేండా ఇంక చాలా ఉన్నాయి. అన్నగారు ఇవన్నీ వాయించడం కుంభకర్ణుడు విన్నాడు.

'ఇదేమిటి అన్నా?' ఒక వాయిద్యాన్ని చూపిస్తూ కుంభకర్ణుడు అడిగాడు. అతను అంతకుముందు దానిని చూడలేదు. దాని గురించి వినలేదు.

రెండు తీగలున్న సంగీత వాద్యం బంగారు తాపడం చేసిన బల్లమీద ఉంది. దాని చాపం ఒకవైపున మేకుకు అమర్చి ఉంది.

'నేనే దీన్ని తయారుచేశాను. దీన్ని నేను హత అంటాను.

'హతా?' కుంభకర్ణుడు అడిగాడు. 'దీని అర్థం ఏమిటి?' రావణుడు నవ్వుతూ కుంభకర్ణుడి జుట్టు చెరిపి మరోవైపు చూశాడు. ప్రాచీన సంస్కృతంలో హత అంటే ఆశాభంగం చెందిన వ్యక్తి అని అర్థం.

'మళ్ళీ ఎప్పుడైనా చెబుతాను,' అన్నాడు రావణుడు. అతని నాభిలో నొప్పి మళ్ళీ ఎక్కువైంది.

'అయినా మీరు దీన్ని తయారుచేశారు కదా, దీని పేరు కూడా మీ పేరుతోనే ఉండాలి, అన్నా,' కుంభకర్ణుడు అన్నాడు.

రావణుడు క్షణకాలం ఆలోచనామగ్నుడయ్యాడు. వాయిద్యం చేసే వేదనాభరిత స్వరం అతనికి చాలాసార్లు తన ఆశాభంగాన్ని గుర్తుచేస్తుంది కనుక తమ్ముడు చేసిన సూచన సబబైనదే అనిపించింది. 'నువ్వు చెప్పింది సరైనదే. ఇప్పట్నించి దీన్ని నేను రావణ హత అని పిలుస్తాను.'

'దీన్ని ఇప్పుడు నాకు వినిపిస్తారా?'

'మరెప్పుడైనా, కుంభా, మాట ఇస్తున్నా.'

రావణుడు ఆ వాయిద్యాన్ని కన్యాకుమారి స్మృతిలో తయారుచేశాడు. దానిని వాయిస్తే అతనికి ఆమె గుర్తు వస్తుంది. కుంభకర్ణుడు దూరంగా ఉన్న గోడని చూశాడు. 'అవన్నీ చిత్రాలా?'

రావణుడు కుంభకర్ణుడి చేయి పట్టుకున్నాడు. అతన్ని గది బైటకి తీసుకువెళ్ళాలనుకున్నాడు. అతను దీనికి సిద్ధంగా లేడు. అప్పుడే కాదు. కాని మళ్ళీ, ఎందుకో అతనికి అర్థం కాలేదు, తనని తాను నిగ్రహించుకున్నాడు. ఈ బాధని ఎంతోకాలం ఒంటరిగా భరించాడు. తన గుండె లోతుల్లో ఎక్కడో ఈ విషయం కుంభకర్ణుడికి చెప్పాలని ఉందని అతనికి తెలిసింది. తన బాధని తమ్ముడితో చెప్పాలనుకున్నాడు. తన ఆశలని తమ్ముడితో చెప్పాలనుకున్నాడు.

రావణుడి కళ్ళలోంచి ఆగకుండా కన్నీళ్ళు జాలువారాయి.

కుంభకర్ణుడు చిత్రాలవైపు పరుగుతీశాడు.

రావణుడు అతని వెనక నిదానంగా నడిచాడు, కళ్ళు తుడుచుకునే అవకాశం కోసం. గాఢంగా శ్వాసించాడు. అది బాగా పనికొస్తుంది.

ఎడమవైపు బాగా దూరంగా ఉన్న చిత్రాన్ని కుంభకర్ణుడు తదేకంగా చూశాడు.

అది ఒక బాలికది. పదకొండు లేదా పన్నెండేళ్ళ బాలిక. గుండ్రని ముఖం. తెల్లగా ఉంది. ఎత్తైన చెక్కిళ్ళు, సూటిగా చిన్నగా ఉన్న ముక్కు. నల్లటి పొడవాటి జుట్టు. జడవేసి ఉంది. నల్లటి పెద్ద కళ్ళు. ముడతలు లేని కనురెప్పలు. శరీరమంతా చుట్టుకొని ఉన్న ఎర్ర ధోవతి, రవికె, అంగవస్త్రం.

దివ్యత్వం. ఉదాసీనత, సంభ్రమాశ్చర్యాలు గొలిపే విధంగా ఉంది.

కుంభకర్ణుడికి ఆమె అమ్మవారిలా అనిపించింది.

కుంభకర్ణుడు అన్నగారివైపు చూశాడు. 'దీన్ని మీరు చిత్రించారా అన్నా?'

రావణుడు డగ్గుకత్తితో మాట్లాడలేకపోయాడు. తలూపాడు.

'ఎవరామె?'

రావణుడు గాఢంగా శ్వాసించాడు. 'ఆమె కన్యా.... కన్యా... కన్యాకుమారి.'

కుంభకర్ణుడు చిత్రాన్ని శ్రద్ధగా పరిశీలించాడు. అతని బాల నేత్రాలకు కూడ కుంచెలోని ప్రతిరేఖలో భక్తి, ఆరాధన, ప్రేమ కనిపించాయి.

విచారంగా ఉన్న అన్నగారి ముఖాన్ని చూసి మళ్ళీ వెనుదిరిగి చిత్రాన్ని చూశాడు. అప్పుడు తను చూస్తున్న చిత్రానికి కుడివైపున మరో చిత్రాన్ని గమనించాడు.

ఆ బాలికే. అంతా ఒకేలా ఉంది. కేవలం వస్త్రాల రంగు మారింది. అవి తెల్లగా ఉన్నాయి.

అన్నగారి వైపు తిరిగాడు. 'ఇక్కడ పెద్దగా ఉంది.' రావణుడు తలూపాడు. 'అవును. ఒక సంవత్సరం పెద్దది.'

కుంభకర్ణుడు గోడ పక్కనే నిదానంగా నడుస్తూ చిత్రాలన్నీ చూశాడు.

ప్రతి చిత్రంలోను అదే బాలిక, కాని కొంచెం పెద్దగా. వక్షోజాలు నిండుగా ఉన్నాయి. పిరుదులు వంపు దిద్దుకున్నాయి. ఆమె కొంచెం పొడవైంది.

పదో చిత్రాన్ని చేరుకున్న తరవాత, కుంభకర్ణుడు నిశ్శబ్దంగా చాలాసేపు నిలబడిపోయాడు. చివరి చిత్రమది. ఇప్పుడా బాలిక స్త్రీ అయింది. బహుశ వయస్సు ఇరవై గాని, ఇరవై ఒకటిగాని ఉంటుంది. వస్త్రాలు లేత ఊదారంగులో ఉన్నాయి.

ప్రపంచంలోనే అత్యంత ఖరీదైన రంగు. రాచకుటుంబీకులు నచ్చే రంగు. పొడవుగా ఉంది. దృష్టినాకర్షించే విధంగా పొడవాటి జుట్టు. స్త్రీత్వం నిండిన శరీరం. అసాధారణ ఆకర్షణ.

ఆమె సౌందర్యంలో ఏదో అలౌకికత ఉంది. ముఖం. కళ్లు, అభివ్యక్తి. దేవతలా ఉంది. అమ్మవారిలా ఉంది.

'ప్రతి ఏడూ మీతో చిత్రం వేయించుకుంటుందా?' కుంభకర్ణుడు సందిగ్ధంగా అడిగాడు.

రావణుడు కౌమార బాలిక మొదటి చిత్రాన్ని చూపాడు.

'నేనామెను చివరిసారి అప్పుడు చూశాను.'

'మరి ఇవెలా గీశారు?'

'నా మనసుతో ఆమె పెరగడం చూశాను.'

'ఆమెనెందుకు చిత్రించారు, అన్నా?'

'ఆమెవైపు చూస్తుంటే నొప్పి దూరమౌతుంది, కుంభా...'

'ఆమె పేరేమిటి?'

'చెప్పానుగా.' రావణుడు తనను తను నిలవరించుకోవడానికి కళ్ళు మూసుకుని, గాఢంగా శ్వాసించాడు. 'క... కన్యాకుమారి.'

'అది హోదా కద అన్నా. నాక్కూడా ఆ సంగతి తెలుసు. చాలామంది కన్యాకుమారీలు ఉంటారు. ఇంత పెద్ద స్త్రీగా అయిందంటే బహుశ ఇప్పుడామె కన్యాకుమారి అయి ఉండదు. ఆమె అసలు పేరేమిటి?'

'నాకు తెలియదు.'

'ఏ తెగకు చెందింది?'

'తెలియదు.'

'ఇప్పుడెక్కడుంది?'

'తెలియదు.'

కుంభకర్ణుడి గుండె భారమైంది. అతని కళ్ళల్లో నీళ్ళు నిండాయి. రావణుడి దగ్గరకు వెళ్ళి కౌగలించుకున్నాడు. 'ఆమె ఎక్కడుందో కనుక్కుందాం, అన్నా.'

ఇప్పుడు రావణుడి చెంపల మీది నుంచి కన్నీళ్ళు జారుతున్నాయి. ఆగడం లేదు. తమ్ముడిని గట్టిగా పట్టుకున్నాడు. అతని నాభిలో నొప్పి భరించలేనంతగా ఉంది.

'ఆమె ఎక్కడుందో తెలుసుకుందాం, అన్నా, తెలుసుకుందాం! నేను మాటిస్తున్నా.'

7వ అధ్యాయం

'ఇంటికి వెళితే బాగుంటుంది!' అన్నాడు కుంభకర్ణుడు. అతనికి ఉత్సాహం కలిగినపుడు అదనపు చేతులు కొద్దిగా కదులుతూ ఉంటాయి. అతనికి పదేళ్ళే అయినా, గొంతు ఇప్పటికే మారుతూ ఉంది.

తన రహస్య గదిలోకి తమ్ముడిని రానిచ్చి ఇప్పటికి రెండేళ్ళయింది. ఆగ్నేయాసియా దేశాలకు వెళ్ళే మార్గంలో ముఖ్యమైన రేవు నికోబారు దీవులకు వెళ్ళి తిరిగి వస్తున్నారు వాళ్ళు. ఇది కుంభకర్ణుడి మొదటి వ్యాపార ప్రయాణం, అందుకని తమ్ముడికి ఆ ప్రయాణం ఎక్కువ కాలం పట్టకుండా, అసౌకర్యం కలగనివ్వకుండా ఉండాలని రావణుడు అనుకున్నాడు.

రావణుడు నిట్టూర్చాడు. 'నాకు ఇంటికి రావడం ఇష్టం ఉండదు. సముద్రమే ఇష్టం.'

'అయినా ఇల్లు ఇల్లే కదా, అన్నా.'

'అమ్మ అమ్మే కూడా.... ఆవిడ ఎప్పుడూ ఏడుస్తూండడం నేను భరించలేను. నన్ను విసిగించాలని, కావాలని కన్నీళ్ళు కారుస్తుంది అనిపిస్తుంది. ఏదో ఒకనాడు నేను....'

కుంభకర్ణుడి ముఖంలో భావాలు మారడంతో రావణుడు మాట్లాడడం ఆపాడు. తమ్ముడికి తనంటే ఎంత ప్రేమ ఉన్నా, తల్లి గురించి ఇలాంటి మాటలు భరించలేడు.

'సరే, సరే,' అన్నాడు కుంభకర్ణుడి భుజం తడుతూ... 'నేనేమీ దుష్కర కృత్యం చెయ్యను. నీకు తెలుసుగా. అయినా ఈసారి ఆమె కన్నీళ్ళతో నువ్వే వేగు.'

ఓడ రేవులోకి ప్రవేశిస్తుండగా క్రమంగ నిదానంగా వెళుతోంది. పనివారు తమ తమ స్థానాల్లోకి వెళ్ళారు. మార్గంలో ఇతర ఓడలని దాటుకుంటూ వెళుతున్నపుడు

జనం ఈ ప్రసిద్ధ ఓడని తిరిగి తిరిగి చూస్తుండగా అది రేవు చేరింది. మహాసముద్రాల్లో ఓడ బాగా వేగంగా వెళ్ళడంతో దొంగ వ్యాపార ప్రపంచంలో ఉన్న తీవ్రమైన పోటీని తట్టుకునే అవకాశాన్ని రావణుడు పొందగలిగాడు. తనకు వేగంగా వస్తున్న లాభాలతో, అప్పటికే అయిదు ఓడల బృందాన్ని ఏర్పాటు చేసుకున్నాడు.

జనం తనని చూస్తున్నారని రావణుడికి తెలుసు. అలా అందరూ తనని గమనించడం అతనికి నచ్చింది. కాని ఆరాధనగా, ఈర్ష్యగా, చూసేకళ్ళను గమనించనట్టుగా నటిస్తూ, సూటిగా ముందుకు చూస్తున్నాడు. ఇతరుల ముందు ఆత్మసంతృప్తితో ఉన్నట్టుగా కనిపించే వాడు కాదు. ఇది బలహీనతా చిహ్నం. పందొమ్మిదేళ్ళ రావణుడికి తన బలహీనతలు చూపడం నచ్చదు.

జనం అతనిని వ్యాపారి – రాజకుమారుడు అని పిలిచేవారు – అతనికి అది ఇష్టం.

'అన్నా,' కుంభకర్ణుడు రావణుడిని తడుతూ పిలిచాడు.

రావణుడు వెనుతిరిగాడు. రేవులో అకంపనుడు నిలబడి ఉన్నాడు, వాళ్ళ కోసం నిరీక్షిస్తూ. కచ్చితంగా ఏ విషయంలోనో బాగా ఉత్తేజితంగా ఉన్నాడు.

'చూడబోతే, దసరాబుల్లోడు మన కోసం ఏదో సమాచారం తెచ్చాడనుకుంటాను,' ఓడ దిగడానికి సిద్ధపడుతూ రావణుడన్నాడు.

—⚬—

'రావణా, నాకు రహస్యం తెలిసింది. నేను కనుక్కున్నాను....'

'మాట్లాడవద్దు,' రావణుడు అతని తలమీద కొడుతూ తీవ్రంగా చెప్పాడు.

తగిన విధంగా చివాట్లు తిన్న అకంపనుడు మాట్లాడడం ఆపాడు.

వాళ్ళింకా రేవులోనే ఉన్నారు, చుట్టూ జనం ఉన్నారు. ఏ వ్యాపార కార్యకలాప విజయమైనా ఓడలలో రవాణా అయ్యే సరుకులు, వస్తువులకు సంబంధించిన విశ్వసనీయమైన సమాచారం, అవి వెళ్ళే గమ్యాలపైనే ఆధారపడి ఉంటుందని రావణుడికి తెలుసు. తమ వ్యాపార రహస్యాలను బయటికి తెలియనివ్వకుండా ఉండటం కీలకం.

అంగరక్షకులు జనాన్ని పక్కకి తోస్తూ, దారి చేస్తుండగా రావణుడు నడుస్తూ వెళ్ళాడు. అకంపనుడు జుట్టు సర్దుకుంటూ అతని కన్న కొద్దిగా వెనక పడ్డాడు.

రావణుడు తల మీద కొట్టినపుడు అతని జుట్టు కొంచెం చెదిరింది. తన పక్కనే నడుస్తున్న సహాయకుడి వైపు చూశాడు, చేతి గుడ్డ కోసం. సుగంధ భరితమైన తలనూనె అతని చేతికి అంటుకుంది.

'ఇప్పుడు మాట్లాడు,' అన్నాడు రావణుడు.

వాళ్ళు అతని భవంతిలో రావణుడి గదిలో ఉన్నారు. రావణుడు తను లేనపుడు వచ్చిన సందేశాలను చూస్తున్నాడు. పెద్ద బల్లకు ఆవలివైపు అకంపనుడు, మారీచుడు అతనికి ఎదురుగా కూర్చుని ఉన్నారు. కుంభకర్ణుడు నిమ్మరసం తాగుతూ కిటికీ పక్కన కూర్చున్నాడు.

'నన్నుక్షమించు, రావణా,' అకంపనుడు భయపడుతూ అన్నాడు. 'రేవులో నేను మాట్లాడకుండా ఉండాల్సింది...'

'ఆఁ,ఆఁ,' రావణుడు అతడిని ఆపమన్నట్టుగా చేయి ఊపాడు, తల ఎత్తకుండా 'విషయం చెప్పు. నా దగ్గర రోజంతా లేదు వినడానికి.'

అకంపనుడు ముందుకు వంగాడు. అతని స్వరంలో ఉత్తేజం స్పష్టంగా వినిపిస్తోంది. 'అదేమిటో నాకు తెలిసింది. రహస్యం నాకు తెలిసింది.'

రావణుడు చేతిలోని భోజపత్రాన్ని పక్కనపెట్టి ఈకను తీసుకున్నాడు. దానిని సిరాలో ముంచి తాను చదివిన సందేశం పక్కన ఏదో వ్యాఖ్య రాస్తున్నాడు. 'నీకు తెలుసుగా. నాకు పొడుపు కథలు ఇష్టం ఉండవు. తిన్నగా చెప్పు. ఏం తెలిసింది నీకు?'

'మనం వెతుకుతున్న సమాచారం దొరికింది. త్రిశంకు కాశ్యపరాజు వారసుడొకడు చెప్పాడు.'

రావణుడు రాయడం ఆపాడు. ఈకను దాని స్థానంలో ఉంచి, కుర్చీలో వెనక్కి ఆనుకున్నాడు, 'చెప్పు,' అన్నాడు.

'నీకు తెలుసుగా, త్రిశంకు కాశ్యపుడి శవం అప్పుడు దొరకలేదని...'

'త్రిశంకుడి కథంతా నాకు తెలుసు. చరిత్ర పాఠం వినిపించకు. విషయమేమిటో చెప్పు,' రావణుడు విసురుగా అన్నాడు.

ఆధునిక యుగంలో లంకకు మొదటిరాజు త్రిశంకు కాశ్యపుడు. విశ్వామిత్రుడి సాయంతో అతని రాజ్యం స్థాపించబడింది. కాలం గడిచేకొద్దీ త్రిశంకుడి

హింసాపూరిత, స్వార్థపూరిత చర్యలతో విసిగి వేసారిన ప్రజలు అతనిని గద్దె దించారు. త్రిశంకుడికి సహాయం చేసి తప్పు చేశానని గ్రహించిన విశ్వామిత్రుడే ప్రజల తిరుగుబాటుకు సాయం చేశాడు.

ప్రతి ఒక్కరి మనసులో మెదులుతున్న ప్రశ్నను మారీచుడు అడిగాడు.

'రహస్యం నీకు తెలిసిందా?'

'ఆఁ' అకంపనుడు విజయోత్సాహంతో చెప్పాడు.

ఆ రహస్యం, ఒకప్పుడు అకంపనుడి సొంత ఓడ, ఇప్పుడు రావణుడి ప్రధాన ఓడకు సంబంధించినది. అకంపనుడు దాని మీద అస్సలు శ్రద్ధ పెట్టకపోయినా, దానిలో సముద్రపు పురుగులు, శైవలాలు, నాచు వంటివి లేవు. ఇతర ఓడలకన్న అది రెండింతల వేగంతో వెళుతుంది. తన ఓడను ఇంత ప్రత్యేకంగా చేసిందేదో అకంపనుడికి కూడ తెలియదు. అతనికి తెలిసిన విషయమొకటే, ఆ ఓడ ఒకప్పుడు త్రిశంకు కాశ్యపుడి వారసుడిది అని.

'ఒక ప్రత్యేక పదార్థం ఉంది. దాన్ని నూనెతో కలిపి నూరాలి – మెసపొటేమియా నుంచి వచ్చే నూనె– దాన్ని ఓడ అడుగు భాగానికి ఇరవై ఏళ్ళకోసారి రాయాలి,' అకంపనుడు చెప్పాడు. 'ఇది శైవలాలు, నాచు పట్టకుండా, సముద్రపు పురుగులు పట్టకుండా చేస్తుంది. ఇంతే. ఇదే విషయం.'

రావణుడు ముందుకు వంగాడు. 'మరి ఈ ప్రత్యేక పదార్థం ఎక్కడ దొరుకుతుంది, అకంపనా?'

'అది నీ స్నేహితుల దగ్గరుంది. మలయపుత్రుల దగ్గర. వాళ్ళు ఎందుచేతనో దీన్ని గుహా పదార్థం అంటారు.'

'బహుశా దాన్ని గుహలో కనుక్కున్నారేమో, అందుకని,' రావణుడు వెటకారంగా అన్నాడు.

'బహుశ నువ్వు చెప్పేదే అయి ఉండొచ్చు,' ఎప్పటిలానే అకంపనుడు పట్టించుకోకుండా చెప్పాడు.

రావణుడు మారీచుడి వైపు చూశాడు, 'వాళ్ళతో సమావేశం ఏర్పాటు చెయ్యండి. త్వరగా.'

—ΣδI—

'గుహాపదార్థం దేనికి రావణా నీకు?' విశ్వామిత్రుడు అడిగాడు.

ఆ వారంలోనే అనుకోకుండా, విచిత్రంగా సిగిరియాకి వెళుతూ మధ్యలో విశ్వామిత్రుడు, అరిష్టనేమి గోకర్ణానికి వచ్చారు. రావణుడు ఆలస్యం చేయకుండా వాళ్ళని కలిశాడు. అయితే ఒక్కడే వెళతానని పట్టుబట్టాడు. అకంపనుడు, చివరికి మారీచుడు కూడ లేకుండా.

'ఆ పదార్థంతో వ్యాపారం చెయ్యాలనే ప్రణాళికలున్నాయి, గురువర్యా,' రావణుడు తలవంచుకుని చెప్పాడు. విశ్వామిత్రుడితో అతనెప్పుడూ మర్యాదగా, వినయంగా ఉంటాడు.

'మమ్మల్ని పక్కన బెట్టి నువ్వే నేరుగా కుబేరుడికి అమ్మదామను కుంటున్నావా? మా లాభాన్ని తగ్గించాలనే ప్రణాళిక వేస్తున్నావా?'

మలయపుత్రులు గుహాపదార్థాన్ని నేరుగా కుబేరుడికి అమ్ముతారని రావణుడికి తెలుసు. ఆ పదార్థం ఏదో కాని అది మాత్రం మానవులకి విషతుల్యం అని అకంపనుడు చెప్పాడు. దాన్ని శుద్ధి చేసి కుబేరుడి ఎగిరే వాహనమైన పుష్పక విమానం ఇంధనంలో మిశ్రం చేస్తారు. ఇంధన మిశ్రమంలో వాడే ఇతర పదార్థాలు కూడ అంత ఖరీదైనవే. అందుకే పుష్పక విమానాన్ని అరుదుగా వాడతారు, అటువంటి విమానాలు తయారుచేయకపోవడానికి కూడ కారణమిదే. వాటిని నడపడం చాలా ఖరీదైన వ్యవహారం. రావణుడు ఆ ప్రశ్నకు సిద్ధంగా ఉన్నాడు. తలెత్తి చూసి, నమస్కారం చేస్తున్నట్లుగా చేతుల జోడించాడు. 'లేదు. గురువర్యా, శక్తిమంతులైన మలయపుత్రులతో నేనలా చేయగలనా? ప్రధాన వ్యాపారి కుబేరుడు మీ నుంచి ఆ పదార్థాన్ని ఖరీదైనదని కొనడం లేదు. మీకు తెలుసుగా, పుష్పక విమానం వాడడం కూడ మానేశాడతను.'

'అయితే నువ్వు పుష్పక విమానం కొని, దాన్ని వాడుకోవాలనుకుంటున్నావా?'

మలయపుత్రులకి గుహా పదార్థంతో శైవలాలు, నాచు సముద్ర పురుగులు పట్టకుండా ఓడలకు ఉపయోగించవచ్చని తెలియదని రావణుడు గ్రహించాడు. తెలిసి ఉంటే తమ ఓడలకి దాన్ని వాడుకునేవారు. విశ్వామిత్రుడి మాటలు వింటుంటే, అది అతనికి రూఢిగా తెలిసింది. అంతా సవ్యంగా జరిగితే, అత్యంత వేగంగా వెళ్ళగలిగే ఓడలతో మిగిలిన వాళ్ళ కన్న పోటీలో ప్రయోజనం పొందగలడు.

'పుష్పక విమానాన్ని అద్దెకు తీసుకోవడం కూడా ఒక ఆలోచన, గురువర్యా. ముఖ్య వ్యాపారి కుబేరుడు లాభమొచ్చే ఏ అవకాశానికి అడ్డు చెప్పడు, చెబుతాడా?'

'పుష్పక విమానంతో నువ్వేం చేస్తావ్?'

'కొంచెం అదీ, ఇదీ.'

విమానాన్ని వ్యాపారం కోసం ఉపయోగించడం నష్టదాయకం. ఎందుకంటే దాన్ని నడపడానికే చాలా ఖర్చు అవుతుంది. నిజానికి దాన్ని ఉపయోగించే ప్రణాళిక ఉంది రావణుడి దగ్గర. నిరంతరం అప్రమత్తులై ఉండే మలయపుత్రులను తాను గుహా పదార్థాన్ని విమానాన్ని నడపటానికే కొంటున్నానని నమ్మించాలి. అవసరమైన ప్రయాణాలకి, లేకపోతే సెలవుల్లో విహారానికి!

విశ్వామిత్రుడు రావణుడివైపు నిశితంగా చూశాడు. అతడి మనసు తెలుసుకోవాలని. కాని ఆయనకు ఏమీ తెలియలేదు. అత్యంత శక్తిమంతుడైన ఋషి కూడ తన మనసు తెలుసుకోలేని రీతిలో ఉండగల నైపుణ్యాన్ని రావణుడు ఇప్పటికే నేర్చుకున్నాడు.

'సరే,' అన్నాడు విశ్వామిత్రుడు. 'నువ్వు ఒక్కవిడత సరుకుకు అయిదు లక్షల బంగారు నాణేలు చెల్లించాలి. ఏడాదికి కనీసం మూడు విడతలు సరుకు తీసుకోవాలి.'

ఇది చాలా ఎక్కువ. కుబేరుడు చెల్లించినదానికన్న చాలా ఎక్కువ ధర. అంతేకాక కనీస కొనుగోలు ఇంత ఉండాలి అనే షరతు ఎన్నడూ వినలేదు. కనలేదు.

కాని రావణుడు సందేహించలేదు. అప్పటికే లెక్కలు అన్నీ వేసుకుని ఉన్నాడు. 'ఈ ధరకు నేను అంగీకరిస్తున్నాను గురువర్యా. కాని కనీసం ఇన్నిసార్లు కొనాలనే షరతుకి నేను అంగీకరించలేను. విమానాన్ని ఎంత తరచుగా ఉపయోగిస్తానో నేను చెప్పలేను. మూడు విడతలు ప్రతి ఏటా కొనడానికి ప్రయత్నిస్తాను. కొన్ని కొన్ని సంవత్సరాల్లో నేను అలా కొనలేకపోవచ్చు. దానికి నాకు అపరాధ సుంకం విధించకూడదు.'

విశ్వామిత్రుడు తలూపాడు. 'సరే.'

వాళ్ళ పక్కనే నిలబడిన అరిష్టనేమి, తన చెవులను తానే నమ్మలేకపోయాడు. ఒక్క విడత సరుకు కొంటే అయిదు లక్షల బంగారు నాణేలు! అంత ధనం ఉంటే మలయపుత్రులు తమంతట తామే దైవీఅస్త్రాలు తయారుచేసే పదార్థాల కోసం అన్వేషించగలరు. దైవీ అస్త్రాలు అత్యంత వినాశకారులు. వాటి వినియోగాన్ని గతంలోని మహాదేవుడు రుద్రదేవుడు నిషేధించాడు.

ఆ అస్త్రాలను రుద్రదేవుడి వారసులైన వాయుపుత్రుల అనుమతి లేకుండా ప్రయోగించరాదని ఆదేశించాడు. అయితే విశ్వామిత్రుడికి తన ప్రణాళికలు

తనకున్నాయి. తన జీవితకాలంలో విష్ణువు అవతరించాలని ఆయన కోరిక. అలా జరగాలంటే, సంఘటనల క్రమాన్ని నియంత్రించాలి. దానికోసం దైవీ అస్త్రాలపై స్వతంత్ర నియంత్రణ ఆయనకు కావాలి. రావణుడితో ఈ ఒప్పందం వల్ల దైవీ అస్త్రాలు రూపొందించడానికి అవసరమయ్యే పదార్థాలను తవ్వి తీసేందుకు అవసరమైన నిధులు సమకూరతాయి. ఈ విచిత్ర పరిస్థితి చూసి అరిష్టనేమి నవ్వుకోకుండా ఉండలేకపోయాడు: సముద్రపు దొంగ రావణుడు తమను వాయుపుత్రుల మీద ఆధారపడకుండా, స్వతంత్రులను చేస్తాడు.

'ధన్యవాదాలు, గురువర్యా,' అన్నాడు రావణుడు మహర్షి పాదాలను స్పృశించడానికి వంగుతూ.

'ఆయుష్మాన్ భవ,' అన్నాడు విశ్వామిత్రుడు, రావణుడిని దీర్ఘాయువు కలిగి ఉండమని ఆశీర్వదిస్తూ.

—ꣻ—

'అతను ఏం చేయాలనుకుంటున్నాడో నాకు అర్థం కావడం లేదు గురుదేవా,' అన్నాడు అరిష్టనేమి.

'నాకూ అయోమయంగానే ఉంది,' విశ్వామిత్రుడన్నాడు. 'పుష్పక విమానానికి ఇంధనంగా కాకుండా గుహా పదార్థానికి ఉన్న మరో ఉపయోగం విషంగానే.'

'అవును. కాని వాస్తవంగా ఆలోచిస్తే అది నిరర్థక విషం.'

అరిష్టనేమి సరిగానే చెప్పాడు. గుహా పదార్థం నిదానంగా పనిచేసే విషం. దాని ప్రభావం కనిపించాలంటే బాధితుడికి దాన్ని కొన్ని వారాల పాటు క్రమం తప్పక ఇవ్వాలి. ఇంక దాన్ని విషంగా శుద్ధి చేసినపుడు ఒకలాంటి దుర్గంధం వస్తుంది. దానితో దానివల్ల ప్రయోజనం నెరవేరదు. బాధితుడు దానిని మైళ్ళదూరం నుంచే గుర్తించగలడు!

'తనని దివాలా తీయించినాగాని, ప్రపంచంలో తనొక్కడికే ఎగిరే వాహనం ఉండాలని అనుకుంటున్నాడేమో. రావణుడు మన ప్రయోజనం నెరవేరుస్తాడని అనుకున్నాను. సమర్థుడైన ప్రతినాయకుడవుతాడను కున్నాను. కాని ఆడంబరాలకు లొంగిపోతాడనుకోలేదు,' విశ్వామిత్రుడు నిరాశగా అన్నాడు.

'అతనింకా మన ప్రయోజనం నెరవేర్చగలడు గురుదేవా. మన దగ్గర అంత బంగారం ఉంటే, దైవీ అస్త్ర పదార్థాల కోసం అన్వేషణ మొదలుపెట్టగలం.'

'నిజమే. కాని గుహాపదార్థం సంపాదించడం కూడా కష్టమే.'

'దయచేసి దాని గురించి చింతించకండి గురుదేవా,' అరిష్టనేమి అన్నాడు. 'మనకెంత పదార్థం అవసరమో అంతా నేను సమకూరేలా చూస్తాను.'

'రావణా, నీకేమైనా పిచ్చెక్కిందా?' మారీచుడు ఆలోచించకుండా అనేశాడు. మేనల్లుడి తీక్షణమైన చూపుతో బలవంతంగా తనను, తన స్వరాన్ని నియంత్రించుకున్నాడు. 'చూడు రావణా, మనం కష్టపడ్డాం.... ఇప్పుడు మనకున్నదంతా సంపాదించడానికి నువ్వు కష్టపడ్డావ్. ఒక్క విడత సరుకు కొనడానికి అయిదు లక్షల బంగారు నాణేలు చాలా ఎక్కువ. మనం ఎన్నటికీ –'

'నా లెక్కలు తప్పు కాదు ఎప్పుడూ. మనం వీలైనంత త్వరగా రెండు వందల ఓడలను నిర్మించి, వాటిని ప్రధాన వ్యాపార మార్గాల్లో నడిపితే – సుగంధ ద్రవ్యాలు, పత్తి, దంతం, లోహం, వజ్రాలు– మూడేళ్ళలో మన పెట్టుబడి మనకు వచ్చేస్తుంది. తర్వాత అంతా లాభమే.'

'రెండు వందల ఓడలా? రావణా నీ ఆత్మవిశ్వాసం నాకు నచ్చింది, నీ దార్శనికత మీద నాకు విశ్వాసం ఉంది. కాని ఈ స్థాయిలో ఊహించశక్యం కాదు. నిర్వహణ వీలుపడదు. సమస్యలు, ఇబ్బందులు చాలా ఎక్కువ.'

'దీనికి భిన్నంగా, పెద్ద స్థాయి అయితే సమస్యలు తగ్గుతాయి.'

'కాని రావణా, ఏ వ్యాపారి దగ్గర రెండొందలు ఓడల దళం లేదు. ఎప్పుడూ వినలేదు!'

'ఎందుకంటే ఇంతకుముందు రావణుడు అనే వ్యాపారి లేడు.'

అకంపనుడు కల్పించుకోవాలని చూశాడు. 'మలయపుత్రులతో ఇంకేమీ బేరం చెయ్యలేమా? విశ్వామిత్ర గురువు, ఆయన అనుయాయులు నిరాడంబరంగా జీవిస్తారు. వాళ్ళకి ఇంత ధనం ఎందుకవసరమో నాకు అర్థం కావడం లేదు. మనం ఇంకా కొంచెం బేరమాడవచ్చేమో....'

'ఒకసారి ఒప్పుకుని సంతకం చేసిన ఒప్పందాన్నించి నేను వెనక్కి తగ్గను,' రావణుడు దృఢంగా చెప్పాడు.

'అయితే మనం నిదానంగా విస్తరించవచ్చేమో? ఇరవై ఓడలతో మొదలుపెడదాం. వాటికి గుహా పదార్థం ఒక్క విడత కొంటే సరిపోతుంది. అదెలా పనిచేస్తుందో చూసి....'

రావణుడు మాట్లాడనివ్వలేదు. 'లేదు. మనం రెండు వందలతో మొదలు పెడదాం.'

'కాని రావణా,' అన్నాడు అకంపనుడు చేతివేళ్ళకున్న ఎన్నో ఉంగరాలు సవరించుకుంటూ భయంగా. 'రెండు వందల ఓడల నిర్మాణానికి మనకు పది విడతల సరుకు అవసరమవుతుంది. అంటే ఏభై లక్షల బంగారు నాణేలు కావాలి.'

'సరిగ్గా చెప్పావు.'

'రావణా, నేను చెప్పేది విను,' మారీచుడు అన్నాడు. 'ఏభై లక్షల బంగారు నాణేలంటే సప్తసింధులో ఉన్న చాలారాజ్యాల సంవత్సరాదాయం కంటె ఎక్కువ. అంత ధనం కావాలంటే మనకున్నదంతా తాకట్టు పెట్టాలి.'

'అయితే అదే చేద్దాం.'

'అన్నా,' కుంభకర్ణుడు అడ్డొచ్చాడు.

రావణుడు తమ్ముడివైపు తిరిగాడు. 'చెప్పు?'

'నాకో ఆలోచన వచ్చింది.'

'ఏమిటి?'

'జనం నేనున్నాగాని స్వేచ్ఛగా మాట్లాడుకుంటారు, ఎందుకంటే నేను చిన్నపిల్లవాణ్ణని అనుకుంటారు...'

'విషయమేమిటో త్వరగా చెప్పు, కుంభకర్ణా. రావణుడికి డొంక తిరుగుడు సమాధానాలు ఇష్టం ఉండవని నీకు తెలుసుగా,' అకంపనుడు కల్పించుకున్నాడు. రావణుడి వైపు చూశాడు సమర్థించమన్నట్టుగా, కాని కోపపు చూపులు చూసి జంకాడు. కుంభకర్ణుడి కోసం రావణుడు ఎంత సమయమైనా వెచ్చించగలడు.

'మనం ధనం అప్పు చెయ్యనవసరం లేదు,' కుంభకర్ణుడు శాంతంగా కొనసాగించాడు. 'మనం దొంగిలించవచ్చు.'

రావణుడు తల అడ్డంగా ఊపాడు. 'అంతమంచి ఆలోచన కాదు. ఏభై లక్షల కోసం ఎందరి దగ్గరో దొంగిలించాలి. దొంగతనం చేసిన ప్రతిసారీ, ప్రమాదం పెరుగుతూ పోతుంది.'

'నిజానికి అలాకాదు అన్నా. మనం చేయాల్సిందల్లా పెద్ద లక్ష్యాన్ని గురిచూడడమే.'

'రాచకోశాగారాలను దోయలేం కుంభా. భద్రత కట్టుదిట్టంగా ఉంటుంది.'

'నేను రాచకోశాగారం గురించి చెప్పడం లేదు.'

'రాజు కాకుండా ఏభై లక్షల బంగారు నాణేలున్న వ్యక్తి భారతదేశంలో ఉన్నాడా?' రావణుడు ఆలోచనగా కనుబొమనెత్తాడు.

'క్రకచబాహు. చిలుకా రాజ్య పాలకుడు.'

యాలకులు వేసిన పాలు తాగుతున్న మారీచుడికి దాదాపు పొలమారింది. 'క్రకచబాహు? అతని దగ్గర్నించి ఎలా దొంగిలిస్తాం? కళింగ నావికాదళమంతా మన వెనక పడుతుంది. హిందూ మహాసముద్రంలో మనకు సురక్షితమైన రేవు దొరకదు.'

'కాని మామా,' కుంభకర్ణుడు మర్యాదగా చెప్పాడు. 'ఈ ధనాన్ని క్రకచబాహు కళింగరాజు నుంచి దొంగిలించాడు. ఎగుమతి, దిగుమతి సుంకాల ఆదాయం నుంచి ఎన్నో ఏళ్ళుగా దొంగిలిస్తున్నాడు. తన ప్రాసాదంలో భూగర్భంలో ఉన్న గదిలో ఆ ధనాన్ని దాచాడు. ఒక దొంగ నుంచి దొంగతనం చేయడంలో ఉన్న సౌకర్యం అది; వాడు ఫిర్యాదు చేయలేడు.'

'హమ్ మ్....' రావణుడి కళ్ళు మెరిశాయి.

'అతని సంపద అంతా విలువైన రత్నాల రూపంలో ఉంది. చిన్నవి, బరువు తక్కువ, దొంగతనం చెయ్యడం సులభం. హిందూ మహాసముద్రంలో ఉన్న ఏ రేవులోనైనా వాటిని సులభంగా బంగారంలోకి మార్చుకోవచ్చు.'

రావణుడు మారీచుణ్ణి, అకంపనుడిని చూశాడు, అతని ముఖంలో గర్వంతో కూడిన చిరునవ్వు. 'నా తమ్ముడు!'

'కాని, రావణా,' అన్నాడు అకంపనుడు, 'మనం అలా నడుచుకుంటూ క్రకచబాహు ప్రాసాదంలోకి వెళ్ళలేం. భారతదేశంలోనే అత్యంత రక్షణ ఉన్న నివాసాల్లో ఒకటి అది. రక్షక భటులు చాలామంది అతని స్వదేశం నహర్ నుంచి వచ్చినవాళ్ళు.'

ఈ ఆలోచన నచ్చిన మారీచుడు, అకంపనుడికి సమాధానం చెప్పాడు. 'నువ్వు చెప్పేది నిజమే కాని, ఈ ప్రాసాద రక్షక భటుల ప్రధానాధికారి ప్రహస్తుడు.'

ఆ పేరు వినగానే రావణుడు చిరునవ్వు నవ్వాడు. 'అతను నాకు ఋణగ్రస్తుడు.'

'అక్షరాలా,' అన్నాడు మారీచుడు. 'ఒకసారి అతని ప్రాణం కాపాడావు నువ్వు. అతనూ ఎప్పుడూ నీతో కలిసి పనిచేయాలనుకున్నాడు. అతని లోభత్వం, కఠినత్వం వల్ల ఈ పనికి అతనే సరైనవాడు.'

'సన్నాహాలు మొదలుపెడదాం. ఒక నెలలోపల చిలుకాకు వెళదాం.'

8వ అధ్యాయం

'పథకం బాగుంది, అన్నా,' కుంభకర్ణుడు అన్నాడు. క్రకచబాహు నిధిని దోచుకోవాలని కుంభకర్ణుడు సలహా ఇచ్చి రెండు వారాలైంది. సాయంత్రం పొద్దుపోయాక అన్నదమ్ములిద్దరే చెక్కలతో తయారుచేసిన రావణుడి గ్రంథాలయంలో కూర్చుని తమ వ్యూహాన్ని సమీక్షించుకుంటున్నారు. గ్రంథాలయంలో వేలాది రాతప్రతులున్నాయి.

భారతదేశంలో జ్ఞానానికి చాలా విలువ ఉంది. ఇళ్ళలో కొన్ని రాతప్రతులుండడం అసాధారణం కాదు. అయితే విశ్వవిద్యాలయాలు, దేవాలయాల్లో పెద్ద గ్రంథాలయాలున్నాయి. వ్యక్తులెవరి దగ్గరా, రావణుడి వద్ద కన్న ఎక్కువ రాతప్రతులు లేవని నమ్మకంగా చెబుతారు. ఇంకా ఈ పుస్తకాలలో చాలా వాటిని అతను చదివాడు కూడ.

'నేను రచించాను,' రావణుడన్నాడు. 'నిస్సందేహంగా బాగుంటుంది.'

'అయితే కావచ్చు, కాని లక్ష్యాన్ని నేను సూచించాను.'

'సరే, సరే,' రావణుడు నవ్వుతూ అన్నాడు. 'నువ్వు అన్నిటిలోను రాజువే కుంభా.'

కుంభకర్ణుడు నాటకీయరీతిలో తలవంచి, నవ్వసాగాడు. 'నేనేదైనా మంచిది చదవాలనుకుంటున్నా, అన్నా. మీరేదైనా సలహా ఇస్తారా?'

రావణుడు తన విశాలమైన గ్రంథాలయమంతా చూశాడు. తన రాతప్రతుల విషయంలో చాల జాగ్రత్తగా ఉంటాడతను. ఎవరికీ అవి తీసుకోవడానికి అనుమతి ఇవ్వడు. కుంభకర్ణుడికి తప్ప. చాలా కొన్ని వస్తువులనే కుంభకర్ణుడికి ఇవ్వకుండా తిరస్కరిస్తాడేమో. 'నేను నీకో కవితను చదివి వినిపించనా?'

'కవితనా?'

'అవును.'

'ఎవరు రాశారు?'

రావణుడు మౌనంగా ఉండిపోయాడు. ఏదో సిగ్గుపడుతున్నట్టుగా అనిపించాడు.

కుంభకర్ణుడు కనుబొమలెత్తాడు. 'మీరు రాశారా అన్నా?'

'అవును.'

'అమ్మా సరస్వతీ, ఈ అద్భుతం ఎలా జరిగింది? మీరు కవిత్వం రాస్తారని నాకు తెలియదే.'

'నువ్వు మాట్లాడకుండా వింటావా?'

'వింటాను.'

రావణుడు ఒక పత్రాన్ని తీశాడు. కొంచెం భయంగాను, ఉత్తేజితంగాను ఉన్నాడతను. గొంతు సవరించుకుని దీనిపేరు సూర్యుడు, భూమిల ప్రణయగాథ.

'ఎంత బాగుంది! నాకు నచ్చింది!'

'నోరు మూసుకుని విను కుంభా.'

'క్షమించండి, నేను గంభీరంగా వినడానికి ప్రయత్నిస్తాను. కవిత్వం చెప్పడం ఆషామాషీకాదు,' కుంభకర్ణుడు కొంటెగా నవ్వాడు.

'ఇది కవిత్వంతోపాటు కథ కూడ! ఇప్పుడు విను.'

'సూర్యుడు భూమిల ప్రణయగాథ.'

మేఘాలు పర్వతంవైపు పరిగెడుతున్నాయి....'

కుంభకర్ణుడు అంతరాయం కలిగించాడు. 'అక్కడమేఘాలు, పర్వతాలు ఏం చేస్తున్నాయి? ఇది సూర్యుడు, భూమి గురించి కదా.'

రావణుడు కుంభకర్ణుని కోపంగా చూశాడు, అతను క్షమించమన్నట్టుగా చేతులు జోడించాడు.

'ఇదిగో మధ్యలో మాట్లాడకు. చెబుతున్నాను,' రావణుడన్నాడు. దీర్ఘంగా శ్వాసించి మళ్ళీ మొదలుపెట్టాడు.

'సూర్యుడు, భూమిల ప్రణయగీతం.'

మేఘాలు పర్వతం వైపు పరిగెడుతున్నాయి.
బాహువులతో స్నేహంగా ఆలింగనం చేసుకుంటాయి.
అతని దృష్టి తమవైపు మళ్ళించాలని తగవు పడతాయి.

అతని అధరాలు ముద్దుపెట్టుకోవాలని పైకి వెళతాయి.
మేఘాలకు అనిపిస్తుంది పర్వతానికి తామంటే ప్రేమ అని.
అందుకే అంత ఎత్తుగా నిలబడ్డాడని, తమను పోనీయకుండా ఆపడానికని
నిశ్చలంగా, అసహజంగా ఋషుల్లా ప్రశాంతంగా నిలబడతాడని
ప్రతి ఏడూ తాము వస్తామని నిరీక్షిస్తుంటాడని
వాటి మనసులో సందేహమేమీ లేదు:
తమపై పర్వతానికి ప్రేమ ఉందనే విషయంలో.

విషాదమేమిటంటే వాటికి ఎన్నడూ తెలియదు.
పర్వతానికి, వాటి మీద శ్రద్ధ లేదని,
దానికి కావలసినది తనని పోషించే వాటి వర్షం
వాటిని ముద్దిడాలని పైకి లేవదు,
వాటిని ఛిద్రం చేసి తనకు కావల్సినది పొందాలని.
ఆ విషయం అవి తెలుసుకునేసరికి
ఆలస్యమైపోతుంది చాలా.

ఏ మేఘమూ జీవించి ఉండదు ఇతరులను హెచ్చరించడానికి.

నది సముద్రంవైపు పరిగెడుతుంది.
ఇది తన విధి అని ఆమెకు సహజాతాలు చెబుతాయి.
ప్రేమకథలు వింటూ పెరిగిందామె.
గుడ్డిగా, తర్కంలేని మోహపు కథలు వింటూ.
ఆగి ఆలోచించే తీరిక లేదామెకి.
ప్రియుడిని త్వరగా కలవాలామె
కాని సముద్రాన్ని చూసినపుడు
దాని విశాలత్వం, లోతు, శక్తి
చూసి కళవళపడుతుంది, అటూ ఇటూ పరిగెడుతుంది
కాని ఆమెలోని ప్రేమ జయిస్తుంది.
సంతోషంగా అతని బాహువుల్లో ఒదిగిపోతుంది.

విషాదం ఏమిటంటే ఆమెకి ఎన్నటికీ తెలియదు.
సముద్రం ఆమెను ప్రేమించలేదని.
సముద్రం తన విశాలత్వంలో మునిగిపోయిందని
నదిని కనీసం చూడను కూడాలేదని.
ఆమె ప్రేమాలింగనం సముద్రాన్ని మార్చలేదని
సముద్రం నుంచి ఆమెకు కాన్కగా లభించిన నీరు
సూర్యుడు దాతృత్వంతో ఆమెకి ఇచ్చాడని.

విషాదమేమిటంటే నదికి సత్యం తెలిసే సమయానికి
ఆమె తన గుర్తింపును కోల్పోతుంది.

ఇంక భూమి ఉంది.
ఇతరుల్లా కాదామె. భావుకతకన్న ఆలోచన లెక్కువామెకి
ఆమె హృదయం కన్న బుద్ధి తీక్షణం
ఆమె సూర్యుడిని చూస్తుంది
దేదీప్యమానంగా వెలుగుతూ, ఏకాకిగా, దివ్యుడిలా
అతని దగ్గరెంత ఉంది అయినా అంతా వృథా చేస్తాడు.
భూమి, తెలివైనది
వ్యర్థమైన సూర్యశక్తిని
తన పోషణకు వాడుకుంటూ పెరుగుతుంది
శీలంలో, బుద్ధిలో, శరీరంలో, ఆత్మలో.
తన ప్రతిభకు తానే అబ్బురపడుతుంది
జీవితంలో తానెంతో సాధించిందని
సూర్యుడన్నా అతని అలవికాని శక్తి అన్నా
ఆమెకి భయం,
దైవదత్తమైన కాన్కలను విలాసంగా అనుభవిస్తున్నాడని ద్వేషిస్తుంది.

సూర్యుడు ఎప్పుడో వెళ్ళిపోయేవాడని ఆమెకి ఎన్నటికీ తెలియకపోవడం విషాదం.

అయినా ఒంటరిగా అక్కడే ఉంటాడు, భూమికి తన సర్వస్వం ఇవ్వాలని,
తనని తాను కాల్చుకుంటూ ఉంటాడు, ఆమె లాభపడాలని
దగ్గరికి రావాలనుకుంటాడు, తాను రాలేనని అతనికి తెలుసు.
బలమైన తన అనురక్తితో ఆమెని కాల్చేస్తానని అతనికి తెలుసు.
అందుకే దూరంగా ఉండి ఆమెని ఆరాధిస్తుంటాడు.
భూమికి ఎవరూ లేరు
సూర్యుడు తనని ఎంతగా ప్రేమిస్తున్నాడో చెప్పడానికి. అదే విషాదం.'

రావణుడు పత్రాన్ని పక్కన పెట్టి తమ్ముడి స్పందన కోసం ఎదురుచూశాడు.

కుంభకర్ణుడు ఆలోచనా నిమగ్నుడైనట్టు కనిపించాడు.

'అన్నా, చాలా శక్తిమంతంగా ఉంది,' క్షణం తర్వాత అన్నాడు.

రావణుడు చిరునవ్వు నవ్వాడు. 'నీకు నచ్చిందా?'

'చాలా బాగా నచ్చింది! నన్ను నమ్మండి అన్నా. మహాదేవులు, విష్ణువులు కూడ ఈ కవితను ఉటంకించే సమయం వస్తుంది.'

'నువ్వు నిజంగా నన్ను చాలా ప్రేమిస్తావు చిన్న తమ్ముడూ...'

'నేను ప్రేమిస్తాను! కాని అన్నా నిజానికి మీరు సంగీతవాయిద్యాలు వాయించగలరు, పాడగలరు, కవిత్వం రాయగలరు, యోధులు, సంపన్నులు, చదువుకున్నారు, అత్యంత తెలివైనవారు. ప్రపంచం మొత్తం మీద మీలాంటివారు లేరు!'

గర్వంతో రావణుడి ఛాతీ పొంగింది. 'అక్షరాలా సత్యం! నాలాంటి వారెవరూ లేరు!'

ఇద్దరూ పకపకా నవ్వారు.

—ꟷ—

క్రకచబాహును దోచుకోవాలని నిర్ణయించుకుని నెలయింది. రావణుడు, అతని బృందం మర్నాడు గోకర్ణం రేవు నుంచి ప్రయాణం ఆరంభిస్తారు. ఓడ వెళ్ళే వేగానికి కొన్ని రోజుల్లోనే చిలుకా చేరతామని అనుకున్నారు. అకంపనుడు, మారీచుడు, వందమంది సైనికులు తనతో వస్తున్నారు. కుంభకర్ణుడు కూడ వస్తానని పట్టుబట్టాడు. అతనికి నచ్చచెప్పలేక, రావణుడు చివరికి ఓడిపోయాడు.

మారీచుడు, అకంపనుడు ప్రహస్తుడితో ఇప్పటికే ఒప్పందం కుదుర్చుకున్నారు. క్రకచబాహు నిధిని దోచుకొనడానికి అతను ముందు సాయం చేస్తాడు, తర్వాత వారితో కలిసి చిలుకాను విడిచి వెళతాడు. కాలం కలిసి వచ్చినట్టుగా, ఇటీవలే క్రకచబాహు స్వదేశం నహర్ కు వెళ్ళాడు. అది టైగ్రిస్, యుఫ్రేటస్ నదుల మధ్య ఉంది. చిలుకా నుంచి బాగా దూరతీర ప్రపంచంలో.

దోపిడీకి బయలుదేరే ముందు రోజు రాత్రి రావణుడు తనకిష్టమైన వేశ్య దాడిమీకలి దగ్గరకు వెళ్ళాలనుకున్నాడు. గోకర్ణంలో అత్యంత ఖరీదైన వేశ్యాగృహంలో అత్యంత ఖరీదైన వేశ్య ఆమె. శ్రేష్ఠమైనదే అతడికి కావాలి.

మంచం మీద పడుకుని, నడుం వరకూ వస్త్రం కప్పుకుని ఉన్నాడు. దాడిమీకలి బోర్లాపడుకుని రావణుడి తొడల మీద తలపెట్టుకుని ఉంది. పుట్టినపుడు ఎంత నగ్నంగా ఉందో ఇప్పుడలా ఉంది. ఆమె సన్నగా, అందంగా ఉంది. శరీరంలో ఉండాల్సిన వంపులన్నీ సరైన చోట ఉన్నాయి.

'రేపు నేను సరిగా నడవలేననిపిస్తోంది,' ఆమె ముసిముసి నవ్వులు నవ్వింది. రావణుడిపైకి పాకింది. 'కాని నువ్వు మరోసారికి సిద్ధంగా ఉన్నట్టనిపిస్తోంది.'

రావణుడు చేతులు చాచి వేళ్ళు విరుచుకున్నాడు. 'నువ్వు భరించలేవనిపిస్తోంది నాకు.'

దాడిమీకలి అతన్ని ప్రేమగా చూసింది. 'నీకు తెలుసు. నువ్వేం చేసినా నేను భరించగలను.'

రావణుడు చూపు తిప్పుకున్నాడు. దాడిమీకలి ప్రేమ వెగటు కలిగిస్తూ ఉంది. కొన్ని నెలల క్రితం తను చంపిన కుక్కను గురించి ఆలోచించింది అతని మనసు. అది అతని వెంటే తిరుగుతూ ఉండేది.

గజ్జితో, దయనీయంగా ఉన్న జీవి. అసహ్యం వేసేది. దాని బాధ నుంచి దాన్ని విముక్తం చెయ్యాల్సిందే.

'రావణా?'

రావణుడు సమాధానం చెప్పలేదు. శ్వాస మీదే దృష్టి పెట్టాడు. అతనిలో నిద్రాణంగా ఉన్న జంతువేదో మేల్కొంటోంది.

'రావణా,' దాడిమీకలి గుసగుసలాడింది. 'నేను నిన్ను ప్రేమిస్తున్నాననిపిస్తోంది.'

తన లోపలి జంతువు మేల్కొనడం రావణుడికి తెలిసింది. దాడిమీకలి పైకి జరిగి తన నగ్న వక్షాలతో అతడిని హత్తుకుంది. ఆమె కళ్ళలోంచి ప్రేమ కురుస్తోంది.

'నువ్వు నన్ను ప్రేమిస్తున్నానని చెప్పనవసరం లేదు. నేను గ్రహించగలను. నేను నిన్ను ప్రేమిస్తున్నానని నీకు తెలియాలని నా కోరిక అంతే.'

'ఏం చూస్తున్నావ్?' రావణుడు గుర్రుమన్నాడు.

చాలామంది స్త్రీలకు తన నల్లని చర్మం ఆకర్షణీయంగా ఉంటుందని అతనికి తెలుసు. కాని ముఖం మీద ఉన్న స్ఫోటకపు మచ్చలను అతను మర్చిపోలేదు. వీలైనన్ని మచ్చలు కనిపించకుండా గడ్డాన్ని, మీసాలను పెంచాడు.

దాడిమీకలి అతన్ని చూస్తూండిపోయింది. 'నేను నీ అందమైన ముఖాన్ని చూస్తున్నాను....'

మరింత దగ్గరగా జరిగింది, ముద్దుపెట్టుకోవడానికి పెదవులను ముడుస్తూ. రావణుడు ఆమె జుట్టు పట్టుకుని తలను వెనక్కి లాగాడు.

"నా ముఖంలో ఏ భాగాన్ని చూస్తున్నావ్?" అతనడిగాడు.

రావణుడికి కొన్నిసార్లు మోటుగా ఉండటమంటే ఇష్టమని దాడిమీకలికి తెలుసు. తలవెనక చేతులు పెట్టుకుని మంచంమీద పడుకుంది. పూర్తిగా లొంగిపోతూ.

'నేను నీ బానిసని. నన్నేం చేస్తావో చేసుకో.'

రావణుడికి దాడిమీకలి అందమైన ముఖంపైనున్న చర్మాన్ని ఒలిచి దానికింద గులాబీరంగులో ఉన్న మాంసాన్ని చూడాలని కోరిక ముంచెత్తింది. దాన్ని కోయాలి. కణజాలాన్ని, రక్తనాళాలను కోసెయ్యాలి. ఎముక వరకూ వెళ్ళాలి. ఎముకని తొలవాలి. తన శ్వాస ఉత్తేజంతో వేగవంతమైనట్లుగా అనిపించిందతనికి. అతని లోపలున్న జంతువు ఇప్పుడు గర్జిస్తోంది.

రావణుడి ఉత్తేజానికి కారణమేమిటో తెలియని దాడిమీకలి మళ్ళీ అతనికి సన్నిహితంగా జరిగింది. రావణుడిని మృదువుగా ముద్దుపెట్టుకుంది. తనని తాను అతనికి సమర్పించుకుంటూ లొంగిపోతున్నట్టుగా.

అతడామె పెదవులను కొరికాడు. రక్తం కారుతున్నాయి. ఆమె ఏడ్వలేదు. అలాగే కదలకుండా ఉంది. రావణుడింకా ఏదో చేస్తాడని ఎదురుచూస్తూ.

రావణుడి శ్వాస వేగవంతమైంది. మొదలుపెట్టిన పని పూర్తి చేసెయ్యమని అతని శరీరం అతన్ని వేడుకుంటోంది. ఏదో మత్తు ఆవహించినట్టుగా ఉన్నాడు. అప్పుడు, ఎక్కడో మనస్సు లోతుల్లోంచి, అతనికో మృదుస్వరం వినిపించింది.

అన్నా....

కుంభకర్ణుడి గొంతు. అమాయకత్వం, భయంతో నిండినది.

లేదు. ఈమెని కాదు. ఇక్కడ దీన్ని దాచి ఉంచలేను. కుంభకర్ణుడు తెలుసుకుంటాడు...

కాని లోపలి జంతువు బిగ్గరగా గుర్రుమంటోంది. దీన్ని తెలియకుండా ఉంచడానికి నా దగ్గర డబ్బుంది.

దాడిమీకలి నమ్మకంతో నిండిన కళ్ళను, తెగిన పెదవులను, ఎగసిపడుతున్న వక్షాన్ని చూశాడు.

ఆమెకి అది కావాలి. తను అడుగుతోంది. దయనీయంగా ఉంది. అసహ్యం వేస్తోంది. బాధ నుంచి తనని విముక్తం చెయ్యాలి.

ఆమె చుట్టూ గట్టిగా చేతులు బిగించాడు. నలిపేస్తూ. కొంచెం మూలిగింది. ఏమీ అనలేదు.

'నేను నీ దాన్ని. ఏం చేసుకుంటావో చేసుకో...'

అకస్మాత్తుగా, తనకి తెలిసిన, ప్రశాంత స్వరాన్ని విన్నాడు.

నువ్వింతకన్న మెరుగ్గా ఉండగలవు.

కన్యాకుమారి స్వరం. సజీవ దేవత స్వరం.

నాభి అదురుతూంది. నొప్పి తీవ్రమైంది.

రావణుడు దాడిమీకలిని తోసేసి మంచం మీద నుంచి కిందికి దూకాడు. ఆమె అతడిని వెళ్ళకుండా ఆపాలని పట్టుకుంది. 'ఏమైంది? నేనేమన్నాను?'

'దూరంగా ఉండు!' అతను బుసకొట్టాడు.

ఆమె కళ్ళునీళ్ళతో నిండాయి. 'నన్ను వదిలిపోవద్దు.... దయచేసి....'

రావణుడు వెను తిరిగి ఆమె ముఖం మీద కొట్టాడు క్రూరంగా. ఆమె మంచం మీద పడగానే, తన బట్టలు తీసుకుని గదిలోంచి ఎవరో తరుముతున్నట్టుగా బైటకి వెళ్ళిపోయాడు.

రావణుడు, కుంభకర్ణుడు ఓడ పై భాగంలో ప్రకృతిని తిలకిస్తూ ఉన్నారు. అప్పుడే చిలుకా సరస్సులోకి ప్రవేశించారు. మారీచుడు, అకంపనుడు ఓడ కింద అంతస్తులో, సరస్సు మధ్యలో ఉన్న నలబన్ అనే చిన్న ద్వీపంలోకి నౌకని నడిపించడాన్ని పర్యవేక్షిస్తున్నారు.

ద్వీపం అంతా క్రకచబాహు వినియోగం కోసం ఉంచేశారు. అతని ప్రాసాదం ద్వీపం మధ్యలో కొండమీద ఉంటుంది. చిలుకా సరస్సులో లోతును పెంచి పెద్ద నౌకలు వచ్చేందుకు వీలు కల్పిస్తూ పూడిక తీసిన మట్టితో ఆ కొండను తయారుచేశారు. ఆ ఇంటి చుట్టూ ఉన్న భూమిని అలాగే ఉంచేశారు. అది చెట్టూ చేమతో దట్టంగా ఉంది. నలబన్లో రకరకాల జీవజాలం ఉంటుంది. శీతాకాలం వలసకు పెద్దసంఖ్యలో వివిధ జాతుల పక్షులు ఇక్కడికి వస్తాయి.

క్రకచబాహు తన పని తాను చేసుకొంటూ, నిరాడంబరంగా ఉండే మనిషి. ప్రకృతి మాత పట్ల అతనికున్న గౌరవం, పరిపాలకుడైనా సాధారణ ప్రాసాదంలో నివసించడం వంటివి కళింగరాజుతో వ్యవహారానికి తోడ్పడుతూ, అతని దొంగతనాన్ని దాయడానికి ఉపయోగపడ్డాయి. అసలు నిజమేమిటంటే తాను అక్రమంగా పిండుకున్న కళింగ ఆదాయాన్ని తీసుకుని త్వరగా అక్కణ్ణించి వెళ్ళిపోవడం అతని ప్రణాళిక. తగినంత డబ్బు దోచేశాడు. దానితో నహర్ ను జయించడానికి సైన్యాన్ని సిద్ధం చేసుకోవాలని అతని ఉద్దేశం. తన స్వదేశాన్ని పాలించాలనేది అతని దీర్ఘకాల ప్రణాళిక.

కాని లంకకు చెందిన, ఆకస్మికంగా ధనవంతుడైన వ్యాపారి వల్ల తన పథకం ముగిసిపోతుందని అతనికి తెలియదు.

'నా ఆదేశాలు గుర్తున్నాయి కదా నీకు?' రావణుడు తమ్ముడిని అడిగాడు.

'గుర్తున్నాయి అన్నా, కాని నేను మీతో రావద్దా?'

'వద్దు. నువ్వు రావద్దు. ఈ విషయం ఇప్పటికే మాట్లాడేశాం. ఇప్పుడు నా ఆదేశాలు మళ్ళీ చెప్పు.'

'మనం ద్వీపంలో చిన్న రేవుకు ప్రయాణిస్తాం. అక్కడ మనం థాయ్ లాండ్ నుంచి వచ్చిన వ్యాపార నౌక అని పత్రాలు సమర్పిస్తాం. మీరందరూ ఖాళీ పెట్టెలు తీసుకుని వెళ్ళి, క్రకచబాహు బంగారంతోను, విలువైన రత్నాలతోను నింపుతారు. తర్వాత వాటిని ఓడలోకి చేరుస్తారు.'

రావణుడు నవ్వి కుంభకర్ణుడి జుట్టు చెరిపాడు. 'కుంభా, అదంతా నేను చేయాల్సింది. నువ్వేం చేయాల్సి ఉంటుందో అది చెప్పు నాకు.'

'ఓహో అదా, చెబుతాను... నేను రేవు దగ్గర మీ కోసం నిరీక్షిస్తుంటాను. ఏదైనా సమస్య వస్తుందనే సంకేతం కనిపిస్తే నౌక బాకా మోగించి, ఓడను తీసుకెళ్ళిపోతాను. ద్వీపానికి ఆవలి తీరంలో ఉన్న ప్రధాన రేవు దగ్గర మీకోసం వేచి ఉంటాను. మీరు నన్ను అక్కడ కలుస్తారు.'

కొన్ని నెలల క్రితం ఒక వాహనం అదుపు తప్పి రేవును ఢీ కొనడంతో ప్రధాన రేవు పాడైంది. ఇప్పుడు దానికి మరమ్మతులు జరుగుతున్నాయి. వాహనాల నన్నిటినీ చిన్న రేవుకు మళ్ళిస్తున్నారు.

'చేయాల్సింది అదే. నేను కొంతమందిని నీతో ఉంచుతున్నాను. సమస్య ఉన్నా కాని, అనవసరంగా ధైర్యం చేయకు. నువ్వు ఓడతో పాడైన రేవు దగ్గరకి వెళ్ళి అక్కడ నన్ను కలువు.'

'అలాగే, అన్నా.'

రావణుడు కుంభకర్ణుడికి దగ్గరగా వంగాడు. 'ఎటువంటి తెలివి తక్కువ పని చేయనని మాటివ్వు.'

'మీ ఆదేశాలు ధిక్కరించానా నేనెన్నడైనా అన్నా?' కుంభకర్ణుడు నొచ్చుకున్నట్లు అన్నాడు.

'తరచుగా,' అన్నాడు రావణుడు వ్యంగ్యంగా. 'రా... మాటివ్వు రుద్రదేవుడి మీద ప్రమాణం చెయ్యి.'

'అన్నా! రుద్రదేవుడి పేరును ఆషామాషీగా చెప్పలేను.'

'ప్రమాణం చెయ్యి!'

'మీ ఇష్టం. రుద్రదేవుడి మీద ప్రమాణం చేస్తున్నా. సమస్య ఉందని మొదటి సంకేతం గ్రహించగానే నేను వెళ్ళిపోతాను. మిమ్మల్ని ప్రధాన రేవు దగ్గర కలుస్తాను.'

'సెబాష్.'

—ꟷ꒐ɪ—

'ఇంద్రదేవా!' చేతిలో ఉన్న స్వచ్ఛమైన గులాబీ వజ్రాన్ని చేతిలో తిప్పుతూ ఆశ్చర్యపోయాడు రావణుడు. 'ఈ చిన్న రాయి నాలుగు లక్షల బంగారు నాణేల విలువ చేస్తుందంటే నమ్మశక్యంగా లేదు.'

వజ్రం రంగు దాని విలువని నిర్ణయిస్తుంది. తెల్లటి వజ్రంలో పసుపు కాంతి రేఖ కనిపిస్తే దాని విలువ తగ్గుతుంది. దానిలో గులాబీ కాంతి అరుదుగా కనిపిస్తుంది. అలా కనిపిస్తే దాని విలువ పెరిగిపోతుంది.

ఆ విలువైన రాయిని చూడడానికి మారీచుడు దగ్గరగా వచ్చాడు. 'ఇదేమీ చిన్నది కాదు రావణా. నేను చూసిన వజ్రాల్లో అత్యంత పెద్దది.'

అకంపనుడు ఒక పక్కగా నిలబడ్డాడు, భయంగా చుట్టూ చూస్తూ.

'దీని లోపలి నుంచి రక్తం కారుతున్నట్టుగా అనిపించడం లేదా?' రావణుడు సమ్మోహితుడై అడిగాడు. 'ఈ గులాబీ కాంతిరేఖ ఎలా వచ్చిందో ఆశ్చర్యగా ఉంది.'

ఒక వజ్రానికి ఎలా ఎందుకు ఆ రంగు వచ్చిందో ఎవరికీ తెలియదు. ఎన్నో లక్షల ఏళ్ళ పాటు పడిన ఒత్తిడి మూలంగా ఇలా ఏర్పడతాయని కొందరంటారు. భూకంపాల ద్వారా వెలువడిన శక్తి వల్ల వజ్రాల రంగు మారుతుందని కొందరంటారు. మరి కొందరు గులాబీ వజ్రం దురదృష్ట సూచకం అని చెడు కర్మను తెస్తుందని అంటారు.

'నీకు తెలుసా?' రావణుడు వజ్రాన్ని అకంపనుడికి చూపిస్తూ అడిగాడు.

'రావణా, దానికి గులాబీ రంగు ఎలా వచ్చిందో అనవసరం. అది గులాబీరంగులో ఉంది. దయచేసి వెళదాం పద.'

రావణుడు మృదువుగా నవ్వాడు. 'ఎప్పుడూ ఎందుకు అంత భయపడతావ్, అకంపనా?'

మందంగా ఉన్న గోడలో కళాత్మకంగా అమర్చిన రహస్య అరలో నుంచి వెనక్కి జరిగాడు. గదికి అటు చివర నిలబడిన ప్రహస్తుడివైపు చూశాడు. అతనితోపాటు అతని విధేయులైన అనుచరులు కత్తులు దూసి నిలబడి ఉన్నారు. వాటి నుంచి రక్తం కారుతూంది. వాళ్ళ ముందు ముగ్గురు నపుంసకులు మోకాళ్ళ మీద ఉన్నారు. క్రకచబాహు నహర్ నుంచి తెచ్చిన భద్రతా దళంలోని వారు. విలువైన రత్నాలుంచిన రహస్య అలమర ఎక్కడుందో చెప్పేవరకూ వారు పడిన చిత్రహింసల గాయాలు వాళ్ళ శరీరాల మీద కనిపిస్తున్నాయి.

ప్రహస్తుడివైపు చూసి రావణుడు తలూపాడు. ఆ మనుషులు కత్తులతో నపుంసకుల తలలు నరికారు. రావణుడు చాలా స్పష్టమైన ఆదేశాలిచ్చాడు. దోపిడీ చేసిన వారిని గుర్తించే సాక్షులను ప్రాణాలతో వదలవద్దు అని. ప్రాసాదంలో ఉన్న ప్రతి ఒక్కరు – భద్రతాసిబ్బంది, సేవకురాళ్ళు, వంటవారు, సహాయకులు – అందరూ నిర్దాక్షిణ్యంగా చంపబడ్డారు.

చాలా ఏళ్ళుగా తనకు విధేయులుగా పనిచేస్తున్న భద్రతా సిబ్బందిలో సగం మందిని, గతవారంలో ఎక్కువ బంగారమిస్తానని చెప్పి తనవైపు తిప్పుకున్నాడు ప్రహస్తుడు. అతని మనుషులు ప్రాసాదంలో ఉన్న నహరు సైనికులపై ఆకస్మిక దాడిచేసి వేగంగా చంపేశారు. ప్రాసాదంలో జరిగిన మారణహోమం గురించి

బయటివారికెవరికీ తెలియదు. క్రకచ బాహును తప్పుదోవ పట్టించడానికి ప్రాసాదంలోకి శవాలను తెచ్చారు. వాటిని గుర్తుపట్టడానికి వీలులేకుండా శవాల మొహాలను చెక్కేశారు. చిలుకాలో ఉన్న నహరుకు చెందిన రాజ్యపాలకుడికి ప్రహస్తుడు, అతని భద్రతా సిబ్బంది కూడ దోపిడీ జరిగినపుడు చంపబడ్డారని నమ్మకం కలిగించడానికి. అది క్రూరమైన పథకం. కాని కార్యసాధకం. అనుసరించదగింది. రావణుడిలాగానే.

రాజ్యపాలకుడి ఇంటికి కొంతదూరంలో దెబ్బతిన్న రేవును మరమ్మతు చేస్తున్న పనివారిని ప్రహస్తుడి సలహాతో రావణుడు చంపలేదు. ఆరు బయలులో వారిని చంపడం ప్రమాదకరం. ఏది ఏమైనా, పనివారిని ప్రాసాదం సమీపానికి గాని, చిన్న రేవుకు కాని రానీయలేదు. అందువల్ల వారు రావణుడిని గాని, అతని మనుషులను గాని గుర్తుపట్టే అవకాశమే లేదు.

పెద్ద పెట్టెల్లో బంగారాన్ని రావణుడి మనుషులు అప్పటికే బయటకు తీసుకెళ్ళిపోయారు. ఇప్పుడు వాటిని ఓడలోకి ఎక్కిస్తున్నారు. మారీచుడు, అకంపనుడు, ఇంకా కొంతమందిని కలుపుకుని విలువైన రత్నాల కోసం రావణుడు ఉండిపోయాడు. ఈ రత్నాలే ఇరవై లక్షల బంగారు నాణేలకు పైగా విలువ చేస్తాయి.

రావణుడు ముందుకు వచ్చి తలలు నరకబడిన నహరు నపుంసకుల శరీరాలవైపు చూశాడు. వాళ్ళ మెడల నుంచి ఇంకా రక్తం కారుతూనే ఉంది. అతను కదలకుండా నిలబడ్డాడు, మంత్రబద్ధుడైనట్లుగా. తన ముందున్న రక్తమోడుతున్న దృశ్యాన్ని చూస్తూ.

అతను ముందుకు వంగాడు. ఏయే ధమనుల నుంచి చిక్కటి ఎర్రటి ద్రవం ఉబుకుతూ వస్తోందో చూడాలని. ఆ శరీరాలు నిర్జీవాలయ్యాయి. కాని వాటి గుండెలకి ఆ విషయం ఇంకా తెలిసినట్టు లేదు. ఇంకా రక్తం పంపుతున్నాయి. బలహీనంగా అయినా అక్కడ లేని తలలకు రక్తాన్ని పంపుతూనే ఉన్నాయి.

అకంపనుడు రావణుడి మోచేతిని స్పృశించాడు.

'రావణా....'

రావణుడు తన సమ్మోహస్థితిలోంచి బైటపడి, వజ్రాన్ని తన దట్టీకి బిగించిన సంచిలో వేశాడు. అది సంచిలో మిగిలిన రత్నాలకు తగలగానే శబ్దమైంది. గాఢంగా శ్వాసించి మిగిలినవాళ్ళను చూశాడు. 'వెళదాం పదండి.'

అప్పుడే ఓడ బాకా మోగింది. గట్టిగా. ఆగకుండా.

'పరిగెత్తండి!' రావణుడు అరిచాడు.

ప్రతి ఒక్కరూ వెంటనే ప్రతిస్పందించారు. ఏం చెయ్యాలో తెలుసు వాళ్ళకి. పథకం స్పష్టం. గుర్రాలను వేగంగా చేరుకుని గాలి వేగంతో ప్రధాన రేవుకు వెళ్ళాలి. రావణుడి ఓడలో కుంభకర్ణుడు వాళ్ళ కోసం ఎదురుచూస్తూ ఉంటాడు.

— —

'హ్యా!'

రావణుడు, అతని మనుషులు గుర్రాలపై వేగంగా స్వారీ చేశారు. మారీచుడు ముందున్నాడు. రావణుడు అందరికన్న వెనుక కాపలాగా ఉన్నాడు. వాళ్ళు కొండ కిందికి శరవేగంగా స్వారీ చేస్తున్నారు.

'కుడివైపు!' చూపిస్తూ అరిచాడు మారీచుడు.

దారిలో చీలిక కనిపిస్తోంది. కుడివైపు చీలిన రోడ్డు దెబ్బతిన్న రేవుకు వెళుతుంది. రెండోది నేరుగా దూరంగా కనిపిస్తున్న చిన్న రేవుకు వెళుతుంది. అక్కడ రావణుడి ఓడ ఉండాల్సింది. కాని లేదు. కొండమీది నుంచి వాళ్ళకి అక్కడ మరో పెద్ద ఓడ ఆగినట్టు కనిపిస్తోంది. అది అప్పుడే వచ్చినట్టుంది. తెరచాపలు ఇంకా దించలేదు. అలాగే జెండా కూడ. అది క్రకచబాహు ఓడ. అతను త్వరగా వచ్చేశాడు.

'వేగం!' రావణుడు అరిచాడు.

చిన్న రేవు నుంచి ఆశ్వికులు వేగంగా తమవైపు రావడం అతనికి కనిపిస్తోంది. ప్రధానదారిలోకి వచ్చేస్తున్నారు కొండపైకి. వాళ్ళవైపు. బహుశా క్రకచబాహు ఏదో జరిగిందని గ్రహించి ఉంటాడు.

'మరో రేవుకి!' అకంపనుడు కీచుగా అరిచాడు. అతను గుంపు మధ్యలో స్వారీ చేస్తున్నాడు. వేడి పెనం మీద పడ్డ పిల్లిలా భయపడుతూ ఉన్నాడు.

గుర్రాలు కుడివైపు దారిలో దౌడు తీస్తున్నాయి. కొండ మీది నుంచి రేవు చేరటానికి కిందికి అయిదు నిముషాలు పడుతుంది. తిన్నగా ఉన్న దారిలో ఒక ఆశ్వికుడు వేగంగా తమవైపు రావడం రావణుడు చూశాడు. క్రకచబాహు మనిషి.

రావణుడు ఒరలోంచి కత్తిని తీసి, పగ్గాలు నోటితో పట్టుకుని, క్షణం సేపు గురి చూశాడు. శ్వాస బిగబట్టి కత్తిని రౌతుపై విసిరాడు. అది ఆ మనిషి కంఠంలో దిగింది.

అతను గుర్రం మీది నుంచి కింద పడగానే, రావణుడు కుడివైపు తిరిగి తన మనుషుల వెనక వేగంగా స్వారీ చేశాడు.

'హ్యా!'

దెబ్బతిన్న రేవు వైపు కిందికి వేగంగా వెళుతూ, దట్టంగా ఉన్న చెట్ల మధ్య నుంచి రావణుడు దారి స్పష్టంగా చూశాడు. ఇప్పుడు ఆ దారిలో తిన్నగా రేవు చేరాలి. అంటే క్రకచబాహు విలుకాళ్ళకు వాళ్ళు సులభంగా దొరికిపోతారు. ఆ వరుసలో అతను చివరివాడు. మొదటి లక్ష్యం.

ఛ!

వేగంగా ఆలోచిస్తూ భుజం మీద ఉన్న ముడిని లాగి కవచాన్ని వీపుకు అమర్చుకున్నాడు. వీపు మీద తగిలే బాణం నుంచి రక్షణ ఉంది. కంఠానికి తగిలే దాని నుంచి రక్షణ లేదు.

రేవు ఇంకా కొంచెం దూరమే ఉంది. దారి ఇరుకవుతోంది. చాలా భాగం రేవు మరమ్మతుల కోసం కట్టిన చెక్కల వేదిక ఆక్రమించింది. ఆ వేదిక మీద కొందరు నిలబడి ఉన్నారు, మరికొందరు దానిచుట్టూ బాటలో నిలబడి ఉన్నారు.

ఆశ్వికులు వేగంగా ముందుకెళ్లారు.

'జరగండి!' అరుస్తూ మారీచుడు, ముందుకు వెళ్ళాడు.

పనివాళ్ళు ఆకస్మికంగా కంగారుపడుతూ దారిలోంచి తప్పుకోవడానికి వేగిరపడ్డారు. వాళ్ళలో అత్యంత దురదృష్టవంతుడు అకంపనుడి గుర్రం కింద పడ్డాడు. ఆశ్వికులు ఆగలేదు. అకంపనుడి గుర్రం వెనక వచ్చిన గుర్రాల కింద ఆ మనిషి పదే పదే నలిగిపోయాడు. రావణుడు చేరే సమయానికి అతను నుజ్జు నుజ్జయి ముద్దగా మారాడు.

ఓడను కట్టటానికి స్తంభాలు లేకపోవడంతో కుంభకర్ణుడు నావికులకు లంగరు దించమని చెప్పాడు. రేవు అంచుకు వీలైనంత దగ్గరగా దాన్ని కొక్కాలతో నిలిపాడు. లంగరు దగ్గర లావు తాడును నరకడానికి వీలుగా బలంగా ఉన్న నావికుడిని ఒకరిని గొడ్డలి పట్టుకుని ఉండమన్నాడు. రావణుడు, అతని మనుషులు ఓడ ఎక్కగానే దాన్ని నరకడానికి.

రేవు అంచుకు, ఓడకు మధ్య ఎడం చాలా ఉంది. అవసరమైతే ఇటువంటి పరిస్థితి వచ్చినపుడు త్వరితంగా తప్పించుకోవడానికి వీలుగా లంక గుర్రాలకు ఎత్తుకు, దూరానికి ఎగిరే శిక్షణ ఇచ్చారు.

దెబ్బతిన్న రేవులోంచి ఓడలోకి దూకడానికి మారీచుడు ఆగలేదు.

'హ్యా!'

గుర్రం మీద కొరడా ఝుళిపించి దానికి ఆవేశం వచ్చి బలంగా దూకేలా చేశాడు. వేగంగా మరింత వేగంగా. రేవు అంచుకు చేరగానే అరిచాడు 'దశ!'

దశ అంటే సంస్కృతంలో పది అని అర్థం. రావణుడు గుర్రాలకి శిక్షణ ఇస్తున్నపుడు ఈ పదం గురించి ఎందుకు పట్టుబట్టాడో ఎవరికీ తెలియదు. అయినా యథాప్రకారం అతని అనుచరులు ఏమీ ప్రశ్నించకుండా అతని మాట విన్నారు.

మారీచుడి గుర్రానికి ఈ ఆదేశం బాగా తెలుసు. అది ముందుకు దూకింది. పైకి, దూరంగా. అతను చక్కగా ఓడ పై భాగం చేరాడు. మారీచుడు ఇంకొన్ని అడుగుల దూరం, వెళ్ళి, తన వెనక ఉన్న వారు కూడ రావడానికి వీలు కల్పించాడు.

ఒకరి తర్వాత ఒకరు ఆశ్వికులు ఓడవైపుకి చేరుకున్నారు. ప్రహస్తుడి నహరు సైనికుడు సరిగా గుర్రాన్ని దూకించలేకపోయాడు. అతని గుర్రం కొద్దిలో తప్పి నీటిలో పడింది. ఆ మనిషి తల ఓడకు కొట్టుకుని మెడ విరిగింది. తక్షణం చనిపోయాడు. ఎవరూ అతణ్ణి చూడడానికి ఆగలేదు. వాళ్ళకి తీరిక లేదు.

'రండి!' మారీచుడు అరిచాడు. గుర్రం దిగిన మారీచుడు ఓడపైఅంతస్తులో నిలబడి ఉన్నాడు. ప్రహస్తుడు వేగంగా వచ్చి, చక్కగా దూకి ఓడమీదకి క్షేమంగా చేరాడు. తరవాత రావణుడు. వారిలో చివరివాడు.

క్రకచబాహు మనుషులు దగ్గరగా వచ్చేస్తున్నారు. రెండొందల మీటర్లే ఉంది దూరం.

'అన్నా, రండి!' కుంభకర్ణుడు అరిచాడు.

క్రకచబాహు ఆశ్వికులలో ఒకడు గుర్రపు కళ్ళేలు నోటిలో పెట్టుకుని విల్లుని ఛాతీముందుకు పెట్టి బాణం వదిలాడు.

వేగంగా వెళుతున్న లక్ష్యానికి గురిపెట్టిన మంచి గురి.

ఆ బాణం గుర్రం కుడిపక్క వెనక కాలుకి కింది భాగంలో తగిలింది. దాన్ని చీల్చేసింది. అది పెద్ద గాయంగా కనిపించలేదు. రక్తం రాలేదు. అయితే గెంతుతున్న గుర్రానికి అది చావు దెబ్బ. బరువు మోయలేని కుడికాలు పడిపోయింది. వేగంగా పరిగెడుతున్న గుర్రం దీనితో పడిపోయింది తల నేలకు కొట్టుకుంది, దాని మెడ అసాధారణ కోణంలో మెలి తిరిగిపోయింది.

ఎప్పుడూ అప్రమత్తంగా ఉండే రావణుడు జీను పై నుంచి పాదాలు తీసేశాడు అప్పటికే. గుర్రం నేల మీద పడుతుండగానే దాని మీద నుంచి దొర్లి, వెంటనే లేచి నిలబడ్డాడు. అదే గతిలో ముందుకు పరుగుతీశాడు.

'అన్నా!' కుంభకర్ణుడి గొంతు ఆందోళన, భయాలతో నిండిపోయింది.

అతని చుట్టూ ఉన్న ప్రతి ఒక్కరిలో ఒకే ఆలోచన. రావణుడు రాలేడు.

మారీచుడు కుంభకర్ణుడివైపు, తిరిగి రావణుడి వైపు చూశాడు. 'రుద్రదేవా కనికరించు...'

ఎన్నో గుర్రాలు దూకడానికి శ్రమపడిన దూరాన్ని మనిషి దూకడం సాధ్యం కాదు.

అయితే ఇతను సామాన్యుడు కాడు. రావణుడు.

అతను రేవు దిగువకు అంచుకు పరిగెత్తాడు. రేవులోంచి ఓడలోకి సరుకులు ఎక్కించే యంత్రం వైపుకి. దాన్ని చాలా నెలలుగా వాడలేదు. అనుకోని రీతిలో దాన్నిపుడు ఉపయోగించడం జరుగుతోంది.

క్రకచబాహు మనుషులు ఇంకా అతని మీద బాణాల వర్షం కురిపిస్తున్నారు. కొన్ని రావణుడిని దాటి వెళుతున్నాయి. కొన్ని వెంట్రుకవాసిలో తప్పుతున్నాయి. ఏదీ లక్ష్యాన్ని తాకలేదు.

రేవు అంచుకు సమీపించగానే, రావణుడు పైకి ఎగిరి సరుకులు ఎక్కించడానికి వాడే యంత్రం కొక్కేన్ని అందుకున్నాడు. ఒక కాలితో దాని ఇరుసును తన్నాడు. అతను సరైన సమయానికి ఆ పని చేయడంతో ఇరుసు వేగంగా కదిలింది, దాని తాడు వదులైంది. కొక్కేన్ని పట్టుకున్న రావణుడు నీటిపై నుంచి ఓడ వైపుకి ఎగురుతున్నాడు. అతని మీదకి బాణాలు వస్తూనే ఉన్నాయి.

కుంభకర్ణుడు, మిగిలిన సిబ్బంది అందరూ ఎక్కడి వాళ్ళక్కడే కదలకుండా నిలబడిపోయారు. ఉత్తేజకరమైన క్రీడా ప్రదర్శన చూసి సమ్మోహితులై.

తగినంత ఎత్తులోకి రాగానే, రావణుడు వేగంగా శరీరాన్ని ముందుకు పెట్టి, కొక్కేన్ని వదిలేశాడు. గాల్లోకి ఎత్తుగా ఎగిరి ఓడపై భాగం మీదికి సులభంగా చేరాడు. ధడాలున పడకుండా చిన్నగా దొర్లుతూ, వెంటనే లేచి నిలబడ్డాడు.

అతని అనుచరులందరూ చుట్టూ నిలబడ్డారు. ఆశ్చర్యచకితులై. మౌనంగా.

'వెళదాం పదండి!' రావణుడు కేక పెట్టాడు.

లంగరు తాడు దగ్గరున్న మనిషి వైపు తిరిగాడు కుంభకర్ణుడు. 'కోసెయ్!'

ఆ నావికుడు గొడ్డలి ఎత్తి బలమైన దెబ్బవేసి ఆ లావుపాటి తాడుని నరికాడు. కొక్కేలను త్వరగా తీసేశారు.

'నడపండి! త్వరగా!' కుంభకర్ణుడు ఆజ్ఞాపించాడు.

ఆదేశం వినగానే ఓడకింది భాగంలో వేగం నియంత్రించే వాళ్ళు డోళ్ళు వాయించసాగారు. దానికనుగుణంగా సిబ్బంది ఓడ నడుపుతున్నారు. ఓడ రేవు నుంచి బైటపడి ముందుకు వెళుతూంది.

క్రకచబాహు మనుషులు ఇంకా బాణాలు వేస్తూనే ఉన్నారు.

'కిందికి వంగండి!' రావణుడు అరిచాడు. అందరూ మోకాళ్ళ మీద కూర్చున్నారు, స్తంభాల చాటుగా.

'వేగంగా!' కుంభకర్ణుడు ఆజ్ఞాపించాడు. వేగాన్ని నియంత్రించే వాళ్ళు డోళ్ళు వాయించే వేగం పెంచారు. దానికి అనుగుణంగా పడవ నడిపేవారు వేగం అందుకున్నారు.

నావికులలో ఒకడు, డేరా వెనక దాక్కుని ఉన్నాడు. అతను ఇరుసును తిప్పసాగాడు. రావణుడు కనిపెట్టిన సాంకేతికత ఇది. ఓడపై భాగంలో ఉన్న ఒక ఇరుసును తిప్పితే తెరచాప వేగంగా విడివడుతుంది. తెరచాప వేగంగా విస్తరిస్తోంది. త్వరలోనే గాలి వేగాన్ని అందుకుంటుంది.

ఓడ దూరంగా వెళుతుండగా, క్రకచబాహు మనుషులు తిట్టుకోవడం దూరం నుంచి రావణుడు విన్నాడు. స్తంభం వెనక సురక్షితంగా ఉండి కుంభకర్ణుడిని చూసి ఇకిలించాడు.

మారీచుడు రావణుడి భుజం చరిచాడు. 'మనం చేశాం రావణా! మనం చేశాం!'

రావణుడు చిరునవ్వు నవ్వాడు. అతను లేచి నిలబడి దూరంగా ఉన్న క్రకచబాహు మనుషుల్ని చూసి వెక్కిరించాడు. నహరు సైనికుల్లో ఒకడు బాణం వేశాడు అది అతని ముఖాన్ని రాసుకుంటూ వెళ్ళింది.

మారీచుడు మేనల్లుణ్ణి కిందికి లాగాడు. 'ఏం చేస్తున్నావ్? మనం ఇంకా ప్రమాదంలోనే ఉన్నాం. కిందే కూర్చో!'

రావణుడి ముఖం పాలిపోయింది. అతని శరీరం విచిత్రంగా చలన రహితమైంది.

'అన్నా?' రావణుడి శరీరం మీద గాయమైందా అని చూస్తూ కుంభకర్ణుడు విచారంగా అన్నాడు.

కుంభకర్ణుడిని పక్కకు తోసి రావణుడు లేచి నిలబడ్డాడు. అతని దృష్టి దూరంగా చెక్కల వేదిక సమీపంలో దాక్కున్న కార్మికులపైనుంది. మరో బాణం వచ్చింది. కాని రావణుడు కిందికి వంగలేదు.

మళ్ళీ మారీచుడు అతణ్ణి కిందికి లాగాడు. 'ఏమైంది నీకు? కిందకి వంగు!'

రావణుడు అస్థిరంగా కిందపడిపోయాడు. అతను ఏదో దెయ్యాన్ని చూసినట్టుగా ఉన్నాడు. శ్వాస ఎగసిపడుతూ ఉంది. మారీచుణ్ణి తోసేసి మళ్ళీ నిలబడ్డాడు.

ఈసారి ఒక బాణం అతని భుజానికి బలంగా గుచ్చుకుంది. కాని రావణుడు కనీసం కదల్లేదు. అతని కళ్ళు చెక్క వేదికను అంటుకునే ఉన్నాయి.

'అన్నా!' కుంభకర్ణుడు భయపడి మళ్ళీ అతన్ని కిందికి లాగాడు.

అన్నగారి కళ్ళలో అకస్మాత్తుగా కన్నీళ్లు నిండడం చూశాడు.

'క...' రావణుడు ఏడుస్తున్నాడు. 'కన్యా...'

ఈసారి కుంభకర్ణుడు లేచి నిలబడ్డాడు. కళ్ళు చించుకుని వేగంగా దూరమవుతున్న చెక్క వేదికను, అక్కడున్న పనివాళ్ళని చూస్తున్నాడు. విశేషించి మధ్యలో నిలబడ్డ ఒక వ్యక్తిని.

ఆమే!

చిత్రాలను చూసి ఉన్నాడు కనుక ఆమెను గుర్తించాడు. అక్కడున్న అందరూ దాక్కుంటూ ఉండగా, ఆమె కదలకుండా నిలబడింది. నిటారుగా. సజీవ దేవతలా. ఆమె దేవతే. కఠినమైన శారీరక శ్రమ చిహ్నాలు కనిపిస్తున్నాయి. కాని ఆమె ముఖంలో తేజస్సు అలాగే ఉంది. ఓడ వెళ్ళడం చూస్తోంది. ముఖం హుందాగా, ప్రశాంతంగా ఉంది. ఆమె నుంచి నిశ్శబ్ద హుందాతనం వ్యాపిస్తోంది. వాళ్ళు చేసే ఈ హింసను ఆమె తన నైతిక శక్తితో ఆపుతున్నట్టుగా ఉంది.

సందేహం లేదు ఆమే.

మరో బాణం రావడంతో కుంభకర్ణుడిని మారీచుడు వచ్చి కిందికి లాగాడు. మేనల్లుళ్ళని చూసి కోపంగా అరిచాడు. 'మీ ఇద్దరికీ ఏమైంది?'

కుంభకర్ణుడు రావణుడిని చూశాడు. రావణుడు ధైర్యం చేసి చెప్పలేని దాన్ని అతను చెప్పాడు. 'కన్యాకుమారి...'

ఆ దైవికమైన మాటని వినడంతో శక్తి వచ్చినట్టుగా, రావణుడు భుజంలోకి దిగిన బాణాన్ని విరిచాడు. లేచి నిలబడి వెనుతిరిగాడు. సరస్సులోకి దూకడానికి సిద్ధంగా. ఆమె దగ్గరకు ఈదుకుంటూ వెళ్ళడానికి సిద్ధంగా.

'రావణా!' మేనల్లుణ్ణి వెనక్కి లాగుతూ మారీచుడు అరిచాడు. 'ఈ వెర్రితనం మాను!'

'నన్ను వెళ్ళనివ్వు!' రావణుడు ఏడుస్తూ, విడిపించుకోవడానికి ప్రయత్నిస్తూ అన్నాడు. 'నన్ను వెళ్ళనివ్వు!'

ఓడలో ఉన్న అందరూ తమ నాయకుడిని తదేకంగా చూస్తున్నారు. ఏం జరుగుతుందో అర్థం కాక.

కుంభకర్ణుడు రావణుడిని గట్టిగా పట్టుకున్నాడు. 'అన్నా మీరిప్పుడు వెళ్ళలేరు! మిమ్మల్ని చంపేస్తారు!'

'నన్ను వెళ్ళనివ్వండి!' అందరినీ తోసేసి రావణుడు నిలబడ్డాడు.

'అన్నా! నా మాట వినండి. ఆమెని చేరుకోకముందే మీరు చనిపోతారు!'

'నన్ను వెళ్ళనీ!'

'ఆమె కోసం నేను మళ్ళీ వస్తాను. అన్నా! ఆమె ఎక్కడుందో తెలుసుకుంటాను!'

'నన్ను వెళ్ళనీ!' రావణుడు మళ్ళీ నిరాశగా అన్నాడు.

మారీచుడు ఏమీ అనలేక స్థాణువయ్యాడు. రావణుడిని అతనిలా ఎన్నడూ చూడలేదు.

'అన్నా!' కుంభకర్ణుడు అన్నగారిని వదల్లేదు. 'నన్ను నమ్మండి. దయచేసి. ఆమె కోసం నేను మళ్ళీ వస్తాను. ఎక్కడుందో తెలుసుకుంటాను. మాటిస్తున్నాను. ఇప్పుడు మాత్రం మీరు మాతో ఉండిపోవాలి.'

'నన్ను వెళ్ళనీ.' రావణుడి మాటలు విరిగిపోతున్నాయి.

'అన్నా! నేనామెను వెతుకుతాను! మాటిస్తున్నాను!

'నన్ను వెళ్ళనీ....'

తెరచాప గాలిపాటుకు బాగా తెరుచుకుంది. ఓడ తీరం నుంచి దూరంగా వెళ్ళింది. క్రకచబాహు బాణాల నుంచి దూరంగా.

ఆమె నుంచి దూరంగా.

కన్యాకుమారి నుంచి దూరంగా.

'నన్ను వెళ్ళనీ...'

౯

9వ అధ్యాయం

మళ్ళీ ఒక నెలలోపలే, కళింగకు కుంభకర్ణుడు వచ్చాడు. నలబన ద్వీపంలో ధైర్యంగా దోపిడీ చేసి, వాళ్ళు విచారంగా లంకకు చేరారు. రోజున్నరలో గోకర్ణం చేరారు. చేరగానే త్వరత్వరగా విలువైన సరుకుని రావణుడి భవంతిలోని నేలమాళిగలో నిర్మించిన ప్రత్యేక గదిలో అత్యంత భద్రతతో దాచారు. అదనపు భద్రత కోసం చాలా తాళాలు వేశారు. కుంభకర్ణుడు వెంటనే మళ్ళీ ద్వీపానికి ప్రయాణమయ్యేందుకు ఏర్పాట్లలో మునిగి పోయాడు. ఏ రకంగానూ అది రావణుడికి చెందినదని గుర్తించడానికి వీలు లేకుండా ఒక కొత్త ఓడను కొన్నాడు. దక్షిణాఫ్రికా నుంచి వచ్చిన యువకులను తన బృందంలో నియమించుకున్నాడు. ఇదంతా మూడు వారాల్లో చేసేశాడు.

తరవాత ఉత్తర దిశగా, చిలుకా సరస్సు వైపు ప్రయాణం సాగించాడు. కన్యాకుమారివైపు.

చిలుకా రాజ్యపాలకుడితో కలిసి తమ దేశంలో తిరుగుబాటు చేయాలనుకున్న నహరిన్ల బృందం మనసు మార్చుకుని అతణ్ణి బందీగా పట్టుకున్నారనే వార్త అంతటా వ్యాపించింది. వాళ్ళు క్రకచబాహుని బందీని చేసి, రాజుకు అప్పగించడానికి నహరుకు తీసుకువెళ్ళారు. ఎప్పుడైనా తిరుగుబాటు విఫలమైతే, తిరుగుబాటుదార్లు తమ నాయకుడిని మోసగించి, రాజుకు అప్పగించి విధేయులై తమని తాము రక్షించుకుని బతుకుజీవుడా అని బయటపడడం జరిగేదే.

ఎన్నో ఏళ్లుగా క్రకచబాహు కూడబెట్టిన ధనం లేకుండా, నహరు తిరుగుబాటు బతికి బట్ట కట్టలేకపోయింది.

ఏది ఏమైనా నేరుగా సరస్సులోకి ప్రయాణించడం ప్రమాదకరమని కుంభకర్ణుడికి తెలుసు. అతను చిన్నవాడు కావచ్చు కాని దుడుకు మనిషి కాదు. చిలుకాలో ఇంకా క్రకచబాహు విధేయులు ఉండే అవకాశముంది.

అందువల్ల కుంభకర్ణుడు, చిలుకాను దాటి ప్రయాణించి ఉత్తరంగా మహానది ముఖద్వారం నుంచి కళింగను చేరాలని అనుకున్నాడు. కాని మార్గమధ్యంలో ప్రసిద్ధ పూరి జగన్నాథ దేవాలయం దగ్గర ఆగాడు. అది చిలుకాకు దక్షిణంగా, నదికి ఉత్తరంగా రెంటికీ మధ్యలో ఉంది.

భారతదేశంలో జగన్నాథ దేవాలయాన్ని అత్యంత పవిత్ర పుణ్యక్షేత్రాల్లో ఒకటిగా పరిగణిస్తారు. అది తీరానికి సమీపంలో, సముద్రం నుంచి స్పష్టంగా కనిపిస్తుంది. కుంభకర్ణుడు ఓడకు లంగరు వేసి, తీరానికి తెడ్డుతో నడిచే నావలో పదిమంది ఆఫ్రికా అంగరక్షకులతో వెళ్ళాడు.

ఆలయ సముదాయంలో ముప్ఫయి దేవాలయాలున్నాయి. దీనిని పది ఎకరాల స్థలంలో విశాలమైన రాతి వేదిక మీద నిర్మించారు. కేంద్ర దేవాలయం భారతదేశంలోనే ఎత్తైన, పెద్ద దేవాలయాల్లో ఒకటి అయిన జగన్నాథ దేవాలయం. *జగత్ప్రభువు* కోసం నిర్మితమైన దేవాలయం. విష్ణువుది. మిగిలిన విష్ణువులకన్న ముందరి విష్ణువు. సాక్షి అయిన విష్ణువు. సర్వసాక్షి.

దేవాలయాల్లో విగ్రహాలను రాతితోగాని, లోహంతో గాని చేస్తారు, కాని జగన్నాథుడి విగ్రహం చెక్కతో చేసినది. వేప చెక్కతో చేసినది. ప్రతి పన్నెండేళ్ళకోసారి ఈ విగ్రహాన్ని మళ్ళీ కొత్త చెక్కతో తయారుచేస్తారు.

నల్లగా ఉండే విగ్రహానికి పెద్ద తల ఉంటుంది. మెడ కనిపించకుండా ఛాతీపైన తల ఉంటుంది. మోచేతులు పై పెదవికి సమాంతరంగా ఉంటాయి. కళ్ళు పెద్దగా గుండ్రంగా ఉంటాయి. నడుము దగ్గర ఆకృతి పూర్తవుతుంది. కాళ్ళుండవు. చేతులుండవు.

సాక్షిన్ విష్ణువు కచ్చితంగా మాట్లాడితే సాక్షి. *చిక్కటి నలుపురంగు. కృష్ణ* అనే సంస్కృత పదం దానికి నిదర్శనంగా నిలుస్తుంది. ఎందుకంటే వెలుతురు లేకముందు అంతా చీకటే. అంతా నలుపే.

చేతులు లేకపోవడం తన కర్మను తాను చేయడని చెబుతోంది. కాళ్ళు లేకపోవడం మీవైపుగాని, మీకు దూరంగా గాని ఆయన కదలడని చెబుతోంది. ఆయన తటస్థుడు. క్షుద్రమైన మానవ శత్రుత్వాల్లో ఆయన ఎవరివైపు ఉండడు. ఆయన వ్యక్తిగత ఇష్టాయిష్టాలకు అతీతుడు.

భగవంతుడికి లింగాన్ని ఆపాదించడం తప్పని కొందరంటారు. ఇటువంటి తుచ్ఛ విభజనలకు ఆయన అతీతుడు. ఆయన ఏకత్వం. స్రోతస్సు.

మరీ ముఖ్యగా ఆయనకు కనురెప్పలు లేవు. ఆయన కళ్ళు ఎప్పుడూ తెరుచుకునే ఉంటాయి. ఎప్పుడూ గమనిస్తూనే ఉంటాడు.

ప్రాచీనుల ప్రకారం, మానవులు అర్థం చేసుకోగల అత్యున్నత దైవిక రూపమిది. సాక్షి విష్ణువు ఆది ప్రాణి. కాలంతోపాటు తేలుతూ ఉంటాడు. ప్రజలు జీవితాలు జీవించడాన్ని, విశ్వం తన కర్మను శ్వాసించడాన్ని అన్నిటినీ సాక్షిగా చూస్తుంటాడు.

ఆయనకు సమర్పించే ప్రార్థనలు కూడ అసాధారణమైనవే. కేవలం ఆయన ఆశీస్సులు పొందడానికి మాత్రమే భక్తులు జగన్నాథాలయానికి వెళ్ళరు. వాళ్ళు పెద్ద ఉద్దేశంతో, తమ ముఖ్యకర్మను నిర్వహించడానికి సిద్ధంగా ఉన్నపుడు వెళతారు. ఆదిప్రాణి స్మృతిలో అది జ్ఞాపకముండేలా జాగ్రత్త పడతారు. సాక్షియైన విష్ణువు స్మృతిలో వారి కర్మ జమ అయితే, అది ఆ భక్తుడు జనన మరణ చక్రం నుంచి విముక్తుడవుతాడా, లేదా అనేది నిర్ధారిస్తుంది.

కుంభకర్ణుడు తన జీవితంలో అత్యంత ముఖ్యమైన పని చేయడానికి వెళుతున్నానని విశ్వసించాడు. ఆ అత్యున్నత మూర్తి ముందు మోకరిల్లాడు. నడుం వంగింది. తల నేలకానింది. ప్రార్థిస్తూనే ఉన్నాడు. ఎట్టకేలకు లేచి సర్వసాక్షి విష్ణువుతో ప్రతి భక్తుడూ ప్రార్థించినట్లుగానే ఎదుట నిలబడి: 'నాకు సాక్షిగా ఉండు, దేవా,' అని ప్రార్థించాడు.

నా జీవితంలో ఆచరించాల్సిన ముఖ్యమైన కర్మ ఆచరిస్తున్నపుడు నాకు సాక్షిగా ఉండు.

—<oI—

నలబన్ ద్వీపాన్ని దోపిడీ చేసి మూడేళ్ళు అయింది. ఇరవై రెండేళ్ళ రావణుడు ఏకాంత ప్రియుడయ్యాడు. గోకర్ణం నుంచి అరుదుగా బయటికి వెళ్ళేవాడు. ఇంకా వ్యాపారం చేస్తూనే ఉన్నాడు. కీలకమైన విషయాల్లో నిర్ణయాలు తనే చేస్తున్నా, సముద్రంలోకి గాని, ప్రయాణానికి గాని వెళ్ళడం లేదు. కొండమీదున్న తన భవంతిలో నుంచి కుంభకర్ణుడి కోసం నిరీక్షిస్తూ సముద్రాన్ని చూస్తుండేవాడు.

ఇంతకాలమూ, కుంభకర్ణుడు కళింగ నుంచి ఎప్పటికప్పుడు సమాచారం పంపుతూనే ఉన్నాడు. కన్యాకుమారితోపాటు ఓడరేవు మరమ్మతు చేస్తున్న కార్మికులు

కళింగ మధ్య దేశంలోకి పడమటి దిశగా వెళ్ళారు. తరువాత వాళ్ళ గురించి కుంభకర్ణుడు పంపగా రావణుడు విన్న సందేశం వాళ్ళు వైద్యనాథ్ లో మయూరాక్షి నది సమీపంలో ఉన్నారని. అది కళింగ నుంచి అంత దూరం కాదు.

ఈలోగా, రావణుడి విశాల వ్యాపార సామ్రాజ్యాన్ని మారీచుడు నిర్వహించడం మొదలుపెట్టాడు. క్రకచబాహు నుంచి దొంగిలించిన ధనాన్ని కొత్తవి పెద్ద ఓడలు నిర్మించడానికి ఉపయోగించాడు. రావణుడి కొనుగోలు అభ్యర్థనలతో గోకర్ణం, దాని చుట్టుపక్కల ఓడలు నిర్మించేవారు అతని పనిలోనే మునిగిపోయారు. ప్రతి నెలా అయిదారు ఓడలను కొంటున్నాడు; హిందూ మహాసముద్ర ప్రాంతంలోని వ్యాపార వర్గాలను ఈ అభూత పూర్వ ఘటన దిగ్భ్రాంతికి గురిచేసింది.

కాలక్రమంలో రావణుడు రెండు వందల ఓడలను నిర్మించుకున్నాడు. గుహా పదార్థం కోసం ముందుగానే మలయపుత్రులకు ధనం చెల్లించాడు. కొత్త ఓడ రాగానే రావణుడి మనుషులు దాన్ని లంక దక్షిణ తీరంలో ఉన్న ఉనవతున లోని రహస్య ప్రదేశానికి తీసుకుని వెళ్ళేవారు. అక్కడ ఓడను పక్కకు వంచేవారు. ఇతర పదార్థాలను గుహా పదార్థంతో కలిపేవారు. తర్వాత శ్రమకోర్చి ఓడ అడుగు భాగానికి దానిని పూసేవారు. అది చాలా శ్రమకోర్చి, చాలాసేపు చేయాల్సిన పని. ఆ పనిని నమ్మకస్తులైన కొద్ది సిబ్బంది రహస్యంగా చేసేవారు. వారికి ఆ పని చేసినందుకు మంచి ప్రతిఫలం లభించేది.

రావణుడి ఓడల సముదాయం పెరిగిన కొద్దీ, అవి వేగంగా ప్రయాణిస్తాయనే పేరు కూడా వచ్చింది. తయారీదారులు, చేతివృత్తులవారు కూడ అతనితో వ్యాపారం లాభసాటిగా భావించారు. రావణుడి దగ్గరకి వెళితే, ఇతర వ్యాపారుల దగ్గరకన్న తమ సరుకు త్వరగా అమ్ముడవుతుందని, త్వరగా చేరిపోతుందని వారికి తెలుసు. రావణుడి ఆదేశాల మేరకు, మారీచుడు కూడ హిందూ మహాసముద్రంలో రద్దీగా ఉండే వ్యాపార మార్గాల్లో వచ్చే ఇతర ఓడలను నిర్బంధించి, దోపిడీ చేయడం ఆరంభించాడు. సముద్రపు దొంగల ఓడలు గాలిలా వేగంగా వచ్చి, దోచుకుని, దోచుకున్న ఓడల్లోని నావికులను చంపి, తమ దోపిడీ ఆనవాళ్లు దొరక్కుండా ఆ ఓడలను నీటిలో ముంచేస్తాయి. వాళ్ళు నాశనం చేసిన ఓడలలో చాలా కుబేరుడివే. సాక్ష్యాలు లేనందున, రావణుడికి వీటికి ఉన్న సంబంధం ఎవరికీ తెలియదు. వాళ్ళు సముద్రపు దొంగలు ఈ పని చేస్తున్నారనుకున్నారు.

అయితే రావణుడి పథకం ఇతర ఓడలను సంపద కోసం దోచుకోవడంతో పూర్తవలేదు. సముద్రపు దొంగల దాడికి భయపడే వాళ్ళ కోసం ప్రహస్తుడి

నేతృత్వంలో చిన్న సైన్యాన్ని నిర్మించడం ఆరంభించాడు. అది తన ఓడల రక్షణకు అని చెప్పాడు. ఒక వ్యాపారి శిక్షితులైన సాయుధ సైనికులను రక్షణకు ఏర్పాటు చేసుకొనడం అసాధారణమైనా, లాభాలను కాపాడుకొనడానికి తార్కికమైన మార్గమిదని కొందరు భావించారు. కొందరు వ్యాపారులు రావణుడి రక్షణ దళాలను అద్దెకు తీసుకొనడం కూడ ఆరంభించారు. తన దళాలను అద్దెకివ్వడం ద్వారా మాత్రమే కాకుండ, తన సైనికులు శత్రువుల గురించి, వారి వ్యాపార ప్రణాళికల గురించి చెప్పే సమాచారం వల్ల కూడ రావణుడు లాభాలు గడించాడు.

లాభాలు శరవేగంగా వచ్చాయి. గోకర్ణంలో సంపన్నులైన వ్యాపారుల్లో రావణుడు ఒకడయ్యాడు. త్వరలోనే ప్రపంచ సంపన్న వ్యాపారుల్లో ఒకడవుతాడు. భూమ్మీద అత్యంత ధనవంతుడైన కుబేరుడు కూడ గుర్తించేంత సంపన్నుడవుతాడు. గుహ పదార్థాన్ని నిజంగా దేనికి ఉపయోగిస్తున్నారో మలయపుత్రులు తెలుసుకునే ప్రమాదం నుంచి తప్పించుకొనడానికి, మారీచుడు కుబేరుడి దగ్గర పుష్పక విమానం అద్దెకు తీసుకోవడానికి వెళ్ళాడు. చూసేవాళ్ళకి విశ్వసనీయ ఒప్పందంలా అనిపించే విధంగా గీచి గీచి బేరమాడి ధరను నిర్ణయించాడు. వ్యాపారంలో వాస్తవాలు తెలిసిన వ్యాపారి గనుక కుబేరుడు వెంటనే అంగీకరించాడు. ఆ విమానం నడపడం చాలా ఖరీదైన వ్యవహారం, అతనిప్పటికే దాన్ని వాడడం మానేశాడు నిజానికి. వాడకుండా ఉన్న యంత్రాలన్నిటిలానే అది కూడా నిదానంగా తుప్పు పట్టి పోతోంది. అసలు ఏ వ్యాపారం లేకుండా ఉండేకన్న ఏదో ఒక వ్యాపారం మెరుగని కుబేరుడి అభిప్రాయం.

కుబేరుడి దగ్గర విమానం తీసుకోగానే మారీచుడు చేసిన మొదటి పని దానిలో కుబేరుడు నిర్మించిన విలాసాలనన్నిటినీ తీసేయడం. బంగారు తాపడం చేసిన మంచం, దాని మీద పెద్ద మెత్తటి పరుపు, పెద్దది, అన్ని వస్తువులతో నిండి రుచికరమైన ఆహారం తయారుచేసే వంటగది అన్నీ తీసేశాడు. విమానంలో వాస్తవ విలువలేని వైభవాన్ని సూచించే వాటినన్నిటినీ తీసేశాడు. ఈ విలాసవస్తువులను తీసేయడంతో విమానం బరువు తగ్గిపోయింది. బరువు తగ్గడంతో, విమానం ఎగరడానికి అవసరమైన గుహ పదార్థం పరిమాణాలు కూడ గణనీయంగా తగ్గాయి. దీనితో విమానం నడపడానికయ్యే ఖర్చు కూడ తగ్గింది.

మారీచుడు విమాన వాడకాన్ని కూడ పరిమితం చేశాడు. సుదూర దేశాలకు వెళ్ళడానికి మాత్రమే దాన్ని ఉపయోగిస్తున్నారు. సమాచారం తెలుసుకొనడానికి, అత్యంత విలువైన, బరువులేని సరకు, విలువైన రత్నాల వంటి వాటి కోసమే దాన్ని

ఉపయోగిస్తున్నారు. ఈ ప్రయాణాల్లో అతనితో పాటు ఒకోసారి రావణుడు కూడ వెళ్ళేవాడు.

అలాంటి ఒక ప్రయాణం గురించి మాట్లాడడానికి రావణుడి దగ్గరకి మారీచుడు వచ్చాడు.

'ఈ సమాచారం కచ్చితమైనదేనా?' చేస్తున్న వ్యాయామం ఆపకుండా రావణుడు చిరచిరలాడుతూ అడిగాడు.

మారీచుడు, రావణుడు అతని ఇంటి మొదటి అంతస్తు వరండాలో ఉన్నారు. సముద్రంలోకి చొచ్చుకుని పోయిన కొండమీద నిర్మితమైంది ఆ ఇల్లు. కనుచూపు మేర, ఆపైన, హిందూ మహాసముద్రం అందాలు చూడవచ్చు. రావణుడు ప్రతిరోజూ ఇక్కడికి వచ్చి సూర్యనమస్కారాలు చేస్తాడు. ఆధ్యాత్మికత, వ్యాయామం రెండింటి సరైన కలయిక.

'ఆఁ. నావికుడు దక్షిణాఫ్రికా నుంచి వచ్చాడు,' మారీచుడు అన్నాడు. 'కచ్చితమైన సమాచారమే. అతను చెప్పే విషయమంతా, తను కళ్ళారా చూసినదే.'

వాళ్ళు మాట్లాడే మనిషి పేరు లెథాబో. ఆఫ్రికా నావికుడు. కుంభకర్ణుడితో కలిసి కళింగకు వెళ్ళాడు. రావణుడికి ఒక సందేశం అందించడానికి వచ్చాడు. ఒక గాయం అవడంతో మళ్ళీ వైద్యనాథ్ లో ఉన్న కుంభకర్ణుడి దగ్గరకు వెంటనే వెళ్ళలేక పోయాడు. అతను చికిత్స చేయించుకుంటున్న ఆయురాలయానికి నావికుడిని చూడడానికి మారీచుడు వెళ్ళాడు. అప్పుడు ఆఫ్రికా ఖండంలో దక్షిణ దిశలో విలువైన రత్నాలున్న గనులున్నాయని అతనికి తెలిసింది. అక్కడ చదునైన శిఖరం ఉన్న పర్వతం ఉంది. స్థానికులు దాన్ని బల్ల పర్వతం అంటారు.

'....మ్ మ్...' రావణుడు సమాధానం ఏమీ చెప్పకుండా తన దైనందిన కార్యక్రమాన్ని ముగించి, సూర్యదేవుడికి నమస్కరించాడు.

'రావణా అక్కడికి పుష్పక విమానం తీసుకెళితే లాభదాయకం. కొన్ని విలువైన రత్నాలు దొరికినా, ప్రయాణ ఖర్చులు వచ్చేస్తాయి. ఒకవేళ మనం గని కనిపెడితే.... ఇంక నువ్వే ఊహించు. నీ ఊహకే వదిలేస్తున్నా.'

రావణుడు వసారా చివరకు వెళ్ళి చేతుల్ని పిట్టగోడ కడ్డీల మీద ఆన్చాడు. సముద్రం వైపు చూశాడు,

తర్వాత సుదూరంగా దిగంతాల్లోకి చూశాడు.

'రావణా?'

రావణుడు నిశ్శబ్దంగా ఉండిపోయాడు.

'రావణా, నీ నిర్ణయమేమిటి?'

సమాధానం రాలేదు.

మారీచుడు నిట్టూర్చాడు. మేనల్లుడి దగ్గరగా వెళ్ళి భుజం మీద చెయ్యేశాడు.

'రావణా...'

'కుంభ...'

'ఏమిటి?'

సుదూరంగా కనిపిస్తున్న ఓడవైపు రావణుడు చూపించాడు. దాని తెరచాపలు ఎత్తి ఉన్నాయి. జెండా రెపరెపలాడుతోంది. కుంభకర్ణుడి జెండా.

'ఇంతదూరం నుంచి జెండాను ఎలా గుర్తుపట్టావ్?' మారీచుడు ఆశ్చర్యంగా అడిగాడు.

'తనే. తనదని నాకు తెలుసు,' ముఖం ఆనందంతో వెలిగిపోతుండగా రావణుడన్నాడు.

అతను వెనుతిరిగి, బైటకి పరిగెత్తినట్టుగా వెళుతూ, రక్షక భటుల్ని కేకవేశాడు. త్వరగా ఓడలో తమ్ముడిని కలవడానికి వెళ్ళాలి. నిరీక్షించేంత ఓపిక అతనికి లేదు.

ఆమె గురించిన సమాచారం వీలైనంత త్వరగా తను తెలుసుకోవాలి.

కన్యాకుమారి సమాచారం.

—ꕥ—

'నిజమేనా నువ్వు చెప్పేది?'

రావణుడు ఆలస్యం చేయకుండా సముద్రంలో గోకర్ణం రేవు నుంచి కొన్ని మైళ్ళు ప్రయాణించి తమ్ముడిని కలుసుకున్నాడు. హఠాత్తుగా రావణుడిని చూసి కుంభకర్ణుడు ఆశ్చర్యపోయాడు. అయితే అన్నగారి ఆత్రుతను అర్థం చేసుకోగలడతను. ఇప్పటికి మూడేళ్ళయింది మరి.

ఉద్వేగపూరితమైన కలయిక తర్వాత, రావణుడు ఓడపై భాగంలో ఒక మూలకు తమ్ముడిని తీసుకెళ్ళాడు. తర్వాత ప్రశ్నలు వేశాడు. కన్యాకుమారి గురించి ప్రశ్నలు.

'నిజమే, అన్నా. కచ్చితంగానే చెబుతున్నా. నా కళ్లతో నేను చూశానామెని.'

రావణుడి కళ్ళు వెలిగాయి. 'నువ్వామెని చూశావా?'

కుంభకర్ణుడు చిరునవ్వు నవ్వాడు. 'చూశాను. నా అదృష్టం!' రావణుడు హాయిగా నవ్వాడు. 'నిజంగానే. ఈ చోటు ఎంత దూరంలో ఉంది?'

'ఆమె ఉండే గ్రామం చాలా లోపలికి ఉంది. వైద్యనాథ్ దేవాలయానికి చాలా దగ్గరగా ఉంటుందా గ్రామం.'

'వైద్యనాథ్ దేవాలయమా? నిజంగా? నువ్వు పసిపిల్లవాడుగా ఉన్నపుడు మనం అక్కడ కొంతకాలమున్నాం.'

'అవునట. నాకు తెలుసు,' కుంభకర్ణుడు చెప్పాడు. 'అమ్మ నాకు ఆ సంగతంతా చెప్పింది.'

'వైద్యనాథాలయం స్థానిక కన్యాకుమారి ఆలయానికి చాలా సమీపంలో ఉంటుంది కదా. కాదా? ఆ చోటు పేరేమిటి? త్రికూటం? ఒకప్పుడు దేవతగా ఆరాధింపబడిన చోటుకి సాధారణ మహిళలా జీవించడానికి ఎందుకు వెళుతుంది?'

'మాజీ కన్యాకుమారీలు ఒకప్పుడు దేవతలుగా పాలించిన చోటికి సమీపంలో నివసించడం సర్వసాధారణం. త్రికూటంలో కన్యాకుమారి ఆలయంలో ఒక్కచోటే ఇలా జరగదు. భారతదేశంలో కన్యాకుమారి దేవాలయాలు చాలాచోట్ల ఇలా జరుగుతుంది. బహుశ చాలామంది మాజీ కన్యాకుమారీలున్నచోట తమ జీవితాలని పునర్నిర్మించుకొనే ఆలంబన దొరుకుతుందేమో వారికి.'

'హ్ మ్ మ్,' అన్నాడు రావణుడు. కుంభకర్ణుడి మాటలు అసలు వినకుండా.

నేను వైద్యనాథ్ కు ముందుగానే వెళ్ళాల్సింది. ఆమెని వెదకడానికి చేయాల్సిన తర్కసహమైన పద్ధతి అది. నేనెంత తెలివి తక్కువగా వున్నాను! ఎన్నేళ్ళు వృథా చేశాను.

'అన్నా...'

'ఏమిటి?' మళ్ళీ మనసుని వర్తమానంలోకి లాక్కొస్తూ అడిగాడు.

'ఇక్కడో చిన్న సమస్య ఉందని చెప్పాలనుకుంటున్నాను.'

'ఏ సమస్య?'

'ఉమ్ మ్...'

'ఏమిటది, చెప్పు. నీ అన్న తీర్చలేని సమస్యేమీ లేదు.'

'అన్నా ఆ కన్యాకుమారి... ఆమెకి... ఆమెకి పెళ్ళి అయింది.'

అదేం పెద్ద సమస్య కాదన్నట్టుగా రావణుడు చేయి ఊపాడు. 'అదేం సమస్య కాదు. ఆ సమస్య మనం తీరుద్దాం.'

'మనం తీరుస్తామా? ఎలా?' కుంభకర్ణుడు వ్యాకులంగా కనిపించాడు.

'మూర్ఖంగా ఉండకు, కుంభా,' వెక్కిరించాడు రావణుడు. 'ఆమె భర్తని మనం చంపం. ఎలా చంపుతాం? అతను కన్యాకుమారి భర్త. అతన్ని కొనేద్దాం.'

'కాని....'

'ఆ విషయం నాకొదిలెయ్. వైద్యనాథ్ కి మనం ఎంత త్వరగా వెళ్ళగలం?'

'కొద్దిరోజుల్లో బైల్దేరగలం.'

'సెభాష్!'

కుంభకర్ణుడు నవ్వి, అపహాస్యం చేస్తున్నట్టుగా రావణుడికి నమస్కరించాడు. 'మీ ఆజ్ఞ ఇరైవా!'

అకంపనుడు రావణుడికి ఇచ్చిన బిరుదు ఇరైవా. భారతదేశ వాయవ్య ప్రాంతంలో పాస్తూన్ ప్రాంతాల్లో ఉన్న అకంపనుడి స్వదేశ మాండలికంలో ఇరైవా అంటే 'నిజమైన ప్రభువు' అని అర్థం. రావణుడి నావికులలో చాలామంది ఇప్పుడతనిని ఇరైవా అని పిలుస్తారు.

రావణుడు తమ్ముడిని కౌగలించుకుని, జుట్టు చెరిపాడు. రావణుడికన్న తొమ్మిదేళ్ళు చిన్నవాడైనా కుంభకర్ణుడు ఇప్పుడు ఇంచుమించు రావణుడంత పొడవున్నాడు.

'కాని, అన్నా అసలు అడగాల్సిన ప్రశ్న మీరు నన్ను అడగలేదు,' అన్నాడు కుంభకర్ణుడు. 'నేను చాలాకాలం దూరంగా ఉన్నాను. కాలం గడిచేకొద్దీ మీరు నెమ్మది అయిపోతున్నారు.'

రావణుడు కుంభకర్ణుణ్ణి వదిలి, ప్రశ్నార్థకంగా చూశాడు. 'ఏ ప్రశ్న అది?'

'ఎప్పటినుంచో మీరు తెలుసుకోవాలనుకుంటున్న విషయం. నన్ను అడగండి. నా దగ్గర సమాధానం ఉంది.'

రావణుడికి అర్థం కాగానే ముఖం వెలిగింది. 'నీకు తెలుసా? నీకు ఆమె పేరు తెలుసా?'

కుంభకర్ణుడు మృదువుగా నవ్వుతూ తలూపాడు.

రావణుడు కుంభకర్ణుడి భుజాలు పట్టుకున్నాడు. 'చెప్పు! మూర్ఖుడా! ఆమె పేరేమిటి?'

'వేదవతి!'

రావణుడు ఊపిరి బిగబట్టాడు. అలౌకికమైన ఆ పేరు తన చెవుల్లో ప్రతిధ్వనింపజేసుకుంటూ. శరీరంలో, ఆత్మలో.

వేదవతి.

వేదాలకు మూర్తిత్వం.

రావణుడు తమ్ముడి నుంచి దూరంగా, సముద్రంవైపు చూశాడు. ఆ దైవికమైన పేరు వినిపించగానే తన హృదయం బద్దలవుతుందనిపిస్తోంది. ఆ పేరును పైకి అనే సాహసం చేయలేకపోయాడు. అతని ఆత్మ దీన్ని తట్టుకోలేదు. ఆ పేరు తన మనసులోనే మృదువుగా ప్రతిధ్వనింపజేసుకున్నాడు.

వేదవతి....

౧౦

10వ అధ్యాయం

సోదరులిద్దరూ మర్నాటి ఉదయం బయలుదేరాలి. వాళ్ళ దగ్గరున్న వాటిలో అతివేగంగా వెళ్ళే ఓడని ప్రయాణానికి సిద్ధం చేశారు.

సూర్యదేవుడు తన పని ముగించాడు. చంద్రుడు విధి నిర్వహణకు వచ్చేశాడు. అది అందమైన పున్నమి రాత్రి. వెన్నెల వెలుగులో గోకర్ణం తీర రేఖ, సముద్రంలోని కొన్ని భాగాలు మిలమిల మెరుస్తున్నాయి. ఆకాశంలో మేఘాలు లేవు. నక్షత్రాలతో ఆకాశం ఆభరణాలు పొదిగిన గొడుగులా ఉంది. చల్లగా, తేమతో ఉన్న సముద్రపు గాలి ఇంద్రియాలకు హాయి గొలుపుతూ ఉంది. నగరంలో రణగొణధ్వనులు ఆగిపోయాయి. రావణుడు ఆకాశం వైపు చూశాడు.

గాలిలో ప్రేమ సుగంధం ఉంది. దొంగ వ్యాపారి దానిని శ్వాసించాడు.

'నేను రేపటి వరకూ ఆగలేను!' అన్నాడు, మరికొంత మద్యం తాగుతూ.

కుంభకర్ణుడు చిరునవ్వు నవ్వాడు. అన్నతో కలిసి మదిరా పానం చేయడానికి నిరాకరించాడు. తల్లి ఇంట్లోనే ఉంది.

ప్రశంసిస్తున్నట్లుగా తన పాన పాత్రను పైకిలేపి, మదిర రుచిని ఆస్వాదించాడు. సీసాను చూశాడు. ఖాళీగా ఉన్న కుంభకర్ణుని చేతులను చూశాడు.

'నిజంగా?' రావణుడు అడిగాడు. 'నా దురలవాట్లు చేసుకోవద్దని ఆవిడ నిజంగా నీకు చెప్పిందా? నాకు అప్పుడప్పుడు అనిపిస్తుంది నేను...'

అన్నగారి మాటకు కుంభకర్ణుడు అడ్డువచ్చాడు. 'అన్నా, అంతగా పట్టించుకోవాల్సిన విషయమా ఇది? ఆవిడ మన అమ్మ...'

రావణుడు నిట్టూర్చాడు. మరికొంత మదిర తాగాడు.

తల్లి సమక్షంలో కుంభకర్ణుడు ఆవిడ కోరికలను మన్నించినా, చిన్న కొడుక్కి కైకసి చెప్పిన మంచిమాటలు తలకెక్కలేదు. కుంభకర్ణుడికి రావణుడే ఆదర్శం. అన్నగారే ఎప్పుడూ అతని ఆదర్శ నాయకుడు. దురలవాట్లా? రావణుడి ప్రతి అలవాటునూ అనుకరించాలని అనుకుంటాడు. అన్నగారు తల్లిని అవమానించకుండా ఉంటే చాలుననే ఒక్క విషయం మాత్రం ఎప్పుడూ కోరుకుంటాడు.

'ఆమె గురించి ఇంకా చెప్పు, నాకు,' అన్నాడు రావణుడు. 'కన్యాకుమారి....

ఆమె పేరు తెలిసినా రావణుడు, ఆ పేరును అనడం లేదని కుంభకర్ణుడు గమనించాడు. వేదవతి గురించి ఇంకా రావణుడికి ఏం చెప్పగలనా అని ఆలోచించాడు. ఆమె ఆకృతి ఎలా ఉందో ఇప్పటికే వివరించాడు. రావణుడి చిత్రాల్లో ఉన్న స్త్రీకి, ఆమెకి ఎన్నో పోలికలున్నాయి.

'ఆవిడ నిజంగానే అసాధారణమైంది, అన్నా,' కుంభకర్ణుడన్నాడు. 'చాలామందికి జీవితం ఎంత దుర్భరమో మీకు తెలుసుగా? పన్నులు పెరిగాయి, పనులు దొరకడం కష్టమైపోయింది.'

సప్తసింధు రాజ్యాలలోని వ్యాపార వ్యతిరేక విధానాల వల్ల వ్యాపార కార్యకలాపాలు బాగా మందగించాయి. పన్నుల వల్ల వచ్చే ఆదాయం కూడ బాగా తగ్గింది. అదే సమయంలో సామ్రాజ్యాల కోసం యుద్ధాలు జరగడంతో రాజుల వ్యయం కూడా పెరిగింది. అందువల్ల పన్నులు పెరిగాయి. దీనివల్ల వ్యాపారావకాశాలు, ఉద్యోగావకాశాలు మరింత తగ్గాయి. ఇంత నిస్పృహ వాతావరణంలో నేరాలు కూడ బాగా పెరిగాయి. ఎప్పటిలానే వీటన్నిటికీ సామాన్యులు బలయ్యారు. దేశమంతా చిన్న చిన్న తిరుగుబాట్లు జరుగుతున్నాయి, ముఖ్యంగా రాజుల సామంతులు, భూస్వాములకు విరుద్ధంగా. అయితే, ఈక్షణంలో రావణుడికి ప్రజల పరిస్థితి పట్ల ఆసక్తి లేదు.

'కన్యాకుమారి గురించి చెప్పు?'

'దీనికీ ఆ విషయానికీ సంబంధం ఉంది అన్నా. కన్యాకుమారి భర్త....'

రావణుడి దవడ బిగుసుకొనడం చూసి కుంభకర్ణుడు ఆగాడు.

రావణుడు కొంచెంసేపు దూరంగా చూసి తర్వాత తమ్ముడివైపు చూశాడు. 'ఊ, చెప్పు అతడి గురించి?'

కుంభకర్ణుడు చెప్పసాగాడు. 'అతని పేరు పృథ్వి. బెలూచిస్థాన్ నుంచి వచ్చిన వ్యాపారి. అది భారతదేశ పడమటి మూలలో ఉంది. చాలా ఏళ్ళ క్రితం వైద్యనాథ్ లో స్థిరపడి వ్యాపారం చేస్తున్నాడు. కాని బాగా నష్టపోయాడు.'

'చవట.'

రావణుడి ఈర్ష్యా జనితమైన వ్యాఖ్యకు ఏమీ జవాబివ్వకూడదని కుంభకర్ణుడు నిర్ణయించుకున్నాడు. పృధ్వి నిజాయితీగల, ముక్కుసూటిగా ఉండే మర్యాదస్తుడని అతడికి చెప్పారు. అతను తెలివైన వ్యాపారి కాకపోవచ్చు.

'వ్యాపారంలో నష్టాలు రావడంతో, స్థానిక భూస్వామికి బాగా రుణపడి పోయాడు. ఆ రుణం తీర్చడానికి అతని దగ్గర పని చేస్తున్నాడు.'

'అందువల్ల మూర్ఖుడైన భర్త కారణంగా కన్యాకుమారి దాసిలా పని చేయాల్సి వచ్చిందా?'

'ఆవిడ తనిష్ట ప్రకారమే చేస్తోంది, అన్నా. ఆవిడ కూడా భూస్వామి దగ్గరే పనిచేస్తోంది. ఆ ప్రాంతంలో అందరికీ ఆవిడ కన్యాకుమారి అని తెలుసు. అందరూ ఆమెని గౌరవిస్తారు. అందువల్ల అవసర సమయాల్లో సామాన్యులకి, భూస్వామికి మధ్య గొడవలు రాకుండా చూస్తుందామె. తన ప్రజలకి తిండికి లోటు లేకుండా భూస్వామి జాగ్రత్త పడతాడు. అతను వాళ్ళకి పనులు కూడా ఇప్పిస్తాడు, ఇప్పించగలిగిన చోటల్లా. తన పొలంలో, చిలుకాలో, ఇతర చోట్ల నిర్మాణ పనులలో. వాళ్ళు దీనివల్ల తృప్తిగానే ఉన్నారు, తిరుగుబాటుకు తగిన కారణమేదీ లేదు. సప్త సింధులో శాంతియుతంగా ఉండే గ్రామాల్లో వాళ్ళదీ ఒక గ్రామం. పేదరికం, ఆక్రోశాల కాలంలో ఇది ఒక విజయమనే చెప్పాలి. వేదవతి గారి నైతిక శక్తి వల్లే ఇదంతా సంభవమైంది.'

ఇదంతా విన్న రావణుడికి అర్థమైన విషయం ఇది. 'అంటే మనం ఆ తుచ్ఛ భూస్వామికి రుణం తీర్చేస్తే, కన్యాకుమారికి స్వేచ్ఛ లభిస్తుందా?'

'ఉ మ్ మ్.... అన్నా, ఇదంత సరళమైనదని నాకనిపించడం లేదు...'

'ఇదంత సరళమైందే. కుంభా, జీవితం గురించి నువ్వు తెలుసుకోవలసింది చాలా ఉంది. నువ్వింకా చిన్న వాడివి.'

—ꣻꣽ—

రావణుడి ఓడ భారతదేశ తూర్పు తీరంలో బ్రంగా వైపు ప్రయాణిస్తోంది. గంగా ముఖద్వారంలోకి. వైద్యనాథ్ కి సమీపంగా వెళ్ళేవరకూ గంగానదిలో ఎగువకు ప్రయాణించాలని వాళ్ళు అనుకున్నారు. తరవాత సిబ్బంది నడిచి పవిత్ర ఆలయ

పట్టణానికి వెళతారు. మయూరాక్షి నది వైద్యనాథ్ సమీపంలో ప్రవహిస్తూ గంగానదికి పడమరగా ఉన్న ఉపనదిలో కలిసిపోతుంది. అనుభవం లేని నావికుడు వైద్యనాథ్ కి వెళ్ళటానికి మయూరాక్షిలో ప్రయాణించడమే వేగంగా వెళ్ళగలిగే మార్గం అనుకొనే తప్పు చేస్తాడు. కాని రావణుడు అనుభవం లేనివాడు కాడు. మయూరాక్షిలో వరదలు ఎక్కువగా వస్తాయని, దానిలో క్రూరమైన, వేగంగా వెళ్ళే ప్రవాహాలున్నాయని అతనికి తెలుసు. దానిలో ప్రయాణించడం కష్టంతో కూడినది, ఇంకా నెమ్మదిగా ఉంటుంది. గంగలో ఎగువకు వీలైనంత దూరం ప్రయాణించి, అక్కడి నుంచి గుర్రాల మీద వెళ్ళడం కాని, నడిచి వెళ్ళడం కాని శ్రేయస్కరం.

'వైద్యనాథ్ వరకూ అశ్వం మీద ప్రయాణించే శక్తి ఉందా నీకు?' రావణుడు సరదాగా కుంభకర్ణుడి పెద్ద పొట్ట మీద కొడుతూ అడిగాడు.

సోదరులిద్దరూ ఓడ పైఅంతస్తు వరండాలో నడుస్తూ, ప్రధాన నావికుడి గదికి వెళుతున్నారు. రావణుడు తను అభిమానించే సంగీత విద్వాంసుడు సూర్యతో కలిసి గంటసేపు నృత్యాన్ని అభ్యాసం చేశాడు. కొన్నాళ్ళ క్రితం సూర్యాని బాగా ధనం ఎక్కువిచ్చి పెట్టుకున్నాడు. అతడిని, అతని భార్యను తమతోపాటు ప్రయాణం చేయమని ఒప్పించాడు. అలా తన నృత్యాభ్యాసానికి ఆటంకం కలగకుండా ఉంటుందని భావించాడు.

'నా గురించి మీరేమీ బాధపడకండి అన్నా. ఆ దైవికమైన పేరు వినగానే ఊపిరి కూడ తీసుకోకుండా ఉండిపోయే లాంటి వాణ్ణి కాను నేను,' ఆట పట్టిస్తున్నట్టుగా కుంభకర్ణుడన్నాడు.

రావణుడు ఫక్కున నవ్వాడు. కుంభకర్ణుడు అతని వీపు చరిచాడు, అతనికన్న బిగ్గరగా నవ్వుతూ. వాళ్ళు గదిలోకి వెళ్ళగానే కుంభకర్ణుడు వెనకాలే తలుపు మూశాడు. రావణుడు అలంకృతమైన ఒక అరను తెరచి దానిలోంచి మదిర సీసాను, పాన పాత్రను తీసాడు. తనకు దానిలో మదిరను పోసుకున్నాడు.

'ఇక్కడ అమ్మ లేదుగా, కుంభా. నువ్వూ కొంచెం రుచి చూడు,' అన్నాడు రావణుడు తన చేతిలో పానపాత్రను పైకి ఎత్తుతూ.

'నేను ఎప్పుడో రుచి చూశాను అన్నా!' కుంభకర్ణుడు ముసిముసిగా నవ్వాడు. 'కాని సముద్రం మీద ఉన్నపుడు తాగడం ఇష్టం ఉండదు. వాంతి వస్తున్నట్లుంటుంది.'

'ఛీ,' అంటూ 'అది నాకు చెప్పనవసరం లేదు,' అంటూ రావణుడు ముఖం వికారంగా పెట్టాడు. తర్వాత కాంతి కోసం పెట్టిన ఓడ రంధ్రం దగ్గరున్న కుర్చీలో

కూర్చున్నాడు తమ్ముడికి ఎదురుగా. 'సరేలే, నువ్వు మదిరను రుచి చూసేశావు గనక స్త్రీని కూడ ప్రయత్నించాలి. మనం వెళ్ళే త్రోవలో మంచి వేశ్యాగృహాలున్నాయి. వాటిలో ఒకచోట ఆగుదాం. నీకూ అనుభవంలో కొస్తుంది... ఏమందాం, స్త్రీ స్పర్శ.'

కుంభకర్ణుడు ముసిముసిగా నవ్వాడు. ఒకేసారి సిగ్గు, ఉత్తేజమూ రెండూ కలిగాయతనికి. అతను కథలు విన్నాడు. కాని స్త్రీతో ఏం చేయాలో అతనికి తెలియదు.

'ఆడవాళ్ళతో ఒకటే సమస్య-వాళ్ళనోరు,' రావణుడు చెప్పసాగాడు. 'వాళ్ళు మాట్లాడతారు. ఇంకా అంతకుమించి చెత్త మాట్లాడతారు. నీకు తెలుసా ప్రపంచంలో కొన్ని చోట్ల స్వర్గంపైన ఉంటుందని, నరకం కింద ఉంటుందని అంటారు కదా? ఆడవాళ్ళ విషయంలో అది పూర్తిగా వ్యతిరేకం. స్త్రీలలో, స్వర్గం కింద, నరకంపైన ఉంటుంది.'

తన ఛలోక్తికి తానే బిగ్గరగా నవ్వాడు. కుంభకర్ణుడు కూడ సందిగ్ధంగా అతనితో జతకలిశాడు.

'స్త్రీలందరి విషయంలో అది నిజం కాదు అన్నా', అన్నాడు. 'వేదవతిగారు మాట్లాడితే ఆమె ఎంత వివేకం-'

అతని వాక్యం పూర్తికాకముందే, రావణుడు మాట్లాడాడు. 'కన్యాకుమారి సాధారణ స్త్రీ కాదు. ఆమె సజీవ దేవత.'

'నిస్సందేహంగా, అన్నా.'

రావణుడు మదిర తాగుతూ కాంతి రంధ్రంలోంచి చూస్తూండిపోయాడు. ఆమెని చూసినపుడు ఏం చెప్పాలి? ఆమెకి తన ప్రేమని ఎలా వ్యక్తం చెయ్యాలి?

ఆమె తననెందుకు తిరస్కరిస్తుంది? మరీ ముఖ్యంగా ఆమెపైన నాకెంత ప్రేమ ఉందో తెలిశాక? నేనెంత ధనవంతుణ్ణో శక్తిమంతుణ్ణో తెలుసుకున్నాక... ఆమె ప్రేమకి యోగ్యుణ్ణని తెలిశాక.

'అన్నా, ఒక విషయం మీకు నిజాయితీగా చెప్పాలనుకుంటున్నా. మీరు కూడా ఈ విషయం కొంచెం జాగ్రత్తగానే ఆలోచించాలి.' కుంభకర్ణుడి మాటలతో రావణుడి ఆలోచనలకు అంతరాయం కలిగింది.

తమ్ముడు గంభీరంగా చెప్పడం చూసి, రావణుడు కూడ గంభీరంగా, 'ఏమిటిది?' అడిగాడు.

'అది ఏమిటంటే...' కుంభకర్ణుడు సందేహించాడు.

'ఏం జరిగింది, కుంభా? చెప్పు.'

'అన్నా... తప్పుగా అనుకోకండి... కన్యాకుమారిని మెప్పించడానికి మీరు నృత్యం చేస్తారేమో. చేయకండి. మీరు నృత్యం చేశారంటే, ఆవిడ మీకు దూరంగా పారిపోతారు.'

రావణుడు తన పక్కనే ఉన్న చిన్న దిండుని తీసుకొని కుంభకర్ణుడిపైకి విసిరాడు, కుంభకర్ణుడు దొర్లుతూ నవ్వుతున్నాడు.

రావణుడు కూడ నవ్వుతున్నాడు. 'నిన్ను పాడుచేస్తానని అమ్మ భయపడేంత చిన్నపిల్లవాడివి కావు నువ్వు కచ్చితంగా.'

కుంభకర్ణుడు ఇకిలించాడు. 'మిమ్మల్ని అనుసరించాలని ప్రయత్నిస్తున్నాను, అన్నా.'

రావణుడు పక్కనే ఉన్న మరో దిండు తీసుకుని కుంభకర్ణుడి పైకి విసిరాడు. కుంభకర్ణుడు దానిని పట్టుకుని, వీపు వెనక పెట్టుకున్నాడు. 'ఇప్పుడు సౌకర్యంగా ఉంది. ధన్యవాదాలు. నాకు ఇంక వద్దు!'

గదంతా నవ్వు వ్యాపించింది. నవ్వుతూ కళ్ళలో నీళ్ళు తుడుచుకుంటూ, తమ్ముడిని ప్రేమగా, గర్వంగా చూశాడు రావణుడు. ఆ కొద్దిక్షణాల సంతోషంతోనే నాభిలో ఎప్పుడూ ఉండే నొప్పి అదృశ్యమైనట్టుగా అనిపించింది. హృదయంలో సంతోషం, ఆశ నిండాయి.

కుంభకర్ణుడు తూలుతూ ఓడవైపు నడుస్తూ చిరునవ్వును ఆపుకోలేకపోయాడు.

రావణుడు తమ్ముడి భుజాల చుట్టూ చేయి వేసి దగ్గరగా వంగి గుసగుసగా అడిగాడు, 'ఎలా ఉంది?'

వాళ్ళు మహువ ద్వీపంలో ఉన్నారు. కుంభకర్ణుడు మొట్టమొదటిసారి ఒక వేశ్యాగృహానికి వెళ్ళాడు. ఆ ద్వీపం గంగానదికి బాగా పడమర దిశలో ఉన్న ఉపనదీ ముఖద్వారంలో ఉంది. అక్కడ గంగానదిలో నీరు, పూడిక ఎక్కువ. అందుకని నిదానంగా తూర్పు సముద్రంలో కలుస్తుంది. ఆ ప్రాంతంలో బాగా పేరొందిన వేశ్యాగృహం ఉంది. అది వసంతపాల అనే వేశ్యది. కామసుఖాలను తొలిసారి పొందడానికి తమ్ముడికి ఇదే తగిన ప్రదేశమని రావణుడు నిర్ణయించాడు.

అతను వసంతపాల సలహా తీసుకుని ప్రసిద్ధి చెందిన జబీబీ అనే వేశ్యను తమ్ముడి కోసం ఎంపిక చేశాడు. జబీబీ అరేబియా నుంచి, ఇటీవలే అదృష్టాన్ని వెతుక్కుంటూ భారతదేశానికి వచ్చింది. ఆమె అప్సరసకు తీసిపోదు. పొడవైన కాళ్ళు, చేతులతో అందంగా ఉంది. నల్లని కురులు మెరుస్తున్నాయి. దేశానికి కొత్తగా వచ్చినా, అందానికి, వస్త్రాలు, ఆభరణాలపై ఆమె అభిరుచికి ఇప్పటికే పేరొందింది. ఇంక మరీ ముఖ్యంగా ఆమెకి కామకళలో బాగా అనుభవం ఉన్నది.

కుంభకర్ణుడికి సర్వశ్రేష్ఠమైనదే కావాలి.

'బహుశా నేను ప్రేమిస్తున్నాను,' ప్రేమలో మునిగి, మత్తులో తూలుతూ గొణిగాడు.

రావణుడు ఫకాలున నవ్వాడు. అతను నడుస్తూ ఉన్నాడు. తమ్ముడు తనతో రావడం లేదని గ్రహించి ఆగాడు.

ఉదయపు ఆకాశాన్ని అరమోడ్పు కన్నులతో చూస్తూ కుంభకర్ణుడు కదలకుండా నిలబడ్డాడు. అతని భుజాలపై ఉన్న ఉపాంగాలు కూడ పెద్దగా కదలిక లేక మత్తుగా ఉన్నట్టున్నాయి. 'నేను సరదాగా అనడం లేదు అన్నా. నేను ప్రేమిస్తున్నాను.'

రావణుడు కనుబొమలెత్తి చూశాడు.

'ఆమెని నేను ఇక్కడ వదిలి వెళ్ళాలనుకోవడం లేదు. నేనామెని శాశ్వతంగా ఉంచుకోకూడదా? నేనామెని పెళ్ళి చేసుకోకూడదా?'

రావణుడు వెనక్కి నడిచాడు. కుంభకర్ణుడి దగ్గరకు వెళ్ళి అతని భుజాల చుట్టూ చేయి వేశాడు, కదలడానికి విముఖంగా ఉన్న తమ్ముడిని నడిపించాడు.

'అన్నా, నేను నిజంగానే...'

'కుంభా....జబీబీ లాంటి స్త్రీలు ఉపయోగించుకోవడానికే, ప్రేమించడానికి కాదు.'

కుంభకర్ణుడి ముఖంలో ఒక్కసారిగా కోపం కనిపించడం చూసి రావణుడు ఆగాడు.

'అన్నా! జబీబీ గురించి అలా మాట్లాడవద్దు!'

'అదొక లావాదేవీ కుంభా. ఆమె నీకు సుఖమిచ్చింది, నువ్వామెకు డబ్బు ఇచ్చావు. ఆమెకి నువ్వంటే ఆసక్తి లేదు. డబ్బు మీదే ఆసక్తి.'

'లేదు, లేదు! తను నాకేం చెప్పిందో మీకు తెలియదు. నేను పిల్లవాడినంటే నమ్మలేకపోయింది. నాలాంటి పురుషుడితో ఎప్పుడూ ఉండలేదని చెప్పింది.'

'నేనామెకి డబ్బులిచ్చాను కుంభా. వృత్తి నిపుణురాలు. నువ్వు వినాలనుకున్న మాటలు మాట్లాడింది అంతే.'

'కాని నన్ను సంతోషపెట్టడానికి నాతో అబద్ధాలేమీ చెప్పలేదు. తనకి నిజంగా అనిపించిందే చెప్పింది. నేనందంగా ఉన్నానని చెప్పలేదు. నేనందంగా లేనని నాకు తెలుసు. కాని నేను తెలివైన వాణ్ణని చెప్పింది. బలమైన వాణ్ణని అంది. ఇంకా... కుంభకర్ణుడు సిగ్గుగా చిరునవ్వు నవ్వాడు, 'పడకలో బాగున్నాను అంది.'

రావణుడు ఈసారి వస్తున్న నవ్వును ఆపుకోలేకపోయాడు. 'అమాయకుడివి కుంభా! లోకమంతా స్వార్థపరులతో ఉంది. నీ నుంచి వాళ్ళకి కావలసింది రాబట్టుకోవడానికి నీకు కావలసింది చెబుతారు. నిన్ను నువ్వు రక్షించుకోవడానికి, వాళ్ళని ఉపయోగించుకుని నీకు కావలసింది నువ్వు తీసుకోవడం తెలుసుకోవాలి. ప్రపంచం అలాగే పనిచేస్తుంది.'

'కాని అన్నా, జబీబీ అలాంటిది కాదు. ఆమె...'

'ఆమె అలాంటిదే. తనకేం కావాలో తనకి స్పష్టంగా తెలుసు. తనకి డబ్బు కావాలి. ప్రతిగా నీకు పడక సుఖం ఇస్తుంది. అంతకన్న ఇంకేం లేదు. కొంతమంది పురుషులకి గౌరవం కావాలి. ఎందుకు? నాకు తెలియదు. వాళ్ళది కోరుకుంటారు. వాళ్ళకి అదిచ్చేయాలి. గౌరవంగా చనిపోయే దారిచ్చేయాలి. దాన్నించి లాభపడాలి. కొంతమంది స్త్రీలకి వాళ్ళ అందాన్ని ప్రదర్శిస్తే శక్తి వస్తుంది. వాళ్ళని పొగుడు, సంభోగించు. దూరంగా ఉంచు. జనం నిన్ను ఉపయోగించుకొనడానికి ముందు నువ్వే వాళ్ళని ఉపయోగించుకో. ప్రపంచంలో చాలామంది ద్వేషానికి అర్హులు. చాలామంది పైపైన నటిస్తూ ఉంటారు. తనతో తను నిజాయితీగా ఉండే వాళ్ళు సఫలమవుతారు. జబీబీ నిజాయితీ గలది. ఆమెకి నీ మీద శ్రద్ధ లేదు. తన మీద తనకి శ్రద్ధ. తగినంత ధనం సంపాదించుకోడానికి ఇక్కడికి వచ్చింది, కొన్నేళ్ళ కోసం. తరువాత అరేబియాలో ఉన్న భర్త దగ్గరకి వెళ్ళిపోతుంది.'

కుంభకర్ణుడు నిర్ఘాంతపోయాడు. 'తనకి పెళ్ళయిందా? నాతో అబద్ధం చెప్పింది!'

'అవును, నీతో అబద్ధం చెప్పింది. కాని తన జీవితంలో అత్యంత ముఖ్యమైన వ్యక్తితో అబద్ధమాడలేదు – తనతో! నువ్వు నిర్ఘాంతపోకూడదు. బదులుగా నువ్వామె నుంచి నేర్చుకోవాలి. నీకేం కావాలో నువ్వు స్పష్టంగా తెలుసుకో. దాన్ని బయటికి తెలియనీయకు. అది నువ్వు పొందాలనుకున్నది పొందటానికి నీకు సాయం చేస్తుంది.'

కుంభకర్ణుడు కొంచెంసేపు మౌనంగా ఉండిపోయాడు, అన్నగారు చెప్పిన దాని గురించి ఆలోచిస్తూ. చివరికి అన్నాడు. 'అందుకనే మనం కుబేరుడి ఓడల మీద దాడి చేస్తున్నాం, కదా? అందరూ ఆ పని ఓడ దొంగలు చేశారనుకునేలా మనం చేస్తున్నాం.'

'అక్షరాలా అదే. ఇప్పుడు నువ్వు నేర్చుకుంటున్నావ్. కుబేరుడి బలమంతా అతని సంపద. దాన్ని మనం ఎంత ఎక్కువ తీసుకుంటే అంత భయపడుతూ ఉంటాడు. ఏం చేయాలో తోచక, లంకలో సుశిక్షితులైన సైన్యం ఉన్న ఒకే ఒక వ్యక్తిని ఆశ్రయిస్తాడు- నన్ను. తన సంపదని రక్షించుకోడానికి నా సాయం కోరతాడు. నిస్సహాయుడైన ఆ వ్యక్తికి నేను సాయం చేస్తాను. లంక సైన్యానికి ముఖ్యుడినవుతాను. అక్కడినుంచి లంక రాజవటం ఎంతో దూరం కాదు.'

కుంభకర్ణుడి ఛాతీ గర్వంతో పొంగింది. 'మా అన్న. లంక రాజు!'

రావణుడు చిరునవ్వు నవ్వాడు. 'మనం బలంగా ఎందుకున్నామో ఎప్పుడూ గుర్తుంచుకో. ఎందుకు గెలుస్తున్నామో గుర్తుంచుకో. మనం మర్యాదస్తులమని గాని, మంచివాళ్ళమనిగాని మనల్ని మనం మోసం చేసుకోం. మనమేంటో మనకు తెలుసు. దాన్ని అంగీకరిస్తాం. స్వీకరిస్తాం. అందుకనే అందర్నీ ఓడిస్తాం. అందుకనే ప్రతి ఒక్కరినీ ఓడిస్తూనే ఉంటాం.'

'అవును అన్నా.'

రావణుడు నడవసాగాడు, కుంభకర్ణుడు తనతోపాటు నడుస్తున్నాడు.

11వ అధ్యాయం

‘అన్నా, మనం వెనక్కు వెళ్ళాలి!’

‘కుంభా, పిల్లవాడిలా ప్రవర్తిస్తున్నావ్. నీ గదికి వెళ్ళు.’ కొన్ని గంటల్లో వాళ్ళు మహువా ద్వీపం నుంచి బయలుదేరాలి. కుంభకర్ణుడు ఏదో వార్తతో గబగబా రావణుడి గదిలోకి వచ్చాడు. జబీబీతో గడుపుతున్న సమయంలో ఏడెనిమిదేళ్ళ పిల్లను మద్యం, ఆహారం పెడుతుండగా చూశాడు. అంత శ్రద్ధగా గమనించలేదు. ఆమె గది లోంచి వెళ్ళేముందు, తను అంగవస్త్రం వేసిన కుర్చీ దగ్గరకి వెళ్ళడం గమనించాడు. అప్పుడు దాని గురించి అంతగా ఆలోచించలేదు.

గదికి వచ్చిన తర్వాత అంగవస్త్రం చివర ముడి కనిపించింది. విప్పి చూస్తే చిన్న భూర్జపత్రం ముక్క ఉంది. చిన్నపిల్లల చేతి రాతతో రెండు పదాలున్నాయి దానిలో. దాన్ని రావణుడికి ఇచ్చాడు.

రావణుడు పైకి చదివాడు. ‘నాకు సాయం చెయ్యండి.’

‘మనం చెయ్యాల్సిందే.’

‘ఎవరికి సాయం చెయ్యాలి?’

‘వేశ్యాగృహంలో ఉన్న చిన్న పిల్లకి.’

‘తనేనని నీకెలా తెలుసు?’

‘నాకు తెలుసు, అన్నా. తనేదో సమస్యలో ఉన్నట్టు కనిపించింది. ఆలోచిస్తే ఇప్పుడనిపిస్తోంది, తన కళ్ళలో భయం ఉంది. తనకి మన సాయం అవసరం.’

‘కుంభా, అరగంట క్రితం నీకు నేను అంత పెద్ద ఉపన్యాసం ఇచ్చాను! జనాన్ని మోసం చేయగలిగే సామర్థ్యం వల్లే మనం గెలుస్తున్నాం. మనం మంచి పనులు చేయడం వల్ల కాదు.’

'అన్నా, ఎవరైనా అభద్రంగా, తీవ్రమైన ఇబ్బందిలో ఉంటే వాళ్ళకి సహాయం చేసి, జీవితాంతం వాళ్ళని నీకు బానిసగా చేసుకో అని మీరేగా ఒకసారి నాకు చెప్పారు. ఆమెతో ఎవరైనా చెడుగా ప్రవర్తిస్తున్నపుడు, తనకి మనం సహాయం చేస్తే, శాశ్వతంగా మనకి విధేయురాలిగా ఉంటుంది. మనకి పనికొస్తుంది.'

'ఉపయోగంలేనిమాటలు,కుంభా.నువ్వామెకిసాయంచేయాలనుకుంటున్నావు. దాన్ని సమర్థించుకోవడానికి ఏదో చెబుతున్నావు.'

'కావచ్చునేమో. మనకి పెద్ద ఖర్చు కాదు. చిన్న పిల్ల సేవలు కొనడానికి ఎంతవుతుంది? ఆ విలువ ఆమెకి తగినదే. నేనామె కళ్ళలో అగ్గి చూశాను.'

'క్షణం క్రితం తన కళ్ళలో భయాన్ని చూశానన్నావు. ఏమిటది? భయమా? అగ్గా?'

'అన్నా, నేను చెబుతున్నాగా. ఆ పిల్ల పనికొస్తుంది.' రావణుడు విచారంగా తలూపాడు. తర్వాత కుంభకర్ణుడికి వేలు చూపించాడు. 'ఇదే చివరిసారి నీ కారణంగా తెలియని వాళ్ళెవరికో సాయం చేయడం.'

'ఇది సాయం కాదు, అన్నా. వ్యాపారం. లాభదాయకం. నన్ను నమ్మండి.'

—ꛀ—

'వసంతపాలా, ఇది చాలా మంచి ధర. నీకు తెలుసు,' అన్నాడు. రావణుడు అసహనంగా. 'పది బంగారు నాణేలు. తీసుకో. బేరం కుదుర్చు. నా సమయం వ్యర్థం చెయ్యకు.'

ఇరవైమంది అంగరక్షకులను వెంట బెట్టుకుని రావణుడు, కుంభకర్ణుడు వసంతపాల వేశ్యాగృహానికి వచ్చారు. ఈ బేరం త్వరగా కుదిరిపోతుందని రావణుడు అనుకున్నాడు. కాని అతను చకితుడయ్యాడు.

కుంభకర్ణుడు రక్షించాలనుకున్న చిన్న పిల్ల గోడ ప్రక్కన నిలబడి ఉంది. తల వంచుకుని ఉంది. చేతులు ముడేసుకుని ఉంది. వణికిపోతోంది. బహుశా భయం చేతనేమో. స్వేచ్ఛ లభిస్తుందనేమో.

'ఇదంత సులభం కాదు, స్వామీ,' వసంత పాల చెప్పింది. 'తనకి పది బంగారు నాణేలు సరిపోవు.'

రావణుడికి చిరాకేసింది. 'ఎన్నో ఏళ్ళుగా నా నుంచి ఎంతో డబ్బు సంపాదించావు, వసంతపాలా, మూర్ఖురాలిలాగా చెయ్యకు. నువ్వు పని కోసం మరో అమ్మాయినో, అబ్బాయినో పెట్టుకో. ఈ రోజుల్లో పనులెక్కడ దొరుకుతున్నాయ్?'

'తను కేవలం పనిపిల్ల కాదు.'

రావణుడు మళ్ళీ ఆ పిల్ల వైపు చూశాడు. తన చేతుల మీద, కాళ్ళమీద కట్లు కట్టినట్టుగా మచ్చలు కనిపిస్తున్నాయి; అంటే తరచుగా తనని కట్టిపడేస్తున్నారు. కొంతమంది మగవాళ్ళు చిన్న బాలికలు, బాలురతో సంభోగించడానికి ఇష్టపడతారని అతనికి తెలుసు. సంభోగ సమయంలో వాళ్ళని కట్టేస్తారు. అది అతనికి ఎన్నడూ అర్థం కాలేదు. అది హేయమైనది. గర్హనీయం.

'అయితే ఎంత?' అడిగాడు.

'రెండు వందల బంగారు నాణేలు. తను బంగారు బాతు.'

రావణుడు తన కుడిచేతిని చాచాడు. అతడి సహాయకుల్లో ఒకడు ముందుకు వచ్చి భూర్జపత్రం, కలం ఇచ్చాడు. రావణుడు దాని మీద రాసి, తన ముద్రవేసి వసంతపాల వేపు విసిరాడు.

'నా చివరి మాట వంద బంగారు నాణేలు. ఈ హుండీ ఎక్కడైనా చెల్లుతుంది.'

వసంతపాల పత్రాన్ని తీసుకుని జాగ్రత్తగా చదివింది. చిరునవ్వు నవ్వింది. 'ధన్యవాదాలు, స్వామీ. కాని ఇది చాలదు.'

'నీతో నేను బేరాలాడ్డం లేదు, వసంతపాలా. ఇది నా ధర. లేకపోతే హుండీని చింపేసి...'

వసంతపాల అతని మాటకు అడ్డువచ్చింది. 'నా కోసం ఎక్కువ డబ్బు అడగడం లేదు స్వామీ. ఇది నాకు చాలు. కాని మీరు ఇంకొకరికి కూడ చెల్లించాల్సి ఉంటుంది.'

రావణుడి భృకుటి ముడిపడింది. 'ఎవరికి?'

'తన తండ్రికి,' వసంతపాల జవాబిచ్చింది.

రావణుడు ఆశ్చర్యంగా ఆ పిల్లవైపు తిరిగాడు. ఒక్కక్షణం మాత్రమే. తండ్రులందరూ *నీచులే. నా తండ్రిలా.*

ఆ పిల్ల తలెత్తి వసంతపాల వైపు చూసింది. తన కళ్ళలోంచి నిప్పులు రాలుతున్నాయి. ద్వేషంతో. కాని వెంటనే ఆమె ముఖంలో భావాలు మారాయి. మళ్ళీ ఉదాసీనంగా మారిపోయింది. తలవంచుకుని, వినయంగా నిలబడింది.

వాహ్! ఈ అమ్మాయి నిజంగా దీనికి అర్హురాలేనేమో.

రావణుడు వసంతపాల వైపు తిరిగాడు. 'తన తండ్రి?'

'తనని మాకు అమ్మినదెవరని అనుకుంటున్నారు?'

—౯౦౧—

వేశ్యాగృహం నుంచి ఇరవై నిముషాల కన్న తక్కువ దూరంలోనే ఆ అమ్మాయి తండ్రి ఉంటున్నాడు. రావణుడిని, అతని దళాన్ని వసంతపాల సహాయకుడు అక్కడికి తీసుకొని వెళ్ళాడు. దారిలో ఆ అమ్మాయి మాట్లాడదని చెప్పాడు. జన్మతో మూగదా, కాదా అనే విషయం తనకు తెలియదన్నాడు. ఇంత చిన్న వయసులో ఇన్ని కష్టాలు పడినందువల్ల మాట పోయిందని రావణుడు భావించాడు.

నిర్మానుష్యంగా ఉన్న ప్రాంతంలో ఒక సాధారణమైన ఇల్లు చేరారు. ఆ అమ్మాయి పరిస్థితికన్న, ఆ ఇంటి పరిస్థితి బాగానే ఉందనిపించింది రావణుడికి. ఇంటి చుట్టుప్రక్కలంతా శుభ్రంగా ఉంది. గోడలను కొత్త ఇటుకలతో నిర్మించారు. కప్పు కూడ కొత్తగా ఉంది. బయట పూల చెట్లతో తోట ఉంది. అన్నీ ఎంతో అభిరుచితో చేసినట్టు ఉన్నాయి.

వసంతపాల సహాయకుడు తలుపు కొట్టి పక్కకు జరిగి నిలబడ్డాడు. మధ్య వయసు వ్యక్తి తలుపు తీశాడు. రావణుడి కన్న పొట్టిగా, సన్నగా ఉన్నాడు. చిన్న పొట్ట ఉంది. ఖరీదైన పట్టు ధోవతి కట్టుకున్నాడు. మెడలో లావుపాటి బంగారు గొలుసు ఉంది. పొడవైన జుట్టు నూనె రాసి ముడిచుట్టి ఉంది.

'ఈ అమ్మాయి నీ కూతురా?' రావణుడు ఆ పిల్లవైపు చూపిస్తూ అడిగాడు.

ఆ మనిషి ఆమెని, తర్వాత రావణుడిని చూశాడు. దొంగ వ్యాపారి బలిష్ఠమైన శరీరాన్ని గమనించాడు. ఖరీదైన వస్త్రాలు, ఆభరణాలు గమనించాడు. కచ్చితంగా బాగా ధనవంతుడైన విటుడు. 'అవును. నాకూతురే.'

'నేనొకటి అడగాలి. నేను తెలుసుకోవా....'

ఆ మనిషి మధ్యలోనే మాట్లాడాడు. 'గంటకి ఒక బంగారు నాణెం. మీరు నా ఇంట్లో గదిని ఉపయోగించుకోవచ్చు. ఒకవేళ మీరామెతో భిన్నంగా చేయాలనుకుంటే, ముఖంతోగాని, వెనక నించి గాని అయితే ధర పెరుగుతుంది. కాని తనని కట్టివెయ్యాలనుకున్నా, కొట్టాలనుకున్నా మనం ధర మాట్లాడుకోవాలి. మీరొకవేళ తన ఎముకలేమైనా విరగకొడితే కనీసం కొన్ని నెలలపాటు తనేమీ సంపాదించలేదు.'

రావణుడు ఆ మనిషికి దగ్గరగా వెళ్ళాడు.

'మీకు ఏం కావాలి?' తండ్రి కొంచెం అనిశ్చితంగా అడిగాడు. సమాధానంగా రావణుడు పిడికిలితో ఆ మనిషి ముక్కు మీద గుద్దాడు. ఫెటీల్మనే శబ్దం రావడంతో ఏదో ఎముక విరిగిందని రూఢి అయింది. ఆ మనిషి ముక్కు నుంచి రక్తం

కారుతుండగా, నేలమీద పడ్డాడు. రావణుడు తిరిగి ఆ పిల్లవైపు చూశాడు. తను తండ్రినే రెప్పార్పకుండా చూస్తోంది. తండ్రి రక్తాన్ని చూస్తోంది.

రెప్పవేయలేదు. చూపులు తిప్పుకోలేదు.

రావణుడు తన మనుషులవైపు తిరిగాడు. 'మోకాళ్ళమీద వాడిని చెట్టుకు కట్టెయ్యండి.'

ఆ మనిషి నొప్పితో అరుస్తున్నాడు.

రావణుడి మనుషులు అతన్ని దగ్గరలో ఉన్న కొబ్బరిచెట్టుకు కట్టేశారు. మోకాళ్ళ మీద ఉంచారు. చేతులు వెనక్కి కట్టారు. రెండు కాళ్ళు కట్టారు. ముఖం రావణుడి వైపుంది. నిస్సహాయంగా ఉన్నాడు. అయినా గాని ఊపిరితిత్తులు బద్దలయ్యేలా అరుస్తున్నాడు.

'ఇంద్రదేవుడి మీద ఆన, ఈ వెధవ నోరు ముయ్యండి,' ముఖం ద్వేషంతో నిండగా చెప్పాడు రావణుడు.

ఒక అంగరక్షకుడు వస్త్రం తెచ్చి అతని నోటిలో కుక్కాడు. వాళ్ళు మరో వస్త్రం నోటి చుట్టూ తిప్పి చెట్టుకి కట్టేశారు. ఇప్పుడు గోల చెయ్యలేదు సరికదా తల కూడా తిప్పలేదు. నోట్లోంచి చిన్న మూలుగులు వినిపిస్తున్నాయి.

రావణుడు తిరిగి కుంభకర్ణుడిని చూశాడు. కళ్ళతో మాట్లాడుతూ. చూసి నేర్చుకో.

'అమ్మాయ్,' అన్నాడు ఆ పిల్లతో. 'నీ పేరేంటి?'

ఆ అమ్మాయి ఏమీ చెప్పలేదు. కుంభకర్ణుడు ఆ అమ్మాయి మాట్లాడలేదని రావణుడికి గుర్తు చేయాలనుకున్నాడు, కాని అన్నగారు మాట్లాడకు అన్నట్టుగా సైగ చేశాడు.

'ఇటు రా,' రావణుడు అన్నాడు.

ఆ అమ్మాయి దగ్గరగా వచ్చింది. పొడుగ్గా, బలిష్ఠంగా ఉన్న రావణుడి ముందామె చాలా చిన్నగా అనిపిస్తోంది. అతి కష్టమ్మీద అతని నడుం వరకూ వచ్చింది. హఠాత్తుగా రావణుడు ఒక కత్తిని తీశాడు. అమ్మాయి ఉలిక్కిపడి వెనక్కు జరిగింది.

'భయపడకు. ఈ కత్తి నీకోసమే.' అలా అంటూ కత్తిని తిప్పి, పిడి ఆమె వైపు పెట్టి తీసుకోమన్నాడు.

ఆమె దాన్ని శ్రద్ధగా చూసింది. కత్తి పొడవుగా, దృఢంగా లోహపు పిడితో రెండు పక్కల పదునుగా ఉంది. బయటివైపు పదునుగా, లోపలివైపు రంపంలా ఉంది.

పదునుగా ఉన్న వైపు నుంచి కత్తి చర్మంలోకి మృదువుగా దిగిపోతుంది. రంపంలా ఉన్న వైపు కత్తి బయటికి లాగేటపుడు వీలైనంతగా ఛిద్రం చేసి నొప్పి పుట్టేలా చేస్తుంది. గోకర్ణంలో నిపుణులైన లోహకారులు దానిని చేశారు. కాని దాని రూపురేఖలు రావణుడే సూచించాడు.

ఆ అమ్మాయి కత్తిని గట్టిగా పట్టుకుంది. చేతులు వణుకుతున్నాయి. ఆ మనిషి కళ్ళు భయంతో వెడల్పయ్యాయి. పెగిలిరాని ఏడుపు గట్టిగా వస్తోంది.

నేను నీ తండ్రిని...

నన్ను క్షమించు...

నేను నీ తండ్రిని...

'నాతో రా,' అన్నాడు రావణుడు. చెట్టుకి కట్టేసిన ఆ దయనీయమైన ఆకారం వైపు కదిలాడు. ఆ అమ్మాయి అతన్ని అనుసరించింది.

ఆ మనిషి ఇప్పుడు వణికిపోతున్నాడు, బాగా భయపడుతున్నాడు. తాళ్లను తెంచుకోవాలని ప్రయత్నిస్తున్నాడు. కాని అవి బాగా గట్టిగా కట్టి ఉన్నాయి. అస్పష్టమైన అరుపులే వినిపిస్తున్నాయి. మిగిలిన అందరూ నిశ్శబ్దంగా ఉన్నారు.

రావణుడు ఆ మనిషిని బలంగా చెంపదెబ్బ వేశాడు.

'ఓయ్, నోర్ముయ్!'

రావణుడు ఆ అమ్మాయి వైపు తిరిగి ఆమె తండ్రి మెడపైన కంఠసిరను, తలకు, హృదయానికి మధ్య రక్తాన్ని చేరవేసే ప్రధాన ధమనిని చూపించాడు. పాఠం చెబుతున్నట్టుగా, చేతితో కోసెయ్యమన్నట్టుగా సంజ్ఞ చేస్తూ, 'ఇక్కడ లోతుగా కోసెయ్, నీ తండ్రి కొన్ని నిముషాల్లో చచ్చిపోతాడు,' అని చెప్పాడు. తర్వాత ఆ మనిషి గుండె మీద చేయి పెట్టి నొక్కాడు. 'ఇక్కడ పొడిచావంటే మరింత త్వరగా చస్తాడు. కాని సరిగ్గా పొడవాలి. కత్తి పక్కటెముకకి తగలనీయకు. అది గట్టిగా ఉంటుంది. అది ఎముకకి తగిలి వెనక్కి వస్తే నీకు గాయమవ్వచ్చు. అందువల్ల ఇప్పుడా పని చెయ్యకు దాన్ని తరవాత నేర్చుకోవచ్చు.'

ఆ అమ్మాయి తలూపింది. ఉత్సుకత ఉన్న విద్యార్థినిలా. అత్యంత ఉత్సుకత కలిగిన విద్యార్థిని.

'లేకపోతే,' రావణుడు ఆ మనిషి పొట్టకింది భాగాన్ని చూపిస్తూ, 'ఇక్కడ పొడవొచ్చు, పేగుల్లో. కత్తికి తగలడానికి ఎముకలేమీ ఉండవు. అయితే రక్తం కారడానికి చాలా సమయం పడుతుంది. ఇరవై, ముప్పై నిముషాలు అరిచి, రక్తం

కారి చచ్చిపోతాడు. గాయం లోతుగా అవకపోతే రక్తం చాలా నిదానంగా కారుతుంది. కొన్ని గంటలు పడుతుంది. మీ నాన్న కోసం వ్యర్థం చేయడానికి నా దగ్గరంత సమయం లేదు. ఇక్కడ పొడవాలనుకుంటే నువ్వు బాగా లోతుగా పొడువ్.'

హతాశుడైన ఆ మనిషి ఎలాగైనా కట్లు తెంచుకోవాలని ప్రయత్నిస్తున్నాడు.

'ఇంక నీ ఇష్టం,' అన్నాడు రావణుడు.

ఆ పిల్ల తండ్రిని చూసింది. అంతవరకూ నిగ్రహించుకున్న ఆమె ఆగ్రహంతో ఊగిపోయింది. కత్తిని రెండు చేతులతో గట్టిగా పట్టుకుంది. ఆమె తండ్రి కళ్ళు క్షమించమని వేడుకుంటున్నాయి. కన్నీళ్ళు చెమటతో, రక్తంతో కలిసిపోయాయి.

ఆ అమ్మాయిని నిర్ణయించుకోమన్నట్టుగా, రావణుడు పక్కగా నిలబడ్డాడు.

ఆ అమ్మాయి వేగంగా కదిలింది. మరో ఆలోచన లేదు. సంశయమూ లేదు. ముందుకు వెళ్ళి తండ్రిని పేగుల్లో పొడిచింది. అలా చేస్తున్నపుడు భుజాన్ని ముందుకు పెట్టింది. నిదానంగా, యాతనాపూర్వక చావుని అతనికోసం ఎంపిక చేసింది. ఆ మనిషి బాధగా అరిచాడు. కళ్ళు భయంతో, బాధతో వెడల్పయ్యాయి. అతని ప్రతిస్పందనలు ఆమెని మరింత శక్తిమంతం చేసినట్టుగా ఉన్నాయి. రెండు చేతులతో కత్తిని మరింత బలంగా లోపలికి తోసింది. చివరికి కత్తిని బయటకు లాగినపుడు రక్తం ఎగజిమ్మింది. ఆమె చేతులు ఎర్రగా అయ్యాయి. బట్టలు. శరీరం. అన్నీ.

ఆమె భయపడలేదు. వెనక్కి తగ్గలేదు, తండ్రి నులివెచ్చటి రక్తంలో తడిసి అక్కడే నిలబడింది.

రావణుడు చిరునవ్వు నవ్వాడు. 'సెబాష్.'

కాని, ఆ అమ్మాయి పని ఇంకా అవలేదు. ముందుకువెళ్ళి తండ్రిని మళ్ళీ పొడిచింది. మళ్ళీ. మళ్ళీ. మళ్ళీ. ఎప్పుడూ పొట్టలోనే. ఎప్పుడూ పేగుల్లోనే.

చేస్తున్నంతసేపూ నిశ్శబ్దంగానే ఉంది.

కోపంతో శబ్దాలు చెయ్యలేదు. అరవలేదు. కేకలు పెట్టలేదు.

కేవలం మౌనాగ్రహం.

తండ్రి పేగులు ఛిద్రమై బయటికి వచ్చేవరకూ అలా పొడుస్తూనే ఉంది.

కుంభకర్ణుడు రావణుడితో అన్నాడు, 'అన్నా, ఆమెని ఆపండి.'

రావణుడు తల అడ్డంగా ఊపాడు. ఆపను. అతని కళ్ళు ఆ అమ్మాయిపైనే ఉన్నాయి.

ఆమె కత్తిని లేపి మళ్ళీ తండ్రిని పొడిచింది. పొడవడం ఆపేసరికి ఆమె తండ్రి

శిథిల శరీరంలో పాతిక గాయాలయ్యాయి. ఆమె ముఖం, చేతులు, శరీరం, బట్టలు రక్తంతో తడిసి ముద్దయ్యాయి. తండ్రి రక్తంతో స్నానం చేసినట్లుందామె.

ఆమె తిరిగి రావణుడిని చూసింది. క్షణంసేపు రావణుడు తడబడ్డాడు.

ఆమె చిరునవ్వు నవ్వుతోంది.

రావణుడి దగ్గరకు వెళ్ళి, మోకాళ్ళ మీద కూర్చుని, రక్తంతో తడిసిన కత్తిని అతని పాదాల ముందు పెట్టింది.

రావణుడు ఆమె భుజాలు పట్టుకుని లేపి నిలబెట్టాడు.

'నీ పేరేమిటి?' అడిగాడు.

ఆ అమ్మాయి మాట్లాడలేదు.

రావణుడు అన్నాడు, 'ఇప్పుడు నేను నీ యజమానిని. నువ్వు నా కోసం పనిచేస్తావు. నాకు విధేయంగా ఉంటావు. నేను నిన్ను రక్షిస్తాను.'

ఆ అమ్మాయి మౌనంగా ఉంది.

రావణుడు మళ్ళీ ప్రశ్నించాడు. 'నీ పేరేమిటి?' అతని అనుచరులు రావణుడిని ఇరైవా అని పిలవడం విన్నది. నిజమైన ప్రభువు.

చివరికి నోరు విప్పింది. చిన్న పిల్లల స్వరంతో, అసహజమైన ప్రశాంతతతో, 'మహానుభావా, ఇరైవా. నా పేరు సమీచి.'

12వ అధ్యాయం

రావణుడు, అతని పరివారం వైద్యనాథ్ లో కుంభకర్ణుడు వాళ్ళ కోసం అద్దెకు తీసుకున్న భవంతిని చేరారు. అది దేవాలయ సముదాయం నుంచి తగినంత దూరంలో ఉంది. అంతగా ఆకర్షణీయంగా లేని భవంతి. రావణుడికి అలవాటైన విలాసాలేవీ లేవు దానిలో. సోదరులిద్దరూ నిరాడంబరంగా ఉండాలని నిర్ణయించుకున్నారు. చాలా ప్రధానమైన దేవాలయాలు ఉండడంతో, ఆ ప్రాంతానికి సప్తసింధులోని రాజులు, ఉన్నత వంశీయులు తరచుగా వస్తుంటారు. అంటే భద్రత కట్టుదిట్టంగా ఉంటుంది. పేరు పొందిన అక్రమ వ్యాపారిని పట్టుకొనడం అంటే పన్నుల తనిఖీ అధికార్లకు, సప్తసింధు రక్షక భటులకు పెద్ద విజయం లభించినట్టే. సోదరులిద్దరూ తమకు మారుపేర్లు కూడ పెట్టుకున్నారు. రావణుడు, కుంభకర్ణుడు అని చెప్పకుండా జయ, విజయులని చెప్పారు.

తమ నివాసానికి చేరిన గంటలోపే రావణుడు, కుంభకర్ణుడు వేదవతిని అన్వేషించడానికి బయలుదేరారు. ఆమె అక్కడికి గంట దూరంలో టోడీ అనే గ్రామంలో నివసిస్తోంది.

చారిత్రకంగా, భారతదేశ దేవాలయాలు కేవలం ఆరాధన కేంద్రాలు మాత్రమే కాదు. సామాజిక కార్యకలాపాలు, సాముదాయిక జీవితం ఆలయాలను ఆశ్రయించుకుని ఉంటుంది. చాలా ఆలయ సముదాయాల్లో స్థానిక జనాభా కోసం చెరువులు ఉంటాయి. ప్రసాదం రూపంలో బీదలకు ఆహారం పెడతారు. సమీపంలో ఉన్న గ్రామాల పిల్లలకు ఉచిత ప్రాథమిక విద్యనందిస్తారు. పెద్ద పట్టణాల్లోని ఆలయాల్లో ఉన్నత విద్య కూడ నేర్పిస్తారు. గ్రామాలకు సమీపంలో ఉన్న

దేవాలయాల్లో మౌలిక వైద్య సదుపాయాలు కూడ ఉంటాయి. అనావృష్టి సమయాల్లో జనానికి ఇవ్వడానికి అత్యవసర ధాన్యాలను కూడ దేవాలయాల్లో నిలవ చేస్తారు. ఆలయాలు బాగా సంపన్నమైతే, స్థానిక నిర్మాణ పథకాలు అంటే పేదలకు ఇళ్ళు, సెలయేళ్ళకు కరకట్టలు నిర్మిస్తారు. ఇవన్నీ ధనవంతులు, పేదలు దేవాలయాలకు ఇచ్చే విరాళాల ద్వారా సాధ్యమవుతున్నాయి.

కాని చాలా విషయాల్లానే ఈ వ్యవస్థ కూడ నాశనమైంది. వ్యాపారం క్షీణించగానే, విరాళాలు క్షీణించాయి. ప్రధాన దేవాలయాల్లో నిధులు తగ్గిపోతున్నాయి. పరిస్థితులను మరింత క్షీణింపచేస్తూ, రాచ కుటుంబాలు కూడ 'దేవాలయాన్ని బాగా నడుపుతామని' చెబుతూ దేవాలయాలని స్వాధీనం చేసుకుంటున్నారు. దేవాలయ విరాళాలను రాజకోశాగారంలోకి త్వరగా తరలించేస్తున్నారు.

సహజంగానే, చాలా సాముదాయిక దేవాలయాలు చేపట్టే దాతృత్వ పనులు కుంటుపడుతున్నాయి. స్థానిక మౌలిక సదుపాయాలు కూడ బాగా దెబ్బతిన్నాయి.

అయితే టోడీలో పరిస్థితి వేరుగా ఉంది. అక్కడ స్థానిక భూస్వామి శోచికేశుడు సమీపంలో ప్రవహిస్తున్న సెలయేటికి కరకట్ట నిర్మించడానికి గ్రామస్థులతో కలిసి పనిచేస్తున్నాడు. ఎండాకాలానికి నీటిని నిలవ చేయడానికి ఇది ఉపయోగపడుతుంది. భూస్వామి వస్తువులను సమకూరిస్తే, గ్రామస్థులు శ్రమదానం చేశారు. అందరూ లాభపడతారు. ఈ అసాధ్యమైన పని వేదవతి వల్లే సాధ్యమైంది. భూస్వామిని గ్రామస్థులు నమ్మలేరు, కాని కన్యాకుమారిని ప్రతి ఒక్కరూ నమ్ముతారు. ప్రతి ఒక్కరూ.

ఆమె అక్కడే ఉండి పనిని పర్యవేక్షిస్తోంది. కొంచెం ఎత్తుగా ఉన్న వేదిక మీద, చెమట పట్టిన నుదుటిని, చుట్టూ ఎగురుతున్న ధూళిని పట్టించుకోకుండా.

కరకట్ట మీద పని త్వరితంగా జరుగుతోంది. గ్రామంలో సత్తువ కలిగిన పురుషులందరూ విశ్రాంతి తీసుకోకుండా పనిచేస్తున్నారు. భూస్వామి కూడ వేదవతి నిలబడిన వేదిక మీదే నిలబడి పనులను పర్యవేక్షిస్తున్నాడు. వాళ్ళు కాలాన్ని అధిగమించాలని పరిగెడుతున్నారు. అతనికీ ఆ ఒత్తిడి ఉంది. మొండివాడైన తన కొడుకు సుకర్ముడిని కూడ వచ్చి సాయం చెయ్యమన్నాడు. కరకట్టని త్వరగా పూర్తి చెయ్యాలి. వర్షాకాలం వచ్చేస్తుందని కాదు – దానికి ఇంకా చాలా మాసాలుంది. కారణం వేదవతి.

ఆవిడ గర్భవతి. గర్భవతి అని బాగా తెలుస్తోంది. ఆమె బిడ్డని ప్రసవించడానికి సమీపంలోని వైద్యనాథ దేవాలయానికి అనుబంధంగా ఉన్న ఆసుపత్రికి చేరేముందుగానే ఆనకట్ట పని పూర్తి కావాలి. ప్రశాంతమైన ఆమె సమక్షం లేకపోతే

గ్రామస్థులకు కాని, భూస్వామి మనుష్యులకు కాని తాము కలిసి పని చేస్తామనే నమ్మకం లేదు. వాళ్ళ వివాదాలన్నిటినీ సంతృప్తికరంగా పరిష్కరించే సామర్థ్యం ఆవిడకి మాత్రమే ఉన్నదని వాళ్ళ నమ్మకం.

రావణుడు, కుంభకర్ణుడు గుర్రాలను పని ప్రదేశానికి కొన్ని వందల మీటర్ల దూరంలో కట్టేసి కాలి నడకన వెళుతున్నారు. ఆమెకి కనిపించకుండా, మొదటి రోజున కన్యాకుమారిని గమనించాలని రావణుడు అనుకున్నాడు.

'అన్నా,' కుంభకర్ణుడు ఏదో చెప్పబోయాడు.

'నెమ్మది!' రావణుడు వారించాడు. 'ఎవరైనా వింటారు మన మాటల్ని.'

కుంభకర్ణుడు చుట్టూ చూశాడు. ఎవరూ కనిపించలేదు. కాని తన గొంతుని తగ్గించి గుసగుసగా చెప్పాడు. 'అన్నా, మనం దాక్కోవడం దేనికి? ఇక్కడ మనం ఎవరికీ తెలియదు. నువ్వు వ్యాపారివని, వైద్యనాథ దేవాలయాన్ని చూడడానికి వచ్చావని, నీ విశ్రాంతి మందిరానికి వెళ్ళే దారిలో ఇక్కడ ఆగావని చెప్పవచ్చు. అప్పుడు మీరెళ్ళి కన్యాకుమారితో మాట్లాడవచ్చు. ఆవిడ మాత్రమే మిమ్మల్ని గుర్తుపడుతుంది.'

రావణుడు తల అడ్డంగా ఊపాడు.

రావణుడు అంత జాగ్రత్తగా ఉండటానికి కారణం తనేమోనని కుంభకర్ణుడికి అనిపించింది. 'అన్నా, నేను అంతకుముందు ఇక్కడికి వచ్చాను. నాగుల మీద ఇక్కడి ప్రజలకు ద్వేషం లేదు. ఇక్కడ నేను సురక్షితమే.'

రావణుడు కుంభకర్ణుడివైపు చూశాడు. 'నిన్ను వింతగా చూసేవాళ్ళ కళ్ళు పీకేస్తాను,' అన్నాడు శాంతంగా. జాగ్రత్తగా నడుస్తున్నాడు. ఎండుటాకులు, పుల్లలు పాదాలకి తగలకుండా.

కుంభకర్ణుడు లోలోన నవ్వుకున్నాడు. అన్నగారు భయపడుతున్నాడు.

'నువ్వు పసిబిడ్డగా ఉన్నపుడు మనం టోడీలో కొన్ని రోజులున్నాం, నీకు తెలుసా?' స్వరం తగ్గించి రావణుడు అడిగాడు.

'మీరు నాకు చెప్పారు, అన్నా.' కుంభకర్ణుడు చెయ్యి పైకెత్తి మూడు వేళ్ళు చూపించాడు. 'అయిదు నిముషాల్లో మూడుసార్లు మాత్రమే.'

'ఓహో చెప్పానా? బహుశా నేను...'

ఈసారి కుంభకర్ణుడు నవ్వేశాడు. అన్నగారిని ఇంత ఆందోళనగా ఎన్నడూ చూడలేదతను.

అన్నదమ్ములిద్దరూ దాక్కోవడానికి చెట్ల మధ్య మంచి చోటు చూసుకున్నారు. సెలయేటి దగ్గరున్న పని ప్రదేశం అక్కడికి బాగా కనిపిస్తోంది. పనివాళ్ళెవరూ వాళ్ళు రావడం చూడలేదు. దాక్కోవడం కూడ ఎవరూ గమనించలేదు. ఎంతైనా సముద్రపు దొంగ వ్యాపారులు. అవసరమైనపుడు దాక్కోగలగడం వారి వృత్తి లక్షణం.

పని ప్రదేశంలో యాభైమంది వరకూ ఉన్నారు. కాని రావణుడు వారిలో ఒక్కరినే చూస్తున్నాడు.

పారవశ్యంలో ఉన్నాడు. నిజానికి కదల్లేకుండా ఉన్నాడు. గ్రామస్థుల మధ్య తిరుగుతున్న వేదవతిపైనే అతని దృష్టి ఉంది.

సరస్వతీదేవి నిజంగానే తనను ఆశీర్వదించిందని అనుకోకుండా ఉండలేకపోయాడు. ఆమె తను వేసిన చిత్రాల్లో ఉన్నట్టుగానే ఉంది. స్త్రీగా చాలా పొడుగు. తెల్లటి, గుండ్రటి ముఖం, ఎత్తైన కపోలాలు, సూటిగా ఉన్న చిన్న ముక్కు. నల్లటి విశాలమైన కళ్ళు. ముడతలు లేని కనురెప్పలు. వీపు మీద పొడవైన నల్లటి జుట్టు జడవేసి ఉంది. ఆవిడ రూపం అతని మనసులో ముద్రితమైపోయింది. అతను ఆమెని స్త్రీత్వం మూర్తీభవించిన స్త్రీలా చిత్రించాడు. ఆమె ఇప్పుడు మరింత ఆకర్షణీయంగా ఉంది. పాత వస్త్రాలైనా శుభ్రంగా ఉన్న బట్టలు ఆవిడ ఆకర్షణీయతను తగ్గించలేదు.

కుంభకర్ణుడు గుసగుసగా అన్నాడు. 'నన్ను క్షమించండి. అన్నా. కన్యాకుమారి గర్భవతి అని తెలియదు నాకు. అంతకుముందు అంతగా కనిపించలేదు...'

కాని రావణుడు వినడం లేదు. ఆమెనే చూస్తుండిపోయాడు, తనామె సమక్షంలో ఉన్నానని నమ్మలేకపోతున్నాడు.

వేదవతి రావణుడు వేసిన చిత్రాల్లో ఉన్నట్టే ఉన్నా, ఎక్కడో కొంచెం భిన్నగా ఉన్నట్లు కనిపించడానికి కారణమేంటో అర్థం చేసుకోవడానికి కుంభకర్ణుడికి కొంచెం సమయం పట్టింది. పొట్ట ఎత్తుగా ఉండడం వల్ల కాదు. మరొకటి. రావణుడి గోడల మీద ఆమె దివ్య వనితలా, అబ్బురపరిచేలా ఉంది, అయినా ఉదాసీనంగా, ఒంటరిగా అనిపించింది. కాని వాస్తవ జీవితంలో భిన్నంగా ఉంది. ఇంకా దివ్యస్త్రీలానే ఉంది, నిజం. అబ్బురపరిచేలా ఉంది, నిజం. కాని ఉదాసీనత లేదు. గ్రామస్థుల మధ్య తిరుగుతున్నపుడు ఆవిడ కళ్ళలో ఆదరం, దయ కనిపిస్తున్నాయి. అమ్మవారిలా.

'అన్నా,' కుంభకర్ణుడు గుసగుసగా పిలిచాడు.

కుంభకర్ణుడి భుజం మీద చెయ్యివేశాడు రావణుడు. ఏమీ అనలేదు కాని, అది చాలు.

నిశ్శబ్దంగా ఉండు, తమ్ముడూ. నన్ను చూడనీ... ఎట్టకేలకు నా జీవితాన్ని నన్ను అనుభవించనీ...

—ξοI—

కుంభకర్ణుడు మృదువుగా చెప్పాడు, 'అన్నా, ఇంక మనం జాగు...'

రావణుడు మౌనంగా ఉండమన్నట్టు సైగ చేయగానే, మాట్లాడడం ఆపేశాడు.

వాళ్ళు వైద్యనాథ్ వచ్చి వారం రోజులైంది. ప్రతిరోజూ పని ప్రదేశానికి వస్తూనే ఉన్నారు. ప్రతిసారీ దాక్కొనే చోటు మారుస్తూనే ఉన్నారు. పని ప్రదేశాన్ని మరోవైపు నుంచి చూస్తున్నారు. అక్కడున్న వాళ్ళని మరోవైపు నుంచి చూస్తున్నారు. మరోవైపు నుంచి కన్యాకుమారిని దర్శించుకుంటున్నారు.

మార్పులేనిదేమిటంటే, వాళ్ళింకా ఆమెతో మాట్లాడలేదు. తాము అక్కడున్నట్టుగా ఎవరికీ తెలియనివ్వలేదు.

కుంభకర్ణుడికి దిక్కుతోచడం లేదు. శక్తిశాలి, అజేయుడైన తన అన్న వేదవతితో మాట్లాడే ధైర్యం చేయడంలేదు. స్త్రీలతో వ్యవహరించడంలో చూపే ఆత్మవిశ్వాసం, సహజ ఆకర్షణ కోల్పోయినట్టుగా కనిపిస్తున్నాడు. తన స్వభావసిద్ధ ధైర్యాన్ని కోల్పోయి, దాక్కుని తాను అంకితమైపోయిన వారిని చూస్తున్నాడు.

తన కన్యాకుమారిని. తన దేవతని.

కాని కుంభకర్ణుడు నిరంతరం కన్యాకుమారిని చూస్తుండలేక పోయాడు. మిగిలినవారు పనిచేస్తున్నపుడు, విశ్రాంతి తీసుకుంటున్నపుడు గమనిస్తూండిపోయాడు. గత వారం రోజులుగా గ్రామస్థుల గురించి, వాళ్ళ సంభాషణలను తెలుసుకున్నాడు. వాళ్ళమీద అభిప్రాయాలు ఏర్పరచుకోవడం మొదలుపెట్టాడు. భూస్వామి శోచికేశుడు నిజానికి మంచివాడులానే కనిపించాడు. లంకలో భూస్వాముల్లా మంచి వస్త్రాలు ధరించలేదు కాని, గ్రామస్థులను శ్రద్ధగానే చూసుకుంటున్నాడు. గ్రామస్థులు అతన్ని నమ్మకపోయినా, గౌరవిస్తున్నారు. శోచికేశుడి కొడుకు సుకర్ముడు మాత్రం దుష్టుడు. బద్ధకస్తుడు. స్వార్థపరుడు. మందబుద్ధి. ఒకసారి ఎవరూ చూడనపుడు ధనం కూడ దొంగిలించాడు. కన్యాకుమారిగాని, తండ్రిగాని చుట్టుపక్కలుంటే మంచి ప్రవర్తన కలిగి ఉండేవాడు.

నేను ఈ మూర్ఖులను చూస్తూ కాలం ఎందుకు వ్యర్థం చేస్తున్నాను?

కుంభకర్ణుడు అన్నగారివైపు తిరిగాడు. 'అన్నా...' రావణుడు మళ్ళీ నిశ్శబ్దంగా ఉండమన్నట్టు చెయ్యెత్తాడు.

ఈసారి కుంభకర్ణుడు మౌనంగా ఉండదలుచుకోలేదు. రావణుడు ఏదో చేస్తాడని నిరీక్షిస్తూ, ఏమీ పాలుపోకుండా ఉండిపోయాడు. శేషజీవితం పొదల వెనక దాక్కుని కన్యాకుమారిని గమనిస్తూ గడిచిపోవడం ఊహించుకున్నాడు. వీల్లేదు, తనే ఏదో చెయ్యాలి. 'అన్నా, మనం ఆవిడని అపహరించకూడదా?'

రావణుడు భయభ్రాంతుడై కుంభకర్ణుడిని చూశాడు. 'నీకేమైంది? ఆమె దేవత. ఎలా నువ్వు....'

కుంభకర్ణుడు చిన్నగా నవ్వుతూ అన్నగారి మాటకు అడ్డొచ్చాడు. 'అన్నా, మహువా ద్వీపంలో మీరు చెప్పిన మాటలు నాకింకా గుర్తున్నాయి. జనాన్ని ఉపయోగించుకొని వాడుకొనే అధికారం గురించిన ఉపన్యాసం. మనం దాన్లో సిద్ధహస్తులమని అనుకున్నా. పొదల్లో దాక్కుని తమ పనులు చేసుకుంటున్న గ్రామస్థులని చూస్తూ ఏం చేస్తున్నాం మనం?'

క్షణంసేపు రావణుడు కోపంగా కనిపించాడు. తర్వాత చిరునవ్వుతో తల ఊపాడు. '*వామఃకామో మనుష్యాణామ్ యస్మిన్ కిల నిబధ్యతే; జనే తస్మిన్ స్త్వను క్రోశః స్నేహశ్చ కిల జాయతే.*'

అతను విష్ణురూపిణి అయిన మోహినీదేవి వారసులైన వాల్మీకుల సంతతిలో మహానుభావులైన దార్శనికులలో ఒకరి శ్లోకాన్ని ఉటంకించాడు. ఈ సంస్కృత శ్లోకంలో ప్రేమ పీడితుడైన పురుషుని అసహాయతను వర్ణించారు. దాని అర్థం: *కామాభిలాష పురుషుడికి అమంగళకరం; ఎందుకంటే కామంలో చిక్కుకున్న పురుషుడు కరుణ, ప్రేమలు కలిగి ఉంటాడు.*

చెప్పని సత్యం: అటువంటి పురుషుడు బలహీనుడవుతాడు.

అన్నగారిని చూస్తూ చిరునవ్వు నవ్వుతుండగా కుంభకర్ణుడి కళ్ళలో కొంటెదనం కనిపించింది.

రావణుడు తిరిగి దూరంగా ఉన్న వేదవతిని చూసి గొణిగాడు, 'రేపు... మనం రేపు వెళ్ళి ఆమెతో మాట్లాడదాం.'

కుంభకర్ణుడు మర్యాదగా చేతులు జోడించి నమస్కరిస్తూ 'అవును,' అన్నాడు. 'మేము వ్యాపారులం. వైద్యనాథ్ దేవాలయంలో మహాదేవుడిని దర్శించడానికి వచ్చాం. విశ్రాంతి మందిరానికి వెళుతూ మధ్యదారిలో, కరకట్ట నిర్మాణం జరుగుతోందని విని చూడడానికి వచ్చాం.'

ముందుగా నిర్ణయించుకున్న ప్రకారం కుంభకర్ణుడు, రావణుడు దాక్కొనడం ఆపి బయటకు వచ్చారు. అన్నదమ్ములిద్దరూ వివేకంతో సామాన్యమైన దుస్తులు ధరించారు. ఈ బీదకాలంలో, కష్టాల నెదుర్కొంటున్న సముదాయం ముందుకు వచ్చి తమ సంపదను ప్రదర్శించడం అమర్యాదగాను, కష్టాలు కొని తెచ్చేదిగాను ఉంటుంది. కుంభకర్ణుడికి పదమూడేళ్ళే. కాని మానవోద్వేగాలలో అత్యంత మౌలికమైన దానిని అతను అర్థం చేసుకున్నాడు.

అయితే, గ్రామస్థులకు, భూస్వామికి కుంభకర్ణుడు కనీసం ఇరవై ఏళ్ళ యువకుడిగా కనిపించాడు. శోచికేశుడు కుంభకర్ణుడు నాగుడని తెలిపే ఉపాంగాల వైపు కనీసం చూడనందుకు అతన్ని ప్రశంసించాలి.

'మాతో కలిసి భోజనం చేసి మమ్మల్ని కృతార్థులని చెయ్యండి, యాత్రిక మహానుభావులారా,' అన్నాడు శోచికేశుడు. 'మేము ధనవంతులం కాము. కాని మా ధర్మం తెలుసు. *అతిథి దేవోభవ.*'

తైత్తిరీయోపనిషత్తు నుంచి శోచికేశు చెప్పిన వాక్యాన్ని ప్రశంసిస్తున్నట్లుగా కుంభకర్ణుడు చేతులు జోడించి శోచికేశుకు నమస్కరించాడు. ఏ అతిథైనా దేవుడితో సమానం. అన్నగారిని పొడిచాడు. అతను కూడ నమస్కరించాడు. అయితే రావణుడి దృష్టి వేరేచోట ఉంది. వాళ్ళ వైపు నడిచి వస్తున్న స్త్రీ మీద.

కన్యాకుమారి మీద

వేదవతి మీద.

'మీ పేర్లేమిటన్నారు?' శోచికేశుడడిగాడు.

'నా పేరు విజయుడు,' కుంభకర్ణుడు చెప్పాడు. 'మా అన్న జయుడు.'

శోచికేశుడు చిరునవ్వు నవ్వాడు. 'మీ ఇద్దరి పేర్లకు అర్థం విజయమని. మీ తల్లిదండ్రులు బాగా ఆశలు పెట్టుకుని ఉంటారు!'

కుంభకర్ణుడు నవ్వేశాడు. 'మేమా ఆశలు నిరాశలు చేశాం!'

శోచికేశుడు చిరునవ్వు నవ్వాడు. తన ఎర్రజుట్టు చూపించాడు. 'మా అమ్మానాన్న నాకు శోచికేశుడు అని పేరు పెట్టారు. వెంట్రుకలు అగ్ని జ్వాలల్లా ఉన్నాయని. కాని నాలో అగ్నిలాంటిదేదీలేదు.'

'బహుశా తల్లిదండ్రుల ఆశలు నిరాశలు చేయడమే పిల్లల కర్తవ్యమేమో.' అన్నగారు ఊహాలోకం నుంచి బయటికి వస్తాడనే ఆశతో కుంభకర్ణుడు సంభాషణ కొనసాగిస్తున్నాడు.

శోచికేశుడు నవ్వాడు. తర్వాత అనుకోకుండా తిరిగి కొడుకుని చూశాడు. సుకర్ముడు దగ్గరలోనే కూర్చుని మిగిలిన వాళ్ళు పనిచేస్తుంటే చూస్తున్నాడు. అతని ముఖంలో నవ్వు చెరిగిపోయింది. సుకర్ముడు అంటే మంచిపనులు చేసేవాడని అర్థం. కఠోర సత్యాలు సరదాగా మాట్లాడుకున్నా బాధ కలిగిస్తాయి. 'ఏమైనా కానీండి, మాతో కలిసి భోజనం చేయమని ఆహ్వానిస్తున్నాను మిమ్మల్ని.'

శోచికేశుడికి సమాధానం చెప్పే అవకాశమే అతనికి దొరకలేదు. ఎందుకంటే వేదవతి వాళ్ళవైపు వస్తోంది. ఆవిడ కుడి చెయ్యి గర్భంలో శిశువుకి ఆసరా ఇస్తున్నట్లుగా పొట్టపైన ఉంది. కుంభకర్ణుడు ఆవిడని చూసి చిరునవ్వు నవ్వాడు. రావణుడు నిలబడి నేలను చూస్తున్నాడు.

'సజ్జనుడైన మా భూస్వామి శోచికేశుడు సరిగ్గా చెప్పారు,' వేదవతి అంది. 'మాతో పాటు భోంచేసి మమ్మల్ని కృతార్థులను చెయ్యండి.'

రావణుడు తల కొంచెం పైకెత్తి నవ్వాడు. ఇన్నేళ్ళుగా ఈ స్వరం వినడానికే తపిస్తున్నాడు. అతని ఆత్మకి ఉపశమనం దొరికినట్టయింది. ఆ స్వరాన్ని తన లోపల, అస్తిత్వం అంతటా ప్రతిధ్వనించేలా చేసుకున్నాడు. ఆ మాటలకి స్వయంగా అంత మహత్వం ఏమీ లేదు.

అతను ఏదో చెప్పాలని ప్రయత్నించాడు. సమాధానం చెప్పే ప్రయత్నం చేశాడు. కాని అతని స్వరతంత్రులు నొక్కుకుపోయినట్టు అయింది. నోట్లోంచి ఏ ధ్వనీ రాలేదు.

కుంభకర్ణుడు నోటమాట రాని అన్నగారివైపు, వేదవతి వైపు చూశాడు. బాధపెట్టే సత్యం అతనికి స్పష్టమైంది. రావణుడెవరో వేదవతికి తెలియదు. ఆవిడ అతణ్ణి గుర్తుపట్టలేదు.

కుంభకర్ణుడు తలవంచి, మర్యాదగా, 'దేవీ, కన్యాకుమారీ, ఇది....'

'నేనిప్పుడు కన్యాకుమారిని కాను,' వేదవతి ఆదరంగా నవ్వుతూ అంది.

కుంభకర్ణుడు తలూపాడు. 'నిస్సందేహంగా, తల్లీ వేదవతీ, మేము భోజనానికి ఆగగలమో లేదో తెలియదు. ఎందుకంటే, మేము...'

'మేము ఉంటాం!'

ఒకవేళ అన్నగారు తన భుజాన్ని కనుక నొక్కకపోతే ఆ స్వరాన్ని కుంభకర్ణుడు గుర్తించేవాడు కాదు. అది ఆశ్చర్యకరంగా పిల్లవాడి గొంతులా ఉంది. శక్తిశాలియైన రావణుడి గంభీర స్వరం కాదు.

'మంచిది!' వేదవతి రావణుడిని చూసి నవ్వింది. తర్వాత వెనుతిరిగి వెళ్ళిపోయింది.

కుంభకర్ణుడు అన్నగారిని చూశాడు. అతను మూర్ఖుడిలా వెళుతున్న వేదవతిని చూస్తూ చిరునవ్వు నవ్వుతున్నాడు. ముఖంలో విచిత్రమైన భావం. ఆనందం. ఇంత సంతోషంగా ఎన్నడూ లేడు.

కుంభకర్ణుడు కష్టంగా గుటక మింగాడు. ఒకవైపు నుంచి ఉండే ప్రేమ వల్ల చెడు జరగదు అని ఎక్కడో చదివాడు. కాని వాళ్ళు చెప్పింది తప్పు. దానికంటే చెడు చేసేది ఉంది. ఒకవైపు నుంచి ప్రేమించే వారికి అది ఒక వైపు నుంచే అని తెలియకపోవడం. అందరికంటె ఎక్కువగా మన్నించే అన్నగారిని ఇటువంటి హృదయవిదారక స్థితిలో చూడలేదు.

అతను మరోవైపు చూడసాగాడు. ఈ పవిత్రమైన కొత్త సమస్యకు పరిష్కారం వెతుకుతోంది అతని మనస్సు.

౧౩

13వ అధ్యాయం

'నిర్ఘాంతపోయాం,' అంది వేదవతి. 'మేం మామూలుగా మా పని చేస్తున్నాం. అప్పుడు ఎక్కణ్నించో వీళ్ళు వచ్చి మా సహచరుల్లో ఒకరిని చంపేశారు. మన సమాజంలో శక్తిహీనుల అవస్థ ఇది.'

రావణుడు, కుంభకర్ణుడు మళ్ళీ టోడీ వచ్చారు. వాళ్లు రోజూ కరకట్ట నిర్మాణంలో మెలకువలు నేర్చుకోవాలనే నెపంతో ఇక్కడికి వస్తున్నారు.

ఈ రోజున వాళ్లు శోచికేశుడితోనూ, వేదవతితోనూ కలిసి భోంచేస్తున్నారు. పనిచేసే ప్రదేశంలో ఉన్న దుమ్ము, ధూళికి బాగా దూరంగా ఉన్నారు.

పని ప్రదేశంలో భద్రతాచర్యలు తెలుసుకోవాలని కుంభకర్ణుడు ఉత్సుకంగా ఉన్నాడు. వాళ్ళు గతంలో జరిగిన సంఘటనలు, తాము స్వయంగా ఎదుర్కొన్న ప్రమాదాల గురించి, విన్నవాటి గురించి చెబుతున్నారు. మూడేళ్ళ క్రితం రేవు దగ్గర పనిచేస్తూ చనిపోయిన కార్మికుడి ఉదంతాన్ని శోచికేశుడు చెప్పాడు. చిలుకా సరస్సులో. రాజ్యపాలకుడైన క్రకచబాహు నివాసం సమీపంలో.

ఆ ఉదంతం పేరు వినగానే కుంభకర్ణుడు బిగుసుకుపోయాడు, అయితే వెంటనే తనను తాను సంబాళించుకున్నాడు. శోచికేశుడు, వేదవతి ఆ రోజు జరిగిన విషయం గురించి, క్రూరులైన మనుషుల గుర్రాల కింద నలిగి మరణించిన నిస్సహాయుడైన యువ కార్మికుడి గురించి మాట్లాడుతుండగా, రావణుడు నిబ్బరంగా వింటూండిపోయాడు.

శోచికేశుడు ఇంకా రాజ్యపాలకుడి నివాసంలో జరిగిన దోపిడీ గురించి వివరంగా చెబుతున్నాడు. కుంభకర్ణుడు అదంతా మొదటిసారి వింటున్నట్టుగా

శక్తికొద్దీ నటిస్తున్నాడు. తగిన హావభావాలు ప్రదర్శిస్తూ నిర్ఘాంతపోతూ, ఆగ్రహిస్తూ.

'తర్వాత మాకు తెలిసిందేమిటంటే,' శోచికేశుడు చెప్పాడు, 'ఆ దాడి చేసింది క్రకచబాహు స్వదేశం నహర్ నుంచి వచ్చిన శత్రువులని. రెండు ఏనుగులు పోట్లాడుకుంటే, గడ్డి నలిగిపోతుంది. మేం గడ్డి.'

'ఇది అధర్మం,' అంది వేదవతి. 'క్షత్రియులకి వాళ్ళలో వాళ్ళకి ఎన్ని గొడవలున్నా, అమాయకులకి హాని జరక్కుండా చూడాలి వాళ్ళు.'

రావణుడు ఔనన్నట్లుగా తలూపాడు, ముఖంలో ఏభావం వ్యక్తం కానీయలేదు.

'అది నిజమే,' అన్నాడు శోచికేశుడు. 'కాని ఈ రోజుల్లో ధర్మాన్ని ఎవరు పట్టించుకుంటున్నారు? మన సంప్రదాయాలు, సంస్కృతి మర్చిపోయాం. పూర్వీకులు సిగ్గుపడేలా చేస్తున్నాం.'

చిలుకా దాడి సమయంలో తాను ఓడలోనే ఉన్నందుకు కుంభకర్ణుడు తన గ్రహాలకు ధన్యవాదాలు చెప్పాడు మనసులో. తాను ఎవరూ గుర్తుపట్టటానికి లేకుండా దూరంగా ఉన్నాడు. రావణుడు కూడ బాగా వేగంగా స్వారీ చేయడంతో ఎవరూ, ముఖ్యంగా వేదవతి అతడిని సరిగా చూడలేదని గ్రహించాడు. మూడేళ్ళ కిందటి కన్న ఇప్పుడు రావణుడి గడ్డం బాగా పెరిగి ఉంది. ఇంకా పొడవైన, గుబురు మీసాలుండడంతో అతని ముఖం భిన్నంగా కనిపిస్తోంది.

బహుశా ఆవిడ అతణ్ణి గుర్తించకపోవడం అదృష్టమేమో. నాన్నగారి ఆశ్రమం నుంచి గాని, చిలుకా నుంచి గాని.

—ᛕᛟᛝ—

వేదవతికి ప్రసవ సమయం దగ్గర పడుతూంది. కడుపులో బిడ్డ తన్నడం చూసి ఆశ్చర్యపడి, బిడ్డ బాగా ఉందని భావించింది వేదవతి. బలమైన బిడ్డకి పోషకాహారం బాగా అవసరం. గర్భంలోని బిడ్డకి, తల్లికి ఏలకులు, అల్లం వేసి పాలతో ఉడికించిన అన్నం బలవర్ధకమని భావిస్తారు. కాని చిన్న గ్రామమైన టోడీలో ఏలకులు పండవు, దొరకవు. నల్ల ఏలకులు తూర్పు నేపాల్, సిక్కిం, భూటాన్లలో కొండల దిగువున పండుతాయి. అవి చాలా ఖరీదు. దొరకడం కష్టం.

కాని ఇతరులకు కష్టమైంది రావణుడికి సులువైంది. తన మనుషులని పంపి అయిదు బస్తాల సుగంధ ద్రవ్యాన్ని తెప్పించాడు. ఒక భోజనానికి కావల్సింది చాలా

తక్కువ. ఆ దృష్టితో అవి చాలా ఎక్కువగానే తెప్పించినట్టు. మొత్తం గ్రామం కోసమని చెప్పి వాటిని వేదవతికి కానుకగా ఇచ్చాడు. నిర్మాణపు పని వేగంగా జరగటానికి వీలుగా కొన్ని ఉపకరణాలు కూడా తెప్పించాడు.

మరునాడు హృదయంలో కృతజ్ఞత నిండిన వేదవతి, రావణుడితో కలిసి భోజనం చేస్తోంది. శోచికేశుడు వైద్యనాథ్ వెళ్ళాడు. కుంభకర్ణుడు కూడ హఠాత్తుగా, సౌకర్యవంతంగా, గ్రామంలో తనకేదో పని వుందని వెళ్ళాడు.

ఇద్దరూ కలిసి భోంచేస్తుండగా, హృదయంలో తుఫాను చెలరేగుతున్నా, రావణుడు ప్రశాంతంగా ఉన్నాడు.

'జయా,' అంది వేదవతి, రావణుడి పేరు అది అని చెప్పారు గనుక అలాగే పిలుస్తూ. 'మీరు ఇంద్రప్రస్థ ప్రాంతం వారా? మీ యాస చూస్తే అలాగే ఉంది.'

తన పుట్టుపూర్వోత్తరాలు వేదవతికి చెప్పడం రావణుడికి ఇష్టం లేదు. ఇప్పుడే చెప్పకూడదు. 'నేనక్కడ కొంతకాలం ఉన్నాను. ఎంతో కాలం కాదు,'

వేదవతి అతన్ని అనిశ్చిత భావంతో చూసింది. 'జయా, మీ ఉదారతకు మేం కృతజ్ఞులం. కాని మా కోసం మీరు బాగా ఖర్చు పెట్టారనుకుంటాను. మీరేం అనుకోకపోతే, మీరేం చేస్తారు? ఇంత దాతృత్వం ఎలా చేస్తున్నారు?'

'ఓహ్, నేను... వ్యాపారం చేస్తాను. ఇక్కడి ప్రజలకు కావలసినవి తెప్పించడం, ఇతర దేశాల్లో ప్రజలు మోజుపడే వస్తువులు ఇక్కడి నుంచి ఎగుమతి చేయడం.'

'అర్థమైంది. దాన్లో లాభం వస్తుందా?'

నేను ఏలకులకి, ఉపకరణాలకి పెట్టిన ధనం, పోయినా గమనించేవాణ్ణే కాదు.

రావణుడు తన ఆలోచనలు మనసులోనే ఉంచుకొని చెప్పాడు, 'వస్తుంది. కొత్త అనుమతులు, ఆంక్షలతో కొంచెం ఇబ్బంది... అయినా నాకు తినేందుకు ఇబ్బంది లేదు.'

'ఆ విషయం తెలియడం బాగుంది,' అంది వేదవతి. అంతరంగం స్వచ్ఛంగా, నిష్కపటంగా ఉండే వ్యక్తులు ఎదుటివారిని కూడ అలాగే భావిస్తారు. 'కృతజ్ఞతలు జయా... మా గ్రామానికి మీరు చేసిన సాయం మరువలేనిది.'

రావణుడు భుజాలెగరేశాడు. *ఇదేమీ పెద్ద విషయం కాదు.*

'సాయం చెయ్యగల వారందరూ చెయ్యరు,' వేదవతి కొనసాగించింది. 'ఈ కాలంలో అసలు చెయ్యరు.'

'ప్రతి ఒక్కరూ ... జయుడు కారు,' రావణుడు నవ్వుతూ అన్నాడు, తన అసలు పేరు అనకుండా తనని తాను నిలువరించుకుంటూ.

అతని స్వాతిశయాన్ని పట్టించుకొనకుండా, వేదవతి చిరునవ్వు నవ్వింది. 'ఈ గ్రామస్థులు బాగా కష్టపడ్డారు. ఈ రోజుల్లో జరిగే వాటన్నిటి మూలంగా నిజంగా బాధితులైన వాళ్ళు వీళ్లు. తమకన్న తక్కువ అదృష్టవంతుల్ని ఈ కాలంలో పట్టించుకొనేవాళ్ళే లేరు. భారతదేశంలో నిదానంగా దాతృత్వ సంప్రదాయాన్ని మర్చిపోతున్నారు. మన ధర్మాన్ని మర్చిపోతున్నాం.'

రావణుడి ముఖం వివర్ణమైంది. కాని ఏమీ మాట్లాడలేదు. 'మీలాంటి వారిని నేను అనడం లేదు,' రావణుడి ముఖంలో వ్యక్తమైన భావాన్ని తప్పుగా అర్థం చేసుకుని చెప్పింది వేదవతి...'దేశంలో ఈ రోజున ధర్మమంటే కేవలం అనుష్ఠానాలు, మాటలకే పరిమితమైపోయింది. అనుష్ఠానాల ఆంతర్యం, వాటిని మనం ఆచరించే కారణం మర్చిపోతున్నాం.'

'ఆ విషయంలో నేనూ మీతో ఏకీభవిస్తున్నాను,' రావణుడు చెప్పాడు. 'ప్రతిచోటా అనవసరమైన మిథ్యాచారాలున్నాయి. కాని...'

'కాని ఏమిటి?' వేదవతి అడిగింది.

'ఈ గ్రామస్థులని బాధితులు అని అనుకోకూడదని నాకు అనిపిస్తోంది.'

వేదవతి తినడం ఆపింది, ఆశ్చర్యంతో. 'వాళ్ళు బాధితులు కారనుకుంటున్నారా?'

'అహ! వాళ్ళు బాధితులే.'

వేదవతి చిరునవ్వు నవ్వి, తలూపి తినడం ఆరంభించింది. 'మీరేం చెబుతున్నారో నాకర్థం కావడం లేదు.'

'అక్షరాలా వాళ్లు బాధితులే,' రావణుడన్నాడు. 'ప్రపంచంలో ప్రతి ఒక్క వ్యక్తిలా. మనందరం ఏదో ఒక విధంగా బాధితులమే. కాని ఆ కారణం చేత మనని మనం బాధితులం అనుకోకూడదు'. వేదవతి కుతూహలంగా రావణుడిని చూసింది.

'మనందరం జీవితంలో అన్యాయాలు భరించిన సందర్భాలున్నాయి. అటువంటి పరిస్థితులలో మనని మనం బాధితులుగా అనుకొని, మిగిలిన ప్రపంచాన్నంతటినీ నిందించడానికి చూస్తాం. మన కష్టాలకి మనం కారణం కాదనే అపోహ కల్పించుకుని ఇతరులు మన జీవితాలు మార్చాలని ఆశిస్తూ ఉంటాం. ఇలా కాకుండా, మనల్ని మనం ఉద్ధరించుకోవచ్చు. దృఢంగా ఉండొచ్చు. ప్రపంచంతో పోరాడవచ్చు.'

'మనందరం జీవితంలో ప్రతికూల పరిస్థితిని ఎదుర్కొంటామనేది నిజమే జయా. కాని అందరి సమస్యలూ ఒకే విధమైనవి కావు. కొందరికి మరికొందరికన్నా అవకాశాలు తక్కువగా ఉంటాయి. వాళ్ళకి మన సహాయం కావాలి. నిజంగానే,

ఎవరూ ఇతరులొచ్చి తమ సమస్యలు పూర్తిగా పరిష్కరించాలని ఆశించకూడదు. కాని బలవంతులు తప్పనిసరిగా సహాయం...'

'... సహాయం... పీడిత వర్గానికా?' రావణుడు మధ్యలో అడ్డు తగిలాడు.

'ఏమిటి?'

'ఏడవడం, ఫిర్యాదు చేయడం మాత్రమే చేయాలనుకునేవాళ్ళకి.' రావణుడు చేతులు పైకెత్తి, పెద్ద స్వరంతో అనుకరించాడు, 'ఓ, నేనెంత దుఃఖంలో ఉన్నాను. నన్ను చూడండి. నేనెంత కష్టపడుతున్నానో చూడండి. ఎవరైనా వచ్చి నన్ను చూసుకోండి. నేను సమాజం చేత పీడించబడు తున్నాను.'

వేదవతి వస్తున్న నవ్వుని ఆపుకుంటున్నట్టుగా పెదవి నొక్కి పట్టి, గంభీరంగా అంది. 'జయా, మనం ఇతరుల బలహీనతలని ముద్దు చేయనవసరం లేదు. కాని వాళ్ళని వెక్కిరించనవసరమూ లేదు.'

'నేను... నేనలా అనడం లేదు... దేవీ, కన్యాకుమారీ, బహుశా నేను వాళ్ళనలా ఎగతాళి చెయ్యడం తప్పేమో. నన్ను క్షమించండి. కాని నాకిలానే అనిపిస్తుంది: మనందరిలో ఒక సింహం, ఒక లేడి ఉంటాయి. మనం సింహాన్ని పెంచి పోషిస్తే ఏదైనా సాధించగలుగుతాం. లేడిలా ఉంటూ తృప్తి పడితే, జీవితకాలం పరిగెడుతూ, దాక్కుంటూ ఉంటాం.'

'అయితే... వేటగాడు, వేటాడబడేవాళ్ళు.'

'అవును.'

'అయితే మనం ఎప్పుడూ వేటగాడుగా ఉండాలని లక్ష్యం పెట్టుకోవాలా? ఎందుకంటే వేటాడబడేవాళ్ళలో వాళ్ళ తరఫున సిఫారసు చేయడానికి తగిన సుగుణాలేమీ ఉండవేమో?'

'మన కోసం మనం పోరాడలేకపోతే, మన మీద ఆధారపడిన వాళ్ళని ఎలా రక్షిస్తాం? ఎలా పోషిస్తాం?'

'మీకలా అనిపిస్తోందా? ప్రతి వేటగాడు అద్భుతమైన యోధుడు, వేటాడబడేవాళ్ళకి ఏమాత్రం గౌరవం ఇవ్వనవసరం లేదా ?'

'మీరు అంగీకరించడంలేదు, దేవీ వేద... కన్యాకుమారీ?' వేదవతి అతన్ని జాలిగా చూసింది. రావణుడికి నత్తి సమస్య ఉందని, ప్రతిసారి 'వ' అనే అక్షరంతో మొదలయ్యే పదాన్ని పలికేటపుడు నత్తి బాగా వస్తుందని ఆమె అనుకుంది. అందువల్ల అతను కన్యాకుమారి అని పిలిచినా ఊరుకుంది.

'జయా, మీరు పంచతంత్రం గురించి విన్నారా?'

రావణుడు వెంటనే తలూపాడు. 'విన్నాను.'

పంచతంత్రాన్ని భారతదేశంలో ప్రతి బిడ్డ ప్రాథమిక విద్యలో భాగంగా నేర్చుకుంటాడు. దానిలో మాట్లాడే జంతువుల కథలుంటాయి. ప్రతికథలో నీతిపాఠం ఉంటుంది.

'కొన్నిసార్లు,' వేదవతి అంది, 'ధర్మాన్ని గురించిన పాఠాలను నేర్చుకొనడానికి జంతువుల కథలపై ఆధారపడనవసరం లేదు. కొన్నిసార్లు నిజమైన జంతువుల నుంచి కూడ నేర్చుకోవచ్చు.'

రావణుడు ముందుకు వంగాడు. అతనికి కుతూహలం పెరిగింది.

'ఇది చాలా కాలం కిందట జరిగింది,' వేదవతి చెప్పింది. 'నేనప్పటికి కన్యాకుమారినే. చాలా ప్రయాణాలు చేశాను. సాహసికులైన ఆంధ్రుల అద్భుతమైన దేశానికి కూడ. అమరావతికి సమీపంలో ఉన్న నదీరేవు దగ్గరికి.'

'నేనూ అక్కడికి వెళ్ళాను. చాలా మనోహరంగా ఉంటుంది. నిజంగానే పేరుకి తగ్గట్టుగా.'

'నిజంగానే, ఆధునిక అమరావతి నగరం ప్రాచీన కాలంలో దేవతల రాజు ఇంద్రదేవుడు నివసించిన చోటే ఇప్పుడు కూడా ఉందని నమ్మేవాళ్ళు కూడ ఉన్నారు.'

'అవును, నేనూ దాన్ని విన్నాను. ఎవరికి తెలుసు, బహుశా అది నిజమేనేమో.'

'మేమక్కడ ఉన్నపుడు స్థానిక పాలకుడు మమ్మల్ని పవిత్ర కృష్ణా, గోదావరీ నదుల మధ్య ఉన్న అడవిలోకి విహారానికి తీసుకుని వెళ్ళాలనుకున్నాడు. దానిలో అధిక భాగం గడ్డి మైదానం. మేము ఏనుగుల మీద ప్రయాణించాం. పగటివేళ కొంతసేపటికి ముసలి సింహాన్ని దాని పిల్లలను చూశాం.' వేదవతి అడగడానికి ముందు కొంచెంసేపాగింది, 'చాలా సింహాలకు వృద్ధాప్యంలో ఏమవుతుందో మీకు తెలుసా?'

'తెలుసు.' రావణుడు తలూపాడు. 'శక్తిమంతుడైన వేటగాడికి యౌవనం గడిచిపోతే బాధాకరంగా ఉంటుంది. నేను చాలా తరచుగా చాలాసార్లు చూశాను : వృద్ధ సింహాన్ని ఎదిరించే మరో సింహం, సాధారణంగా యువ సింహం. ఒకవేళ వృద్ధసింహం ఓడిపోయి, ప్రాణాలు దక్కించుకుంటే ఆ ప్రదేశం వదిలి వెళ్ళిపోవాలి. యువ సింహం దాని స్థానమాక్రమిస్తుంది. ఆడ సింహాలు దీనికి విధేయంగా ఉంటాయి. చాలాసార్లు ఈ యువ సింహం వృద్ధ సింహం పిల్లల్ని కూడ చంపేస్తుంది. అసహాయులైన తల్లులు చాటు నుంచి చూస్తుండిపోతాయి నిస్సహాయంగా. బహుశా

దీన్ని కొత్త యజమాని ఆదేశంగా చూస్తాయేమోఅవి – కొత్త అధికారి, కొత్త నియమాలు.'

'అడవిలో పద్ధతులు క్రూరంగా ఉంటాయి.'

'అయితే మీరు చూసిన వృద్ధ సింహంతో పాటు దాని పిల్లలు ఉంటే ఎలాగో వాటిని కాపాడి ఉంటుంది. బహుశా యువసింహం బారి నుంచి సింహమూ, దాని పిల్లలు తప్పించుకుని ఉంటాయి.'

'అలా జరిగే అవకాశం ఎక్కువే,' వేదవతి అంది. 'మీకు తెలుసుగా వృద్ధ సింహం వేటాడటానికి కష్టపడుతుంది. ఒకవేళ తిండి పెట్టాల్సిన పిల్లలుంటే అది పెద్ద యాతన. ఈ సింహం పిల్లలు ఆకలితో నకనకలాడుతున్నాయి. సింహానికీ ఆకలి దంచుతోంది. బలహీనంగా ఉన్నాయి. నిరాశగా ఉన్నాయి.'

'తరవాతేం జరిగింది, దేవీ కన్యాకుమారీ?'

'మేము చూసినపుడు ఆ సింహం గడ్డి మైదానం చివర ఉంది, దాని మూడు పిల్లలు దానితో ఉన్నాయి. మందలోంచి తప్పిపోయిన కొన్ని లేళ్ళను అది చూసింది. తల్లి, దాని పిల్లలు. నాలుగు లేడి కూనలు. వాటిలో ఒకటి మిగిలినవాటికన్న చాలా బలహీనంగా ఉంది. కుటుంబంలో బలహీనురాలు.'

'ఈ సింహం పిల్లలకి ఆహారం....'

రావణుడి మొదటి ఆలోచన సింహం గురించి, దాని పిల్లల గురించి అని వేదవతి గ్రహించింది. వేటగాడు వృద్ధుడై, బలహీనుడైనప్పటికీ అతనికి వేటగాడి పట్ల సహానుభూతి ఉందనిపించింది. 'సరిగ్గా చెప్పారు. కాని గుర్తుంచుకోండి. సింహం ముసలిది. వేటాడే సామర్థ్యం తగ్గిన వేటగాడు. ఏం చేసిందనుకుంటున్నారు?'

'ఎందుకు, అది బలహీనంగా ఉన్న లేడిపిల్ల కోసం వెళ్ళి ఉంటుంది, నిస్సందేహంగా. దానికి మాంసం తక్కువుంటుంది అయినా కనీసం తప్పకుండా పట్టుకోగలదు. పిల్లలకి పెట్టగలదు. అసలేమీ లేకుండా ఉండడం కన్నా కొంచెం ఆహారం ఉన్నా మెరుగు. అది, దాని పిల్లలు మరో రోజు బతుకుతాయి. కొంచెం బలం వస్తుంది.'

వేదవతి చిరునవ్వు నవ్వింది. 'మీరు వేటగాడి మానసిక స్థితిని బాగా అర్థం చేసుకున్నారు, జయా.'

రావణుడు తిరిగి చిరునవ్వు నవ్వాడు, ఆమె ఆ మాటలు తనని ప్రశంసించటానికి అన్నదో లేదో కచ్చితంగా తెలియకపోయినా.

'మీరు కచ్చితంగానే ఊహించారు. సింహం ఆ లేళ్ళలో బలహీనమైన దాని మీద దాడి చేసింది,' వేదవతి చెప్పసాగింది. 'ఆ తల్లి లేడి ప్రమాదాన్ని గ్రహించి, తల పైకెత్తి, ఏదైనా కదలిక ఉందా అన్నట్టుగా వెదుకుతూ చూసింది. సింహాన్ని చూసి వెంటనే పిల్లలని అప్రమత్తం చేసింది. అవి చెట్లవైపు పరుగుతీశాయి ఒక దాని కాళ్ళకు ఒకటి అడ్డంపడుతూ. అన్నీ వేగంగా పరుగు తీశాయి. ఒక్కటి తప్ప. సింహం వేగం పెంచింది. బలహీనంగా ఉన్నా, అది సింహం. చిన్న లేడి పిల్ల వైపు దూకింది. కొన్ని సెకన్లలోపే తన వేటను పట్టుకునేది. సింహానికి, దాని పిల్లలకి చివరికి భోజనం దొరికిందనే అనిపించింది.'

'అప్పుడేమైంది?'

'మమ్మల్ని ఆశ్చర్యపరుస్తూ తల్లి లేడి నిదానించింది. పెద్ద పిల్లలు మైదానం దాటి చెట్లలోకి వెళ్ళిపోతాయి ఏ క్షణమైనా. సింహానికి దూరంగా. కాని చిన్న పిల్ల ఇంకా ప్రమాదంలోనే ఉంది. తల్లి పరుగు ఆపి, నిలబడిపోయింది.'

రావణుడికి తాను ఊపిరి బిగబట్టానని తెలిసింది. 'అప్పుడు?'

'సింహం లేడి వైపు తిరిగింది. పెద్ద లేడి కనుక తనకీ, తన పిల్లలకీ చాలినంత ఆహారం, కొంతకాలం. తన దిశను మార్చింది. తల్లి లేడి కదలకుండా నిలబడి ఉంది. వెంటనే దాని దగ్గరకి వెళ్ళింది.'

'మరి చివరి క్షణంలో లేడి పారిపోలేదా? సింహం దృష్టిని పిల్లల మీద నుంచి మళ్ళించింది కదా?'

వేదవతి లేదన్నట్టు తలూపింది. 'లేదు. అలాగే నిలబడింది. పిల్లలు సురక్షితంగా వెళ్ళడం చూస్తూ.'

'మరి సింహం ఏం చేసింది?'

'సింహమూ ఆగిపోయింది. లేడికి కొంచెం దూరంలో. దానికి అయోమయంగా అనిపించింది. ఈలోగా బలహీనమైన లేడిపిల్ల తన అన్నాచెల్లెళ్ళను చేరుకుంది. అవన్నీ వెనుతిరిగి, కంగారుగా అరుస్తూ తల్లిని చూస్తున్నాయి. అక్కడి నుంచి త్వరగా పారిపో అని చెబుతున్నట్టుగా. కాని లేడి ఉన్నచోటు నుంచి కదల్లేదు. ఒక్కసారి మాత్రం శబ్దం చేసింది. పిల్లల్ని పారిపోండి అని ఆదేశిస్తున్నట్టుగా. తర్వాత జరిగేది అవి చూడడం తనకిష్టం లేదన్నట్టుగా.'

రావణుడు మౌనంగా ఉండిపోయాడు. ఏం తల్లి...

వేదవతి అంది, 'కథ ఇక్కడ ముగిసిపోలేదు.'

'అయితే తరవాతేమైంది?'

'సింహం లేడి పిల్లల్ని చూసింది, అవి అప్పటికే దానికి అందనంత దూరం వెళ్ళిపోయాయి. అవి తల్లి కోసం అరుస్తూ, ఏడుస్తున్నాయి. తర్వాత తనకు ఒక్క గంతు దూరంలో అందేలా ఉన్న తల్లి లేడిని చూసింది. అది కదల్లేనట్టు ఉండిపోయింది. తన ముందున్న మంచి లేడిని చంపలేకపోయింది. తర్వాత దూరంగా ఆకలితో, ఆహారం కోసం నిరీక్షిస్తున్న తన పిల్లల్ని చూసింది.'

అడవిలోని ఆ క్షణాలని మళ్ళీ అనుభవిస్తున్నట్టుగా వేదవతి ముఖంలో మారుతున్న భావాలని రావణుడు గమనించాడు.

'సింహం ఏం చెయ్యాలి? ధర్మం ఏం చెబుతోంది? మంచి తండ్రిలా, ఆకలిగా ఉన్న తన పిల్లలకు ఆహారం పెట్టేందుకు చంపాలా? లేకపోతే ఆ దివ్యురాలైన తల్లికి ప్రాణదానం చేసి తన మంచితనం చూపాలా?'

'నాకు... నాకు తెలియదు,' రావణుడు సమాధానమిచ్చాడు.

'జంతువులు ధర్మం గురించి ఆలోచించవని మనం భావిస్తాం. బహుశా అవి ధర్మాన్ని వ్యక్తం చెయ్యలేవేమో, మాట్లాడలేవు కనుక. వాటికి ధర్మం తెలియదని మనమెందుకు అనుకోవాలి? ధర్మం సార్వత్రికం. అది అందరినీ స్పృశిస్తుంది.'

రావణుడు మౌనంగా ఉండిపోయాడు, బుద్ధితోనూ, హృదయంతోనూ వింటూ.

వేదవతి మాట్లాడసాగింది. 'ధర్మం సంక్లిష్టమైంది. అది తరచుగా ఏమిటి గురించి కాదు. ఎందుకు గురించి. సింహం సరదా కోసం చంపుతుంటే – చాలా జంతువులు అలా చేయలేవు- దాన్ని మనం అధర్మం అనవచ్చు. కాని అది ఆకలిగా ఉన్న తన పిల్లలకు ఆహారం పెట్టటానికి వేటాడుతోంది గనుక తన ధర్మాన్ని నెరవేరుస్తుంది అనుకోవచ్చు. ఒకవేళ లేడి పరిస్థితులను చేయి దాటి పోనిస్తే, పిల్లలను రక్షించుకోవాలని ప్రయత్నించకపోతే, అది అధర్మం. పిల్లలను రక్షించడానికి ఆమె చేసే బలిదానం ధర్మం అవుతుంది. ధర్మం విషయంలో చేసే పని కన్న ఉద్దేశం ముఖ్యం. కాని ఒకటి మాత్రం స్పష్టం. మీ కర్తవ్యాన్ని మీకంటె ఉన్నతమని భావిస్తే మాత్రమే ధార్మిక జీవనం ప్రాప్తిస్తుంది. స్వార్థం వల్ల అది మీకు కచ్చితంగా దూరమైపోతుంది.'

'జీవితం సింహమూ, లేడి రెంటిపట్లా అన్యాయంగా ప్రవర్తించింది,' రావణుడు ఆలోచనాత్మకంగా అన్నాడు. 'రెండూ బాధితులే.'

'జీవితం ప్రతి ఒక్కరికీ అన్యాయం చేస్తుంది. సిఖీ బుద్ధుడు చెప్పినట్లుగా జీవిత మౌలిక సత్యం దుఃఖం. ఈ భ్రమాభరిత ప్రపంచంలో ప్రతి మూలా ఉన్న వేదన

నుంచి తప్పించుకోలేం. ఈ మౌలిక సత్యాన్ని అంగీకరిస్తే, దాన్ని అధిగమించే మొదటి అడుగు వేసినట్టే.'

'ప్రతి ఒక్కరూ ప్రయాస పడుతున్నారు... బహుశ మనం తీర్పు చెప్పకుండా అర్థం చేసుకొనడానికి, నేర్చుకొనడానికి ప్రయత్నించాలి అనుకుంటాను.'

'అక్షరాలా అదే చెయ్యాలి. తీర్పు చెప్పకుండా ఉంటే ఇతరులకు సహాయం చెయ్యటానికి హృదయంలో చోటు ఉంచుకుంటారు. ఇది మిమ్మల్ని ధర్మంవైపు నడిపిస్తుంది.'

'కాని, చివరికి ఏమైంది, దేవీ కన్యాకుమారీ? లేడిని సింహం చంపిందా?'

'ఈ కథ ఉద్దేశం అది కాదు, జయా.'

రావణుడు చిరునవ్వు నవ్వాడు. ప్రశ్నలు వేయడం ఆపాడు.

—⸻—

'దీనికి చాలా సమయం పడుతోంది, అన్నా,' కుంభకర్ణుడు అన్నాడు. వాళ్ళు వైద్యనాథ్ క్షేత్రానికి వచ్చి నెలపైనే యింది. 'మామ మారీచుడు కూడ వీలైనంత త్వరగా రమ్మని అంటున్నారు. ఆఫ్రికాలో ఆ పని కూడ ఉంది....'

రావణుడు సంజ్ఞతోనే మాట్లాడనివ్వలేదు. 'మారీచుడు స్వయంగా చేయలేని పనేమీ లేదు.'

'అయినా, అన్నా మన దళం మాటేమిటి? సమీచి? అందరూ ఖాళీగా కూర్చున్నారు. ఈ అతిథి గృహంలో మనల్ని ఎందుకు బంధించి ఉంచారు అని ఆలోచిస్తున్నారు. ఏమీ....'

రావణుడు తమ్ముడి మాటకు అడ్డు వచ్చాడు. 'వాళ్ళకి ఏదో పని చెప్పు, కుంభా. ఏదైనా చిన్న వ్యాపారం పని చెప్పి పంపు.'

కుంభకర్ణుడు మౌనంగా ఉండిపోయాడు. రావణుడు కలగంటున్నట్లుగా కిటికీలోంచి బయటికి చూస్తున్నాడు. రాత్రి చాలా పొద్దుపోయింది. కీచురాళ్ళ ధ్వని మాత్రమే వినిపిస్తోంది. అప్పుడప్పుడు దూరంగా ఓ గుడ్లగూబ అరుస్తోంది. వేదవతితో చాలాసేపు సంభాషించిన తర్వాత రావణుడు అతిథి గృహానికి తిరిగొచ్చాడు. అతను చంద్రుణ్ణి చూస్తూ నిట్టూర్చాడు.

'ఈ రోజు చాలా అందంగా కనిపిస్తున్నాడు, కదా?'

కుంభకర్ణుడు ప్రక్కకు తిరిగి చంద్రుణ్ణి చూశాడు. అతనికి మామూలుగానే కనిపించాడు. నిదానంగా శ్వాస వదులుతూ, రావణుడిని చూశాడు. 'అన్నా...'

'....ష్' రావణుడు తన దగ్గరే ఉన్న రావణహతను చేతిలోకి తీసుకున్నాడు. 'విను, నేనో కొత్త రచన చేశాను.'

తీగెలను తడిమాడు, ధ్వనిని పరీక్షిస్తున్నట్టుగా ఆరంభించాడు.

రావణహతను మొదటిసారి విన్నప్పటి నుంచి అది విషాద వాయిద్యం అనిపించింది. దాని నాదం హృదయాన్ని వేదనకు లోను చేసి కన్నీళ్ళు తెప్పిస్తుంది.

కాని ఈ రోజు రాత్రి రావణుడి లోతైన, మాధుర్య భరితమైన స్వరం, రచనలోని మధుర సంగీత లయాత్మకత, గాలి గుసగుసలతో, రావణహత పారలౌకిక నాదంతో అక్కడో పరమానంద భరిత ద్వీపం వెలసినట్టయింది. వేదనాభరిత సంగీత వాయిద్యాన్ని అతను ఆనందాన్నిచ్చే మధుర ధ్వనిని సృష్టించేదానిగా చేయగలిగాడు.

నకారాత్మకమైన దానిని సకారాత్మకంగా చేసే సంభావ్యత ఎప్పుడూ ఉంటుంది. అయితే ఒక దేవత మాత్రమే ఈ మార్పుకు ప్రేరణ కాగలదు.

౧౪

14వ అధ్యాయం

మీరు గాఢంగా ప్రేమించిన, మీరు కలలుగని ఆరాధించిన స్త్రీని శాశ్వతంగా కోల్పోతే ఏంచేస్తారు? గుండెని రాయి చేసుకుని ఆమె లేకుండా జీవించడానికి సమాధాన పడిపోతారు.

విధివశాత్తు మళ్ళీ ఆమెని కలుస్తారు. అప్పుడు ఆమె వేరొకరికి సొంతమై పోయిందని మీకు తెలుస్తుంది. ఈ సత్యాన్ని పట్టించుకోకుండా ఉండడానికి ప్రయత్నిస్తారు. ఆమె జీవితంలో మరొకరున్నారనే సత్యాన్ని పట్టించుకోరు. లోలోపల సహజంగా కలిగిన ద్వేషాన్ని అణచిపెట్టుకుంటారు.

కాని మీరామెకు దూరంగా ఉండలేరు. ఆమె గురించి ఇంకా బాగా తెలుసుకోవాలనుకుంటారు. ఆమెని ఇంకా ఎక్కువ ప్రేమించుతారు- ఒకవేళ సాధ్యమైతే. ఆ మరో వ్యక్తిని కలుస్తారు. ఆమె భర్తని. అతను మీరనుకున్న విధంగా ఉండడు. అందగాడు. నిజాయితీపరుడు. దయాళువు. ఉదారుడు. మీరు ఎన్నడూ కాలేనంత ఉదాత్తుడు అని తెలుసుకుంటారు.

ఇంకా అతనామెను ప్రేమిస్తాడు. బహుశా మీరెంతగా ఆమెని ప్రేమిస్తున్నారో అంతగా. అతడామెని గౌరవిస్తాడు. బహుశా మీరు గౌరవించినదానికన్న ఎక్కువగా.

ఇంక మీ గుండె లోతుల్లో, మృదువైన, రాక్షసమైన, అనిష్టమైన స్వరం వినిపిస్తూంటుంది. మీరు వినడానికి కూడ ఇష్టపడని, మీరు కనీసం అంగీకరించలేని సత్యం బలవంతంగా వినవలసి వస్తుంది. బహుశా, కేవలం బహుశా, మీకన్న అతడే ఆమెకు మెరుగైనవాడు.

అప్పుడు మీరేం చేస్తారు? మీరేం చేస్తారు?

తార్కికంగా ఇంతకుముందుకన్న ఎక్కువగా, ఆ మనిషిని ద్వేషిస్తారు. అసహ్యించుకుంటారు.

ఇదే తర్కసహం. రావణుడు తనకు తాను చెప్పుకున్నాడు.

వేదవతి భర్త పృథ్వి గ్రామానికి తిరిగొచ్చాడు. ఈ సంగతి విని, వ్యక్తిగతమైన పని ఉందనే సాకుతో రావణుడు కొన్నిరోజులు దూరంగా ఉండాలని నిర్ణయించుకున్నాడు. కాని ఒకరోజు ధైర్యం కూడగట్టుకొని, కుంభకర్ణుడితో కలిసి పని ప్రదేశానికి వెళ్ళాడు.

మధ్యాహ్నం దాటిపోవడంతో చల్లగాలి తిరిగి వేడిగా ఉన్న వాతావరణం చల్లబడుతోంది. శోచికేశుడు కరకట్టకు కావలసిన సామాను తేవడానికేమో ఎక్కడికో వెళ్ళాడు. కాని రావణుడికి అసలు కారణం తెలుసు. భూస్వామి కొడుకు సుకర్ముడు, దేవాలయ విరాళాల పెట్టె నుంచి మళ్ళీ దొంగతనం చేస్తూ పట్టుబడ్డాడు; జూదంలో అప్పు పడ్డానని, వాటిని తీర్చడానికని చెప్పాడు. ఈ వార్త అందరికీ తెలియకముందే సొమ్ము తిరిగి తేవాలనే ప్రయత్నంలో ఉన్నాడు శోచికేశుడు. గర్భవతి అయిన వేదవతికి మనస్తాపం కలిగించడం అతనికి ఇష్టం లేదు.

'మరోసారి ధన్యవాదాలు, జయా,' రావణుడిని సంబోధిస్తూ పృథ్వి చెప్పాడు. భారతదేశంలో సుదూర పశ్చిమ తీరంలోని బెలూచి ప్రాంతానికి చెందిన వారిలానే, పృథ్వి పొడగరి. చక్కటి కవళికలు, తెల్లటి తెలుపు రంగులో ఉన్నాడు. చివరికి రావణుడు కూడ అతడు అందగాడని అంగీకరించక తప్పలేదు. 'మీరు దానం చేసిన పనిముట్ల వల్ల ఇక్కడ పని వేగవంతమైంది. ధర్మంలోను, దాతృత్వంలోను విశ్వాసమున్న వ్యాపారిని కలవడం ఆనందంగా ఉంది.'

తాను ద్వేషించే మనిషి నుంచి వచ్చిన ప్రశంసలకు ఎలా స్పందించాలో తెలియని రావణుడు విచిత్రంగా చేతిని ఊపాడు.

'మీ ప్రయాణం ఎలా జరిగింది, పృథ్విగారూ?' కుంభకర్ణుడు అడిగాడు. పృథ్వి సమాధానం ఇవ్వడానికి ముందు వేదవతిని చూశాడు. 'బాగా జరిగింది. ఈసారి మంచి లాభం వచ్చింది. దాదాపు ఆరు వందల ఏభై బంగారు నాణేలు.'

రావణుడు వెటకారపు నవ్వుని బలవంతంగా ఆపుకున్నాడు. *అది మంచి లాభమా? నేనో గంటలో దాన్ని సంపాదిస్తాను.*

'నాభార్యాబిడ్డల్ని పోషించుకోడానికి చాలినంత సంపాదించాను,' వేదవతి చేతిని తన చేతిలోకి తీసుకొంటూ చెప్పాడు పృథ్వి.

వేదవతి తన తలను పృథ్వి భుజం మీద ఆన్చింది. దగ్గరలో ఉన్న చెట్ల మీద, పక్షుల మీద దృష్టి నిలిపి రావణుడు దూరంగా చూశాడు.

'మీరు సరిగ్గా సమయానికి వచ్చేశారు,' కుంభకర్ణుడన్నాడు.

'అవును!' పృథ్వి గర్వంగా చెప్పాడు. 'మా బిడ్డ ఈ ప్రపంచంలోకి వచ్చే కొన్ని వారాలముందుగా.'

కుంభకర్ణుడు అంగీకరిస్తున్నట్టుగా తలూపాడు. 'కరకట్ట పని మరింత వేగంగా జరిపే మరికొన్ని పనిముట్లుంటే బాగుంటుందనిపిస్తోంది నాకు. మీకు వీలైతే, నేనేమంటున్నానో మీకు చూపిస్తాను.'

పృథ్వి వేదవతి వైపు చూశాడు.

'నేను విశ్రాంతి తీసుకుంటాను, పృథ్వీ,' అంది వేదవతి. 'నా వెన్ను నొప్పిగా ఉంది.'

పృథ్వి చిరునవ్వుతో వేదవతి ముఖం నిమిరాడు. 'నేను త్వరగానే వచ్చేస్తాను.'

కుంభకర్ణుడితో కలిసి పృథ్వి వెళ్ళాక రావణుడు కొంచెం స్థిమితపడ్డాడు. 'బాగా నొప్పిగా ఉందా? వైద్యనాథ్ నుంచి ఔషధాలేమైనా తెప్పించనా?'

వేదవతి వద్దన్నట్టు తలూపింది. 'వద్దు, అంత అవసరం లేదనిపిస్తోంది నాకు. వారంలోగా ఎలాగూ వైద్యనాథ్ వెళతాం మేము.'

రావణుడు తలూపాడు, తన భావాలు వ్యక్తం కానీయకుండా.

'ఆయన మంచి మనిషి.'

వేదవతి చెప్పింది.

రావణుడు ఉలిక్కిపడి ఆమెని చూశాడు. 'నిస్సందేహంగా. నేను మరోలా అనుకోలేను'

'నేనాయన్ని ప్రేమిస్తున్నాను. ఆయన నా భర్త.'

'నేను... మరోలా... నా ఉద్దేశం...'

వేదవతి సూటిగా రావణుడి కళ్ళలోకి చూసింది. అతని మనసు నొప్పించకుండా తన సందేశం కచ్చితంగా అతనికి అర్థం కావాలని ఆమె ప్రయత్నం.

'మరి మనం మొదటిసారి ఎక్కడ కలుసుకున్నాం?' హఠాత్తుగా అడిగిందామె.

రావణుడు నిశ్చేష్టుడయ్యాడు. ఆమె ఏమందో అతనికి అర్థం కాలేదు.

'నేనొక రోజు విజయుడిని అడిగాను, మీరిద్దరూ నేను అంతకుముందు మీకు తెలిసినట్లుగా ఎందుకు చూస్తారని. బహుశా నేను కన్యాకుమారిగా ఉన్నప్పుడు

చూశారేమో. ఎందుకోమరి, కచ్చితంగా చెప్పలేను, మీరు నాకు తెలుసనిపిస్తోంది. నిజాయితీగా చెప్పాలంటే విజయుడిని చూడలేదు. చూసి ఉంటే తనని తప్పనిసరిగా గుర్తుంచుకునే దాన్ని.' కనిపించే విషయాన్ని వేదవతి చాలా మర్యాదగా చెప్పింది – కుంభకర్ణుడి నాగలక్షణాల వల్ల అతన్నెవరూ మర్చిపోలేరు. 'అందువల్ల మీరు, నేను అంతకుముందెప్పుడో కలుసుకున్నాం. కాని మనం ఎక్కడ కలుసుకున్నాం?'

రావణుడు సునాయాసంగా అబద్ధమాడాడు. 'చాలా ఏళ్ళ క్రితం నేను వైద్యనాథ్ కి వచ్చినపుడు. నేను కన్యాకుమారి దేవాలయానికి వచ్చాను. మీరు నన్ను ఆశీర్వదించారు. చాలాకాలం కిందటలెండి. మనిద్దరం చిన్న పిల్లలం. నాగురించి అస్పష్టంగానైనా ఏదో మీకు గుర్తున్నందుకు నాకు ఆశ్చర్యగా ఉంది.'

వేదవతి రావణుడి కళ్ళలోకి చూసింది. క్షణకాలం తను అబద్ధమాడానని తెలిసిందని ఆమె చెబుతుందనిపించింది రావణుడికి. కాని కేవలం తలూపింది.

'మీరు రుద్రదేవుడి భక్తులా?' వేదవతి అడిగింది. రావణుడు చిరునవ్వు నవ్వి తన ఏకముఖి రుద్రాక్ష పతకాన్ని స్పృశించాడు. 'అవును. నేనాయన భక్తుణ్ణి. జై శ్రీరుద్ర!'

'జై శ్రీరుద్ర!' వేదవతి కూడ చిరునవ్వుతో అంటూ, తన రుద్రాక్షను పట్టుకుంది. 'అయితే నాకు చెప్పండి: మీరు ఆయన పనులకు భక్తులా లేక మహాదేవుడిగా ఆయన ప్రాతినిధ్యం వహించే దానికి భక్తులా?'

రావణుడి భృకుటి ముడిపడింది. 'రెండిటికీ తేడా ఉందా?' రావణుడు నిశ్చేష్టుడయ్యాడు. ఆమె ఏమంటుందో తెలియదు.

'ఎందుకు లేదు? ఉంది.'

'ఎలా? వ్యక్తిని వాళ్ళు చేసే పనిని బట్టేగా చెబుతాం. వాళ్ళ పని లేదా వ్యాపారం. వ్యక్తి పని వ్యక్తిని గురించి చెబుతుంది. పని చేయని వ్యక్తి చనిపోయినట్టే.'

వేదవతి చిరునవ్వు నవ్వింది. 'పని ముఖ్యమైనది కాదని నేను చెప్పడం లేదు. కాని అదొక్కటే ముఖ్యం కాదు. ఇంకా చాలా విషయాలున్నాయి.'

'మరి ఆ మిగిలిన విషయాలేమిటి?'

'ప్రాచీన సంస్కృతంలో స్వతత్త్వం. అంటే ఆత్మసారం. ఇంకా సరళంగా చెప్పాలంటే మీ అస్తిత్వం.'

'అస్తిత్వమా?'

'అస్తిత్వం క్లిష్టమైన పదం, అర్థం చేసుకోవడం సులభం కాదు. ధర్మం లాగ.'

'నేను ధర్మాన్ని అర్థం చేసుకున్నాను.'

'అర్థం చేసుకున్నారా?' వేదవతి చిరునవ్వు నవ్వింది.

'సరే. ధర్మం క్లిష్టమైన భావన అని ఒప్పుకుంటాను. మనం ఎన్నో జన్మల వరకు దాన్ని గురించి చర్చించగలం. కాని కచ్చితంగా, అస్తిత్వం అంత క్లిష్టమైంది కాదు.'

'క్లిష్టమైనదే. అస్తిత్వాన్ని అర్థం చేసుకోవాలంటే ముందు మీరు కర్మను అర్థం చేసుకోవాలి. మీ పనులే మీ కర్మ. మీరు చేసేది. ఇతరులకు సంబంధించిన పనులు మీరెందుకు చేస్తారు చెప్పండి? మీరు ప్రతిస్పందన కోరుకుంటున్నారు కాబట్టి – మిమ్మల్ని సంతోషపెట్టే ప్రతిస్పందన ఉంటుందనే ఆశతో.'

'అంటే కర్మ లావాదేవీ లాంటిదని, అందువల్ల స్వార్థపూరితమని అంటున్నారా?'

ఈ దయనీయమైన గ్రామానికి కేవలం ఆమెకు సన్నిహితంగా ఉండాలని వస్తువులను దానం చేశానని ఆమెకు తెలుసా?

వేదవతి కాదన్నట్టు తలూపింది. 'ఏది మంచి, ఏది చెడు అని ఆలోచించకండి. ఎలా ఉన్నది అలాగే ఉంటుంది. అంతే. కర్మ మాత్రం తప్పనిసరిగా లావాదేవీనే.'

'మరి అస్తిత్వం కాదా?'

'కాదు. అందువల్లే అది అత్యంత ముఖ్యమైంది. శక్తిమంతమైంది.'

'నాకు అర్థం కాలేదు.'

'మనసు ప్రశాంతంగా ఉండాలంటే, అది ప్రశాంతంగా ఏకాగ్రతతో ఉండడం నేర్చుకోవాలని మీకు తెలుసనుకుంటాను.'

'తెలుసు,' రావణుడు కళ్ళు తిప్పుతూ అన్నాడు.

'మీరు కళ్ళెందుకు తిప్పారు?'

'కావాలని చేయలేదు. నన్ను క్షమించండి.'

వేదవతి నవ్వింది. 'అది తప్పని నేననలేదు. ఎందుకలా చేశారని అడిగానంతే.'

రావణుడు మృదువుగా నవ్వాడు. 'ఎందుకంటే ఇతరులకు ప్రశాంతంగా, ఏకాగ్రతతో ఉండమని చెప్పడం తేలిక. కాని దానిని ఎలా సాధించాలో ఎవరూ చెప్పరు.'

'అక్షరాలా నిజం. అదే సమస్య. ఆ స్థితిని పొందడానికి ఏదో చెయ్యాలని జనం అనుకుంటారు. విజయం సాధించాలని గాని కొంత కాలం సెలవు తీసుకోవాలనిగాని, మంచి స్నేహితులను చేసుకోవాలనిగాని, ఒక భిన్నమైన జీవిత భాగస్వామిని పొందాలని గాని... కాని ఈ మార్పు చేసుకున్నా వారు ప్రశాంతంగా లేరని తెలుసుకుంటారు. అప్పుడు ఇంకా ఏదో చెయ్యాలని అనుకుంటారు. ఇది అనంతమైన చక్రం. మౌలికంగా

ప్రశాంతత, ఏకాగ్రత రెండూ ఎన్నడూ చేతికి దొరకనివి. అందుకనే వాటిని పొందడానికి ఏదో చెయ్యాలని, మంచి పనులు చెయ్యాలని జనం అనుకుంటారు.'

'అయితే కర్మ మీద దృష్టిపెట్టడమే సమస్యా?'

'అవును. మీ దృష్టి అంతా దాని మీదే ఉంటే, ప్రశాంతంగా, ఏకాగ్రంగా ఉండటం కష్టం. ఎందుకంటే ఏదో పొందాలని కర్మను చేస్తారు. మీరు ఎవరికైనా దానం చేస్తే వారి నుంచి గౌరవం ఆశిస్తారు. అది లావాదేవీ. ఒకవేళ మీ పనుల వల్ల మీరు కోరుకున్న ఫలితం రాకపోతే, నిరాశపడి విచారంగా ఉంటారు. దీనికన్న విషాదం ఏమిటంటే, మీరు చేసిన పనికి మీరాశించిన ప్రయోజనం కలిగినా, దానివల్ల కలిగిన సంతోషం క్షణికమేననిపిస్తుంది. ఒకవేళ కచ్చితంగా అసంతృప్తే కలుగుతుందని తెలిస్తే, మనసు ప్రశాంతంగా ఎలా ఉంచుకుంటారు?'

'ఎలా?'

'మీ అస్తిత్వం దేనికోసమో అలా ఉండడం ద్వారా. మీ స్వతత్త్వానికి కట్టుబడి ఉండడం.'

రావణుడు వెనక్కి వాలాడు. ఈ తర్కంలో ఉన్న సౌందర్యం అతని మనసంతా నిండింది.

వేదవతి చెప్పసాగింది, 'పని మీద దృష్టి పెట్టవద్దని నేను చెప్పడంలేదు. కర్మ లేకుండా మనం మృతతుల్యులం. కాని కర్మ మన జీవితాలకి ముఖ్యం కాకూడదు. మనం నిజంగా మన అస్తిత్వాన్ని, స్వతత్త్వాన్ని తెలుసుకుని, మనమేం చేయాలో దాన్ని చేస్తూ సామరస్యంతో ఉంటే అంతా సులభమవుతుంది. మన కర్మను చేయటానికి కష్టపడి ప్రయత్నించనవసరం లేదు. ఎందుకంటే మనం మరోదాన్ని వ్యర్థంగా ఆశపడుతూ ఏమీ చేయం. మన అస్తిత్వంతో సామరస్యం కలిగి ఉంది కనుక దాన్ని చేస్తాం. మనం ఉండవలసిన దానితో సామరస్యంగా ఉంటాం.'

రావణుడు వేదవతితో ఉన్న ఈ కొద్ది వారాలలోలా ఏకాగ్రంగా గాని, ప్రశాంతంగా గాని ఎన్నడూ లేడు. వేదవతి దగ్గర అతనికి కావలసిన సమాధానాలున్నాయి. తనలో ఉన్నాయని కనీసం అతనికి తెలియని ప్రశ్నలకు సమాధానాలు. 'నేనెందుకు పుట్టానని మీరనుకుంటున్నారు, దేవీ కన్యాకుమారీ? నా స్వతత్త్వం ఏమై ఉంటుంది?'

'నాయకుడు.'

రావణుడు ఫకాలున నవ్వాడు. వేదవతి మౌనంగా ఉంది, ఆమెకు తన మాటలోని సత్యంపై నమ్మకముంది.

రావణుడు నవ్వాపుకుని చెప్పాడు. 'నన్ను క్షమించండి, కన్యాకుమారీ, నేను నాయకుడిని కాను. మీరు కచ్చితంగా నాయకులే. నేను కాదు. నేను ఎవరిలా ఉంటానంటే...' రావణుడు నోట్లోంచి 'ప్రతినాయకుడు' అనే మాట బైటకి రాకముందే ఆపేశాడు.

వేదవతి ముందుకు వంగింది. 'మీ స్వతత్త్వం మీరలా కావాలని కోరుతోంది. మీరు నాయకుడు కావాలనుకుంటున్నారు. మీరు ఆర్యుడు కావాలనుకుంటున్నారు. మీరు ఉన్నతులు కావాలనుకుంటున్నారు. అందువల్ల మీరు సప్తసింధుని ఏ కారణాలచేత వదిలిపెట్టినాగాని, మళ్ళీ తిరిగి వచ్చారు. మీరు లంకలో ఉంటారని చెప్పారు. సప్తసింధులోని సంపన్నులందరూ అక్కడికే పారిపోతున్నారు. కాని మీరు మళ్ళీ మళ్ళీ తిరిగి వస్తున్నారు. ఎందుకు? ఇక్కడి ఆర్యుల అంగీకారం, గౌరవం మీకు కావాలి కనుక. మీరెవరో మీరు ఒప్పుకునేవరకూ మీకు మానసిక ప్రశాంతత దొరకదు.'

రావణుడు మౌనంగా ఉండిపోయాడు. అతని కళ్ళు మెరిశాయి. మళ్ళీ చిన్న పిల్లవాడయ్యాడు. వేదవతి అంగీకారం కోసం తపిస్తున్నాడు. కన్యాకుమారి అంగీకారం కోసం. అతని గుండె వేగంగా కొట్టుకుంటోంది. ఆమె సుగంధం మళ్ళీ తెలిసింది. ఎన్నో ఏళ్ళ కిందటి సుగంధం. ఆమె ఆజ్ఞలు, ఆమె లేతస్వరం, మనసులో వినిపిస్తున్నాయి.

నువ్వింత కన్న మెరుగ్గా ఉండగలవు. కనీసం ప్రయత్నించు.

లేదు, నేనుండలేను.

అవును. ఉండగలవు. నువ్విలా ఉండాలనుకుంటున్నావు.

నేను మా నాన్నని నొప్పించాలనుకుంటున్నాను. నేనాయన్ని ద్వేషిస్తున్నాను.

నువ్వాయనని ఓడించాలనుకుంటున్నావా?

అవును.

నీ తండ్రిని ఓడించు నిరభ్యంతరంగా. కాని ఆయనని బాధపెట్టి ఆ పని చేయకు. ఆయనకన్న మెరుగైనవాడిగా ఉండి, ఓడించు.

'జయా?'

అంతరంగంలో జరుగుతున్న యుద్ధం నుంచి వేదవతి గొంతు అతడిని వెనక్కు లాక్కొచ్చింది. 'క్షమించండి... ఏమిటి?'

'సప్తసింధులోని సంపన్నుల గౌరవం కోరుకోమని మీకు నేను సూచించడం లేదు. వాళ్ళలో "ఆర్య"కు సంబంధించినది ఏదీ లేదు. అసలైన గొప్పదనం ఏదీ

లేదు. కాని మీరు మన ప్రాచీన పద్ధతులు ఇంకా గుర్తుంచుకున్న, నిజంగా గొప్పవాళ్ళయిన, ఆర్యుల గౌరవం కోరుకుంటున్నారని నాకు తెలుసు. వాళ్ళు ఇప్పుడు శక్తిమంతులు కాకపోవచ్చు. కాని ధార్మికులు. వాళ్ళ అంగీకారం మీరు కోరుకుంటున్నారు. మీరు చేయాల్సినదల్లా మీరెవరో మీరు అంగీకరించటం. అప్పుడు మీకు శాంతి దొరుకుతుంది.'

ఆమె అతని వైపు ఏకాగ్రంగా చూసింది. 'కనీసం ప్రయత్నించండి.'

—ꣲ—

'అనుకున్నట్టుగా జరగలేదు,' అన్నాడు కుంభకర్ణుడు.

టోడీ నుంచి అతను ఇప్పుడే వచ్చాడు. పృథ్వికి ఉద్యోగం ఇస్తానని రావణుడు కబురు పంపి అతిథి గృహంలో ఉండి కుంభకర్ణుడి కోసం ఆత్రుతగా ఎదురుచూస్తున్నాడు. కాని వార్త నిరాశాజనకంగా ఉంది.

'వాళ్ళకి అన్నీ చెప్పావా?' రావణుడు అడిగాడు. 'ధనం సంగతి కూడ చెప్పావా?'

'చెప్పాను, అన్నా ఇది మీకెంత ముఖ్యమో నాకు తెలుసు.'

'ఆ మూర్ఖుడు చేయాల్సినది నా వ్యక్తిగత కార్యదర్శిగా ఉండటమే. లేఖలు రాయడం, అతనాపని చేయగలడని నాకు తెలుసు. ఆ పనికి సంవత్సరానికి రెండు వేల బంగారు నాణేలు ఇస్తానని చెప్పాను! ఎందుకు వద్దన్నాడు?'

'బహుశా ఇది చాలా దయ చూపిస్తున్నట్టు అనిపించేందేమో వేదవతి గారికి.'

'కన్యాకుమారికా? దీనిలో ఆమెందుకు జోక్యం చేసుకుంది?'

'పృథ్వీగారు దీనికి చాలా ఉత్సాహంగా స్పందించారు. తమ బిడ్డ జన్మించిన తర్వాత కొన్ని నెలలకు లంకకు రాగలమన్నారు. తర్వాత వేదవతి గారిని దీని గురించి అడగాలని వెళ్ళారు. ఆమె వద్దని చెప్పింది.'

'కాని ఎందుకు? నాకనిపించింది ఆమె నన్ను...?'

'ఆవిడ మిమ్మల్ని ఏమిటి?'

'ఏం లేదు. ఎందుకు తిరస్కరించింది?'

'ఆవిడ చెప్పలేదు.'

'నువ్వామెని అడిగావా?'

'నేనావిడని అడిగాను అన్నా.'

రావణుడు కిటికీలోంచి బయటికి దూరంగా చూస్తుండి పోయాడు.

'అప్పుడామె విచిత్రమైన విషయం చెప్పింది.'

'ఏమిటది?'

'మీకు ఈ విషయం చెప్పమని చెప్పింది. అదేమిటంటే, తనకి గుర్తు చేసుకోవడానికి కొంత సమయం పట్టిందని, కాని చివరికి గుర్తొచ్చిందని.'

'ఏం గుర్తు వచ్చింది?'

'కుందేలు, చీమల గురించి.'

రావణుడు వెనుతిరిగి నిశ్చేష్టుడై కుంభకర్ణుడిని చూశాడు. తను గుర్తింపబడ్డాడు. ఆమెకి ఎంత తెలుసు? దోపిడీ గురించి కూడ ఆమెకి తెలుసా? తెలిసి ఉంటే తనని ద్వేషిస్తుంది. 'చిలుకా గురించి ఏమైనా అందా? క్రకచబాహు గురించి?'

'లేదు. ఎందుకడుగుతుంది? దానితో మనకి సంబంధం ఉందని ఆవిడకి తెలియదు.'

రావణుడు మౌనంగా ఉండిపోయాడు.

'అయినా, కుందేలు, చీమలు అని ఆవిడ ఎందుకంది?'

రావణుడు సమాధానమివ్వలేదు.

15వ అధ్యాయం

'మీరు మంచి చేసేలా నన్ను ప్రోత్సహిస్తున్నారనుకున్నాను,' రావణుడన్నాడు.

వేదవతిని కలవడానికి రావణుడు స్వయంగా టోడీ వచ్చాడు. తానింకా చాలాకాలం ఇక్కడ ఉండడం వీలవదని, వీలైనంత త్వరగా లంకకు వెళ్ళాల్సి ఉందని అతనికి తెలుసు. చాలాకాలం నుంచి లంకకు దూరంగా ఉన్నాడు. కాని ఆమె లేకుండా ఎలా వెళ్ళగలడు? రావణుడు ఎలాగైనా ఆమెని ఒప్పించాలనే తెగువతో ఉన్నాడు. ఎలాగైనా.

'నేను ప్రయాణించలేను,' వేదవతి చెప్పింది.

'మీ బిడ్డ జన్మించాక? అప్పుడు రాగలరేమో?'

వేదవతి మౌనంగా ఉండిపోయింది.

'దయుంచండి... నేను మిమ్మల్ని యాచిస్తున్నాను.'

'మీకు తెలుసు మీకు నా అవసరం లేదు.'

'నాకుంది! దయచేసి... ఏమీ మారనవసరం లేదు. మీరాయన భార్యగా ఉండండి. పృథ్వికి. నేను మీ నుంచి ఏమీ కోరను. మీరు లంకలో ఉండడం కావాలి నాకు. అక్కడుండండి చాలు..... మిమ్మల్ని రోజూ చూడనివ్వండి చాలు. నేను కోరేది అదే. దయచేసి .... దయచేసి... వేద... వే... దేవీ కన్యాకుమారీ'

'మీకు నా అవసరం లేదు,' కన్యాకుమారి శాంతంగా చెప్పింది.

రావణుడి కళ్ళలో నీళ్ళు తిరిగాయి. 'నాకుంది... నాకేం కావాలో నాకు తెలుసు...'

'లేదు. మీకు కావలసింది మీకు తెలియదు. తెలిసి ఉంటే అది మీ దగ్గరే ఉందని ఎప్పుడో తెలిసేది.'

'అది నా దగ్గర లేదు,' రావణుడు తన ఆందోళనను దాచుకోలేక పోయాడు. 'నాకు మీరు అవసరం! నాకు మీరు అవసరం!'

'మీకు నా అవసరం లేదు. మీకు మీరు అవసరం.'

'దానర్థం ఏమిటి? నాకు...'

'దాని గురించి ఆలోచించండి. ఇప్పటివరకు నేను మీకేమిటి? మీ మనసులో ఒక ఊహాచిత్రాన్ని మాత్రమే. మీరే మీకు ఒక మెరుగైన రూపం కావాలనుకున్నారు. మీకు కావలసినది సాకు మాత్రమే. మిమ్మల్ని ఉన్మఖీకరించగలిగే సాకు, మీ తండ్రి చేసిన దానికి ప్రతిచర్యగా తయారైన మీరు మిమ్మల్ని మెరుగుపరచుకోవడానికి ఒక సాకు. ఆ సాకు కోసం నా కోసం ప్రాకులాడుతున్నారు. ఇంక మీకు సాకు అవసరం లేదని చెప్పాలని ప్రయత్నిస్తున్నాను. మిమ్మల్ని మీరు మెరుగుపరచుకోవడానికి మీకు ఎప్పుడూ ఎవరి సహాయం అవసరం లేదు నిజానికి. అది ప్రమాదకరం. నేను రేపు చనిపోవచ్చు. అప్పుడు మీరేం....'

రావణుడు పిడికిళ్ళు బిగించాడు. 'మిమ్మల్ని గాయపరచిన వాళ్ళని నాశనం చేస్తాను. నేను వాళ్ళని చీల్చి...'

'ఎవరైనా నన్ను గాయపరుస్తారని ఎందుకనుకుంటున్నారు? నేను అనారోగ్యంతో చనిపోవచ్చు. అప్పుడు ఎవరినీ నిందించలేం కదా?'

రావణుడు మౌనంగా ఉండిపోయాడు.

'మీ జీవితంలో ముఖ్యమైన ప్రయాణం మొదలుపెట్టినపుడు ఇంకెవరి మీదా ఆధారపడకూడదు. అప్పుడు మీ ఆశయాన్ని, మీ స్వధర్మాన్ని మరో వ్యక్తి విధితో ముడిపెట్టినట్టవుతుంది. అది ప్రమాదకరం. ప్రత్యేకించి మీలాంటి ముఖ్యమైన వారికి.'

'నేను...' రావణుడు తనను తాను తిట్టుకోకుండా ఆగాడు. 'నేను ముఖ్యమైన వాణ్ణి కాను. కనీసం మంచి వ్యక్తిని కూడ కాను. నేనెటువంటి పనులు చేశానో మీకు తెలియదు.'

'మీపై మీరు అంత నిర్దయగా ఉండకండి. మీరు పిల్లవాడిగా ఉన్నప్పటినుంచే తల్లిని, తమ్ముణ్ణి జాగ్రత్తగా చూసుకుంటున్నారు. దాదాపు ఒంటి చేత్తో వ్యాపార సామ్రాజ్యాన్ని నిర్మించారు. మీకు బలముంది, ధైర్యముంది. ఇంకా సమర్థులు...'

'నా సామ్రజ్యాన్ని నిర్మించుకోవటానికి భయంకరమైన పనులు చేశాను...' రావణుడు జీవితంలో మొదటిసారి నిజాయితీగా ఉండాలని సతమతమవుతున్నాడు.

'నేను రాక్షసుణ్ణి. రాక్షసుణ్ణని నాకు తెలుసు. రాక్షసుడిలా ఉండటం నాకిష్టం. నన్ను రక్షించడానికి మీరు నాకు అవసరం. మీరే నాకున్న అవకాశం. నా ఒకే ఒక్క అవకాశం. నాతో నేను ఏదైనా... నాకు నేను ఏదైనా మంచి చేసుకోవాలంటే...'

'అక్కడే మీరు పొరబడుతున్నారు. నేను మీ అవకాశం కాదు. మీరే మీ సొంత అవకాశం. మిమ్మల్ని మీరు రాక్షసుడు అనుకుంటున్నారా? ఏ గొప్ప వ్యక్తి లోపల రాక్షసుడు లేడు?'

రావణుడు కన్నార్పకుండా వేదవతిని చూశాడు, మౌనంగా. 'మీరు రాక్షసుడు అనేది సఫలత సాధించిన ప్రతి మనిషిలో ఉండే అగ్ని,' వేదవతి చెప్పసాగింది. 'అతణ్ని విశ్రాంతి తీసుకోనీయని అగ్ని. కష్టపడి పనిచేయమని నడిపించే అగ్ని. తెలివిగా ఉండమని చెప్పే అగ్ని. కఠినంగా ఉండమని. ఏకాగ్రంగా, క్రమశిక్షణతో ఉండమని. ఎందుకంటే ఇవే విజయానికి అవసరమైన ముడిసరుకు. ఆ అగ్ని ఒక రాక్షసుడిలాంటిదే. అది మిమ్మల్ని సాధారణ జీవితం గడపనీయదు. సఫలుడైన మనిషిని, గొప్ప మనిషిని వేరు చేసి చూపేది ఒకటి ఉంది. ఒక కీలక విషయం. రాక్షసుడు మిమ్మల్ని నియంత్రిస్తాడా? మీరు రాక్షసుడిని నియంత్రిస్తారా? రాక్షసుడు లేకపోతే మీరు సామాన్యంగా ఉండేవారు. రాక్షసుడు ఉంటే, మీరు గొప్పతనం సాధించే అవకాశం ఉంది. హామీ కాదు, కాని అవకాశం. ఆ అవకాశాన్ని అందుకోవడానికి, రాక్షసుడిని నియంత్రించి మీ విశిష్టమైన, అనంతమైన సామర్థ్యాలను ధర్మం కోసం ఉపయోగించాలి.'

'మీరు లేకుండా నేనది చేయలేను.'

'నేనా? నేను సామాన్యురాలిని.'

'మీరు కన్యాకుమారి. సజీవదేవత మీరు! నేనెప్పటికీ అవలేనంత సజ్జనులు మీరు. మీరు దయాళువు. ఉదారులు. మీలాంటి పవిత్ర వ్యక్తిని నేను జీవితంలో కలవలేదు. నేను అపవిత్రమైన, స్వార్థపూరితమైన ముండాకొడుకుని.'

వేదవతి అతడిని ఏమీ అనకుండా స్థిరంగా చూసింది. రావణుడు వెంటనే పశ్చాత్తాపం చెందాడు. 'క్షమించండి. తిట్లు మాట్లాడడం నా ఉద్దేశం కాదు. నన్ను క్షమించండి.'

'ఏ విషయాన్నైనా బలంగా చెప్పడానికి బూతులు అవసరం లేదు.'

'క్షమించండి.'

వేదవతి చిరునవ్వు నవ్వింది.

'అయితే మీరు నేను పవిత్రురాలినని అనుకుంటున్నారా? చాలా స్వచ్ఛంగా ఉండే నీళ్ళలో చేపలు పెరగవని మీరు గమనించారా?'

రావణుడు మౌనంగా ఉన్నాడు. వేదవతి సరిగ్గానే చెబుతోందని అతనికి అర్థం కావడానికి కొన్నిక్షణాలు పట్టింది.

'నేను పవిత్రురాలిని కావచ్చు. కాని ప్రజల జీవితాల్లో నిజంగా నేనేమైనా మార్పుని తీసుకురాగలిగానా? నేను ఔదార్యంగల పనులు చేస్తుండవచ్చు. కాని నా గ్రామం వెలుపల ఉండేవారిని ఆజ్ఞాపించగలిగేంత సమర్థురాలిని కాను. లక్షలాదిమంది ప్రజలను చేరుకోగల వారే లక్షలాది మంది ప్రజల జీవితాలను మెరుగుపరచగలరు. సమర్థత లేని ఔదార్యం పరిమితమైనది, అది మంచి సిద్ధాంతంగా పనికొస్తుంది అంతే.'

'కాని....'

'రావణా, నేను చెప్పేది వినండి. నిజంగా గొప్పవారు, చరిత్రలో లక్షలాది మంది అనుయాయుల హృదయాల్లో సానుకూల ముద్ర వేసినవారికి బుద్ధి తీక్షణంగా, కఠినంగాను, హృదయం ఆర్ద్రంగాను, ధార్మికంగాను ఉంటుంది.'

'నాకు అది లేదు. నాకు హృదయం లేదు. నాకు....' వేదవతి ముందుకు వంగి రావణుడి చేతిని తన చేతిలోకి తీసుకుంది. మొదటిసారి అతణ్ణి స్పృశించిందామె. ఒక్కక్షణం అతని గుండె లయ తప్పింది.

'మీకు ఆర్ద్రమైన హృదయం ఉంది, రావణా. దాన్ని కేవలం శరీరానికి రక్తమందించటానికి మాత్రమే ఉపయోగించవద్దు. దాన్ని మీ ఆత్మ ద్వారా ధర్మాన్ని ప్రోత్సహించనివ్వండి. మన మాతృభూమి పేదరికం, సంక్షోభం, వ్యాధులతో పీడితమై ఉంది. దీనికి మంచి చేయండి. పేదలకు సాయం చెయ్యండి. అవసరమున్న వారికి సాయం చెయ్యండి. మంచి చెయ్యండి.'

రావణుడి కళ్ళలో కన్నీరు ఉప్పొంగింది.

'భారతదేశాన్ని మళ్ళీ గొప్పదాన్ని చెయ్యండి. మళ్ళీ నిజంగా దీన్ని ఆర్యావర్తం చెయ్యండి. మరోసారి ఉదాత్త భూమిగా చెయ్యండి. అప్పుడు నేనొచ్చి లంకలో ఉంటాను. మీ దేవతగా కాదు. మీ భక్తురాలిగా. నా భర్త, నేను మిమ్మల్ని ఆరాధిస్తాం.'

రావణుడికి ఏమనాలో తోచలేదు. వేదవతి దృష్టి నుంచి తనను తాను చూసుకుని ఆశ్చర్యపోతున్నాడు. తను నిజంగా అంత సమర్థుడా?

'నాకు మీ మీద విశ్వాసం ఉంది. మీరు చేయగలరు. ఎంతో కాలంగా పీడింపబడుతున్న మన మాతృభూమిలో ఇప్పటికే కావలసినంత మంది ప్రతినాయకులున్నారు. దీనికి నాయకుడి అవసరం ఎంతైనా ఉంది. నాయకుడిలా ఎదగండి.'

రావణుడు మౌనంగా కూర్చుని వింటున్నాడు.

'మీరు రుద్రదేవుడి భక్తులు కదా. కాదా?' వేదవతి అడిగింది ఆమె స్వరం దయగానూ, మృదువుగాను ఉంది.

రావణుడు తలపైకెత్తి చూసి తలూపాడు. అవును.

'దేవుడి పేరుకు అర్థం మీకు తెలుసుననుకుంటాను. రుద్ర అంటే గర్జించేవాడు. మంచివాళ్ళనిరక్షించడానికిగర్జించేవాడు.రావణుడంటేఅర్థమేమిటనుకుంటున్నారు? దాని అర్థం ఏమని చెప్పారు మీకు?'

రావణుడేమీ అనలేదు.

'మీ తండ్రి ఏం చెప్పారు మీకు? దానర్థం ఏమిటి?'

'దాని అర్థం ''ప్రజలను భయపెట్టేవాడని'' చెప్పారు ఆయన. రావణుడు అంటే జనాల మనసులో భయం నింపేవాడు.'

'మీ తండ్రి చెప్పింది సగం మాత్రమే సరైంది. రావణుడు అనే పదానికి మూలరూపం 'రు.' అందువలన రావణుడు అంటే ప్రజలను భయపెట్టటానికి గర్జించేవాడు.'

'మీరనేదేమిటి? నా పేరు మూలధాతువు, రుద్రదేవుడి పేరు మూలధాతువు ఒకటేననా?'

'ఒకటే. కాని ప్రశ్నేమిటంటే మీరు దేనికోసం గర్జిస్తారు? ప్రజల్ని భయపెట్టటానికి గర్జిస్తారా? లేకపోతే రుద్రదేవుడిలా రక్షణ కావలసిన వారిని రక్షించడానికి గర్జిస్తారా?'

వేదవతి మాటలు రావణుడిలో సకారాత్మక శక్తిపాతాన్ని, ప్రేరణను కలిగించాయి. అన్నిటినీ మించి దేవాధిదేవుడైన మహాదేవుడితో అంతకుముందు కన్న బలంగా బంధం ఏర్పడినట్టనిపించిందతనికి.

'గర్జించండి, రావణా,' అంది వేదవతి. 'అయితే ధర్మం కోసం గర్జించండి. అమాయకులను, పేదలను, అవసరాలు తీరని వారి కోసం గర్జించండి. మహాదేవుడి నిజమైన అనుయాయులు అవండి. దూకుడుగా ఉండండి, కాని ఇతరుల మంచి

కోసమే సుమా. కఠినంగా ఉండండి. కేవలం బలహీనులను పోషించడానికే. నిర్భయంగా ఉండండి, సజ్జనుల కోసం పోరాడేందుకు మాత్రం. రుద్రదేవుడు చేసిన పని అదే. ఆ దేవుడిని ఉదాహరణగా తీసుకోండి.'

రావణుడు ఒక్కమాట కూడా మాట్లాడలేదు.

'జై శ్రీరుద్ర,' అంది వేదవతి.

'జై శ్రీరుద్ర!'

వేదవతి నవ్వి నిదానంగా రావణుడి చేతిని వదిలిపెట్టింది.

మహాదేవుడి నిజమైన అనుచరులు ఆయన మార్గంలో నడవటానికి వేసే మొదటి అడుగు అహాన్ని త్యజించడం. తనేం చెయ్యాలో రావణుడికి తెలుసు. కూర్చున్న వేదవతి ముందు మోకాళ్ళ మీద కూర్చున్నాడు. గాఢంగా శ్వాస తీసుకుని అంతకుముందెప్పుడూ వంగని తన వెన్ను వంచి తలను కన్యాకుమారి పాదాల చెంత ఉంచాడు. జీవితంలో మొదటిసారి జీవించి ఉన్న మరో మనిషి ఆశీస్సులు తీసుకున్నాడు.

వేదవతి తన రెండు చేతులూ రావణుడి తలమీద ఉంచి ఆశీర్వదించింది. 'మీరెప్పుడూ ధర్మంలో ఉండాలి. ధర్మం ఎప్పుడూ మీతో ఉండాలి.'

రావణుడు తన ఆరడుగుల మూడంగుళాల శరీరాన్ని పైకి లేపి నిటారుగా నిలబడ్డాడు. దట్టీకి ఉన్న సంచి నుంచి భోజపత్రాన్ని ఒకదాన్ని బయటికి తీశాడు. 'దయచేసి దీనిని అంగీకరించండి, దేవీ వేదవతీ, వద్దనవద్దు.'

మొదటిసారి, ఆ దైవికమైన పేరు పైకి పలుకుతుండగా, అతని హృదయం నియంత్రణలో ఉంది. నత్తి రాలేదు.

'దేన్ని వద్దనవద్దు?'

'నా మొదటి చర్య, జనానికి మంచి చేయడానికి.'

'మిమ్మల్ని మీరెందుకు తక్కువగా భావిస్తారు? అంతకుముందు కూడ మీరు మంచి చేశారు. మీ తమ్ముడికి మంచి చేశారు. ఈ గ్రామానికి, ఈ...'

'అవన్నీ స్వార్థపూరిత చర్యలు. నా సొంత వారిని నేను రక్షించుకున్నాను. ఇక్కడ నేనిచ్చిన సామగ్రి కూడా మీ దృష్టిలో మంచివాణ్ణి అవాలనే. ఈ హుండీని రాసి ముద్ర వేస్తున్నపుడు కూడ నా ఉద్దేశం స్వార్థపూరితమే. కాని ఇప్పుడు కాదు. మీరు దీనితో మంచి చేస్తారని నాకు తెలుసు. అందుకే దీనిని ఇస్తున్నాను.'

'రావణా, మీ నుంచి నేను ధనం స్వీకరించలేను.'

'ఇది మీ కోసం కాదు దేవీ వేదవతీ. ఇది యాభైవేల బంగారు నాణేల హుండీ. ఇది ఈ ప్రాంతానికి అంతటికీ. మీరు దీనిని బాగా ఉపయోగిస్తారని నాకు తెలుసు.'

'కాని....'

'దయచేసి తిరస్కరించవద్దు. నేను మొదటిసారి వాస్తవికంగా కరుణతో చేస్తున్న పని ఇది. దీనిని నేను ఆశీస్సుగా భావిస్తాను.'

వేదవతి రావణుడి చేతిలో నుంచి హుండీని తీసుకుని తన నుదుటికి తాకించింది. 'ఇది నా సౌభాగ్యం, రావణా. దీన్ని నేను సామాన్యుల శ్రేయస్సు కోసం ఉపయోగిస్తాను.'

'ఇది నాకెంతో మహత్వ పూర్ణమైంది. నేనిక్కడికి ఆర్యుడిలా తిరిగి వచ్చి అప్పుడు నా హక్కు కోరతాను.'

'అప్పుడు ఆ హక్కు మీకు లభిస్తుంది. మీ రాక పృథ్వికి, నాకు గౌరవంగా భావిస్తాను.'

రావణుడు నమస్కారం చేస్తున్నట్టుగా చేతులు జోడించాడు. 'నేనింక మీ నుంచి సెలవు తీసుకుంటున్నాను దేవీ వేదవతీ. మీ బిడ్డకు నా ఆశీస్సులు. ఆ బిడ్డో, బిడ్డదో మీలాంటి తల్లిని, పృథ్విలాంటి తండ్రిని పొందినందుకు నిజంగా అదృష్టవంతులు...'

'ధన్యవాదాలు, మహానుభావా రావణా.'

వేదవతి తన పేరును పైకి అన్న ప్రతిసారీ రావణుడి అస్తిత్వ మంతటా విద్యుత్తు పాకినట్లవుతుంది. 'మళ్ళీ కలుద్దాం దేవీ వేదవతీ. జైశ్రీరుద్ర.'

'జై శ్రీరుద్ర'

రావణుడు ఆమె నుంచి దూరంగా నడుస్తుండగా అంతకు ముందెన్నడూ లేనివిధంగా తన అస్తిత్వం ఎంతో తేలికైనట్టుగా అనిపించింది. అతనిలో సకారాత్మక శక్తి ప్రవహించింది. నాభిలో నొప్పి కూడ బాధించడం మానివేసింది. పెదవుల మీద మహాదేవుడి నామం, హృదయంలో కన్యాకుమారితో గాలిలో తేలుతున్నట్లుగా నడుస్తున్నాడు. సంకల్పంతో ఉన్న మనిషి.

ధర్మంతో నడుస్తున్న మనిషి.

పొదల వెనక దాగి ఉన్న శోచికేశుడి కొడుకు సుకర్ముడిని అతను గాని, వేదవతిగాని గమనించలేదు. అతను అంతసేపూ అక్కడే ఉన్నాడు. అంతా విన్నాడు. కాని ఆ సంభాషణలో అతని మనసులో పదే పదే వినిపించిన మాటలు మూడే. *యాభైవేల బంగారు నాణేలు!*

'ఇది చాలా ఎక్కువ,' కుంభకర్ణుడన్నాడు, ఆశ్చర్యంగా కనుబొమలు పైకి లేచాయి.

'ఇది ఆరంభం మాత్రమే,' ముఖంలో ప్రశాంతమైన చిరునవ్వుతో రావణుడన్నాడు.

అంతకుముందెన్నడూలేని విధంగా అన్నగారు గతవారం రోజులుగా చిరునవ్వుతో ఉండటం చూశాడు కుంభకర్ణుడు.

వేదవతిని కలిసిన వారం నుంచి రావణుడు కొత్త మనిషిగా మారాడు – ఆశతో, ఉత్సాహంతో ఉన్నాడు. తన అపార సంపదను భారతదేశానికి ఏవిధంగా ఉపయోగించాలో ప్రణాళికలు వేస్తున్నాడు. సప్తసింధులో చిన్న రాజ్యాన్ని జయించి, సామాన్యుల కోసం ఆదర్శరాజ్యం స్థాపించాలని భావించాడు.

వైద్యనాథ దేవాలయానికి అనుబంధంగా, సప్తసింధు పేద ప్రజలకు ఉచితంగా సేవ చేసే ఆసుపత్రిని నిర్మించాలని కూడ అనుకున్నాడు. దానికోసం అతను విరాళమివ్వాలనుకున్న ధనం కూడ పెద్దమొత్తం కావడంతో, కుంభకర్ణుడు అతని ఉదారత్వాన్ని అలా వ్యాఖ్యానించేలా చేసింది.

'నిజంగానా, అన్నా?' కుంభకర్ణుడు అడిగాడు. 'ఇది చాల పెద్ద మొత్తం.'

'ఇది నా సంపద సముద్రంలో కేవలం ఒక బిందువు మాత్రమే. నీకూ తెలుసది. ఇంక ఈ హుండీని స్థానిక షావుకారు దగ్గరికి తీసుకెళ్ళి బంగారం తీసుకురా. దాన్ని విరాళమిచ్చి, లంకకు వెళ్ళిపోదాం. చేయాల్సింది చాలా ఉంది. సమయం తక్కువుంది.'

కుంభకర్ణుడు చిరునవ్వు నవ్వి, తలూపాడు. 'మీ మాట నాకు ఆజ్ఞ క... క... కన్యాకుమారి భక్తుడా.'

రావణుడు కుంభకర్ణుడి చేతిమీద కొట్టాడు. 'నన్ను వెక్కిరించడం ఆపుతావా!'

కుంభకర్ణుడు నవ్వుతూ గదిలోంచి వెళ్ళిపోయాడు.

'ఆహా,' అన్నాడు షావుకారు. 'రావణ మహానుభావుడి నుంచి ఒకేరోజున రెండు హుండీలు.'

షావుకారు నుంచి రశీదు తీసుకుని దానిమీద కుంభకర్ణుడు తన ముద్ర వేశాడు. సంతకం ఉన్న ఈ రశీదును, హుండీని ఉపయోగించి, దగ్గరలో మగధలో ఉన్న

రావణుడి వ్యాపార కార్యాలయం నుంచి షావుకారు నగదు తీసుకుంటాడు. ఈ లావాదేవీ వల్ల పెద్ద మొత్తంలో దళారి రుసుము లభిస్తుంది అతనికి.

'ఎనభైవేల బంగారు నాణేలు,' వాచాలుడైన షావుకారు అన్నాడు. 'ఇది చాల పెద్దమొత్తం చిన్న వైద్యనాథ్ కి. అంతా ఒకరోజులోనే!'

'మీకూ మంచి దళారి రుసుము,' కుంభకర్ణుడు సరదాగా అన్నాడు.

'అవును!' షావుకారు సంతోషంగా అన్నాడు. 'ఎట్టకేలకు కొన్నాళ్ళ నుంచి నేను, నా భార్య కొనుక్కోవాలనుకుంటున్న భూమిని కొనగలం ఇప్పుడు.'

కుంభకర్ణుడు నవ్వి రశీదు ఇచ్చి, నాణేలున్న పెద్ద సంచులని తీసుకున్నాడు. అతని దళంలోని ఇద్దరు సాయుధ సైనికులు సంచులను తీసుకుని తమ ఎద్దులబండి వైపు నడిచారు. కుంభకర్ణుడు షావుకారికి కృతజ్ఞతలు చెప్పి వెళ్ళడానికి వెనక్కి తిరిగాడు.

అప్పుడు హఠాత్తుగా, ఆగాడు. అంతర్వాణి ఏదో చెబుతోంది.

'రావణుడి మరో హుండీ మార్చుకొనడానికి వచ్చిన స్త్రీ,' అన్నాడు కుంభకర్ణుడు. 'ఆమె ఏమైనా...'

'స్త్రీ కాదు,' మధ్యలోనే అన్నాడు షావుకారు. 'పురుషుడు. ఒక గంట క్రితమే వచ్చాడతను.'

అయితే పృథ్వీగారై ఉంటారు.

'అతను చాలా చిన్న యువకుడు కూడా,' షావుకారు చెప్పసాగాడు.

కుంభకర్ణుడి హృదయం కీడును శంకించింది.

'రశీదు చూపించండి.'

షావుకారు కుదరదన్నట్టుగా తలూపాడు అడ్డంగా. 'నేను రశీదు చూపించను. అది...'

కుంభకర్ణుడు యాభై బంగారు నాణేలు బల్ల మీద వేసి, ఆదేశిస్తున్నట్లుగా చేయి జాపాడు. ఇంకేం సంశయించకుండా, షావుకారు చిన్న సొరుగులో వెదికి రశీదు బయటికి తీశాడు. కుంభకర్ణుడు ఒక్కసారి దాన్ని చూసి, వెనక్కి తిరిగి తన గుర్రం దగ్గరికి పరిగెత్తాడు.

అక్కడి నుంచి వైద్యనాథ్ లోని ప్రధాన అశ్వశాల వైపు దౌడు తీశాడు గుర్రం మీద. నగరం దాటి వెళ్ళడానికి, బండిలో చోటు దొరికించుకోవాలన్నా, గుర్రాన్ని అద్దెకు తీసుకోవాలన్నా ఎవరైనా అక్కడికే వెళతారు.

తను త్వరగా వెళ్ళాలని అతనికి తెలుసు. సమయం లేదు.

ఆ రశీదు మీద స్పష్టంగా సిరాతో రాసి ఉంది: సుకర్ముడు అని. అందుకని.

16వ అధ్యాయం

రావణుడు సుకర్ముడి ముఖం మీద క్రూరంగా కొట్టాడు. 'ఇలా చేసి నిజంగా తప్పించుకుపోగలననుకున్నావా?'

సమయానికి కుంభకర్ణుడు అశ్వశాలను చేరాడు. సుకర్ముడు, అతని అయిదుగురు సహచరులు దొంగిలించిన సొమ్ముతో వెళ్ళిపోవడానికి సిద్ధంగా ఉన్నారు. కుంభకర్ణుడు, అతని అంగరక్షకులు ఆ ఆరుగురిని పట్టుకుని, వాళ్ళ దగ్గరున్న నాణేలను లాక్కున్నారు. ఆ దొంగలను రావణుడి దగ్గరకు తీసుకొచ్చారు.

'నేను మారిన మనిషిని గనుక మీ అదృష్టం బాగుంది,' రావణుడు గుర్రుమన్నాడు. 'లేకపోతే దెబ్బలతో ఈ పాటికి సగం చచ్చి ఉండేవారు.'

సుకర్ముడు తన బంధనాల నుంచి విడిపించుకోవాలని ప్రయత్నిస్తున్నాడు, భయభ్రాంతుడై ఉన్నాడు.

సుకర్ముడి చుట్టూ నిలబడ్డ అయిదుగురిని చూపిస్తూ, కుంభకర్ణుడు అడిగాడు. 'వీళ్ళెవరు సుకర్మా? వీళ్ళని నేను గుర్తుపట్టలేదు. మీ గ్రామం వాళ్ళు కారు,' అన్నాడు.

సుకర్ముడిప్పుడు వణుకుతున్నాడు, సమాధానం చెప్పడానికి భయంతో వణుకుతున్నాడు.

'అన్నా, అతన్ని టోడికి తీసుకెళదాం,' కుంభకర్ణుడన్నాడు. 'ఇతన్నేం చెయ్యాలో వేదవతిగారే నిర్ణయిస్తారు.'

రావణుడు సుకర్ముడినే చూస్తున్నాడు. కోపంగా కనిపించినా, తన ఉద్వేగాలను బాగానే నియంత్రించుకున్నాడు. వేదవతి పేరు వినగానే, ఇంకా శాంతంగా ఉన్నాడు. 'తీసుకెళ్ళవచ్చు కాని ఆవిడ వీడిని క్షమించేస్తుంది. ఈ ముండాకొడుకు క్షమార్హుడు కాడు.'

సుకర్ముడు హఠాత్తుగా ఆపుకోలేక మూత్రం పోశాడు. రావణుడికి ముందు నవ్వొచ్చింది, కాని ఆగాడు.

చాలా బాధాకరమైన ఆలోచన అతని అంతరాత్మలో ప్రవేశించింది. కొన్నిక్షణాలపాటు అచేతనుడయ్యాడు, దాన్ని అంగీకరించడానికే భయపడ్డాడు.

ఓ రుద్రదేవా... లేదు...

భయభ్రాంతుడైన రావణుడు తమ్ముడిని చూడడానికి వెనుతిరిగాడు. కుంభకర్ణుడి ముఖంలో భావం తన భావంలాఉందనిపించగానే హృదయం కుంగిపోయిందతనికి. ఏదో భ్రాంతిలో ఉన్నట్లుగా సుకర్ముడిని చూశాడు. అతను వణుకుతూ, దయనీయంగా ఉన్నాడు. రావణుడికి హృదయం మంచుగడ్డలా అయింది. ఇది కేవలం దోపిడీ మాత్రమే కాదు...ఇది....'

రుద్రదేవా, కనికరించు!

ముందుగా కుంభకర్ణుడు తనను తాను సంబాళించుకున్నాడు. వేగంగా కదిలాడు, అరుస్తూ పరుగెత్తాడు, 'అంగరక్షకుల్లారా! అందరూ! మనం టోడీ వెళ్తున్నాం! ఇప్పుడే!'

—ꣳ—

గంటలోపే వందమందికిపైగా ఉన్న రావణుడి సైన్యం టోడీలో ప్రవేశించింది. కుంభకర్ణుడి ఆదేశాల ప్రకారం సమీచిని మాత్రమే ఉంచేశారక్కడ. సుకర్ముడిని గుర్రం మీద కట్టారు, దాని కళ్ళెలు రావణుడి యోధుడొకరి చేతిలో ఉన్నాయి. అతని అయిదుగురి సహచరులను కూడ అలాగే కట్టి టోడీకి తీసుకొచ్చారు.

గుర్రాలు టోడీలోకి అడుగుపెట్టగానే, అక్కడేదో జరగకూడనిది జరిగిందని స్పష్టమైంది.

అంతటా స్మశాన నిశ్శబ్దం.

రావణుడు గుర్రాన్ని అదిలిస్తూ, గ్రామం మధ్యలో ఉన్న వేదవతి ఇంటివైపు వెళ్ళాడు. ఇంటి ముందు చాలామంది జనం గుమికూడి ఉన్నారు. మొత్తం గ్రామమంతా అక్కడే ఉన్నట్లుగా ఉంది.

రావణుడు గుర్రాన్ని దిగి, జనాన్ని తోసుకుంటూ ఇంటివైపు పరిగెత్తాడు. గుండె దడదడలాడింది. కీడు శంకించి నోరు ఎండిపోయింది.

కుంభకర్ణుడు అతని వెనకాలే ఉన్నాడు.

దుర్బలంగా ఉన్న గ్రామస్థుడిని తోసుకుంటూ వెళుతూ, నేలమీద దేనికో తగిలి పడబోయాడు.

దాన్ని సరిగా చూడకుండానే, నిలబడి తడబడుతూ నిరాడంబరమైన వేదవతి, పృథ్విల గుడిసె వైపు కదిలాడు.

రావణుడు దేనికి తగిలి పడబోయాడో గుర్తించినది కుంభకర్ణుడు.

రక్తరంజితమై, గాయాలతో ఛిద్రమైన పృథ్వి శరీరం.

ఓ రుద్రదేవా....

అక్కడ స్పష్టంగా ఘర్షణ జరిగింది. పృథ్విని కత్తితో చాలాసార్లు పొడిచారు. బహుశా రక్తం పోవడంతో చనిపోయి ఉంటాడు. అతను నిదానంగా చనిపోయాడని అర్థమవుతోంది. నేలమీద పడిన రక్తపు చారిక వల్ల ఇంటివైపు వెళ్ళడానికి శరీరం సహకరించినంతవరకూ ప్రయత్నించాడనిపిస్తోంది.

కుంభకర్ణుడు తలెత్తి చూశాడు. పృథ్వి ఇంటివైపు, గర్భవతి అయిన వేదవతి ఉండాల్సిన చోటు.

అప్పుడు ఒక అరుపు వినిపించింది.

అది అత్యంత వేదనాభరిత ఆక్రోశం. ఊహాతీతమైన బాధను భరిస్తూ ముక్కలైన ఆత్మ చేసిన ఆక్రందన.

అతను వేదవతి గుడిసె వైపు, అందరినీ తోసుకుంటూ వెళ్ళాడు. తెరచి ఉన్న తలుపుల బయట మోకాళ్ళ మీద కూలబడి ఉన్నాడు రావణుడు. వెక్కి వెక్కి ఏడుస్తున్నాడు.

గుండెను రాయి చేసుకుని, తెరచి ఉన్న తలుపులోంచి లోపలికి చూశాడు కుంభకర్ణుడు. ఆ దృశ్యం చూసి అతని రక్తం గడ్డ కట్టింది. వేదవతి నేల మీద పడి ఉంది. ఆమె కుడి చెయ్యి మెలితిరిగి విచిత్ర కోణంలో ఉంది. ఎడమ చేయి గర్భస్థ శిశువుని కాపాడుతున్నట్లుగా పొట్టమీద ఉంది. బహుశా తనని రక్షించాలని ప్రయత్నిస్తూ చనిపోయింది. ఎక్కువ కత్తిపోట్లు ఆవిడ పొట్టమీదే ఉన్నాయి. కనీసం పదిహేను, ఇరవై సార్లు ఆమెని పొడిచారు. రక్తప్రవాహం ఆమె శరీరం చుట్టూ ఉంది. ఎర్రటి సమాధి ఆమె శరీరాన్ని ఊపుతున్నట్లుగా ఉంది. ఎప్పుడూ స్థిరంగా, ప్రశాంతంగా ఉండే ఆమె ముఖం కూడ వాళ్ళు వదలలేదు. ఎడమ కన్నులో కత్తితో పొడిచాడు దాడిచేసిన వ్యక్తి. చాలా లోతుగా గాయమైనట్టుగా ఉంది. బహుశా

ఆమెని చంపేసిన గాయమదే అయి ఉంటుంది. ఆ సజీవ దేవత కళ్ళలోని వెలుగును ఆర్పిన గాయం.

చూస్తున్న దానిని నమ్మలేనట్టుగా, కుంభకర్ణుడు వంగాడు. కన్నీళ్ళు నిండిన కళ్ళకు ఏమీ కనిపించలేదు. తడబడుతూ అన్నగారి దగ్గరకు వెళ్ళి భుజం మీద చెయ్యి వేశాడు.

ఏదో అగ్ని తాకినట్టుగా రావణుడు వెనక్కి జరిగాడు. తమ్ముడి వైపు జరిగాడు. చెంపల మీద నుంచి కన్నీళ్ళు కారుతున్నాయి.

కుంభకర్ణుడు మోకాళ్ళ మీద కూలబడ్డాడు. 'అన్నా... '

రావణుడు ఆకాశం వైపు చూశాడు. దేవుళ్ళు నివసిస్తారని భావించే మేఘాలయాల వైపు. 'దొంగ ముండా కొడుకుల్లారా!! ఎందుకు?! ఈమెనెందుకు? ఎందుకు?!!'

ఏం చెయ్యాలో, ఏమనాలో తెలియక కుంభకర్ణుడు రావణుణ్ణి కౌగలించుకున్నాడు.

కన్నీళ్ళు బాధను పోగొడతాయంటారు. అబద్ధం చెబుతారు.

కొన్ని రకాల బాధను పదిలక్షల కన్నీటి బొట్లు కూడ తుడిచివెయ్యలేవు. అది జీవితాంతం మిమ్మల్ని వెన్నాడుతుంది అన్నివేళలా.

కొన్ని గాయాలను కాలం మాన్పుతుంది అంటారు. అబద్ధం చెబుతున్నారు.

కొన్నిసార్లు మనిషి దుఃఖంతో అభిశప్తుడైతే, దానికి కాలం కూడా లొంగిపోతుంది. ఆ దుఃఖం అనంతంగా ఉండిపోతుంది.

అన్నదమ్ములొకరి నొకరు పట్టుకున్నారు. ఆపశక్యం గాకుండా రోదిస్తూనే ఉన్నారు.

రావణుడి మనుషులు నిదానంగా రావణ, కుంభకర్ణుల చుట్టూ గుమికూడారు. వాళ్ళలో ఎవరికీ వాస్తవంగా ఏం జరుగుతుందో తెలియదు. కాని తమ వ్యాపారి రాకుమారుడు బాధతో కుంగిపోయాడని అర్థమైంది.

గ్రామ ప్రజలు కూడ ఏం చేయాలో తోచని స్థితిలో స్తంభీభూతులయ్యారు. చుట్టూ నిలబడి ఏడుస్తున్నారు. శోచికేశుడు నిదానంగా తడబడుతూ రావణుడి

దగ్గరకు వచ్చాడు. అతని కళ్ళు నీళ్ళతో ఉబ్బి ఉన్నాయి. శరీరం, బాధతో కుంగిపోయింది. 'నన్ను క్షమించండి, జయా... నేను...'

అతనికి ఇంకా రావణుడెవరో తెలియదు.

'ఇదంతా జరిగినపుడు మీరందరూ ఎక్కడున్నారు?' రావణుడు హుంకరించాడు. సృష్టిలో ఉన్న క్రోధమంతా తనలోనే గూడు కట్టినట్టు.

'జయా... మేమేమీ చేయలేకపోయాం... శబ్దాలు వినగానే పరిగెత్తుకుంటూ వచ్చాం... వాళ్ళు సాయుధులై ఉన్నారు...'

రావణుడికి మళ్ళీ తనలో కోపం పెల్లుబుకుతున్నట్టనిపించింది. చుట్టూ చూశాడు. గుడిసె చుట్టూ కనీసం రెండు వందల మంది గ్రామస్థులున్నారు. సుకర్ముడిని, అతని సహచరులని చూశాడు. వాళ్ళని గుడిసె పక్కనే ఉన్న చెట్టుకి కట్టేశారు.

ఆరుగురిని ఎదుర్కోడానికి రెండు వందల మంది.

శోచికేశుడిని సంబోధిస్తూ మాట్లాడిన రావణుడి స్వరం భయం గొలిపేంత మంద్రంగా ఉంది. 'ఆవిడ మీ దేవత. ఈ దయనీయ గ్రామాన్ని ఉద్ధరించింది. తల్లిలా శ్రద్ధ చూపింది.ఆరుగురు దొంగల నుంచి మీరందరూ ఆవిడని రక్షించలేకపోయారా?

'నన్ను క్షమించండి... మేం... చాలామంది భయపడి దూరంగా పారిపోయారు...'

రావణుడు పూర్తిగా లేచి నిలబడి శోచికేశుడి మీదకు వంగుతూ.... 'పరిగెత్తిపోయారా? విశ్వాసఘాతకులు. పారిపోయారా?'

ఎర్రగా ఉన్న లంక వ్యాపారి కళ్ళను చూశాడు శోచికేశుడు. అతనికి లోలోన ఆందోళన పెరిగింది. రావణుడికి, సర్ది చెప్పాలని చూశాడు. 'కాని... కాని మేమేం చెయ్య....'

మాటలు శోచికేశుడి పెదవుల మీదే ఉండిపోయాయి. తన శరీరంలోకి లోతుగా దిగిన కత్తిని చూసి అతని కళ్ళు వెడల్పయ్యాయి. ఒక్కక్షణం స్థాణువై, తర్వాత పెద్దగా అరిచాడు. రావణుడు తన కత్తిని చాపంలా ఆ మనిషి పొట్టలో పొడుస్తూ పోయాడు. అతని అరపు రావణుడిని మరింత ఆగ్రహానికి గురిచేసింది. కత్తిని క్రూరంగా తిప్పుతూ మరింత లోతుగా దించాడు. కత్తి మరోవైపుకి చేరి శోచికేశుడి వెన్ను లోంచి బైటకు వచ్చింది. రావణుడు కత్తిని బయటికి లాగి శోచికేశుడిని వెనక్కి నెట్టాడు. ఆ ఎర్రజుట్టు వ్యక్తి నేలమీద పడ్డాడు, రక్తం బాగా కారుతూ ఉంది. నిదానంగా బాధాకరమైన చావు అది.

గ్రామస్థులు భయంతో బిక్కచచ్చి నిలబడి ఉన్నారు. రావణుడు క్షణం సేపు శోచికేశుడి శరీరాన్ని చూశాడు. తర్వాత లంక వ్యాపారి కాండ్రించి టోడీ భూస్వామి మీద ఉమ్మేశాడు.

కిందకి చూస్తూనే, రావణుడు చిన్నగా హుంకరిస్తూ, 'అందరినీ చంపెయ్యండి,' అని, ఆదేశించాడు. తర్వాత సుకర్ముడిని, అతడి ముఠాని కట్టినవైపు చూపిస్తూ, 'వాళ్ళని తప్ప,' అన్నాడు.

రావణుడి సైనికులు తమ ప్రభువు ఆదేశాలు పాటించడానికి త్వరత్వరగా వస్తుంటే గ్రామస్థులు అరుస్తూ అన్ని వైపులకు పరిగెత్తారు. టోడీ వాసులకు తప్పించుకొనే అవకాశమే లేదు. ప్రతి ఒక్కరిని చంపేశారు.

—ΣΟΙ—

నేలమీద శవాలు చెల్లాచెదురుగా పడున్నాయి. పురుషులు, స్త్రీలు, పిల్లలు. ఎక్కడ నిలబడ్డ వాళ్ళని అక్కడే నరికేశారు. కొన్ని నిముషాల్లోనే అంతా అయిపోయింది.

రావణుడు సుకర్ముడి సహచరుడొకరి పక్కన నిలబడ్డాడు. కుంభకర్ణుడు అతనికి మరోవైపు నిలబడ్డాడు. రక్తం కారుతున్న కత్తులతో లంక సైనికులు వారి వెనక ఉన్నారు. సుకర్ముడిని చెట్టుకి ఎదురుగా ఉన్న ద్వారానికి కట్టి చేతులకు మేకులు కొట్టారు. అక్కడి నుంచి అతను తన సహచరులని ఏం చేస్తున్నారో స్పష్టంగా చూడగలుగుతాడు.

రావణుడు కాలుతున్న దుంగను ఆ మనిషి చేయి దగ్గర పెట్టాడు. చర్మం కాలుతూ ఉడుకుతోంది. వాతావరణమంతా రోత కలిగించే చర్మపు వాసన అలముకుంది. వినేవాళ్ళ రక్తం గడ్డకట్టేలా అరుస్తూ, సజీవ దహనమవుతున్న ఆ మనిషి అరుపులు గాలిలో కలుస్తున్నాయి.

కాని రావణుడు కనీసం తాను హింసిస్తున్న బాధితుడి వైపు కూడ చూడలేదు. అతని దృష్టి సుకర్ముడి ముఖం మీదే ఉంది. 'కేవలం ధనం కోసమే చేశావా? లేకపోతే ఎవరైనా ఆమెని చంపమని ఆదేశించారా?'

భయంతో బిక్కచచ్చిన సుకర్ముడు వాగుతున్నాడు. 'నేను ... నన్ను క్షమించండి.... క్షమించండి... దయచేసి... క్షమించండి... ధనమంతా తీసేసుకోండి....'

స్వచ్ఛమైన, మరే భావంతోనూ కలవని ఆగ్రహం రావణుడి కళ్ళలో కనిపించింది. కాలుతున్న దుంగని హింసిస్తున్న బాధితుడి ముఖం దగ్గరగా

తీసుకువచ్చాడు. మళ్ళీ సుకర్ముడి వైపు చూశాడు. 'నువ్వేమనుకుంటున్నావ్? ఇదంతా ధనం కోసమనా?'

కుంభకర్ణుడన్నాడు. 'కన్యాకుమారి బిడ్డ ఎక్కడుంది?'

వేదవతి గర్భాన్ని చూసినపుడు అది ఖాళీగా ఉంది. అంటే చనిపోవడానికి ముందే ఆమె బిడ్డకు జన్మనిచ్చిందని అర్థం.

కాని బిడ్డ జాడ లేదు.

'సుకర్మా, నేనో ప్రశ్న అడిగాను. బిడ్డ ఎక్కడ?' కుంభకర్ణుడు రెట్టించాడు.

సుకర్ముడు నిశ్శబ్దంగా ఉన్నాడు, నేలను చూస్తూ. భయంతో మళ్ళీ మూత్రకోశాన్ని నియంత్రించుకోలేకుండా ఉన్నాడు.

'సుకర్మా.' కుంభకర్ణుడి పిడికిళ్ళు బిగుసుకున్నాయి, 'చెప్పడం మంచిది,' అన్నాడు.

హఠాత్తుగా సుకర్ముడి సహచరుల్లో ఒకడు మాట్లాడాడు. 'అతనే నన్ను అలా చేయమని ఆజ్ఞాపించాడు. సుకర్ముడే. నాకలా చేయడం ఇష్టంలేదు.'

'నువ్వేం చేశావ్?' ఆ మనిషిని చూస్తూ క్రోధంతో అడిగాడు కుంభకర్ణుడు.

'అతనే నన్నాదేశించాడు. అది అతని తప్పే....'

'ఏం చేశావ్?'

ఆ వ్యక్తి మౌనంగా ఉండిపోయాడు.

కుంభకర్ణుడు అతనికి దగ్గరగా వెళ్ళి కళ్ళలోకి తీవ్రంగా చూశాడు. 'ఏం చేశావ్? నాకు చెప్పు. నీ మీద దయ చూపుతాను.'

ఆ వ్యక్తి కుంభకర్ణుడిని, తరవాత సుకర్ముడిని చూశాడు. 'ఇతనాదేశించాడు... బిడ్డను అడవిలో పారేయమని. జంతువులు.... తిననీ... నేను చెప్పేది...' అతని మాటలు ఆగిపోయాయి. దయనీయస్థితిలో ఉన్న ఆ ఆటవిక ఆత్మ కూడ తాను చేసిన భయంకరమైన నేరానికి సిగ్గుపడుతోంది.

పసిబిడ్డను చంపడం ఘోరపాపమని భారతీయులు నమ్ముతారు. ఆ పాపం జన్మజన్మాల వరకూ ఆత్మను కలుషితం చేస్తుందని భావిస్తారు. అందువల్ల సుకర్ముడి ముఠా ఈ పనిని అడవి జంతువులు చేస్తే తమకు పాపం అంటదని భావించారు.

కుంభకర్ణుడు నోటమాటరాక స్థాణువై రావణుడిని చూశాడు. అటువంటి సమాధానాన్ని అతడాశించలేదు. ఇటువంటి ఆటవికులకు కూడ, ఈ పని క్రూరంగా అనిపించింది.

పసిబిడ్డను అడవి జంతువులకు విందుగా చేయడం... రుద్రదేవా కనికరించు.

'దయచూపండి,' ఆ మనిషి వేడుకున్నాడు. 'నేను నిజం చెప్పాను మీకు... దయ'

కుంభకర్ణుడు రావణుడివైపు చూశాడు. అతను తలూపాడు. కుంభకర్ణుడు కత్తి దూసి ఒక్క వేటుతో ఆ మనిషి తల నరికేశాడు.

ఆ నేరస్థుడి తల గాలిలోకి ఎగిరి, అతని పక్కనే కట్టిన అతని సహచరుడి తల మీద పడింది. అతను భయపడి అరిచాడు, నరికిన మెడ నుంచి కారుతున్న రక్తం జలయంత్రంలో నీరులా వచ్చి అతని మీద పడింది.

పెద్దగా వినిపిస్తున్న రెక్కల చప్పుడుకి రావణుడు, కుంభకర్ణుడు తలలు పైకెత్తి చూశారు. రాబందుల మూక గ్రామంలో వాలుతూంది. నేల మీద ఉన్న శవాల్లో ఒక శవాన్ని ఒక రాబందు ముక్కుతో పొడిచి చూడడం వాళ్ళు గమనించారు. ఇంకా నులివెచ్చగానే ఉన్న మాంసాన్ని చూసి, అది సంతోషంగా అరచి, విందారగించసాగింది.

రావణుడు మళ్ళీ తన పక్కనే కాలుతున్న మనిషి వైపు దృష్టి సారించాడు. కాలిపోయి, గుర్తించలేని స్థితిలో బంధనాల మీద వాలిన ఆ వ్యక్తిని చూస్తే, ఆక్రోశంతోను, క్రోధంతోను అతని కళ్ళలోంచి నీళ్ళు కారాయి. అతనికి జాలి కలగలేదు. పశ్చాత్తాపం కలగలేదు. కేవలం ఆగ్రహం కలిగింది.

—ॐ—

గోడకి ఆనుకుని రావణుడు, కుంభకర్ణుడు నేలమీద కూర్చున్నారు. చచ్చిపోయిన అయిదుగురు ఇంకా చెట్టుకి కట్టేసే ఉన్నారు. కొన ఊపిరితో ఉన్న సుకర్ముడిని కూడ తలుపు దగ్గర్నించి తీసుకొచ్చి, మరోచెట్టుకు కట్టేశారు. ఇంకా ఆ మేకులకి రక్తంతో అతని మాంసం వేలాడుతోంది. నిదానంగా కాలుస్తున్న హింసకు అతను అచేతనుడయ్యాడు. అయితే సుకర్ముడు చనిపోకుండా రావణుడు జాగ్రత్త పడుతున్నాడు. మానవ సాధ్యమైనంత నొప్పిని అతను భరించాలి. నొప్పి, దాని జ్ఞాపకం రాగానే జన్మజన్మలకూ అతని ఆత్మ భీతిల్లిపోవాలి.

ఈలోగా, వేదవతి, పృథ్విల శరీరాల్ని రావణుడి సైనికులు గ్రామ భూస్వామి ఇంటికి తీసుకుని వచ్చారు. అంత్యక్రియల కోసం వారికి స్నానం చేయించి, బట్టలు కట్టాలి.

ఇప్పటికే రాబందులకి తోడు అడవిలో మిగిలిన ప్రాణులు కూడ వచ్చి చేరాయి. కాకులు, అడవి కుక్కలు, నక్కలు. అన్నిటికీ కావలసినంత మాంసం ఉంది. జంతువులు ప్రశాంతంగా తిన్నాయి. ఒకదానితో ఒకటి పోట్లాడుకోలేదు. ఎక్కువగా శబ్దం చేయలేదు. చాలా రోజులకి కావలసినంత ఆహారం ఉందని వాటికి తెలుసు.

అది భీతావహమైన స్మశాన దృశ్యం. ఎటు చూసినా చనిపోయిన మానవుల శరీరాలు తింటూ ఆనందిస్తున్న అడవి జంతువులు. అచేతనంగా ఉన్న మనిషిని చెట్టుకు కట్టేశారు. రక్తం కారుతున్న కత్తులతో అప్రమత్తంగా నిలబడి ఉన్న సైనికులు. తాము ఆరాధించే స్త్రీ ఇంటిముందు ఛిద్రమైన ఆత్మలను కూడగట్టుకుంటూ కూర్చున్న ఇద్దరు సోదరులు. వాళ్ళు ప్రేమించిన వ్యక్తి, ఆరాధించిన దేవత.

రావణుడి కళ్ళు ఎర్రగా ఉబ్బి ఉన్నాయి. ముఖం నిర్వికారంగా ఉంది. రక్తంతో తడిసిన అన్నగారి చేతులను కుంభకర్ణుడు తన చేతుల్లోకి తీసుకున్నాడు. వేదవతిని చంపిన నేరస్థుల రక్తంతో వాళ్ళ అవయవాలు నానిపోయాయి కాని దాని మూలంగా వాళ్ళ బాధ తగ్గలేదు. ఇటువంటి వేదనాభరిత ఆక్రోశాన్ని ఏ మాటలు ఓదారుస్తాయి? ఎట్టకేలకు రావణుడు మాట్లాడాడు. 'నాకిదంటే ద్వేషం...' బుగ్గల మీద నుంచి కన్నీళ్ళు కారడం మొదలవడంతో ఆపాడు.

కుంభకర్ణుడు మౌనంగా అన్నగారిని చూశాడు. రావణుడి గొంతు కర్కశంగా బాధ, కోపాలతో నిండి పలికింది.

'ఈ శాపగ్రస్త భూమి అంటే నాకు ద్వేషం.'

17వ అధ్యాయం

సుకర్ముడు అచేతనత్వంలోకి జారినపుడల్లా అతని ముఖం మీద పాత్రతో నీళ్ళు కొడుతున్నారు. హింసలో ప్రతిక్షణాన్ని అనుభవిస్తూ అతను సచేతనలో ఉండాలి. శరీరం సత్తువ లేక ఒరిగినా చెట్టుకి తాళ్ళతో కట్టడం వల్ల నిలబడినట్టే ఉన్నాడు. శరీరం మీద గోచి తప్ప మరో వస్త్రం లేదు. శరీరంపై నున్న అసంఖ్యాక గాయాలనుంచి రక్తం కారుతూనే ఉంది. శరీరంలో ప్రతి అంగుళం కోయడమో, గీరుకుపోవడమో జరిగింది ఒక్క ముఖం తప్ప.

సుకర్ముడు ఎలాగో ఓపిక తెచ్చుకుని కళ్ళు తెరిచినపుడు లంక వ్యాపారి అతని ముందు నిలబడి ఉన్నాడు.

రావణుడు.

ప్రపంచ సంపన్నులలో సంపన్నుడు. జీవించి ఉన్న వాళ్ళలో అత్యంత క్రోధం ఉన్నవాడు. ప్రతీకారేచ్ఛ తీవ్రంగా ఉన్నవాడు. 'నువ్వు ధనం తీసుకుంటే పోయేదిగా?' రావణుడి స్వరంలో కోపం, విషాదం.... 'ఎందుకు? ఆమెనెందుకు చంపావు?'

సుకర్ముడి మనసు మూలల్లో ఆశ మిణుకుమంది. తన విషయం చెప్పుకునే అవకాశం ఇంకా ఉందని అనుకున్నాడు. ఆ ఆలోచనతో కొంత శక్తి వచ్చింది. 'నేను ప్రయత్నించాను... ఎంతగానో ప్రయత్నించాను... కాని ఆమె... వినలేదు.'

రావణుడు కుంభకర్ణుడి వైపు, తిరిగి సుకర్ముడి వైపు చూశాడు.

'అంతకుముందెన్నడూ ఆమె ధనం గురించి పట్టించుకోలేదని చెప్పాను.... ఇప్పుడెందుకు? కాని ఆమె ఒప్పుకోలేదు... ఆమె మొండిగా ఉన్నారు... చివరికి వెన్నెముకలేని ఆమె భర్త కూడ మాట్లాడడం మొదలుపెట్టాడు. తమకున్నదంతా

తీసుకోమన్నారు గాని నాకు... మీ హుండీ ఇవ్వనన్నారు.... కాని వాళ్ళ దగ్గరున్నది విలువలేనిది... నేను జూదంలో అప్పు తీర్చాలి.... నాకు అప్పిచ్చినవాళ్లు నన్ను చంపేస్తారు... నేను ఆమెకు ఆ విషయం చెప్పాను... కాని ఆమె అస్సలు... అర్థం చేసుకోలేదు,' అతను ఆగి ఆగి ఊపిరి తీసుకుంటూ చెప్పాడు.

రావణుడు సుకర్ముడిని అపనమ్మకంగా చూశాడు.

సుకర్ముడి గొంతు వినీవినిపించకుండా ఉంది. ఇంకా చెబుతున్నాడు, 'నేనామెకు చెప్పాను... మీరామెకు ఇంకా ఎక్కువ ఇస్తారని... మీరు సంపన్నులని... పట్టించుకోలేదు.... ఆమె వినిపించు కోలేదు... హుండీని ఇవ్వనని చెప్పింది... హుండీ పవిత్రమైనదని... ధర్మాన్ని కనుగొన్న వ్యక్తి దానిని ఇచ్చారని.... తనలోని దేవుడిని కనుగొనే అవకాశం రావణుడికి పోగొట్టనని ఆమె అన్నారు...'

ఉద్వేగంతో కుంభకర్ణుడు జుట్టు పీక్కున్నాడు, అతని గొంతులోంచి చిన్న మూలుగు వినబడింది. కాని రావణుడు ఏమీ అనలేని స్థితిలో సుకర్ముడినే చూస్తుండిపోయాడు.

సుకర్ముడు చెప్పేది ఇంకా పూర్తి కాలేదు. రావణుడి మౌనాన్ని సరిగా అర్థం చేసుకోలేక గొణిగాడు, 'నేనామెకి సర్ది చెప్పాలని ప్రయత్నిస్తున్నాను, కాని ఒకదు సహనం కోల్పోయాడు... నేనతన్ని నిందించలేను... ఆమె మొండిగా ఉన్నారు.'

రావణుడు ఇంక భరించలేకపోయాడు. సుకర్ముడి మీదకు దూకి చుబుకం మీద కత్తితో కోశాడు. సుకర్ముడి తల వెనక్కు వాలి, చెట్టును కొట్టుకుంది. కుంభకర్ణుడు వచ్చి అతని జుట్టు పట్టుకుని తలను సరిగా పెట్టి దవడ మీద గుద్దాడు. అది విరిగింది. విరిగిన దవడను కిందికి లాగి సుకర్ముడి నోరు తెరిచాడు.

రావణుడు సగం కాలిన బొగ్గు ముక్క తీసి తెరిచిన నోట్లో తోశాడు. మండుతున్న బొగ్గు అతని నోటిని కాల్చింది తరవాత గొంతులోపలికి దిగింది. లంక సైనికులు మరిన్ని నిప్పు కణికలు తెచ్చారు. కుంభకర్ణుడు అతని నోరు తెరచి పట్టుకున్నాడు. రావణుడు ఒక్కో నిప్పు కణికను పట్టుకుని సుకర్ముడి నోటిలో కూరాడు. నొప్పిని లెక్క చేయకుండా వాటిని చేతితో పట్టుకుని కూరాడు. సుకర్ముడి స్వరపేటికలోకి మరిన్ని నిప్పు కణికలు జారుతుండగా అతని శరీర బాధతో గిలగిలలాడింది.

అతన్ని సజీవంగా బైటి నుంచి లోపలి నుంచి కాలుస్తున్నారు. అయినా రావణుడు, కుంభకర్ణుడు ఆగలేదు. సుకర్ముడి జీర్ణకోశంలోకి ఒకదాని తరువాత ఒకటి నిప్పు కణికలు తోస్తూనే ఉన్నారు.

కొంతసేపటి తర్వాత, అతను కదలకుండా ఉండిపోయాడు. కాలుతున్న మాంసం వాసన గాలిలో వ్యాపించింది. సుకర్ముడి నోట్లోంచి పొగ వస్తోంది. లోపల అగ్గి అంటుకున్నట్టు అతని పొట్ట మండుతున్నట్టుగా ఉంది. ఆ నిర్భాగ్యుణ్ణి సజీవంగా కాలుస్తున్నారు.

అప్పటికీ అన్నదమ్ములు ఆపలేదు.

ఆగ్రహం వాళ్ళ ఆత్మలను వశం చేసుకుంది.

వాళ్ళు అంతా కోల్పోయారు.

తమ దేవతని. తమ ప్రపంచాన్ని. తమ మానసిక స్థిరత్వాన్ని.

అన్నీ కోల్పోయారు.

—૬ઠI—

అంత్యక్రియలకు అన్ని ఏర్పాట్లు జరిగాయి. రెండు పెద్ద చితులను పేర్చారు. వేదవతి, పృథ్వి శరీరాలను శుభ్రం చేసి, శుభ్రమైన తెల్లబట్టలు కట్టారు. వారి చెవుల్లో పవిత్ర వేద మంత్రాలు చెప్పారు. ఆ మంత్రశక్తి వల్ల శరీరాన్ని వీడిన ఆత్మలకు ప్రయాణాన్ని కొనసాగించే సామర్థ్యం వస్తుందని నమ్ముతారు.

ఇదంతా చేశాక, పవిత్ర జలాన్ని, వారి నోటిలో పోసి, వారి పెదవులపైన తులసి దళాలుంచారు. వారి ముక్కు రంధ్రాల్లోను, చెవుల్లో కూడ తులసి దళాలు పెట్టారు. వేదవతి చేతులను బొటనవేళ్ళు దగ్గరగా కట్టి, ఛాతీమీద ఉంచారు. కాలిబొటన వేళ్ళు కూడ కట్టారు. పృథ్వికి కూడ అలాగే చేశారు. దీనివల్ల కుడి ఎడమల జరిగే శక్తి ప్రవాహం కలిసి శరీరంలోనే వలయంలా తిరుగుతుందని నమ్ముతారు. వేదవతి, పృథ్వి శరీరాలు కనిపించిన చోట ప్రమిదల్లో దీపాలు వెలిగించి పెట్టారు. వాటిని దక్షిణ ముఖంగా, మృత్యువుకి, ధర్మానికి అధిదేవత అయిన యమదేవుడి ప్రీత్యర్థం పెడతారు.

ఇదంతా జరుగుతున్నపుడు రావణుడు, కుంభకర్ణుడు పైకి శాంతంగా కనిపించారు. ఇక్కడ అనౌచిత్యంగా ఏడ్వడం, శోకాలు పెట్టడం తగదు. హుందాతనం. గౌరవం. మర్యాద. దేవతకు అర్హమైనవి అవి. మహానుభావురాలైన కన్యాకుమారి ఈ ప్రపంచంలో ఎలా జీవించారో, అలాగే నిష్క్రమిస్తారు. హుందాగా, గౌరవంగా, మర్యాదగా.

అన్నదమ్ములిద్దరూ ఇంకా అంటించని వేదవతి చితివద్ద నిలబడ్డారు. ముందుగా ఆమెని దహనం చేసి, తరవాత పృథ్వీని చేస్తారు.

కుండలో పవిత్రమైన నేతిని తెచ్చారు. కుంభకర్ణుడు కుండను పట్టుకొన్నాడు. రావణుడు దానిలోంచి నేయి తీసి వేదవతి శరీరం మీద పోశాడు. అలా చేస్తున్నపుడు అన్నదమ్ములిద్దరూ *గరుడ పురాణం* చదివారు. రావణుడు తన చేతులను శుభ్రంగా తుడుచుకోగానే, అతని మనుషులు కొందరు వేదవతి శరీరం మీద చెక్క దుంగలు పెట్టారు. ఆవిడ ముఖం మాత్రమే ఇప్పుడు కనిపిస్తోంది.

రావణుడు కొంచెం వెనక్కు జరగగానే, నిప్పంటించిన కట్టెను అతనికి ఇచ్చారు.

కుంభకర్ణుడు ధైర్యం కూడగట్టుకుని చివరిసారిగా వేదవతి ముఖం చూశాడు. గాయాలు మూసివేశారు. ఆమె ఎడమకన్ను ఉండాల్సిన చోట రంధ్రాన్ని కూడ మూసేశారు.

ఆవిడ ముఖం – ఇప్పటికీ, అంత బాధను అనుభవించిన తర్వాత కూడ – ప్రశాంతంగా, వినమ్రంగా ఉంది. దేవతదిలా. కుంభకర్ణుడు కన్నీళ్ళు ఆపుకోడానికి విశ్వప్రయత్నం చేశాడు. తను అమర్యాదగా ఉండకూడదు. ఆవిడ ముందు అసలుండకూడదు. దేవతముందు అలా ఉండకూడదు.

ప్రియమైన వాళ్ళ కన్నీరు చనిపోయిన వారి ఆత్మలు ఈ ప్రపంచాన్ని వీడివెళ్ళటానికి కష్టపడేలా చేస్తాయని విన్నాడు. చనిపోయిన వారి మంచికోసం బ్రతికి ఉన్నవాళ్ళు బాధని, దుఃఖాన్ని అణచుకోవాలి.

చితిలో దహనం కావడానికి సిద్ధంగా ఉన్న వేదవతి శరీరాన్ని చూశాడు. అనుకోకుండా, ఆకస్మికంగా అతని ఆగ్రహం సమసిపోయింది.

గాఢనిద్రలోంచి లేచినట్టుగా అయోమయంగా చుట్టూ చూశాడు. గ్రామంలో ఇంకా అడవి జంతువులు గ్రామస్థుల శరీరాలను తింటున్నాయి. పురుషులు, స్త్రీలు పిరికిపందలు అనవచ్చు. కాని నేరస్థులు అనలేం. తిరిగి వేదవతి ముఖం చూసి సిగ్గుపడ్డాడు. తనను చూసుకొని, తను చేసినదాన్ని చూసి.

తనని, తన సోదరుణ్ణి చూసి ఆమె ఆశాభంగం చెంది ఉంటుందని అతనికి తెలుసు. అతణ్ణి చూడడానికి ప్రక్కకు తిరిగాడు.

రావణుడు పవిత్రాగ్ని ముట్టించిన కట్టె పట్టుకుని చితివైపు నడుస్తున్నాడు.

కుంభకర్ణుడు వెనక్కి కదిలాడు.

రావణుడు కట్టెను చితిలో పెట్టి అంటించాడు. దేవత శరీరాన్ని అన్నిటినీ పవిత్రం చేసే అగ్నిదేవుడికి ఆహుతి చేశాడు.

పవిత్రజలం నిండిన కుండను రావణుడి చేతికి ఇచ్చారెవరో. దానికి పవిత్ర సంప్రదాయానుసారం చిల్లు పెట్టి, మండుతున్న చితి చుట్టూ అపసవ్యదిశలో ప్రదక్షిణ చేశాడు. అతను నడుస్తున్నపుడు కుండలోంచి నీరు కారుతూ ఉంది. మూడుసార్లు ప్రదక్షిణ చేశాడు. అలా చేసి, వేదవతి రుణాలు తాను తీరుస్తానని, ఆ బాధ్యత తనదని ప్రపంచానికి చెప్పాడు. ధన రుణాలు కాదు, ఆత్మకు ధనంతో పని లేదు – ఆమె అసంపూర్ణంగా వదిలిన కర్మ సంబంధ రుణాలు, ఈ ప్రపంచ సంబంధ అనుబంధాలు, బాధ్యతలు వదిలి స్వేచ్ఛగా ఉండాలని, అప్పుడామె ఆత్మ జనన మరణ చక్రం నుంచి స్వేచ్ఛ పొంది మోక్షం సాధిస్తుందనే ఆశతో.

కుంభకర్ణుడు ప్రదక్షిణ చేస్తున్న అన్నగారిని, తాము నాశనం చేసిన గ్రామాన్ని చూశాడు.

చెయ్యాల్సింది ఎంతో ఉంది. చేసిన పనులకు ఎంతో ప్రాయశ్చిత్తం చేసుకోవాల్సి ఉంది.

తాము ఆవిడను నిరాశపరచమని అతనాశపడ్డాడు.

—౯౦I—

మర్నాడు రావణుడు, కుంభకర్ణుడు లేచేసరికి పొద్దెక్కింది. ఆ రాత్రి వాళ్ళు గ్రామానికి దగ్గరగా ఉండే సరసు ఒడ్డున గడిపారు. రోజంతా బాగా అలసిపోయినా, కొన్ని గంటలు మాత్రమే నిద్రించగలిగారు.

చితులు రెండూ ఇంకా ఆరలేదు, కాని మంటలు ఆరాయి. మహానుభావురాలైన కన్యాకుమారి, వినమ్రుడైన ఆమె భర్త భౌతిక శరీరాలు రెండూ దాదాపు బూడిదయ్యాయి. రాత్రంతా రావణుడు తన మనుషులు ఇరవై మందిని అడవి జంతువులు రాకుండా స్మశానం చుట్టూ కావలి ఉంచాడు. వాళ్ళు అంతగా భయపడాల్సిన పని కూడా లేదు. గ్రామంలో ఉన్న ఆహారం చాలు అడవి జంతువులు ఇటు రాకుండా ఉండడానికి.

స్నాన విధి పూర్తయిన తర్వాత రావణుడు, కుంభకర్ణుడు దహనం చేసిన చోటుకి వెళ్ళారు. ఇంకా కొన్ని క్రియలు చేయాలి. ముందుగా వాళ్ళు వేదవతి చితి వద్ద మొదలుపెట్టారు.

ఒక బొక్కెనతో పవిత్రజలం తెచ్చారు. దానిలో తులసి దళాలు వేశారు. రావణుడు ఒక కొబ్బరికాయను తీసి నేలకేసి కొట్టాడు. అది నిలువుగా చీలి రెండు

ముక్కలైంది. ఇలా జరగడం చాలా అరుదు. శుభసూచకం. ఆత్మకు తప్పకుండా మోక్షం లభిస్తుంది. బొక్కెనలోని నీళ్ళకు కొబ్బరి నీరు కలిపారు. సంస్కృత మంత్రాలు చదువుతూ బొక్కెనలోని నీళ్ళను తిప్పారు. ఇదంతా అయిన తర్వాత, రావణుడు పవిత్ర జలాన్ని పొగ వస్తున్న చితిమీద చల్లాడు, నిప్పుని ఆర్పుతూ.

నలుగురు లంక సైనికులు ముందుకు వచ్చి బూడిదను ఒకచోట గుట్టగా పోగుచేశారు. కుంభకర్ణుడు, రావణుడు వంగి చేత్తో ఆ గుట్టలో కాలకుండా మిగిలిన చిన్న అస్థి ముక్కల కోసం వెతికారు. శరీరంలో ఉన్న అన్నీ – మాంసం, కండరాలు, అవయవాలు – అన్నీ కాలిపోయాయి దాదాపుగా. బూడిదను సులభంగా కలసిపోవడానికి వీలుగా భూదేవికి చేర్చాలి. ఎముకల అవశేషాలను పవిత్ర గంగానదిలో నిమజ్జనం చేయాలి.

అస్తి అనేది సంస్కృతంలో అస్తిత్వ అనే పదానికి ధాతువు అని రావణుడికి తెలుసు. ఈ ఎముకలు, అగ్నిలో కాలనివి, మిగిలిన అస్తిత్వానికి ప్రతీకలుగా భావిస్తారు. వాటిని ప్రవహించే జీవనదిలో వేసి భూమాతకు చేర్చాలి. భూమాత గర్భంలో అవి నీటిలో కలిసిపోతాయి. ఆ విధంగా మిగిలిన అస్తిత్వ అవశేషాలకు కూడ శాంతి లభిస్తుంది.

రావణుడు, కుంభకర్ణుడు చిన్న ఎముకలను ఒక్కొక్కటి కడిగి కుండలో వేశారు. అవి శరీరంలో ఏ భాగానివో చెప్పడం అసాధ్యంగా ఉంది. అప్పుడు ఆశ్చర్యకరంగా, రావణుడికి రెండు వేళ్ళ ఎముకలు కాలకుండా దొరికాయి. మాంసం, కండరాలు, మజ్జ అన్నీ కాలిపోయాయి. మిగిలినవి రెండు వేళ్ళ నుంచి మూడు మూడు ఎముకలు. స్పష్టంగా గుర్తించవచ్చు.

కపాలమే మిగలకుండా పోతే, ఈ వేళ్ళ ఎముకలు మిగిలే అవకాశమెక్కడుంది?

సున్నితంగా ఉన్న ఎముకలని అరచేతిలో పట్టుకొన్నపుడు రావణుడికి హఠాత్తుగా తోచింది – వేదవతి మొదటిసారి కొన్ని రోజుల కిందట తన చేతిని పట్టుకున్న చేతి అవశేషాలు కావచ్చు. మళ్ళీ ఆవిడెప్పుడూ తనని తాకలేదు.

ఆమెని తనెప్పుడూ చూడలేదు. కాని ఇంకా ఆమె చేతిని పట్టుకోగలడు.

రావణుడు ఇంక తనను తాను నిగ్రహించుకోలేకపోయాడు. అత్యంత దైవికమైన దేవత అవశేషాలు అన్నట్లుగా ఆ ఎముకలను నుదుటికి ఆనించుకుని ఏడ్చాడు. తరువాత వాటిని మృదువుగా ముద్దుపెట్టుకున్నాడు.

ఆమె ఇవి తన కోసం వదిలిపెట్టింది.

అప్పుడతనికి అనిపించింది, తను బ్రతుకుతానని. శేష జీవితమంతా బ్రతకడానికి తనకో మార్గం దొరుకుతుందని. ఎందుకంటే ఎప్పుడు కావాలంటే అప్పుడు ఆమె చేతిని పట్టుకోగలనని అతనికి తెలుసు.

వీటిని ఊతకర్రగా అతని కోసం వదిలింది. మిగిలిన జీవితమంతా ఈ వేదనను భరిస్తూ నడవగలనని అతనికి తెలుసు. ఆమె చేతిని ఊతంగా చేసుకొని.

పట్టుకోవడానికి ఆమె చేయి ఉంది.

రావణుడు కలశాన్ని బోర్లించి వేదవతి అవశేషాలను పవిత్ర నదిలో వదిలాడు. కొంచెం అవతలగా పృథ్వి అవశేషాలను కుంభకర్ణుడు కూడ అలాగే చేశాడు.

దహనం జరిగి మూడు రోజులైంది. అన్నదమ్ములిద్దరూ సైనికులతో కలిసి నది దగ్గరకు వెళ్ళారు. దారిలో ఆగి సమీచిని వెంట తీసుకుని వెళ్ళారు. కుంభకర్ణుడు ఎంతగా చెప్పినా టోడీ గ్రామస్థులకు రావణుడు అంత్యక్రియలు చేయడానికి అంగీకరించలేదు. శవాలను ఎక్కడివక్కడే వదిలేశారు. అడవి జంతువులకు ఆహారంగా కుళ్ళిన మాంసంతో, వాళ్ళ ఆత్మలు అనంత కాలాల వరకూ పడే యాతనను గురించి అతనికేమీ చింతలేదు.

వేదవతి భౌతిక అవశేషాలు నిదానంగా పవిత్రమైన నదిలో అదృశ్యం కావడం చూశాడు. అస్థికలు ఇప్పుడు భూమాతలో భాగమైపోయాయి.

అయితే అతను అన్నిటినీ నదికి సమర్పించలేదు. వేదవతి చేతి ఎముకల అవశేషాలను ఉంచుకున్నాడు. అవిప్పుడు అతని మెడలో విచిత్రమైన పతకంలా వేలాడుతున్నాయి.

రావణుడు కలశాన్ని ఇంకా చేతిలోనే ఉంచుకుని నది రేవులోంచి మెట్లు ఎక్కుతున్నాడు.

కుంభకర్ణుడు నీటిలోంచి బైటకి వస్తూ, 'అన్నా,' అని పిలిచాడు. 'కలశాన్ని కూడ నదిలో వదిలెయ్యాలి.'

రావణుడు తలవంచి కలశాన్ని చూశాడు – ఖాళీగా ఉదాసీనంగా ఉంది. అది కూడా విలపిస్తోందన్నట్లుగా.

'అన్నా...'

రావణుడు సమాధానమివ్వలేదు. చుట్టూ చూశాడు. పవిత్రమైన గంగానదివైపు, పచ్చగా ఉన్న తీరాలని, దట్టమైన అడవులని.... భారతభూమిని. దేవుళ్ళు ఆశీర్వదించిన భూమిని.

కళ్లు మూసుకున్నాడు. ద్వేషభావమేదో మేనంతా పాకింది.

తన నాయకులని గౌరవించలేని దేశం, మనుగడ నిలుపుకునే అర్హత లేనిది.

'అన్నా... కలశం...' కుంభకర్ణుడు గుర్తుచేశాడు.

కుంభకర్ణుడికి ఆశ్చర్యం కలిగిస్తూ, రావణుడు వెనుతిరిగి తీరం వైపు నడుస్తున్నాడు.

'అన్నా?'

రావణుడు నది ఒడ్డుకు చేరి, వంగి కొంతమట్టిని తీశాడు – సప్తసింధు మట్టి – దాన్ని కలశంలో వేశాడు. తర్వాత మళ్ళీ నదివైపు కోపంగా ఏదో ఆవేశించినట్టు నడిచాడు.

'అన్నా, ఏం చేస్తున్నారు?'

రావణుడు వంగి కలశాన్ని నీటిలో ముంచాడు. మట్టి నీటిలో కలిసింది. ఆ భూమి అస్తిత్వాన్నే అతను నీటిలో నిమజ్జనం చేస్తున్నట్లుగా.

'అన్నా?' కుంభకర్ణుడి స్వరంలో అతని లోపల పెరుగుతున్న వ్యాకులత వినిపించింది.

రావణుడు కలశంలో నీళ్ళు నింపి, నెత్తిమీద పోసుకున్నాడు. అంత్యక్రియల తర్వాత చేసే స్నానం లాగ.

'వద్దు, అన్నా!' కుంభకర్ణుడు గబగబా, కంగారుగా ముందుకు వచ్చాడు రావణుడిని ఆపడానికి. కాని అతను చాలా ఆలస్యం చేశాడు.

రావణుడు కలశాన్ని చేతులతో పగులగొట్టి, ముక్కలు నదిలో పడేలా చేశాడు. తర్వాత మండుతున్న కళ్ళతో, పిడికిళ్ళు బిగబట్టి కుంభకర్ణుడి వైపు తిరిగాడు. అతని శరీరంలోని ప్రతి కణం నుంచి ఆగ్రహం కట్టలు తెంచుకుంది. పళ్ళు కొరుకుతూ అన్నాడు, 'నా దృష్టిలో ఈ దేశం చచ్చిపోయింది.'

'అన్నా, నా మాట వినండి....'

'రాక్షసుణ్ణి నియంత్రించు, ఆమె అదే కదా చెప్పింది?'

'అన్నా, ఏమంటున్నారు? నేను చెప్పేది వినండి....'

'ఆ రాక్షసుణ్ణి నేను స్వేచ్ఛగా వదిలేస్తాను! ఈ భూమిని నాశనం చేస్తాను!'

18వ అధ్యాయం

'అద్భుతమైన రచన, అన్నా,' కుంభకర్ణుడన్నాడు.

వేదవతి చనిపోయి రెండు సంవత్సరాలైంది.

దేవికి అంకితం చేసిన ఒక రాగాన్ని ఇరవై నాలుగేళ్ళ రావణుడు వాయిస్తున్నాడు. దేవి గౌరవార్థం సృష్టించిన రాగాలు చాలావరకు ఆమెని మాతృమూర్తిగా భావిస్తాయి. ఆమెను ప్రియురాలిగా, కుమార్తెగా, కళాకారిణిగా భావించే రాగాలు ఇలా ఎన్నో ఉన్నాయి. కాని యోధురాలిగా దేవిని భావిస్తూ చేసినవి తక్కువ. రావణుడు సృష్టించిన ఈ రాగం ఈ రూప సారాంశాన్ని నిండి ఉంది – ఉగ్రం, కోపం, ప్రచండం. ప్రకృతిని అలవికాని ప్రచండతతో, ఉగ్రరూపంలో చిత్రించినట్టుగా.

ఈ రాగాన్ని అతను *వాశీ సంతాపని* అన్నాడు. *ఉగ్రరూపిణి అయిన దేవత గర్జన.*

'ఇంత శక్తిమంతమైన రాగాన్ని మరో దాన్ని నేను వినాలి,' అన్నాడు కుంభకర్ణుడు. 'నా జీవితంలో నేను విన్న అన్ని రాగాల కన్న అద్భుతమైన రాగమిది.'

రావణుడు అన్యమనస్కంగా తలూపాడు. ఈ ప్రశంసను అతను అంతగా పట్టించుకున్నట్లుగా లేదు.

'వాశి అనే పదం కూడ తగినట్టుగానే ఉంది, అన్నా. మండుతున్న అగ్ని చేసే ధ్వని – అదే కదా దీని అసలు అర్థం. దానికన్న ఉత్తేజకరమైన పేరు దొరకదనుకుంటాను.'

'హమ్ మ్.'

కుంభకర్ణుడు అన్నగారి భుజాన్ని తట్టాడు. 'దుఃఖం, విషాదం రెండూ తరచుగా కళాకారుడిలో ప్రతిభను బైటికి తెస్తాయంటారు, తెలుసా మీకు.'

రావణుడు చిరాగ్గా చూశాడు తమ్ముడిని. 'ఇలా అన్నదెవరు? వాళ్ళెవరైనా గాని మూర్ఖులు! ఎవరూ విషాదాన్ని వెతుక్కుంటూ వెళ్ళరు. కళను సృష్టించడం కోసం ఎవరూ దుఃఖాన్ని అనుభవించాలని కోరుకోరు.'

అన్నగారు ఇటువంటి సంభాషణను వినే స్థితిలో లేరని కుంభకర్ణుడు అర్థం చేసుకున్నాడు. విషయం మార్చాలని ప్రయత్నించాడు. 'మీరు ఎక్కువ సమయం పనిలో నిమగ్నమై ఉండడం నాకు సంతోషంగా ఉంది అన్నా. పనిలో నిమగ్నమై ఉండడంతో ప్రతికూల ఆలోచనలు దరిజేరవు.'

రావణుడు నిజంగానే తీరిక లేకుండా ఉన్నాడు. ఒకటిన్నరేళ్ళుగా తన అపార సంపదను, లంకలో తనకున్న విశ్వసనీయమైన సాయుధ బలగాలను లంక సింహాసనం కైవసం చేసుకొనేదిశగా వాడాడు. లంకరాజు కుబేరుడు తన వ్యాపార నౌకల రక్షణ కోసం రావణుడిపై ఆధారపడ్డాడు. ఇంకా చాలామంది వ్యాపారులు రావణుడి భద్రతా దళాల సేవలను కొనుక్కుంటున్నారు. అందువల్ల, అప్పటినుంచి రావణుడు చాలామందికి తెలియకుండ సముద్రపు దొంగలను, సైన్యాన్ని కూడ నియంత్రిస్తున్నాడు. ఎవరైనా రక్షణకు తన సైన్యాన్ని అద్దెకు తీసుకుంటే, ఆ నౌకల మీద దొంగల దాడి ఆగింది. రావణుడి సంపద, వనరులు విపరీతంగా పెరిగాయి. దానితోపాటు పేరు ప్రతిష్ఠలు, బలం పెరిగాయి. ఇప్పుడతను లంక వ్యాపార రక్షక దళాధిపతిగా నియుక్తుడయ్యే పరిస్థితికి దగ్గరగా ఉన్నాడు. అతని పథకం సరళమైంది. తన వ్యక్తిగత సైన్యాన్ని లంక అధికార భద్రతా దళంగా నియమింపజేయడం. దీనితో సైన్య పోషణ, ఆయుధాల కొనుగోలు భారం లంక కోశాగారం భరించడమే కాకుండా, వాళ్ళ బదిలీ జరిగినా, సైనికులు రావణుడికే విధేయంగా ఉంటారు. కాలక్రమంలో అతను బలగాను పెంచి, సాయుధ సైన్యంలా తయారుచేస్తాడు. సప్తసింధు సామ్రాజ్యాన్ని జయించే సుశిక్షిత సైన్యం.

'అవును,' అన్నాడు రావణుడు. 'పని వుంటే దృష్టి మరలుతుంది.'

అన్నగారు కనీసం కొన్ని మాటలు మాట్లాడినందుకు కుంభకర్ణుడు సంతోషించాడు. కాని తరువాత రావణుడు మాట్లాడే మాటలకు అతను సిద్ధంగా లేడు.

'సమస్యల గురించి మాట్లాడితే, బాధ తగ్గుతుందని అమ్మ అనడం పూర్తిగా అర్థం లేనిది. మూర్ఖులైన స్త్రీల భావన అది. మగవాళ్ళ పద్ధతి మెరుగైంది. పనిలో మునిగిపోవాలి. బాధను అణచిపెట్టుకోవాలి. దాని గురించి ఆలోచించకూడదు.

బయటికి రానీయకూడదు. దాన్ని హృదయం లోతుల్లో ఎక్కడో అంధకార కూపంలో వేగుతూ ఉండనీ. ఇంక ముసలివాళ్ళయి, అలసిపోయాక, ప్రాణాంతకమైన గుండెపోటు వస్తుంది, అంతా సమాప్తం,' రావణుడు చెప్పడం పూర్తిచేశాడు.

ఏమీ అనకుండా ఉండడం మంచిదని కుంభకర్ణుడు భావించాడు. స్పష్టంగా కనిపిస్తోంది. బాధని దాచుకొనడం మాట అటుంచి, రావణుడు దానితో బాగా నలిగిపోయాడు. సప్తసింధుని నాశనం చెయ్యాలనే ఒకే ఒక్క ఆశయంతో తనను తాను పనిలో నిమగ్నం చేసుకున్నాడు. కాని చూస్తే ఇప్పుడతనికి ఏ పనిలోను ఆనందం లేదనిపిస్తోంది. అమ్మ చెప్పిన విధంగా, త్వరగా వివాహం చేసుకోమని చెప్పాలనుకున్నాడు. కాని బహుశ ఆ మాట చెప్పడానికి ఇది తగిన సమయం కాదనుకున్నాడు.

—꠰ꢃ—

కుబేరుడు బాగా భయపడినట్టుగా అనిపించాడు. 'రావణా, ప్రపంచంలో అన్నిటికన్న శక్తిమంతమైన దేశంతో పోరాటం అంత తెలివైన పని కాదనిపిస్తోంది.'

వేదవతి మృతి చెంది నాలుగు సంవత్సరాలైంది.

కుబేరుడు, రావణుడు లంక పాలకుని వ్యక్తిగత కార్యాలయంలో వున్నారు. తల్లిని గోకర్ణంలో ఉంచి కొంతకాలం కిందట రావణుడు, కుంభకర్ణుడు సిగిరియాకు వచ్చారు. లంక వ్యాపార భద్రతా దళాధికారిగా నియమితుడైనప్పటి నుంచి రావణుడు లంక సింహాసనానికి చేరువ కావడానికి ప్రయత్నాలు ప్రారంభించాడు. కుబేరుడి ప్రాసాదానికి సమీపంలోనే ఒక పెద్ద భవంతిని కొన్నాడు.

లంక రాజధానికి వచ్చినప్పటినుంచి సప్తసింధు మీద యుద్ధానికి ప్రేరేపించే పథకం గురించి కూడ పనిచేయడం ఆరంభించాడు. ఈ చిన్న ద్వీపరాజ్యంపైన ఆ సామ్రాజ్యం యుద్ధానికి దిగడానికి రెచ్చగొట్టే తగిన కారణం అవసరం. అదేమిటో అతనికి తెలుసు. మొదటి అడుగుగా సరిహద్దులు దాటి జరిగే వ్యాపారంపైన సప్తసింధు తీసుకునే లాభం వాటా తగ్గించాలనుకున్నాడు. కొన్ని నెలల పాటు నచ్చజెప్పిన తర్వాత కుబేరుడు ఈ విషయం గురించి చర్చించడానికి అంగీకరించాడు. ఇరవై ఆరేళ్ళ రావణుని ఆవేశంతో పోలిస్తే అరవై తొమ్మిదేళ్ళ కుబేరుడు తెలివైనవాడు. యోధుడు కాదు, వ్యావహారికతకి విలువనిస్తాడు, వ్యాపారి. అహం కన్న లాభం

ముఖ్యమనుకుంటాడు. జాగ్రత్తగా ఉండడం అత్యావశ్యక లక్షణం అనుకుంటాడు. లాభసాటి అయిన బేరాన్ని నేర్పుగా కుదుర్చుకోవడం అతని నైపుణ్యం. సమస్య కొని తెచ్చుకోవడం కాదు.

'నేనింతకుముందు చెప్పాను మళ్ళీ అదే చెపుతున్నాను. మనం పదిలో తొమ్మిది వంతులు లాభం సప్తసింధుకి ఎందుకివ్వాలి?' రావణుడు అడిగాడు. 'కష్టమంతా మనం పడి, మన ధనంలో చాలావరకు వాళ్ళకెందుకివ్వాలి?'

'మనం వాళ్ళకి వాస్తవంగా తొంభైశాతం ఇవ్వడం లేదు రావణా,' అన్నాడు కుబేరుడు చిరునవ్వుతో. 'మన లెక్కలు సృష్టించినవి. మన ఖర్చులు నిజంగా అయ్యే దానికన్న బాగా అధికంగా వేస్తాం. వాస్తవానికి వాళ్ళకి డెబ్భయ్ శాతం కన్న ఎక్కువ రాదు.'

కుబేరుడు ఇలాంటి సమాధానం ఇస్తాడని రావణుడు ముందుగానే ఊహించాడు, కాని తానూ దాన్ని అంగీకరించినట్టుగా మాట్లాడాలని నిర్ణయించుకున్నాడు. సప్తసింధు వాళ్ళలా లంక ప్రధాన వ్యాపారి భౌతికమైన ఆకృతిని చూసి రావణుడు అతనిని తక్కువగా అంచనా వేయలేదు. కుబేరుడి గుండ్రని, అమాయకమైన ముఖం, అతని నల్లటి శరీరఛాయ వయసును కనబడనీయవు. కాని చాలా బొద్దుగా ఉండడంతో బాతులా నడుస్తాడు. సాధారణంగా కొట్టొచ్చే రంగుల బట్టలు వేసుకుంటాడు. ఈ రోజు నీలం ధోవతి, పసుపు అంగవస్త్రం వేసుకున్నాడు. శరీరమంతా ఆభరణాలు అలంకరించుకున్నాడు. అతని ఆడంగి లక్షణాలు, విలాసవంతమైన జీవితం చూసి యోధులు అపహాస్యం చేస్తారు. కాని పైకి ఆడంగిలా కనిపించే ఆకారం వెనుక తెలివైన, కఠినమైన బుద్ధి ఉందని, అది కేవలం లాభం అనే ఒకే ఒక్క విషయానికి అంకితమని రావణుడికి తెలుసు.

'డెబ్భయి శాతం కూడా చాలా ఎక్కువే!' అతనన్నాడు.

'ముప్పయి శాతం నాకు చాలు. నేను దానిలో చాలా భాగం పొదుపు చేస్తాను, సప్తసింధు వాళ్ళు తమ భాగాన్ని చాలావరకు దుబారా చేస్తారు. వాళ్ళ కన్న నా సంపద ఎక్కువ. వాళ్ళు లాభం ఎందుకు పొదుపు చేయలేకపోతున్నారో నీకు తెలుసా?' కుబేరుడు అడిగాడు.

'మహాశయా, వాళ్ళ పొదుపు గురించి మర్చిపోండి. అయినా అయోధ్యగాని, దాని సామంత రాజ్యాలుగాని ఎంత సంపన్నమైనవైతే మనకెందుకు? మన సంపదని గురించి మనం ఆలోచించాలి. వాళ్ళకిచ్చే దళారీ లాభాల్లో వాటాని తగ్గిస్తే, మనకు ఎక్కువ లాభం.'

'నువ్వు నా ప్రశ్నకి సమాధానం ఇవ్వలేదు. వాళ్ళకన్న మనం తక్కువ సంపాదించినా ఎక్కువ ఎందుకు పొదుపు చేయగలుగుతున్నామో నీకు నేను చెబుతాను. ఎందుకంటే సప్తసింధు అనావశ్యక యుద్ధాల కోసం చాలా ధనం ఖర్చుపెడుతుంది. మనం చెయ్యం, యుద్ధం వ్యాపారానికి మంచిది కాదు. లాభాలకి, సంపదకి మంచిది కాదు. మనం దళారీ లాభాల వాటా తగ్గిస్తే వాళ్ళు కచ్చితంగా మనమీద దాడి చేస్తారు. అప్పుడు మనం తప్పనిసరిగా సైన్యాన్ని సమీకరించాలి. ధనం ఖర్చు చెయ్యాలి. వద్దు. వ్యర్థమైన యుద్ధం కోసం ధనం వ్యర్థం చెయ్యొద్దు. వ్యర్థమైన యుద్ధం కోసం. ఇంకా ఇది....'

కుబేరుడి మాటలకు రావణుడు అడ్డువచ్చాడు. 'మన యుద్ధ ఖర్చులు నేను భరిస్తే?'

కుబేరుడు అనుమానంగా చూశాడు. 'మొత్తం యుద్ధానికి?'

'అన్నీ, మీరొక్కపైసా ఖర్చు చేయనవసరం లేదు. అంతా నేనే భరిస్తాను.'

నిపుణుడైన వ్యాపారి మనసులానే కుబేరుడిలోనూ అత్యంత లాభసాటి వ్యాపారం అనిపించగానే మనసులో స్వాభావికమైన సందేహం తలెత్తింది. రావణుడు తెలివైనవాడని, కేవలం గొప్ప కోసం చేసేవాళ్ళ లాంటి వాడు కాదని అతనికి తెలుసు. 'సరేగాని, నువ్వెందుకు నాకు సహాయం చెయ్యాలనుకుంటున్నావ్?'

'ఎందుకంటే, అప్పుడు పెరిగిన దళారీ లాభాల వాటాలో సగం మీరు నాకు ఇస్తారు అందుకని.'

కుబేరుడు చిరునవ్వు నవ్వాడు. ఎటువంటి స్వార్థపూరిత చర్యనైనా అతను అర్థం చేసుకుంటాడు. గౌరవిస్తాడు. వ్యాపార భాగస్వాములు ఇద్దరూ తమ ప్రయోజనాల విషయంలో నిజాయితీగా ఉన్నపుడు మంచి వ్యాపార ఒప్పందాలు కుదురుతాయని అతనికి అనుభవం నేర్పింది. 'అయితే, నా కర్థమైన విషయం రూఢి చేసుకుంటాను. నా అనుమతి లేకుండా నువ్వు యుద్ధం ప్రకటించలేవు. నువ్వు ఈ యుద్ధం వల్ల లాభం ఉంటుందని అనుకుంటున్నావు.'

'మనిద్దరికీ.'

'కాని గెలుస్తామనే హామీ ఏమిటి?'

'లేదు. మనం వ్యాపారం కోసం సముద్రంలోకి ఓడలు పంపినపుడు అవి మునిగిపోవనే హామీ ఉందా? సంభావ్యతలను అంచనా వేసి బాగా ఆచితూచి మంచి పందెం వేస్తాం. వ్యాపారులం. మనం చేసేదే అది.'

'అదంతా బాగానే ఉంది, ఒకవేళ మనం ఓడిపోతే?'

'అప్పుడు లౌక్యంగా తప్పించుకోవాలి.'

'ఒకవేళ మనం యుద్ధంలో ఓడిపోతే, లౌక్యంగా నేను ఇదంతా నీ ఆలోచన అని సప్తసింధు వాళ్ళకి చెప్పాలి,' కుబేరుడు జాగ్రత్తగా మాటలు ఎంపిక చేసుకుంటూ మాట్లాడాడు.

'సరిగ్గా చెప్పారు. అదే వ్యవహార జ్ఞానం. ఒకవేళ మనం ఓడిపోతే, నింద నన్ను భరించనీండి. ఇది నా ఆలోచనే కదా ఎంతైనా. మిమ్మల్ని, లంకలోని ఇతర వ్యాపారులను సురక్షితంగా ఉంచుకోండి. ఒకవేళ మనం గెలిస్తే పెరిగిన దళారీ లాభాలవాటాలో సగం వాటా నాకు వస్తుంది.'

కుబేరుడు చిరునవ్వు నవ్వాడు. 'సరే రావణా. నువ్వు నీ యుద్ధం చేసుకో. నాకు మాత్రం నష్టం రాకుండా చూడు. అనుకోకుండా వచ్చే నష్టం కన్న నాకు మరేదీ దుఃఖాన్ని కలిగించదు.'

'మహారాజా, నేనెప్పుడైనా మిమ్మల్ని నిరాశపరిచానా?' రావణుడు చిరునవ్వుతో అడిగాడు.

కుంభకర్ణుడు విచారంగా ఉన్నాడు. 'అన్నా మనం హద్దులు మీరుతున్నామేమో... అరిగించుకోలేనిదాన్ని తింటున్నామా?' అన్నదమ్ము లిద్దరూ లంక రాజధాని సిగిరియాలో ఇంట్లో వున్నారు.

'కాదు. కుంభా. మనం అంతా కొరుకుదాం. నములుదాం. అరిగించుకుందాం.'

'అన్నా, సప్తసింధు రాజులు యుద్ధాలు చెయ్యడం తప్ప ఏం చెయ్యరు. మనం వ్యాపారులం. మన సైనికులు సముద్రపు దొంగలు. వాళ్ళు ధనం కోసమే యుద్ధం చేస్తారు. ధనం ఒక్కదాని కోసమే. వాళ్ళ కంటికి లాభం కనిపించకపోతే యుద్ధం మానేస్తారు. కాని సప్తసింధు సైనికులు యుద్ధంలో 'వీరమరణం' పొందితే సంతోషపడతారు. వాళ్ళు గౌరవం, గొప్పదనం వంటి విచిత్ర కారణాల కోసం చచ్చిపోతారు. అటువంటి మూర్ఖులను మనం ఎలా ఓడిస్తాం?'

'మంచి రణతంత్రంతో.'

'నాకేమనిపిస్తుందంటే, మీరు...'

'లేదు, నేను మితిమీరిన ఆత్మవిశ్వాసంతో అనడం లేదు.'

'ఒకవేళ మనం వాళ్ళని ఓడించినా, దాన్నించి మనకు లాభం ఎలా వస్తుంది? యుద్ధం ఖర్చు చాలా ఎక్కువుంటుంది కదా.'

'భయపడకు. ఒకసారి మనం గెలిచాక ఎంత లేదన్నా, లాభాల్లో తొంభై శాతం మనం తీసుకుంటాం.'

కుంభకర్ణుడు తాగుతున్న మదిర గొంతు కడ్డం పడింది. 'తొంభై శాతమా! మనకి?'

రావణుడు కోపంగా చూశాడు. 'అవును, మనకే.'

'అన్నా, ఇలాంటి ఒప్పందం వాళ్ళతో చేసుకోగలమనిపించడం లేదు. ఇది సప్తసింధు రాజులకు మింగుడుపడదు. వాళ్ళకి యుద్ధాన్ని కొనసాగించడం తప్ప మరోమార్గముండదు. తరవాత తిరుగుబాట్లు వారిని నాశనం చేస్తాయి. వాళ్ళు మనని కూడా అలసిపోయేలా చేస్తారు. సప్తసింధు రాజ్యాలన్నిటిని, వాళ్ళ ప్రజలను శాంతి సమయాల్లో నియంత్రించేంత సైన్యం మనకు లేదు.'

'పెద్ద యుద్ధంలో వాళ్ళ స్ఫూర్తిని దెబ్బతీస్తాం. వాళ్ళ సైన్యం మొత్తాన్ని నాశనం చేస్తాం. వాళ్ళ పౌరుల మీద మన నియమాలు రుద్దాలని నాకేం లేదు, ఇంక వాళ్ళని నియంత్రించడం అనే ప్రసక్తే రాదు కదా? మనం కేవలం వాళ్ళకు వ్యాపార షరతులు పెడతాం. నిదానంగా వాళ్ళని పీల్చేస్తాం.'

'కాని, అన్నా, ఇంత ఎక్కువ దళారీ లాభాల వాటా సప్తసింధు ఆర్థికస్థితిని నాశనం చేస్తుంది. మనకి తిండిపెట్టే బంగారుబాతుని మనమే చేజేతులా చంపుకున్నట్టవుతుంది అప్పుడు.'

రావణుడి కళ్ళు కుంభకర్ణుడి కళ్ళలోకి చూశాయి, కాని రావణుడి భావమేమిటో అతనికి అర్థం కాలేదు.

'స్పష్టంగా అదే,' అన్నాడు.

సైనికులు పెద్ద నావని త్వరత్వరగా తెడ్డు వేస్తూ ఒడ్డువైపు నడిపిస్తున్నారు. నావ అంచు మీద కుడి చేయి పెట్టి రావణుడు ముందు భాగంలో కూర్చున్నాడు. కుంభకర్ణుడు అతని వెనక కూర్చుని, అతని ముడుచుకున్న చేతులు, బిగుసుకుంటున్న భారీ దండ కండరాలు చూస్తున్నాడు.

అన్న ఆందోళన పడుతున్నాడు.

రావణుడు సూటిగా ముందుకు చూస్తున్నాడు, సప్తసింధువైపు – ఏడు నదుల భూమిని.

కుంభకర్ణుడు ఎడమవైపు చూశాడు. కుబేరుడి నావను కూడ పదిమంది నావికులు ఒడ్డుకు నడిపిస్తున్నారు.

రావణుడు సప్తసింధు మీద యుద్ధానికి కుబేరుడిని ఒప్పించి సంవత్సరమైంది. తరవాత చకచకా పనులు జరుగుతూపోయాయి.

కొన్ని నెలల్లోనే రావణుడు సైన్యాన్ని సమీకరించి, శిక్షణ ఇచ్చాడు. ప్రపంచంలో చాలాచోట్ల నుంచి, గెలిచినదానిలో బాగా వాటా ఇస్తానని చెప్పి కిరాయి సైనికులను కూడ కూడగట్టాడు.

లంక సైన్యం సిద్ధం కాగానే, సప్తసింధు చక్రవర్తి దశరథుడికి కుబేరుడు అధికారిక వర్తమానం పంపాడు. ఈ వర్తమానం రాజధాని అయోధ్య చేరగానే – ఇక్కడి నుంచే దశరథుడు ఉత్తర భారతదేశాన్నంతా పాలిస్తాడు – అక్కడ కోపం కట్టలు తెంచుకుంది.

సప్తసింధులోని ఉన్నత రాచకుటుంబాలకు వ్యాపారం చేసే వైశ్యులంటే ఏవగింపు. ఆడంగిలా ఉండే కుబేరుడిని అసభ్యంగా ఉన్నాడని భావిస్తారు. అతని ఉనికిని ఎలాగో సహిస్తారు. లంకలోని 'వ్యాపారి – రాజు' నుంచి 'రాచ వర్తమానం' అందుకొనడం ధిక్కారంలా అనిపించింది వారికి. ప్రాచీన రాజవంశాల చక్రవర్తులకు వ్యాపారులు రాచ వర్తమానాలు పంపకూడదు. వాళ్ళు వినయంగా, అభ్యర్థిస్తూ విజ్ఞప్తులు పంపాలి. రెచ్చగొట్టటానికి అది చాలదన్నట్టుగా, దళారీ లాభాల్లో వాటా తగ్గించుకోమనడం క్షత్రియ అహంకారానికి అవమానంగా అనిపించింది. ఇటువంటి అవమానం వారికి మింగుడు పడలేదు.

దశరథుడు వెంటనే తన సామ్రాజ్యంలోని సామంతులందర్నీ సంప్రదించి పెద్ద సైన్యాన్ని సమీకరించాడు. సప్తసింధు పడమటి తీరంలో ఉన్న కరచాపకు సైన్యాన్ని నడిపించడం అతని పథకం. కుబేరుడి అతి పెద్ద వ్యాపార కేంద్రమది. దశరథుడు కరచాప కోటను, వ్యాపార గోదాములను నాశనం చెయ్యాలని పథకం వేశాడు. కుబేరుడికి బుద్ధి రావడానికి ఇది చాలని అతను భావించాడు. అలా కాకపోతే, కుబేరుడి అధీనంలో ఉన్న ఇతర రేవులను కొన్నిటిని ధ్వంసం చేస్తే, చివరికి లంక పైన కూడ దాడి చేయవచ్చు.

రావణుడు దీన్ని ముందుగానే ఊహించాడు. సప్తసింధు వాళ్ళు కుబేరుడి వర్తమానం చూసి క్రుద్ధులవుతారని, తక్షణమే యుద్ధానికి సిద్ధపడతారని ఊహించాడు. అతని సైన్యం కూడ సిద్ధంగానే ఉంది. ప్రత్యేకంగా తయారుచేసిన అతని ఓడలు, గుహపదార్థం పూసినవి, మెరుస్తూ యుద్ధానికి సిద్ధంగా ఉన్నాయి. సప్తసింధు సైన్య సమీకరణ గురించి వేగుల వార్త అందగానే, అవెటు వెళుతున్నాయో తెలియగానే ఓడలను భారత ద్వీపకల్ప పడమటి తీరం నుంచి వేగంగా కరచాప చేరే విధంగా ప్రయాణింపచేస్తున్నాడు.

రావణుడి నౌకాదళంలో చాలా ఓడలున్నాయి. అన్నిటినీ కరచాప రేవులో నిలపడం కూడా కుదరదు. అదీగాక, సప్తసింధు వాళ్ళకి కరచాపలో వేగులున్నారని రావణుడికి తెలుసు. తన ఓడల విచిత్రమైన భిన్న రూపాల గురించి కుతూహలం రేకెత్తించడం కూడ అతనికి అసలు ఇష్టం లేదు. అవి అతని యుద్ధ ప్రణాళికలో భాగం, అతని రహస్య ఆయుధం. అందువలన చాలా ఓడలను తీరానికి దూరంగా లంగరు వేశారు.

అదే రోజున కొంతసేపటి తరువాత రావణుడు, కుంభకర్ణుడు ఒక నావలో కరచాప సముద్ర తీరానికి వెళ్ళారు. ఇసుక తగలగానే నావ ఆగింది. నలుగురు సైనికులు నీటిలోకి దూకారు, నావని తీరానికి తోశారు. రావణుడు కదల్లేదు. తిన్నగా ముందుకి చూస్తూ కూర్చున్నాడు.

కుంభకర్ణుడి శ్వాస వేగవంతమైంది. అయిదేళ్ళ తర్వాత వాళ్ళు సప్తసింధుకి తిరిగి వస్తున్నారు. చివరిసారి ఇక్కడికి వచ్చినపుడు వేదవతి అస్థికలు పవిత్ర గంగానదిలో కలిపారు.

గతానికి సంబంధించిన జ్ఞాపకాలు ఎటువంటివైనాగాని, తమ స్వదేశానికి రాగానే ప్రతి వ్యక్తి గుండె వేగంగా కొట్టుకుంటుందని సరిగానే చెప్పారు. దూరమైనపుడు పడే బాధ, స్వదేశానికి వస్తున్నపుడు కలిగే సంతోషం సార్వత్రికమైనవి. ప్రపంచంలో అన్నిటికన్న సౌఖ్యంగా ఉండే చోటు. తల్లి ఒడిలోకి తిరిగి వచ్చినపుడు ఉండే హాయిని ఇంక దేనితోనూ పోల్చలేం.

పడవ నీళ్ళనుంచి బైటకురాగానే, కుంభకర్ణుడు కిందికి దూకాడు. అతను వంగి తడి ఇసుకను చేతిలోకి తీసుకున్నాడు. జన్మభూమి మట్టిని ఎంతో గౌరవంతో నుదుటికి తాకించాడు. రెండు కళ్ళ మీద పెట్టుకుని, ముద్దు పెట్టుకున్నాడు. మళ్ళీ ఎంతో గౌరవంగా దాన్ని నేలమీద ఉంచాడు. 'జైమాతా' అని గొణిగాడు.

తల్లికి జయం.

తనకంటె ముందు నడుస్తున్న రావణుడిని చూశాడు, అతను కూడ వంగి కొంత ఇసుకను చేతిలోకి తీసుకున్నాడు. కుంభకర్ణుడు చిరునవ్వు నవ్వాడు.

బహుశా మాతృభూమికి తిరిగి రావడం, అతని హృదయాన్ని కోమలంగా చేసిందేమో ఎట్టకేలకు.

రావణుడు తన చేతిని ముఖానికి దగ్గరగా తీసుకుని వచ్చి చాలాసేపు దానివైపు అలాగే చూస్తుండడం కుంభకర్ణుడు చూశాడు. దగ్గరగా వెళ్ళడానికి సంశయించాడు. బహుశా ఈ క్షణాలు అన్నగారు స్వయంగా ఒక్కడే అనుభవించాల్సినవి.

చివరికి గతం మరుగున పడిందని భావించి, ఎంతో ఉపశమనం పొందాడు. అతని అన్నగారు ఇంతకాలం ఎంతో వేదనపడ్డాడు. ప్రపంచం మీద ఆగ్రహంతో రగిలిపోయాడు. కాని చివరికి ఆంతరిక శాంతిని స్వాగతిస్తున్నట్టుగా కనిపించాడు. ఈ యుద్ధమైతే జరుగుతుంది. చేయాల్సిందే. లాభం కోసం. కాని, మాతృభూమికి రావడం వల్ల రావణుడి అంతరంగంలో పేరుకుపోయిన వేదన కొంతైనా తగ్గుతున్నట్లుంది. లేకపోతే కుంభకర్ణుడికి అలా అనిపించిందో మరి.

రావణుడు అరచేయిని తెరచి ఇసుకను అటూ ఇటూ ఊపాడు. నోటికి దగ్గరగా తెచ్చాడు. తరవాత నిదానంగా, కావాలని కాండ్రించి దానిలో ఉమ్మాడు. అతని శరీరమంతా ఆగ్రహంతో ఊగుతుండగా ఇసుకను నేలమీద విసిరి, పాదంతో నలిపేశాడు.

'ఈ నేల నాశనమవ్వాలి.'

౧౯

19వ అధ్యాయం

'మనం వాళ్ళ శిబిరానికి వెళ్ళడం లేదా?' కుబేరుడు భయంగా అడిగాడు.

సప్తసింధు చక్రవర్తి దశరథుడు తన రాజధాని అయోధ్య నుంచి దళాలతో కరచాపకు వచ్చాడు. వచ్చిన కొన్ని గంటల్లోపే కుబేరుడికి సంక్షిప్త సందేశం పంపాడు. యుద్ధం ఆపడానికి షరతులు చర్చించడానికి రమ్మని.

దశరథుడు తన పాలన తొలినాళ్ళలో తన తండ్రి అజుడి నుంచి పొందిన శక్తిమంతమైన వారసత్వాన్ని కొనసాగించాడు. భారతదేశంలోని పాలకులను సింహాసనభ్రష్టులను చేయడమో, లేదా అతని సార్వభౌమత్వాన్ని అంగీకరించేలా చేయడమో జరిగింది. ఆ విధంగా దశరథుడు చక్రవర్తి సామ్రాట్ అయ్యాడు.

'మనం అతని శిబిరానికి వెళ్ళడం లేదు, ప్రధాన వ్యాపారి మహాశయా,' రావణుడు తన చిరాకును అణచుకుంటూ చెప్పాడు. 'అయోధ్య దానిని మన బలహీనత అనుకుంటుంది. ఒకవేళ మనం కలవాలంటే, అది తటస్థమైన చోటు అవ్వాలి – వాళ్ళ శిబిరంలోగాని, మన శిబిరంలోగాని కాదు.'

'కాని...'

'కానీలు గీనీలు లేవింక. మనం యుద్ధం చెయ్యడానికి వచ్చాం, లొంగిపోవడానికి కాదు.'

మొదటి నుంచి రావణుడి దృక్పథం స్పష్టంగా ఉంది. గత వారంలో కరచాపకు చుట్టూ ఏభై కిలోమీటర్ల పరిధిలో ఉన్న గ్రామాలన్నీ నాశనం చెయ్యమని తన దళాలకు ఆదేశాలు జారీచేశాడు. పొలాల్లో పంట తగలబెట్టారు. నూర్చిన ధాన్యాన్ని, పశువులను స్వాధీనం చేసుకుని, లంక సైనికుల ఆహారం కోసం తీసుకెళ్ళారు. చనిపోయిన జంతువులను పడేసి నూతులను విషపూరితం చేశారు.

భూమి నుంచి జీవిక లభించకుండా చేసే విధానం.

కరచాప లోపల లంక సైనికులకు మంచి భోజనం, విశ్రాంతి లభిస్తుంది. నగరానికి దూరంగా శిబిరాలు వేసిన సప్తసింధు సైన్యం తమ అయిదు లక్షలమంది సైనికులకు ఆహార పానీయాల విషయంలో కష్టపడాల్సి వస్తుంది. గ్రామాలన్ని నాశనమయ్యాయి గనుక పెద్ద సంఖ్యలో సైన్యం ఉండడం కూడ మోయలేని భారమవుతుంది వారికి.

'ఆహార కొరత ఉన్నా కూడ, చక్రవర్తి దశరథుడి సైన్యం వెనక్కి వెళ్ళకపోతే?' కుబేరుడు వ్యాకులంగా అడిగాడు. 'ఒకవేళ వెంటనే దాడి చేస్తే?'

రావణుడు చిరునవ్వు నవ్వాడు. 'ప్రధాన వ్యాపారి మహాశయా, నేను మీ మీదే నమ్మకం పెట్టుకున్నాను. దశరథుడు ఆ పని చేసేలా రెచ్చగొడతారని. మిగిలినదంతా నేను చూసుకుంటాను.'

'చక్రవర్తి దశరథుడు,' కుబేరుడు సరిదిద్దాడు.

రావణుడు ఆ వ్యక్తి పేరు మాత్రమే అనాలనుకున్నాడు. శత్రువుకి అనావశ్యకమైన గౌరవం అవసరం లేదు. 'కేవలం దశరథుడు,' అన్నాడు శాంతంగా.

దశరథుడు ఎక్కువసేపు సంభాషణ జరపాలనుకోలేదు.

'మీ లాభాల్లో తొంభై శాతం న్యాయంగా మా దళారీ వాటా ఇవ్వమని ఆదేశిస్తున్నాను మిమ్మల్ని. ప్రతిగా మీకు ప్రాణదానం చేస్తానని హామీ ఇస్తున్నాను,' దృఢంగా చెప్పాడు.

కొన్ని క్లుప్త సందేశాల అనంతరం ప్రత్యర్థులిద్దరూ ఒక తటస్థ ప్రదేశంలో కలవడానికి నిర్ణయించుకున్నారు. అలా ఎంపిక చేసుకున్న ప్రదేశం దశరథుడి సైనిక శిబిరానికి, కరచాప కోటకు మధ్య ఉన్న సముద్రతీరం. చక్రవర్తితోపాటు ఆయన మామగారు రాజు అశ్వపతి, సేనాపతి మృగాస్యుడు, ఇరవైమంది అంగరక్షక దళం వచ్చారు. కుబేరుడు రావణుడిని, ఇరవైమంది అంగరక్షకులను తీసుకుని వచ్చాడు.

సప్తసింధు యోధులు భారంగా గుడారంలోకి వస్తున్న కుబేరుణ్ణి చూసి తమ తిరస్కారాన్ని దాచుకోలేకపోయారు. రావణుడు సాదా దుస్తులు ధరించమని చెప్పినా ప్రధాన వ్యాపారి వినిపించుకోలేదు. కొట్టొచ్చేట్టు కనిపించే ఆకు పచ్చ రంగు ధోవతి,

గులాబీ అంగవస్త్రం వేసుకున్నాడు. అతను వేసుకున్న ఆభరణాలు కూడ ఇంతకుముందుకన్న మెరుస్తున్నాయి. తన అభిరుచిని సప్తసింధు నాయకులు మెచ్చుకుంటారని అతను భావించాడు. కాని ప్రత్యర్థులు మాత్రం తాము దుర్బలుడైన వైశ్యునితో మాట్లాడుతున్నామని భావించారు; యుద్ధ తంత్రం గురించి ఏమీ తెలియని మయూరంతో.

'ప్రభూ...' కుబేరుడు వినయంగా అన్నాడు. 'ఆ స్థాయిలో దళారీ లాభాల వాటా స్థిరీకరించడం వల్ల కొంచెం కష్టమవుతుంది. మా ఖర్చులు బాగా పెరిగాయి. వ్యాపార లాభం అనుకున్నంతగా...'

'నీ నీచమైన బేరసారాల నైపుణ్యాలు నా దగ్గర చూపించకు!' బల్ల మీద గట్టిగా చరుస్తూ దశరథుడు అరచాడు. 'నేను వ్యాపారిని కాను! చక్రవర్తిని! నాగరకులకు ఈ తేడా తెలుస్తుంది.'

రావణుడు బల్లకింద తన పిడికిళ్లు బిగించాడు. కుబేరుడు వ్యవహారంలో గాని, భాషలోగాని తన సలహాను ఏమీ పాటించడం లేదు.

దశరథుడు ముందుకు వంగి, ఆగ్రహాన్ని అణచుకుంటూ చెప్పాడు, 'నేను దయచూపగలను. తప్పులను క్షమించగలను. కాని నువ్వు ఈ చెత్తంతా ఆపాలి. నేను చెప్పినట్టు చెయ్యాలి.'

కుబేరుడు ఆసనంలో ఇబ్బందిగా కదిలి తన కుడివైపున కూర్చున్న రావణుడి వైపు చూశాడు. కూర్చుని ఉండగానే రావణుడి ఎత్తు, కండలు తిరిగిన శరీరం చూసి సప్తసింధు వాళ్ళు ఆశ్చర్యపోయారు. తాము హేళన చేసే వ్యాపారి రక్షక దళంలో ఇటువంటి యోధుడు ఉంటాడని వాళ్ళు అనుకోలేదు. యుద్ధపు గాయాలున్న రావణుడి నల్లటిరంగు శరీరం మీద చిన్నతనంలో వ్యాధి రావడంతో స్ఫోటకపు మచ్చలున్నాయి. గుబురుగడ్డం, లావు మీసాలు ముఖాన్ని మరింత భయంకరంగా మార్చాయి. వస్త్రాలు సాధారణంగా ఉన్నాయి. తెల్లధోవతి, మీగడ రంగు అంగవస్త్రం వేసుకున్నాడు. అతని శిరస్త్రాణం భయాన్ని మరింత పెంచేదిగా ఉంది. దాని మీద రెండువైపులా ఆరంగుళాల కొమ్ములు బైటికి వచ్చాయి. సందేశం స్పష్టం. రావణుడు కేవలం సైనికుడు కాదు. మనుషుల మధ్యలో వృషభం.

సప్తసింధు దళం తమ మధ్యలో కూర్చున్న బలిష్ఠుడైన లంక సేనాపతి ఏమైనా మాట్లాడతాడని చూస్తోంది. కాని రావణుడు శాంతంగా కూర్చున్నాడు. తన అభిప్రాయాలను, అభ్యంతరాలను చెప్పడం లేదు.

కుబేరుడు మళ్ళీ దశరథుడివైపు తిరిగాడు. 'కాని, ప్రభూ, మేం చాలా సమస్యలు ఎదుర్కొంటున్నాం, మేం పెట్టిన పెట్టుబడి...'

'నా సహనాన్ని పరీక్షిస్తున్నావు, కుబేరా! సప్తసింధు చక్రవర్తిని విసిగిస్తున్నావు!' దశరథుడు గర్జించాడు.

'కాని, స్వామీ...'

'చూడు, మాకు న్యాయంగా రావలసిన దళారి వాటాలాభం చెల్లించడం కొనసాగించడం ఇష్టం లేకపోతే, రేపీపాటికి మీరందరూ చస్తారు. నామాట నమ్మండి. నేను ముందు నీ దుర్బల సైన్యాన్ని ఓడించి, తరవాత నీ శాపగ్రస్త ద్వీపానికి వచ్చి, ఆ నగరాన్ని నేలమట్టం చేస్తాను.'

'మా ఓడలతో, కార్మిక వ్యయంతోను మాకు సమస్యలున్నాయి...'

'మీ సమస్యలు నాకు సంబంధం లేదు!' ఇప్పుడు దశరథుడు అరుస్తున్నాడు.

'మీకు ఉంటుంది. రేపటి తర్వాత,' రావణుడు మృదువుగా చెప్పాడు. చక్రవర్తి సహనం కోల్పోయాడు. సరైన సమయం.

దశరథుడు పక్కకు తిరిగి రావణుడిని తీవ్రంగా చూశాడు. 'నీ కెంత ధైర్యం మధ్యలో మాట్లాడ...'

'దశరథా! నీకెంత ధైర్యం?' రావణుడి స్వరం స్పష్టంగా ప్రతిధ్వనిస్తున్నట్టుగా ఉంది.

దశరథుడు, అశ్వపతి, మృగాస్యుడు నిశ్చేష్టులై మౌనంగా కూర్చున్నారు. ఒక వ్యాపారి సహచరుడు సప్తసింధు చక్రవర్తిని పేరు పెట్టి పిలిచేంత దుస్సాహసం చేశాడని వాళ్ళు చేష్టలుడిగారు.

రావణుడు చిరునవ్వును దాచుకున్నాడు. అతను అనుకున్నట్టుగానే వాళ్ళు ప్రవర్తిస్తున్నారు. *వీళ్ళతో వ్యవహారం చాలా సులువు. వీళ్ళ అహాలే వీళ్ళని నాశనం చేస్తాయి.*

కత్తిని తిప్పవలసిన సమయం ఆసన్నమైంది.

'నా నాయకత్వంలో నడిచే సైన్యానికి దగ్గరగా వచ్చి ఓడిస్తానని ఊహించడానికి నీకెంత ధైర్యం?' రావణుడు పెదవులపై ద్వేషం చూపిస్తూ అడిగాడు.

దశరథుడు కోపంగా నిలబడ్డాడు, అతని ఆసనం ఎగురుతూ వెనక్కి వెళ్ళిపడి శబ్దం చేసింది. రావణుడివైపు వేలు చేపిస్తూ అన్నాడు. 'రేపు యుద్ధరంగంలో నీకోసం చూస్తాను, అహంకారీ!'

నిదానంగాను, భయం పుట్టించే విధంగా రావణుడు ఆసనంలోంచి లేచి నిలబడ్డాడు. అతని పిడికిలి మెడలో ఉన్న పతకాన్ని పట్టుకొని ఉంది. ఆమె చేతిని పట్టుకుంటే శక్తి వస్తుంది. ఇదంతా తనెందుకు చేస్తున్నాడో కూడ అది అతనికి గుర్తుచేస్తుంది.

రావణుడు పిడికిలి వదలగానే, దశరథుడు పతకం వైపు చూశాడు. తాను చూసినదాని వల్ల చక్రవర్తి భయపడ్డాడని స్పష్టమైంది. బహుశా ఆయన లంకవాసిని శత్రువుల శరీరాలను తినే రాక్షసుడని భావించి ఉంటాడు.

దశరథుడు నేను నరమాంస భక్షకుణ్ణని భావించనీ. యుద్ధంలో ప్రతిస్పర్థాత్మక లాభం కలుగుతుంది.

'నీకు హామీ ఇస్తున్నాను, ఎదురు చూస్తుంటాను,' దశరథుడు నోరు తెరుచుకుని చూస్తుండడం చూసి రావణుడు గొంతులో అపహాస్యం కనిపింపచేస్తూ అన్నాడు.' 'నీ రక్తం తాగటానికి నిరీక్షిస్తాను.'

ఇది చాలు. తన కోపంతో తననే ఉడకనీ.

రావణుడు వెనుతిరిగి గుడారంలోంచి బైటకి వచ్చాడు. కుబేరుడు అతని వెనకే త్వరత్వరగా నడుస్తూ వచ్చాడు. ఆయన వెనక లంక అంగరక్షకులు వచ్చారు.

'మీకూ నిద్రపట్టలేదా?' కుంభకర్ణుడడిగాడు.

రావణుడు తమ్ముడి వైపు తిరిగి నవ్వాడు, చేతిలో ఉన్న పతకాన్ని వదిలేశాడు.

అది నాలుగో ప్రహరలో అయిదోగంట – అర్ధరాత్రి కావడానికి ఒక గంట ముందు. కరచాప కోట పైభాగంలో పిట్టగోడ దగ్గర నిలబడి సప్తసింధు శిబిరం వైపు చూస్తున్నాడు. అక్కడ చాలా నెగళ్ళు మండుతున్నాయి. రాత్రి నిశ్శబ్దంగా ఉంది, సంభాషణల, నవ్వుల శబ్దాలు కోట వరకూ వస్తున్నాయి.

'శత్రువు కూడ నిద్రపోతున్నట్టుగా లేదు,' రావణుడన్నాడు. కుంభకర్ణుడు నవ్వాడు. 'సప్తసింధు క్షత్రియులు యుద్ధమంటే వినోదం అనుకుంటారు.'

రావణుడు గాఢంగా శ్వాసించాడు. 'రేపీ వేళకి మనం సప్తసింధును సొంతం చేసుకుంటాం.'

'సాంకేతికంగా, కుబేరుడు కదా సొంతం అనుకునేది?'

'అయితే ఆ బండోడు ఎవరి సొంతం?'

కుంభకర్ణుడు ఫక్కున నవ్వాడు, క్షణం తర్వాత రావణుడు కూడ జత కలిశాడు. అన్నగారి భుజం చుట్టూ చెయ్యేశాడు కుంభకర్ణుడు.

'మీరింకా ఎక్కువ నవ్వాలి, అన్నా, ఆవిడకీ ఇదే ఇష్టం,' అన్నాడు కుంభకర్ణుడు.

రావణుడి కుడిచేయి తనంతట తానే పతకాన్ని పట్టుకుంది. 'ఆమెని గౌరవించడానికి శ్రేష్ఠమైన మార్గం, ఆమెని చంపిన నికృష్ట సమాజాన్ని రక్షించే సైన్యాన్ని నాశనం చేయడమే.'

కుంభకర్ణుడు మౌనంగా ఉండిపోయాడు. దీని గురించి రావణుడికి ఏం చెప్పినా ఉపయోగం లేదని అతనికి తెలుసు.

రావణుడు సిరాలా నల్లగా ఉన్న సముద్రాన్ని చూశాడు. అతనికి అవి కనిపించలేదు. కాని తీరానికి రెండు కిలోమీటర్ల దూరంలో తన ఓడలు లంగరు వేసి ఉన్నాయని అతనికి తెలుసు. ఈ ఓడలలో అసాధారణంగా విశాలంగా ఉన్న ముందు భాగం యుద్ధ తంత్రంలో చాలా కీలకమైనది.

'ఓడలు ఎక్కడున్నాయో అక్కడే ఉండాలి. చిన్న నావలు కూడ దించకూడదు,' రావణుడు చెప్పాడు.

'అలాగే ఉంటాయి,' కుంభకర్ణుడన్నాడు.

తన మనసును గ్రహించే తమ్ముడంటే రావణుడికి ఇష్టం. లంక ఓడలు దూరంగా ఉన్నాయి, చిన్న నావలు దించలేదు అంటే ఈ ఓడలు యుద్ధంలో నిర్వహించే పాత్ర ఏమీ లేదని అయోధ్యవాసులు భావిస్తారు. ఒకవేళ వీటిలో ఆరక్షిత బలగాలు ఉన్నా, వాటిని యుద్ధానికి అంత త్వరగా తీసుకొని రాలేరు.

వలను ఇలాగే వేస్తారు.

'వాళ్ళు దీనిలో పడతారంటావా?' కుంభకర్ణుడడిగాడు.

'ఇప్పటివరకూ మనం వేసిన ఎర కోసం వస్తూనే ఉన్నారుగా? రాలేదా? వాళ్ళ అహం మీద నాకు నమ్మకం. మనం మూర్ఖులమైన వ్యాపారులమని, యుద్ధం చేసే సామర్థ్యం లేదని అనుకుంటున్నారు. అదే రేపు తప్పులు చేసేలా చేస్తుంది. వాళ్ళ దగ్గర అయిదు లక్షల మంది సైనికులున్నారు, అది కూడ గుర్తుంచుకో. మనకి నగరంలో యాభైవేలకి కొంచెం పైన ఉన్నారు. ఇది వారికి చాలా బాగుందనిపిస్తుంది. గెలిచే అవకాశాలు తమకే ఎక్కువున్నాయనుకుంటే అవివేకంగా ప్రవర్తిస్తారు.'

'కాని, చక్రవర్తి సముద్ర తీరంలో దాడికి పాల్పడకపోతే, మన ఓడలు నిరుపయోగాలవుతాయి.'

'ఈ విషయమే నేను నీతో మాట్లాడాలనుకుంటున్నాను,' కుంభకర్ణుడివైపు తిరుగుతూ అన్నాడు రావణుడు.

'నేను చేస్తాను, అన్నా. నేను కొన్ని దళాలని నాతో నగర గోడల బయటికి వచ్చేలా చేస్తాను. వాళ్ళకి... ఎరను వేస్తాను. అయోధ్యవాసులు మాపైకి వచ్చినపుడు, ఓడలతో మిగిలిన పని మీరు పూర్తి చేయవచ్చు.'

'నా మనసు ఎలా పనిచేస్తుందో నీకు ఇంచుమించుగా తెలుసు,' చిరునవ్వుతో రావణుడన్నాడు.

కుంభకర్ణుడు పళ్ళు బయటికి కనిపించేలా నవ్వాడు. 'ఇంచుమించుగా? మీరేమాలోచిస్తున్నారో నాకెప్పుడూ కచ్చితంగా తెలిసిపోతుంది.'

'పూర్తిగా కాదు. నువ్వు చెప్పిన యుద్ధ ప్రణాళికను అనుసరిద్దాం. ఒక్కటి తప్ప. ఎర నేను. నువ్వు ఓడలను నడిపించు.'

కుంభకర్ణుడు నిర్ఘాంతపోయాడు. 'వద్దు, అన్నా!'

'కుంభా...'

'వద్దు.'

'నువ్వు తరచుగా నాకోసం ఏమైనా చేస్తానంటావుగా.'

'అవును అన్నాను. చేస్తాను కూడ. నా ప్రాణాన్ని పణంగా పెడతాను. మీరు యుద్ధం గెలుస్తారు.'

'కుంభా, నేను అంతకన్న చాలా కష్టమైన దానిని చేయమని అడుగుతున్నాను. నా ప్రాణాన్ని పణంగా పెట్టటానికి అంగీకరించు.'

'అది కుదరదు, అన్నా.'

'కుంభా, చెప్పేది విను...'

'వినను!'

'కుంభా, అహంకారి, మూర్ఖుడైన దశరథుడు నన్ను ద్వేషిస్తాడు... అతను ఆవేశంగా ప్రవర్తించేలా చేయగలిగిన వాణ్ణి నేను. నేనే ఇక్కడ ఉండాలి.'

'అయితే నేను మీతో ఉంటాను, మామ మారీచుడు ఓడలకు నేతృత్వం వహిస్తాడు.'

'నా ప్రాణం ప్రమాదంలో ఉంటుంది, కుంభా. నన్ను కాపాడగలిగేది నువ్వొక్కడివే అని నా నమ్మకం.'

'అన్నా...'

'నేను చనిపోకుండా ఉండాలని నిశ్చితంగా ఉండేది నువ్వొక్కడివే.'

కుంభకర్ణుడు తన చేతులని రావణుడి నోటిపైన ఉంచాడు. 'ష్ ష్ ష్! అమ్మ మీకు చెప్పింది మీ మృత్యువు మాట మీ నోటితో అనొద్దని. దేవుడు మీకు నోరిచ్చింది పిచ్చి మాటలు మాట్లాడడానికి కాదు.'

'అయితే మళ్ళీ నేనిటువంటి మాటలు మాట్లాడకుండా సునిశ్చితం చేసుకో. ఓడలకి నేతృత్వం వహించు.'

'అన్నా!' కుంభకర్ణుడలసిపోయాడు.

'ఇది నా ఆదేశం కుంభా! నేను కేవలం నిన్ను మాత్రమే నమ్మగలను. నా కోసం నువ్విది చెయ్యాలి. ఓడలు సరైన సమయంలో నడిచేలా నువ్వు చూడాలి.'

కుంభకర్ణుడు ఏమీ అనకుండా, రావణుడి చేతులు గట్టిగా పట్టుకున్నాడు.

'రేపు విజయం మనదే' రావణుడన్నాడు. 'మళ్ళీ మన యుగం ఆరంభమౌతుంది. చరిత్ర ఎన్నడూ రావణ, కుంభకర్ణుల పేర్లు మరవదు.'

మర్నాడు రెండో ప్రహర నాలుగో గంటకల్లా రావణుడు యుద్ధానికి సిద్ధంగా ఉన్నాడు. తన యుద్ధాశ్వానెక్కి, ముందు వరుసలో ఉండి నిరీక్షిస్తున్నాడు.

శత్రువులకు, తన అనుచరులు కొందరికి బాగా ఆశ్చర్యం కలిగిస్తూ కోట గోడల లోపల సురక్షితంగా ఉండకుండా రక్షణ ప్రయోజనాలు వదులుకున్నాడు. బదులుగా సముద్రతీరంలో కోట గోడల బయట– ప్రామాణికమైన చతురంగ రూపంలో తన యాభై వేల సైన్యాన్ని, దాదాపు తన సైన్యాన్నంతటినీ నిలిపాడు.

ఇప్పుడు లంక వాసులకు ముందు శత్రువులు, వెనుక కోటగోడలు ఉన్నాయి. సులభమైన లక్ష్యాలుగా దశరథుడికి, అతని సైన్యాలకు అనిపింపచేస్తూ.

సప్తసింధు యోధులకు లంక వాసులు వేసిన ఎర. వాళ్ళు ఎరకోసం ఎగబడ్డారు.

అయోధ్య చక్రవర్తి తన సైన్యాన్ని సముద్ర తీరంలో సూచీ వ్యూహంలో నిలిపాడు. భూమి వైపు నుంచి కోటపై దాడి చేయడం మంచిది కాదని దశరథుడికి తెలుసు. రావణుడి దళాలు కోట చుట్టూ ముళ్ళ కంపలు వేశాయి. ఒక్క సముద్రతీరంవైపున ఉన్న గోడవైపున అవి వేయలేదు. దశరథుడి సైన్యం ముళ్ళ కంపలు తీసేసి కోటవైపు మార్గం వేసుకోవచ్చు, కాని దానికి కొన్ని వారాల సమయం పడుతుంది. లంక

సైన్యం కరచాప చుట్టూ ఉన్న భూములను తగలబెట్టడంతో, కోట బయట ఆహారం, నీళ్ళు దొరకని పరిస్థితి. అలా వెళ్ళడం ఆచరణ సాధ్యం కాదు. సైన్యం తమ ఆహార నిల్వలు అయిపోకముందే దాడి చెయ్యాలి.

దశరథుడు కొంచెం ఆగి రావణుడు సముద్రతీరం వైపున తప్ప మిగిలిన అన్ని వైపులా దారి ఎందుకు మూసేశాడు అని ఆలోచించాల్సింది. అయోధ్య రాజు తన విఖ్యాతమైన యుద్ధజీవితంలో ఎన్నడూ ఓడిపోలేదు. వ్యూహాత్మకమైన అంతఃప్రేరణలు అతన్ని అప్రమత్తం చేసి ఉండాల్సింది. కాని ముందురోజు రావణుడన్న అవమానపు మాటలు ఇంకా అతని మనసులో అలాగే ఉన్నాయి. వివేకాన్ని పనిచేయనీయకుండా అహం అడ్డుపడింది.

సముద్రతీరం చాల పెద్దదే గాని పెద్ద సైన్యం పట్టేంత కాదు – అందుకని దశరథుడు సూచీ వ్యూహాన్ని పన్నాడు. సైన్యంలో శ్రేష్ఠమైన దళాలు అతని పక్కన ఉంటాయి, ముందు వరుసలో. మిగిలిన సైన్యం వాళ్ళ వెనక ఉంటుంది. మొదటి వరుసలోని వాళ్ళు లంకసైన్యం మీద దాడిచేసి, ఇరవై నిముషాల తరవాత వెనక్కి వెళ్ళి, తరువాతి వరుసలో యోధులు ముందుకు వచ్చి దాడి చేసే అవకాశం ఇస్తారు. లంక సైన్యంపైన అవిశ్రాంతంగా యుద్ధం చేస్తూ దాన్ని చెల్లాచెదురు చేస్తారు.

కేకయ రాజు అశ్వపతి, దశరథుడి మామ. అతనికి మాత్రం ఈ వ్యూహం పట్ల సందేహాలున్నాయి. ఏదైనా ఒక సమయంలో తమ సైన్యంలో కొద్దిమంది మాత్రమే యుద్ధం చేస్తుంటారని, మిగిలిన చాలామంది వెనుకే ఉండిపోతారని చెప్పాడు. విశాలమైన చోట కాకుండా ఇరుకైన సముద్ర తీరంలో యుద్ధం జరిపేలా చేసి, సప్తసింధు పెద్ద సైన్యానికున్న ప్రయోజనాన్ని రావణుడు ప్రతికూలంగా చేశాడని అన్నాడు. కాని ఆత్మవిశ్వాసంతో ఉన్న దశరథుడు అశ్వపతి సంశయాలు పట్టించుకోలేదు.

దశరథుడి దృష్టిలో, లంక వాసులు అత్యాధునిక యుద్ధతంత్రాలు తెలియని వ్యాపారులు. మూర్ఖంగా కోట బయట దళాలు నిలపడంతో రావణుడికి, అతని దళాలకి తామేం చేస్తున్నామో తెలియదని అతననుకున్నాడు.

దూరంగా, తీరానికి చివర అటువైపున ఉన్న రావణుడు తన కుడివైపుకి చూశాడు. అతని ఓడలు రెండు కిలోమీటర్లకు పైగా దూరంలో సముద్రంలో లంగరు వేసి ఉన్నాయి. చిన్న నావలు కనిపించడం లేదు. కుంభకర్ణుడు అతని ఆదేశాలు సంపూర్ణంగా పాటిస్తున్నాడు.

రావణుడు చూపు తిప్పి సప్తసింధు సైన్యాన్ని చూశాడు. అహంకారులు, మితిమీరిన ఆత్మవిశ్వాసంగల శత్రువులు విశాలంగా ఉన్న తన ఓడల అగ్రభాగాన్ని పరిశీలించడానికైనా గూఢచారి నావలు పంపలేదు. వాళ్ళు ఆ పని చేసి ఉండాల్సింది.

అతని పెదవులపై చిరునవ్వు. శుద్ధ మూర్ఖులు.

రావణుడు తన భుజాలు, చేతులు విరుచుకున్నాడు. యుద్ధంలో అత్యంత విసుగు పుట్టించేది నిరీక్షణ. శత్రువులు దాడిచేస్తారని నిరీక్షించడం. మరో విషయం గురించి ఆలోచించలేరు. శక్తిని వ్యర్థం చేసుకోలేరు. అలసిపోవద్దని, శత్రువులను దుర్భాషలాడుతూ అరవద్దని, యుద్ధ నినాదాలు చేస్తూండవద్దని సైన్యాన్ని హెచ్చరించాడు. మౌనంగా నిరీక్షిస్తూండమని ఆదేశించాడు.

దశరథుడు తన సైనికులకు అటువంటి ఆదేశాలు ఏమీ ఇవ్వలేదు. వాళ్ళు యుద్ధ నినాదాలు చేస్తున్నారు బిగ్గరగా. వాళ్ళ గొంతులు వెర్రిగా వినిపిస్తున్నాయి. ఉన్మాదరసాన్ని వేగంగా పరిగెత్తేలా చేస్తున్నారు. దానితో తమకు తామే అలసట కొని తెచ్చుకుంటున్నారు.

రావణుడు యుద్ధంలో తాను ధరించే విశిష్టమైన శిరస్త్రాణాన్ని ధరించాడు. దానికిరుపక్కలా బెదిరిస్తూ ఆరంగుళాల రెండు కొమ్ములుంటాయి. అది అతని శత్రువు దశరథుడికి సవాలు:

నేనిక్కడున్నా. వచ్చి నన్ను పట్టుకో.

దశరథుడు సుశిక్షితమైన, స్ఫుటంగా కనిపిస్తున్న యుద్ధాశ్వం మీద నుంచి, తన సేనావాహినిని చూస్తున్నాడు. ఆత్మవిశ్వాసంతో సైనికులను చూశాడు. వాళ్ళు ఉగ్రంగా, కర్కశంగా ఉన్నారు. కత్తులు దూసి, యుద్ధం చేయాలనే ఉత్సుకతతో ఉన్నారు. అశ్వాలు కూడా ముందుకురకడానికి సిద్ధంగా ఉండడంతో, సైనికులు వాటిని కళ్ళేలు పట్టుకుని ఆపుతున్నారు. దశరథుడికి వెంటనే ప్రవహించే రక్తం వాసన కూడా తగిలింది; విజయానికి దారితీసే మారణకాండ!

దూరంగా ఉన్న లంక సైనికులను, వారి నాయకుడిని కళ్ళు చిట్లించుకుని చూశాడు. చివరి సమావేశంలో రావణుడన్న మాటలు గుర్తు వచ్చి కోపం కట్టలు తెంచుకుంది. మూర్ఖ వ్యాపారి తన కోపాగ్నికి ఆహుతవుతాడు. అతను కత్తిని తీసి పైకెత్తి పట్టుకున్నాడు, కోసల రాజ్యానికి రాజధానియైన అయోధ్య రణనినాదం పలికాడు.

అయోధ్యతః విజేతారః

అజేయ నగర అజేయులు!

అతని సైన్యంలో ప్రతి ఒక్కరు అయోధ్య పౌరుడు కాదు, అయినా వారు కోసల పతాకం తరఫున యుద్ధం చేయడానికి గర్వపడుతున్నారు. చక్రవర్తి యుద్ధ నినాదాన్ని వాళ్ళు పునరుద్ఘాటించారు. అయోధ్యతః విజేతారః!'

తన కత్తిని కిందికి దించి, గుర్రాన్ని అదిలిస్తూ, దశరథుడు గర్జించాడు. 'అందరినీ నరకండి! కనికరించవద్దు!'

'కనికరించవద్దు!' నిర్భయుడైన తమ ప్రభువు వెనకే వెళుతున్న మొదటి వరుస సైనికులు మళ్ళీ ప్రతిధ్వనింపజేశారు. వేగంగాను, నిర్భీతిగా స్వారీ చేస్తూ స్వయం వినాశనానికి వెళ్ళారు.

దశరథుడు, అతని శ్రేష్ఠ యోధులు సముద్రతీరంలోని లంక సైనికులవైపు దూకుడుగా వెళుతుంటే, రావణుడి సైన్యం కదలకుండా నిలబడి ఉంది. శత్రువు అశ్విక దళం కొన్ని వందల మీటర్లలోపుకి రాగానే, రావణుడు ఊహించని విధంగా గుర్రాన్ని తిప్పి, ముందు వరుస నుంచి వెనక్కి వెళ్ళిపోయాడు. అయినా అతని సైనికులు కదల్లేదు.

రావణుడి వ్యూహం స్పష్టం– ముఖ్యమైనది విజయం. మగతనాన్ని, ధైర్యాన్ని ప్రదర్శించడం కాదు. అయితే క్షత్రియోచిత విధానాలలో పెరిగిన దశరథుడికి వ్యక్తిగత సాహసం ముఖ్యం. నాయకుడికి ఉండాల్సిన వీరోచితసాహసం. రావణుడి పిరికితనం అతనికి ఆగ్రహం తెప్పించింది. ముందు వరుస లంక సైనికులను నేలకూల్చి రావణుడిని చేరటానికి గుర్రాన్ని పరిగెత్తించాడు. అయోధ్య సైనికులు కూడ తమ ప్రభువు వెంట కదిలారు.

రావణుడు కచ్చితంగా ఆశించినది ఇదే. ముందువరుసలో ఉన్న లంక సైనికులు పనిలో దూకారు. సైనికులు హఠాత్తుగా కత్తులు కిందపడవేసి, తమ కాళ్ళ దగ్గరున్న అసాధారణంగా పొడవుగా ఉన్న బల్లేలు చేతిలోకి తీసుకున్నారు. అవి దాదాపు ఇరవై అడుగుల పొడవున్నాయి. చెక్కతోను, లోహంతోను చేశారు వాటిని. ఒక్కోదాన్ని కింద నుంచి పైకి లేపటానికి ఇద్దరు మనుషులు అవసరం. వీటికి రాగితో చేసిన పదునైన మొనలున్నాయి. సైనికులు ఈ బల్లేలను తమకెదురుగా వస్తున్న దశరథుడి అశ్విక దళానికి గురిపెట్టారు.

గుర్రాల మీదున్న సైనికులు సమయానికి తమ గుర్రాలను అదుపు చేయలేక బల్లేలకు ఎదురువెళ్ళడంతో, ఏమరుపాటుగా ఉన్న గుర్రాలకు అవి గుచ్చుకున్నాయి.

ఆశ్వికులు ముందుకు పడగా, గుర్రాలు వారి కింద పడ్డాయి. దశరథుడి ఆశ్వికులు యుద్ధం మొదలుపెట్టకముందే నిలువరించబడగా, లంక విలుకాళ్ళు కరచాప కోట గోడలపైన ప్రత్యక్షమయ్యారు. వాళ్ళు కోటగోడల మీద నుంచి వెనుక ఉన్న దశరథుడి దళాలపై బాణాల వర్షం కురిపిస్తూ సప్తసింధు సైన్యాన్ని హతమారుస్తున్నారు.

గాయపడిన గుర్రాల మీద నుంచి కిందపడిన దశరథుని యోధులు శత్రువుతో ముఖాముఖి తలపడేందుకు సిద్ధమయ్యారు. వారి రాజు ఆవేశంగా తన దారికి అడ్డువచ్చిన వాళ్ళనందరినీ చంపుతున్నాడు. కాని తన చుట్టూ తన సైనికులు చనిపోవడం, లంక సైన్యం వేసిన బాణాలతో సుశిక్షితులైన యోధులు శరవేగంగా హతులవడం చూశాడు. కొన్ని నిముషాల తర్వాత తన జెండాను పట్టుకున్న సైనికుడికి సైగ చేశాడు. అతడు ప్రతిస్పందనగా తన జెండాను పైకి లేపాడు. అది వెనక ఉన్న సైనికులను, ముందు వరుసలోని వారికి సాయంగా రమ్మని చెప్పే సంకేతం.

ఈ క్షణం కోసమే రావణుడు ఎదురుచూస్తున్నాడు.

కుంభకర్ణుడి ఆదేశాలతో లంక ఓడలు హఠాత్తుగా లంగరెత్తాయి. పెద్ద ఓడలు ఎప్పుడూ రేవులో లంగరేయడానికి చోటు లేకపోతే సముద్రంలోనే తీరానికి దూరంగా లంగరేస్తాయి. నావికాదళాన్ని చిన్న నావలలో సముద్ర తీరానికి చేరుస్తారు. కాని కుంభకర్ణుడు చిన్న నావలను దించలేదు. ఓడలనే సముద్ర తీరానికి నడపమని ఆదేశించాడు. అప్రమత్తంగా ఉన్న నావికులు తెడ్లను వేగంగా వేస్తూ తీరంవైపు ఓడను తేసాగారు. తెరచాపలను పూర్తిగా తెరవడంతో గాలివాటం కూడా తోడైంది. నిముషాల్లోనే ఓడపై భాగం నుంచి దశరథుడి సైన్యంపై శరపరంపర కురిసింది. ఓడలలో ఉన్న లంక సైనికులు సప్తసింధు దళాలను చీల్చి చెండాడారు.

దశరథుడి సైన్యంలో ఎవరూ శత్రువుల ఓడలు అంతవేగంగా సముద్రతీరానికి వస్తాయని ఊహించలేదు; సాధారణంగా అలా వస్తే వాటి అడుగు భాగం పగిలిపోతుంది. వాళ్ళకి తెలియనిదేమిటంటే ఇవి రెండు విధాలుగా ప్రయాణించడానికి వీలుగా తయారుచేసినవని. వీటి అడుగుభాగం నేల ఒత్తిడికి తట్టుకొనగలిగేలా రూపొందించారని. ఓడలు సముద్ర తీరం చేరగానే, ఓడ అగ్రభాగంలో వెడల్పుగా ఉన్న విల్లువంటి భాగం తెరచుకుని ఓడ నుంచి కిందికి దిగే మార్గం ఏర్పరచింది. దానిని ఓడ అడుగు భాగంలో కొక్కేలకు బిగించారు. తెరచుకున్న విల్లువంటి భాగం ఇసుకమీద వాలడంతో ఏటవాలుగా మార్గం

ఏర్పడింది. దాన్నించి పశ్చిమ దేశాల నుంచి దిగుమతి చేసుకున్న పెద్ద అశ్వాల మీద ఆశ్వికులు సముద్రతీరంపైకి వచ్చేశారు. వస్తూ వస్తూ తమకు అడ్డు వచ్చిన వారందరినీ హతమార్చారు.

సప్తసింధు సైనికులు రెండు వైపుల నుంచి పోరాడుతున్నారు. ముందు వరుసలోని వాళ్ళు కరచాప కోట గోడల మీదున్న రావణుడి సైనికులతో, వెనుక ఉన్నవారు అనుకోకుండా కుంభకర్ణుడి నేతృత్వంలో ఓడల్లోంచి దిగిన సైనికులతో.

నిపుణుడైన యోధుడి సుశిక్షితమైన సహజాత ప్రవృత్తి దశరథుడిని వెనక ఉన్న సైన్యానికి ఏదో ఘోరం జరుగుతోందని హెచ్చరించింది. పోరాడుతున్న మానవ సముద్రం దాటి చూడాలని ప్రయత్నిస్తుండగా దశరథుడికి తన ఎడమ వైపు హఠాత్తుగా ఏదో కదిలినట్లు అనిపించి, డాలు ఎత్తి పట్టుకున్నాడు. సమయానికి అలా లంక సైనికుడు కొట్టే దెబ్బనుంచి తప్పించుకున్నాడు. కోపంగా గర్జిస్తూ అయోధ్య రాజు తన మీద దాడి చేసిన లంక సైనికుడిపై క్రూరంగా వేటు వేశాడు. లంక సైనికుడు వెనక్కి పడ్డాడు. కడుపు చీలిపోయి రక్తం ఎగజిమ్మింది. దానితోపాటుగా గులాబీరంగులో ఉన్న పేగులు కూడ వేగంగా బయటపడ్డాయి. దశరథుడు తిరిగి తన వెనక్కి, వెనక ఉన్న తన సైన్యాలు చూశాడు.

'వద్దు!' అని అరిచాడు.

అతనెప్పుడూ ఊహించని సంఘటన అతని కళ్ళముందు జరుగుతోంది. విలుకాళ్ళ బాణాలతోను, ముందు కోటగోడల పై నున్న సైనికుల దాడితోను సతమతమవుతూ, వెనక నుంచి లంక ఆశ్వికదళం దాడి చేస్తుండగా, అజేయులైన అతని సైన్యంలో మనోధైర్యం వేగంగా సన్నగిల్లుతూ వస్తోంది. తన సైన్యంలో కొందరు వరుసల్లోంచి వెనక్కి పారిపోవడం చూశాడు.

'వద్దు!' అంటూ గర్జించాడు. 'పోరాడండి! పోరాడండి! మనం అయోధ్యవాసులం! అజేయులం!'

ఈలోగా, అంతా తాను అనుకున్నట్టుగా జరుగుతుండడంతో, రావణుడు తన గుర్రాన్ని అదిలించి, కొందరు సైనికులతో సముద్రతీరంలో ఎడమవైపుకు వెళ్ళాడు. ఇక్కడున్న చీలిక నుంచే అయోధ్య సైనికులు ఆక్రమణ చేసే వీలుంది. సుశిక్షితులైన తన ఆశ్వికదళంతో దారి చేసుకుంటూ కాల్బలాన్ని తప్పించుకుంటూ ముందుకు కదిలాడు. కుంభకర్ణుడు వెనక ఉన్న సైన్యాన్ని హతమారుస్తున్నపుడు కోటగోడల దగ్గర అతను తన స్థానంలో ఉండాలి.

రావణుడికి దశరథుడిని చంపాలనే ఆసక్తి లేదు. ఈ సమయంలో అది పట్టించుకోదగిన విషయం కాదు. అతని దృష్టి అంతా విజయం మీద. దాన్ని సాధించడానికి అయోధ్య సైన్యం చేసే ఈ చివరి ప్రతిదాడిని కూడ గెలవాలి.

నిదానంగానే అయినా నిశ్చయంగా, కోటగోడలపైన ఉన్న సైనికుల చేతిలో ముందున్నవారు, కుంభకర్ణుని చేతిలో వెనుక ఉన్నవారు హతులవుతూ ఉండడంతో, దశరథుడి సైన్యం కకావికలైంది. అన్ని శ్రేణుల్లోను అలజడి నెలకొంది. కొంచెంసేపటిలోనే కళవళపడిన సైన్యం వెనుతిరిగిపోసాగింది.

ఇంక అది యుద్ధంలా లేదు. మారణకాండ. అయినా రావణుడు ఆగలేదు. యుద్ధం ఆపమని ఆదేశించలేదు. కనికరం చూపడానికి సైన్యానికి అనుమతివ్వలేదు.

అతని ఆదేశాలు స్పష్టం. వాటిని బిగ్గరగా చెప్పాడు: 'అందర్నీ చంపెయ్యండి! కనికరం వద్దు! అందర్నీ చంపెయ్యండి!'

సైన్యం అతని ఆదేశాలు పాటించింది.

౨౦

20వ అధ్యాయం

రావణుడు ఆలోచిస్తున్నట్లుగా ఖాళీగా ఉన్న తన పాన పాత్రని వేలితో కొడుతున్నాడు. గదిలో ఒక చివర పక్కగా నిలబడ్డ సేవకుడు ముందుకు రాబోయాడు. ఈలోగా అన్నగారి పాత్ర నింపడానికి కుంభకర్ణుడు ఆసనం నుంచి లేవడం చూసి అతనాగిపోయాడు.

కుంభకర్ణుడు పానపాత్రలో మదిరపోసి, తన పానపాత్రనూ నింపుకున్నాడు. తరవాత సేవకుడిని వెళ్ళిపొమ్మని సైగ చేశాడు. అతను నమస్కరించి, గదిలోంచి వెళ్ళిపోయాడు.

కరచాప యుద్ధంలో సప్తసింధు సైన్యం ఓడిపోయి అయిదు నెలలైంది. తన రెండో భార్య, కేకయరాజు అశ్వపతి కుమార్తె కైకేయి చూపిన ధైర్యసాహసాల వల్ల దశరథుడు ఎలాగో ప్రాణాలు దక్కించుకున్నాడు.

'మనం చక్రవర్తిని చంపి ఉండాల్సింది అంటారా?' మదిరను గుటక వేస్తూ, సుఖాసనంలో కూర్చుంటూ అన్నగారిని అడిగాడు కుంభకర్ణుడు.

'నేను ఆ దిశలో ఆలోచించాను,' రావణుడు తల ఊపుతూ అన్నాడు. 'కాని ఇది ఇలా జరగడమే మంచిదేమో. యుద్ధరంగంలో త్వరగా చావడం అతనికి వరమయ్యేది. ఓటమి వల్ల కలిగిన అవమానంతో అతని ఆత్మ దినదినం చస్తుంది. సైన్యం ఓడడం, మనం బలవంతంగా చేయించిన ఒప్పందం, అతని మానసిక ప్రశాంతతను నాశనం చేస్తాయి. అస్థిరమైన, అభద్రతాభావం గల నాయకుడితో సప్తసింధు మనోధైర్యం పుంజుకోదు. సామ్రాజ్యాన్ని మనం నిదానంగా పిండుతూంటే, వాళ్ళు మనకెన్నటికీ సమస్యలు సృష్టించలేరు. దశరథుణ్ణి చంపి ఉంటే అతను అమరవీరుడయ్యే వాడు. అమరవీరులు ప్రమాదకారులు. వాళ్ళు తిరుగుబాట్లు ప్రేరేపించ గలరు.'

'అయితే రాణి కైకేయి వీరత్వం వాస్తవంగా మనకి సహాయ పడిందని అనుకుంటున్నారు మీరు.'

'ఆమె మనకి సహాయం చెయ్యాలనుకోలేదు, తన భర్తని రక్షించుకోవాలనుకుంది. ఆమె వీర వనిత. కృతజ్ఞతా హీనులైన ఆమె ప్రజలు ఆమెని సరిగా అర్థం చేసుకోరనడంలో నాకేం సందేహం లేదు. తమ నాయకులను ఎలా గౌరవించుకోవాలో వాళ్ళకి తెలియదు.'

'వాస్తవానికి చక్రవర్తి దశరథుడికి, ఆయన మొదటి భార్య కౌసల్యకు మనం కరచాపలో ఆయనని ఓడించిన రోజే కొడుకు పుట్టాడు. వాళ్ళు అతనికి రాముడు అని పేరు పెట్టారు.'

'విష్ణువు పేరా?' రావణుడు అడిగాడు, వెటకారంగా నవ్వుతూ. రాముడనేది ఆరో విష్ణువు పరశురాముడి పేరు. 'ఆ బిడ్డని గురించి వాళ్ళు చాలా ఆశలు పెట్టుకుని ఉంటారు.'

'నవ్వొచ్చే విషయమేమిటంటే, కరచాపలో వాళ్లు ఓడిపోయినందుకు పాపం ఆ పసివాడిని నిందిస్తున్నారు. అతను వాళ్ళకి దురదృష్టం తెచ్చాడని.'

'అయితే మన విజయానికి, నేను తెలివిగా పన్నిన యుద్ధ వ్యూహాలకు సంబంధం లేదా? ఇదంతా ఒక రాణి ప్రసవానికి వెళ్ళినందుకు జరిగిందా?' రావణుడు నవ్వాడు.

కుంభకర్ణుడు కూడా నవ్వాడు.

'మీరు తరచుగా నవ్వుతుండాలి, అన్నా, వేదవతి గారికి కూడ ఇలా ఉంటే ఇష్టం,' అన్నాడు.

'నాకు పదే పదే ఇలా చెప్పడం మానెయ్.'

'కాని ఇది నిజం.'

'నీకెలా తెలుసు ఇది నిజమని? ఆవిడ ఆత్మ వచ్చి నీకీ విషయం చెప్పిందా?'

కుంభకర్ణుడు తలూపాడు. 'అన్నా, ముఖంలో చిరునవ్వుతో ఆమెని తలుచుకోలేకపోతే మీకు ఉపశమనం దొరకదు. ఆమె గుర్తొచ్చినప్పుడల్లా మీరు విచారానికి, ఆగ్రహానికి లోనైతే, అందమైన స్మృతిని విషంగా మార్చుకుంటారు. జరిగి ఎన్నోఏళ్ళయింది. అదంతా మర్చిపోయి ముందుకు సాగాలి.'

'ఆవిడెలా చనిపోయిందో మర్చిపొమ్మని చెబుతున్నావా నాకు? నేను అదంతా మర్చిపోయి మూర్ఖుడిలా బ్రతకాలా?' రావణుడు కోపంగా అన్నాడు.

కుంభకర్ణుడు శాంతంగా ఉండిపోయాడు. 'నేనలా అనలేదు. ఆవిడెలా చనిపోయిందో మర్చిపోవడం మనకెలా సాధ్యమౌతుంది? కాని ఆవిడ జ్ఞాపకం అదొక్కటే కాదుగా మనకి? కదా? ఆవిడ వదిలివెళ్ళిన ఎన్నో జ్ఞాపకాలలో అదొకటి. మిగిలిన జ్ఞాపకాలను కూడ గుర్తు చేసుకోండి. ఆమెతో గడిపిన ఆనందక్షణాలు. అప్పుడే ఆవిడ గుర్తొచ్చినపుడల్లా మీరు విచారంతో కుంగిపోరు.'

'బహుశా నాకు విచారం ఇష్టమేమో. అది నాకు సుఖంగా అనిపిస్తుంది.'

'దేనితోనైనా ఎక్కువ సమయం గడిపితే, దాన్ని మీరు ఇష్టపడడం ఆరంభిస్తారు, చివరికి విచారాన్ని కూడా.'

రావణుడు తలూపాడు. ఇంక ఈ విషయం గురించి సంభాషణ వద్దన్నట్లుగా స్పష్టమైంది.

కుంభకర్ణుడు మౌనంగా ఉండిపోయాడు.

'సరే మొదటి విడత యుద్ధ నష్టపరిహారం సిగిరియాకు ఎప్పుడుచేరుతుంది?'

'కొన్ని వారాల్లోనే అన్నా. లంక సంపన్న దేశం నుంచి ఇంకా సంపన్నదేశం అయిపోతుంది. ప్రపంచంలోనే అత్యంత సంపన్న దేశం బహుశా.'

కరచాప యుద్ధానికి ముందు లంకకు సప్తసింధుతో వ్యాపారం వలన లాభాల్లో పదిశాతం మాత్రమే లభించేది. తొంభై శాతం సామ్రాజ్యానికి ప్రతినిధి అయిన అయోధ్యకు దక్కేది. అయోధ్య దానిని తన సామంత రాజ్యాలతో పంచుకునేది. యుద్ధం తరవాత రావణుడు ఏకపక్షంగా అయోధ్య వాటాను తొమ్మిది శాతానికి తగ్గించి, మిగిలింది లంకకు ఉంచేశాడు. ఇంకా ఇంతేకాకుండా సప్తసింధులో తయారైన వస్తువుల ధరలను విపరీతంగా తగ్గించేశాడు. అది చాలదన్నట్టు అంతకు ముందు మూడేళ్ళు చెల్లించిన సొమ్ములో కొత్త లెక్కల ప్రకారం అదనంగా ఉన్న సొమ్మును యుద్ధ నష్టపరిహారంగా ఇవ్వమని చెప్పాడు. దళారీ వాటా లాభాలను ఇంతగా తగ్గించడం వల్ల కాలక్రమంలో సామ్రాజ్యం బాగా పేదదైపోతుందని, లంక బాగా సంపన్నమవుతుందని రావణుడికి తెలుసు. లంకకు వస్తున్న పెరిగిన లాభాల్లో సగం వాటా ఎలాగూ తనదే కాబట్టి తను కూడా ఆశ్చర్యకరంగా ధనవంతుడైపోతాడు. శక్తిమంతుడవుతాడు.

'తరవాతేమిటి, అన్నా?'

ఆ గదిలో ఉన్న పెద్ద కిటికీ దగ్గరికి రావణుడు వెళ్ళి బయట ఉన్న పచ్చని ఉద్యానవనాలను చూశాడు. సిగిరియాలో అతని భవంతి ఏకశిలపై నిర్మించిన

కుబేరుడి ప్రాసాదానికి చాలా దగ్గరలోనే ఉంటుంది– కుబేరుడు లంకలో ప్రధాన వ్యాపారి. ప్రపంచంలోనే అత్యంత సంపన్నుడు.

కుబేరుడికి యుద్ధ తంత్రం గురించి అంతగా తెలియకపోవచ్చు కానీ, తన అపార సంపదను రక్షించుకోవలసిన అవసరం అతనికి తెలుసు. గత కొన్ని దశాబ్దాలుగా నగర రక్షణ వ్యవస్థలను బాగా మెరుగుపరచాడు. సిగిరియా చుట్టూ పెద్ద పెద్ద బండరాళ్ళున్న కొండలున్నాయి. ఆ బండ రాళ్ళ శిఖరాల చదును భాగాలపైన ఉన్న నిర్మాణాలలో సైనికులుంటారు. వాళ్ళు అక్రమ చొరబాటుదారులతో అంత ఎత్తుమీద నుంచి పోరాడుతారు. వీరికి అదనంగా నగరం చుట్టూ ఉన్న బలమైన గోడలు, అగడ్తలు ఉన్నాయి.

కుబేరుడు ఒక్క భద్రతని మాత్రమే పట్టించుకోలేదు. బట్టలు, ఆభరణాల విషయంలో ఘోరమైన అభిరుచి ఉన్నా, వాస్తు కళ విషయంలో మాత్రం ఆశ్చర్యకరంగా మంచి అభిరుచి ఉంది. అసలు ముందే అందంగా ఉన్న నగరాన్ని మరింత హుందాగా, సొగసుగా తీర్చిదిద్దాడు.

నగరాన్ని పెద్ద పీఠభూమిలో నిర్మించారు. మనోహరమైన తోటలు, రహదారులున్నాయి. జలమార్గాలు, భూగర్భ జలమార్గాలతో చక్కగా పెంచిన పచ్చికలు, ప్రధాన రహదారులపై పొడవుగా నిరంతరం పచ్చగా ఉండే చెట్ల కొమ్మలు వ్యాపించి ఉన్నాయి. నగరం లోపల ఉన్న బండరాళ్ళను కూడ ఉద్యానవనాలుగా తీర్చిదిద్దారు. సిగిరియా వాసులు వాటిని రాళ్ళ ఉద్యానవనాలు అంటారు. చక్కని జలయంత్రాలు అమర్చి వాటి శోభను, అందాన్ని పెంచారు. వేడుకలు జరిపే విశాలమైన గదులు, గ్రంథాలయాలు, రంగస్థల శాలలు, జలవిహారానికి సరస్సులు, ఇంకా నాగరక జీవనానికి అవసరమైన అన్ని ఏర్పాట్లు ఉన్నాయి. లంక బృహద్వైదిక ప్రపంచంలో ఒక భాగం. నగరంలో వివిధ వైదిక దేవతా మందిరాలున్నాయి. వాటిలో అన్నిటికన్నా పెద్ద దేవాలయం ఆరవ విష్ణువు, మలయపుత్ర తెగ సంస్థాపకుడు అయిన పరశురామ దేవుడిది. మహాఋషి విశ్వామిత్రుడే ఈ దేవాలయాన్ని స్వయంగా నిర్మించి ప్రాణప్రతిష్ఠ చేశారు.

అయితే రావణుడు సిగిరియా సొగసుతో ప్రభావితుడు కాలేదు. అతని దృష్టి అంతా సింహగిరి అని పిలిచే ఏకశిలపైన ఉంది. చుట్టూ ఉన్న గ్రామాల కన్న అది రెండొందల మీటర్ల ఎత్తున ఉంది. సిగిరియాకు ఆ పేరు ఆ శిలను బట్టే వచ్చింది; సంస్కృత పదం సింహగిరి నుంచి సిగిరియా వచ్చింది. ఈ ఏకశిలపైన కుబేరుడి

బృహత్ప్రాసాదం ఉంది. ఇది ప్రకృతి ఔదార్యాన్ని నేర్పుగా వినియోగించుకున్న మానవ కల్పనా విజయానికి ప్రతీక. విశాలమైనది, అయినా శోభాయమానమైనది.

ఈ ఏకశిల పాదం వద్ద అందంగా తీర్చిన ఉద్యానవనా లున్నాయి. తేమకు పాడుకాని ఇటుకలతో గోడలను నేర్పుగా కట్టారు. ఈ ఉద్యానాలను ఒకదానికంటే ఒకటి కొంచెం ఎత్తులో పెంచారు. మెలికలు తిరిగిన దారి శిలపై వరకూ ఉంది. దారి పొడవునా పచ్చని ఉద్యానాలు, జలయంత్రాలూ ఉన్నాయి. ఉత్తరం వైపున ఉన్న మార్గం సిగిరియాలో నిర్మితమైన వాస్తు కళాద్భుతానికి – సింహద్వారానికి – దారితీస్తుంది.

సింహద్వారమని ఎందుకంటారంటే ప్రవేశద్వారంపైన పెద్ద సింహం తలను చెక్కారు. ద్వారానికి ఇరువైపులా సింహం రెండు పాదాలు సగటు మనిషి ఎత్తులో ఉంటాయి. సిగిరియాలో పౌరులందరికీ కనిపించేలా ద్వారంపైన ఎత్తుగా దాని పెద్ద తల ఉంటుంది. ఆ శిలను బృహత్సింహాకారంలో పైనుంచి సింహం తన సామ్రాజ్యాన్ని పరికిస్తున్నట్టుగా ఉండేలా మలిచారు.

అత్యంత మనోహరమైన దృశ్యం అది.

ఏకశిల పైభాగంలో రెండు చదరపు కిలోమీటర్ల పరిధిలో కుబేరుడి బృహద్భవన సముదాయం ఉంది. కొలనులు, ఉద్యానాలు, వ్యక్తిగత నివాసాలు, న్యాయస్థానాలు, కార్యాలయాలు, ప్రపంచంలోనే అత్యంత సంపన్నుడికి కావలసిన సకల విలాసాలతో నిర్మించిన ప్రాసాదం.

'తర్వాతేమిటి అంటే దాన్ని స్వాధీనం చేసుకోవడం,' ఏకశిలను చూపిస్తూ చెప్పాడు రావణుడు.

'ఏమిటీ!' కుంభకర్ణుడు తన దిగ్భ్రాంతిని దాచుకోలేకపోయాడు. 'కుబేరుడిని వదిలించుకొనడానికి త్వరపడుతున్నట్టుగా లేదా అన్నా? మనం ఇంకా అంత బలంగా లేం, అదీ...'

రావణుడి భృకుటి ముడిపడింది. 'అదికాదు, అది.'

కుంభకర్ణుడు ఇప్పుడు శ్రద్ధగా చూపుడు వేలును అనుసరిస్తూ చూశాడు. రావణుడు చూపించేది సింహగిరిని, కుబేరుడి ప్రాసాదాన్ని కాదు. సింహద్వారం నుంచి పైకి వెళ్ళే మెట్లు ఏకశిలకు వందమీటర్ల కింద ఉన్న ప్రదేశానికి వెళతాయి. అది మధ్యలో ఉన్న మేడ భాగం. కొండలో తొలిచిన కాలిబాట మేడ మీదకు దారితీస్తుంది. ఆ గోడ పొడవునా ఒకే పరిమాణంలో ఉన్న ఇటుకలను అమర్చి,

దానిమీద తెల్లని లేపనం పూసి మెరుగుపెట్టారు. అది ఎంతగా మెరుస్తుందంటే అటుగా నడిచే వ్యక్తి తన ప్రతిబింబాన్ని దానిలో చూడవచ్చు. దాన్ని ఎందుకోగాని అద్దాల గోడ అంటారు. బృహత్సింహం ఆకారంలో ఉన్న ఆ రాతిని అద్దాలగోడ పై భాగంలో సింహానికి వస్త్రంతో చేసిన జీనులా తొలిచారు. ఆ జీను మీద అందమైన స్త్రీల బొమ్మలు చిత్రించి ఉన్నాయి. ఈ బొమ్మలు ఎవరివో ఎవరికీ తెలియదు. వాటిని త్రిశంకు కాశ్యపుడి కాలంలో తయారుచేశారు. చాలా శ్రద్ధగా వాటిని చెక్కుచెదరకుండా ఉంచుతున్నారు. ఈ చిత్రాలపైన, కాలిబాట పై పరిసరాల్లో, కుబేరుడి ప్రాసాదం ఉన్న చోట చిన్న ప్రసాదాలు వాటి వెనక విలాసమైన ఉద్యానాలు, చెరువులు, అగడ్తలు, పిట్టగోడలు పెద్ద ప్రాసాదానికి రక్షణగా ఉన్నాయి.

ఈ కింది అంతస్థుల భవనాలను రావణుడు చూపిస్తున్నాడు.

'మేఘదూతా?' కుంభకర్ణుడడిగాడు. కింది అంతస్తు భవనాలలో కొందరు వేశ్యలు, యవ్వనవతులైన కుబేరుడి భార్యలు ఉంటారు. కాని వీటిలో ఒకటి కుబేరుడి ప్రధానమంత్రి మేఘదూత్‌ది. అతడే ఆదాయాలు, పన్నులు, ఎగుమతి దిగుమతుల సుంకాలు, సాధారణ పరిపాలనకు అధికారి. లంక సైన్యానికి, రక్షక భటులకు రావణుడు అధికారి కావడంతో సైనిక శక్తి అంతా అతని అధీనంలో ఉంది. ధనానికి మేఘదూత్ అధికారి. ఇద్దరూ కలిసి కుబేరుడి రాజ్యాన్ని నడిపిస్తున్నారు. ఒకవేళ రావణుడికి గనుక మేఘదూత్ నిర్వహించే అధికారం కూడా ఉంటే అతను ప్రధాన వ్యాపారికన్న ఎక్కువ అధికారం కలిగి ఉంటాడు. ఆ తరవాత అతని స్థానాన్ని చేజిక్కించుకొనడం అవలీలగా చేయొచ్చు. రక్తరహిత యుద్ధం.

వాళ్ళిద్దరే ఒంటరిగా ఉన్నాగాని కుంభకర్ణుడు జాగ్రత్తగా మాట్లాడాడు. 'మనమేం చెయ్యాలో మీకు అర్థమైందా...'

'అర్థమైంది,' మధ్యలోనే రావణుడన్నాడు. 'కాని అది ప్రమాదంలా అనిపించాలి. లేకపోతే అతని స్థానంలోకి వెళ్ళటానికి నాకు కష్టమవుతుంది.'

'హమ్ మ్...'

'ఇది కష్టమైన పని. ఏ దోపిడీదొంగతోనో ఇది చేయించలేం. కళాకారుడు కావాలి.'

'నేనెవరినైనా వెదకుతాను,' కుంభకర్ణుడు ఆలోచిస్తూ అన్నాడు.

రావణుడు లంక ప్రధాన మంత్రి మేఘదూత్ ను హత్య చేయమని ఆదేశించి నెలైంది, కాని కుంభకర్ణుడికి ముందుకు వెళ్ళే మార్గం దొరకలేదు. చివరికి ఏం చేయాలో తోచక మేనమామ సాయం కోరాడు. ఈ రోజున ఆ పని చేయగలిగే మనిషి దొరికాడని మారీచుడు చెప్పాడు.

ఈ విషయం అన్నగారికి చెప్పాలని, అతని కోసం కుంభకర్ణుడు వెళ్ళాడు కాని అన్నగారెక్కడా కనిపించలేదు. చివరికి ప్రాసాదం లోపల ఉన్న రహస్య గదిలోకి వెళ్ళాడు. అన్నదమ్ములిద్దరికే దీనిలోకి ప్రవేశం, గోకర్ణంలోని రావణుడి గదిలోకి లాగ.

లోపలికి రాగానే, కుంభకర్ణుడు తలుపు తాళం వేశాడు. ఒక కాగడా వెలుగుతోంది. అన్నగారు లోపల ఉన్నాడు.

మసక వెలుగులో అతను చూసిన మొదటి వస్తువు బంగారు రేకు తాపడం చేసిన రావణహత. అది నేలమీద పడి ఉంది. పగిలిపోయింది. తీగలు తెగిపోయాయి. స్మశాన నిశ్శబ్దం అలముకున్న గదిలో ఎవరో ఏడుస్తున్న శబ్దం వినబడింది.

కళ్లు చీకటికి అలవాటు పడ్డాక, ఎత్తైన చెక్క పీట మీద తలుపు కానుకుని కూర్చుని ఉన్న రావణుడిని చూశాడు. తల దోసిలిలో పెట్టుకుని కుమిలి కుమిలి ఏడుస్తున్నాడు. వేదన, నిరాశలతో కూడిన గాఢమైన ఆక్రోశం.

రావణుడి ముందు చిత్రం గీసే బల్ల ఉంది. దాని మీద అస్పష్టంగా తెలిసిన బొమ్మ గీసి ఉంది కాని దాన్ని పిచ్చి పిచ్చి గీతలతో కనపడకుండా చెరిపేసి ఉంది. కుంభకర్ణుడికి ఈ చిత్రాన్ని అర్థం చేసుకొనడానికి ఒక క్షణం పట్టింది. అది వేదవతి అసంపూర్ణ చిత్రం. గర్భవతి, పరిపూర్ణ ఆకారంలో వేదవతి, బయటి రేఖలు గీసి వున్నాయి. రంగులు వేయడం మిగిలింది. కళ్ళు సగం గీసి ఉన్నాయి– ఇక్కడి వరకూ వచ్చి రావణుడు ఓడిపోయాడు.

నిర్దయగా హత్యలు జరిగిన రోజు నుంచే రావణుడు వేదవతి చిత్రాలు గీయడం మానేశాడని కుంభకర్ణుడికి తెలుసు. అప్పటివరకూ, అతని ఊహల్లో ఆమె క్రమంగా ఏటికేడాది పెరుగుతూ వచ్చింది. తన మనోనేత్రంతో ఆమె తన ముందు ఉన్నట్లుగానే చక్కగ చూసేవాడు. కాని ఆమె మరణం తర్వాత, చిత్రించాలనే ఇచ్ఛ కూడా చచ్చిపోయింది. మళ్ళీ ఇప్పుడు ఆమెను చిత్రించాలని ప్రయత్నిస్తున్నపుడు అతనికి ఆ వరమూ, ఆ సృజనాత్మక శక్తీ రెండూ నశించిపోయాయనిపించింది. అన్నగారి ఆగ్రహాన్ని, ఆక్రోశాన్ని తను కూడా పూర్తిగా అర్థం చేసుకోలేకపోయానని

కుంభకర్ణుడికి తెలుసు. కేవలం కళాకారుడికి మాత్రమే తన దేవతను, జీవితాంతం దొరికే స్ఫూర్తిని పోగొట్టుకున్న బాధ తెలుస్తుంది. ఎవరినైనా ప్రేమించిన వారికి మాత్రమే తాను ప్రేమించే వారిని కోల్పోతే ఎంత వేదన కలుగుతుందో అర్థమవుతుంది. దేవత దీవెన లభించిన అంకిత భావం గల భక్తుడికే, దేవతను దూరం చేయడం వల్ల ఆత్మ శూన్యమై ఎంత బాధ కలుగుతుందో తెలుస్తుంది.

కుంభకర్ణుడు నిశ్శబ్దంగా రావణుడి దగ్గరకు వెళ్ళాడు.

అన్నగారి పక్కన కూర్చుని అతని భుజం చుట్టూ చెయ్యి వేశాడు. రావణుడు పక్కకు తిరిగి తన ముఖాన్ని కుంభకర్ణుడి భుజంలో దాచుకుని ఎప్పటికీ ఉపశమనం లభించదేమో నన్నంతగా దుఃఖించాడు.

ఇద్దరూ ఏమీ అనకుండా కొంచెంసేపు ఒకరినొకరు పట్టుకుని కూర్చున్నారు. వారిద్దరూ పంచుకున్న బాధ అన్ని ఆలోచనలను, అన్ని మాటలనూ మింగేసింది.

రావణుడే నిశ్శబ్దాన్ని పారదోలాడు. 'నాకు లంక అధీనం.... కావాలి.... త్వరగా.'

'అలాగే, అన్నా.'

'నేను నాశనం చెయ్యాలి.... చెయ్యాలి... నికృష్టులను... సప్తసింధుని... పూర్తిగా నాశనం చెయ్యాలి...'

కుంభకర్ణుడు మౌనంగా ఉండిపోయాడు.

రావణుడు ప్రయత్నపూర్వకంగా తనను తాను నియంత్రించుకున్నాడు. 'ఆ హంతకుడిని తీసుకురా.'

'అలాగే, అన్నా'

'త్వరగా'

'తీసుకొస్తాను అన్నా.'

మూసుకుపోయిన మురుగు కాలవలో ఎక్కువ నీళ్ళు వదిలితే అది పొంగిపొర్లి చుట్టూ ఉన్న అన్నిటిని కలుషితం చేస్తుంది. ఎవరికైనా అత్యంత బాధ కలిగినపుడు విధి తమకి ఇంత అన్యాయం చేసిందని ఆగ్రహం వస్తే, ఆ ఆగ్రహాగ్ని జ్వాలలు రగిలి ప్రపంచాన్ని కాలుస్తాయి.

వాళ్ళు తమ జీవితాన్ని గడప గలిగే మార్గం అదొక్కటే – అర్థరహితంగా మిగిలిన జీవితం.

—ƸԾI—

'నీకు నమ్మకముందా?' రావణుడు ప్రశ్నార్థకంగా చూస్తూ అడిగాడు.

ఈ సమావేశం కోసం రావణుడు, కుంభకర్ణుడు గోకర్ణం వచ్చారు. తమ ప్రణాళిక గురించి సిగిరియాలో ఎవరికీ సూచనగా కూడ తెలియడం వారికిష్టం లేదు.

మారీచుడు, అకంపనుడు ఎవరికీ కనిపించకుండా మరోద్వారం నుంచి ఇంటిలోకి వచ్చారు. వారితోపాటు సన్నగా బక్కపలచగా ఉన్న వ్యక్తి ఉన్నాడు.

మారీచుడు మృదువైన దృఢస్వరంతో రావణుడితో ఇలా అన్నాడు, 'నన్ను నమ్ము. నేను స్వయంగా అతని పని చూశాను. అసాధారణుడు. విషకన్యల్లా పనిచేయగలడు.'

విషకన్యలు పేరొందిన హంతకిలు. వారికి చిన్నతనం నుంచి కొద్ది మోతాదుల్లో విషమిస్తూ పెంచుతారు. కాలక్రమంలో వాళ్ళు విష నిరోధకశక్తిని సంపాదిస్తారు. కాని కనీసం వారిని ముద్దు పెట్టుకున్నా ప్రాణాంతకమే. ఒకవేళ వారి విషం చంపలేకపోతే, వారి ఆయుధాలు చంపేస్తాయి కచ్చితంగా. వాళ్ళు ప్రపంచంలోనే అత్యంత ప్రమాదకరమైన హంతకిలు.

'విషకన్యల్లా పనిచేయగలడా?' కుంభకర్ణుడు తన సందేహాన్ని దాచుకోవాలని ప్రయత్నించకుండా, అకంపనుడి పక్కనున్న మనిషిని చూస్తూ అన్నాడు. 'మామా, అతిశయంగా చెప్పడానికి కనీసం హద్దుండాలి.'

మారీచుడు సంభావిత హంతకుణ్ణి చూశాడు. అతని గురించి ఎందుకు తక్కువగా అనుకుంటున్నారో అతనికి అర్థమైంది. చిన్నగా, పొడవైన ఉంగరాల జుట్టుతో, బుగ్గల మీద సొట్టలతో చాలా ఆకర్షణీయంగా ఉన్నాడు. ఎక్కడా ఒక మచ్చకూడా లేదు. హంతకుడిగా కన్న, ఆడవాళ్ళని ఆకర్షించి, వంచించేవాడిలా కనిపిస్తున్నాడు.

'జాబితాలో తరవాతెవరున్నారు?' గోకర్ణం నుంచి ఇంతదూరం ఈ పనికిమాలిన వ్యక్తిని చూడ్డానికి వచ్చాను అనే విసుగుతో అడిగాడు రావణుడు.

మారీచుడు సమాధానం చెప్పలేదు. హంతకుడివైపు తిరిగి తలూపాడు.

ఆ సన్నటి శరీరం మెరుపువేగంతో కదిలి అకంపనుడి వెనక్కు వెళ్ళింది. ఆ విలాసుడైన వ్యాపారి ప్రతిస్పందించే లోపే ఒక వేలితో అతని మెడ వెనక భాగంలో ఒక నాడీ కేంద్రం దగ్గర నొక్కి పట్టుకున్నాడు. తక్షణమే అకంపనుడు మెడ నుంచి కింది వరకు చలనం లేకుండా అయ్యాడు. దాడి చేసిన వ్యక్తి అతని భుజాలు పట్టుకుని నిదానంగా నేలమీద పడుకోబెట్టాడు.

అకంపనుడు తల కొద్దిగా కదపగలుగుతున్నాడు అంతే. కళ్ళు మాత్రం కంగారుగా కుడి, ఎడమలకి తిప్పుతున్నాడు.

'అయ్యో నాకేం తెలియడం లేదు! ఏం తెలియడం లేదు! సాయం చెయ్యండి! ఓ ఇంద్రదేవుడా!' అతను రావణుడిని పిలిచాడు. 'ఇరైవా! ఇరైవా! సాయం చెయ్యండి.'

కాని అతని 'నిజమైన దేవుడు' నవ్వుతున్నాడు, తాను చూసిన దానికి ఆశ్చర్యపడ్డాడు. తమ్ముడివైపు తిరిగాడు. 'వీడంత చేతకానివాడు కాదు కుంభా!'

అయితే కుంభకర్ణుడికి నవ్వు రాలేదు. రావణుడితో కలిసి నవ్వుతున్న మారీచుడితో అన్నాడు. 'మామా, అకంపనుడి గారిని వదలమని చెప్పు అతనికి. ఇది సరికాదు. ఆయన మనలో ఒకడు.'

అకంపనుడు ఇంకా భయంతో ఏదో మాట్లాడుతూనే ఉన్నాడు. 'స్వామీ రావణా! ఇరైవా! నన్ను చంపొద్దు! దయుంచండి! నేనేమీ చేయలేదు!'

రావణుడు నవ్వు నాపుకుని మారీచుడిని అడిగాడు, 'మామా, మళ్ళీ బాగుచేయవచ్చు, కదా?'

'చెయ్యొచ్చు, స్వామీ,' ఈ వ్యాకులతకంతటికీ కారణమైన వ్యక్తి రావణుడితో నేరుగా చెప్పాడు. 'నేను సరిచేయగలను. కాని ఒకవేళ చంపదలిస్తే, అతను కదలకుండా ఉండగానే ప్రశాంతంగా చంపగలను.'

ఇది విని అకంపనుడు మళ్ళీ ఆందోళనగా 'ఇరైవా! సాయం చెయ్యండి!' అని వేడుకున్నాడు.

'ఓహ్, నోర్ముయ్, అకంపనా!' హంతకుడి వైపు అత్యంత కుతూహలంగా చూస్తూ అన్నాడు రావణుడు. 'అయితే బాధితుడికి ఏమైనా తెలుస్తుందా?'

'తెలియదు. నేను ఈ నాడీకేంద్రం మీద ఒత్తిడి పెట్టినంత వరకూ. అతనికి నొప్పి తెలిసేలా చేసే మరికొన్ని నాడీ కేంద్రాలున్నాయి.'

తనకి ఇదంతా నచ్చిందన్న భావాన్ని రావణుడు దాచలేదు. 'ఈ మనిషి వేరేమిటి మామా?'

'అతని పేరుకు అర్థమే మృత్యువు,' చెప్పాడు మారీచుడు. 'మారుడు.'

రావణుడు మళ్ళీ ఆ యువకుడివైపు తిరిగాడు.

'సరే, మారా. నిన్ను నియోగిస్తున్నాను.'

'ఇరైవా! నన్ను వదలండి!' అకంపనుడు అరిచాడు. రావణుడు అకంపనుడిని చూసి, మళ్ళీ మారుడివైపు చూశాడు. 'అతని శరీరాన్ని వదిలివేసి, నాలుకని కదలకుండా చేయగలవా?'

అందరూ ఫక్కున నవ్వారు. చివరికి అకంపనుడు కూడ బలహీనంగా నవ్వాడు.

కుంభకర్ణుడికి ఇంక నవ్వు రావడం లేదు. అతని భుజాల మీద ఉన్న ఉపాంగాలు బిగుసుకున్నాయి. అన్నగారి వైపు చూసి, ఇదంతా తనకు నచ్చలేదన్నట్లుగా ముఖం పెట్టాడు. 'అన్నా...'

'సరే, సరే,' అన్నాడు రావణుడు.

మారుడికి సైగ చేశాడు. 'అతన్ని వదిలిపెట్టు.'

౨౧

21వ అధ్యాయం

'బాగుంది,' విశ్వామిత్రుడు స్పష్టంగా మెచ్చుకోలుగా అన్నాడు. 'నిజంగా చాలా బాగుంది.'

విశ్వామిత్రుడు, అరిష్టనేమి, మలయపుత్రుల రహస్య రాజధాని అగస్త్యకూటంలో ఉన్నారు. కరచాప యుద్ధం జరిగి ఒక సంవత్సరమైంది.

'అవును. నిజంగానే రావణుడు పరిపూర్ణమైన ప్రతినాయకుడు అవుతున్నాడు. సప్తసింధులో అతనికన్న ఎక్కువగా ద్వేషింపబడే వ్యక్తి లేడు. సామ్రాజ్యాన్ని పూర్తిగా ఓడించడమే కాకుండా, చాలా ఖరీదైన సంధిని రుద్దాడు దానిమీద. దీనితో ప్రపంచంలో సంపన్న రాజ్యాల్లో ఒకటైన రాజ్యం ప్రపంచంలోని పేద దేశాల్లో ఒకటవుతుంది,' అరిష్టనేమి అన్నాడు.

'అతను పెట్టిన షరతులు విన్నప్పుడు, ఇంత ఎక్కువగా అడగడానికి కారణం సంధి జరిగినపుడు దానిలో కొంత తగ్గించి తాను ఉదారుడు అనిపించుకోవాలని అనుకున్నాను. అతను అనుకున్నది అది కాదని స్పష్టమైంది. కావాలని ఈ ఒప్పంద షరతులను బలవంతంగా వాళ్ళమీద రుద్దుతున్నాడు. అయోధ్య ఇంత బలహీనంగా ఎప్పుడూ లేదు. అంటే దీనర్థం చివరికి.. చివరికి భీరువైన ఆ నీచుడికి తన స్థానమేంటో తెలిసింది.' తాను అందరికన్న ఎక్కువగా ద్వేషించే మనిషి పేరు పలకడానికి కూడ విశ్వామిత్రుడికి అసహ్యం వేసింది.

అయోధ్య రాజగురువు, *రాచకుటుంబానికి ప్రధాన సలహాదారు* అయిన వశిష్ఠుడి గురించి విశ్వామిత్రుడు అంటున్నాడని అరిష్టనేమికి తెలుసు. ఎప్పటిలానే వశిష్ఠుడి ఆలోచన వస్తేనే చాలు విశ్వామిత్రుడికి ఆగ్రహం తన్నుకొస్తుంది.

అరిష్టనేమి మృదువుగా విషయం మార్చాడు. 'నిజమే. అయోధ్య ఇప్పుడు ఎప్పుడూ లేనంత బలహీనంగా ఉంది. ప్రధాన వ్యాపారి ఎన్నటికీ ఇటువంటి సంధి షరతులు, ఇంత అధికమైన యుద్ధ నష్టపరిహారం విధించగలిగేవాడు కాడు కాని రావణుడు నిపుణంగా కుబేరుడిని ఉపయోగించుకున్నాడు. అతను లోభి, కాని పిరికివాడు. మేఘదూత్ హత్య కూడ మనం మరువకూడదు. అది సరైన సమయానికి నేర్పుగా చేసిన పని.'

'నువ్వు ఈ విషయం నమ్మకంగా చెప్పగలవా?' ఒక్క క్షణం వశిష్ఠుడి సంగతి మర్చిపోయి విశ్వామిత్రుడడిగాడు. 'ఎందుకంటే నేను ఈ విషయంలో దీనికి భిన్నంగా విన్నాను. అతని మరణం ప్రమాదవశాత్తు మునిగిపోవడం వల్ల జరిగిందని నమ్మేవాళ్ళు చాలామంది ఉన్నారు.'

'నేను నమ్ముతున్నాను, గురువర్యా! అతను మునిగిపోలేదు. ముంచేశారు.'

'కాని-'

'చక్కని ప్రణాళిక రచించారు. తనకిష్టమైన నాటకం *జలసందేశం*లో మేఘదూత్ అభిశప్తుడైన కాళిదాసులా నటిస్తున్నాడని అందరికీ తెలుసు. ఇంక ఆ ప్రసిద్ధమైన సరస్సు దృశ్యం ఎలా ప్రదర్శిస్తారో మనందరికీ తెలిసినదే.'

'కాని అతను మునిగిపోయిన కొలను దగ్గర మదిరా చషకం, పానపాత్ర ఉన్నాయని విన్నాన్నేను.'

'ఇది కూడ పథకంలో భాగమే. మేఘదూత్ విలాసవంతుడు. మదిర, మగువలంటే ఇష్టం. ప్రమాదమని భ్రమింపజేసి దృష్టి మరల్చేందుకు, అక్కడ మదిర పాత్ర ఉండడం అర్థవంతం. మేఘదూత్ శరీరం మీద గాయాలు కూడ లేవు కదా. ఘర్షణ చిహ్నాలు కూడ లేవు. శవ పరీక్షలో ఊపిరితిత్తుల్లో నీరుందని తేలింది. మునిగిపోవడం వల్ల చనిపోయాడు. ఏమాత్రం అనుమానం రానీయకుండా జరగటం నమ్మశక్యంగా లేదు గురువర్యా. అసలు అనుమానించడానికి ఒక్క కారణం కూడా కనిపించడం లేదు.'

'అయితే ఇది చాలా పకడ్బందీగా జరిగిందంటావా?'

'కచ్చితంగా అంతే. వాస్తవిక జీవితం గందరగోళంగా ఉంటుంది. ఏదీ నిర్దుష్టంగా ఉండదు, కాని ఈ చావు అతి సహజంగా ఉంది. అందువల్లే నాకు అనుమానం వచ్చింది. నేను దీన్ని శోధించాలని నిర్ణయించుకున్నాను.'

'అయితే మరి దీని వెనుక ఉన్నది ఎవరు?'

'మారుడనేవాడు. అది అతని అసలు పేరు కాదు. ఏ తల్లి తన బిడ్డ పేరు 'యముడు' అని పెడుతుంది? అతనెక్కడి వాడో ఏమిటో నాకు తెలియదు కాని, ఎక్కడి నుంచి వచ్చినా గాని మేధావి. ఇంకా యువకుడు, తన నైపుణ్యానికి పదును పెట్టుకుంటూ ఉన్నాడని అనిపిస్తుంది. ఇంకా అతను నేర్చుకోవాల్సిన విషయాలున్నాయి.'

'ఏ విషయాలు?'

'ఒకటి, అతను అవసరమైనంత రహస్యంగా లేడు. చాలామందికి తనెలా ఉంటాడో తెలుసు. అతను నిపుణుడే. కాని ఇంకా మెరుగయ్యే విధంగా శిక్షణ నివ్వవచ్చు.'

'నువ్వు చెయ్యాలనుకుంటున్నది అదేనా?'

'మారుడు మనకి ఉపయోగపడే అస్త్రం లాంటి వాడనిపిస్తోంది గురువర్యా.'

'నీ ఇష్టం. నువ్వేం చేయాలనుకుంటున్నావో చెయ్యి. ఈ విషయం నీకే వదిలేస్తున్నాను. రావణుడు తరవాతేం చేస్తాడో తెలుసుకోవాలని చాలా ఆసక్తిగా ఉంది నాకు. అతనెప్పుడు కుబేరుణ్ణి తప్పిస్తాడనిపిస్తోంది నీకు?'

'ఇప్పుడలా చేస్తాడని అనుకోను. మేఘదూత్ చనిపోయాడు కాబట్టి ఆదాయాన్ని, సైన్యాన్ని రెంటినీ అతనే నియంత్రిస్తున్నాడు – అలా చేస్తున్న మొదటి లంక మంత్రి. ఈ చిన్నా చితక పరిపాలన సమావేశాల్లో కుబేరుడు పాల్గోనవసరం లేదని, స్వచ్ఛమైన ప్రధాన వ్యాపారి స్వరం ఈ తుచ్ఛ సమావేశాల్లో వినిపించడం అనవసరమని చెప్పాడు. వాస్తవంలో, అన్ని విధాలుగా అతనే లంకరాజు. అందువల్ల కుబేరుణ్ణి తొలిగించి సంతులనాన్ని చెడగొట్టుకోవాల్సిన అవసరం అతనికిప్పుడేమీ లేదు.'

'హమ్ మ్... తెలివైన పన్నాగం. కాని సప్తసింధు మీద ఇంత హాస్యాస్పద షరతులు విధించడంలో ఉన్న వివేకం గురించి నాకు సందేహంగా ఉంది. తనకి తిండిపెట్టే బంగారు బాతుని చేతులారా చంపేస్తాడు చివరికి.'

'మనకు అది అవసరమా గురువర్యా? మనకు అవసరమైన చోట అతనున్నాడు. తనని తాను వంకలేని ప్రతినాయకుడిగా చేసుకుంటున్నాడు. సప్తసింధులో అందరూ అతనంటే భయపడిపోతారు. మనం ఇప్పుడు విష్ణు కోసం వెదకాలి.'

'దానిలో సందేహమేం లేదు. కాని రావణుడి ఉద్దేశాలేమిటో గమనించకుండా ఉండకూడదు. అతని మనసులో ఏముందో మనం తెలుసుకోవాలి. అప్పుడే

మనమతనిని బాగా నియంత్రించగలం. అయోధ్య మీద ఈ స్థాయిలో అతన్ని ప్రేరేపించినదేమిటో మనం కచ్చితంగా తెలుసుకొనడం ముఖ్యం. చూడబోతే కళ్ళెం లేని విధంగా అడ్డూ అదుపూలేని కోపంతో ఉన్నాడు. ఎందుకంటే అతని చర్యలు ఏ తర్కానికీ అందడం లేదు – వ్యాపారానికి సంబంధించిగాని, రాజకీయాలకు సంబంధించిగాని.'

'నేను కనుక్కుంటాను గురువర్యా.'

'మరో విషయం, గుహపదార్థానికి, ఔషధాలకు అతని దగ్గర మనం ఎక్కువ ధర తీసుకుందాం ఇంక నుంచి.'

అరిష్టనేమి నవ్వాడు. 'అలాగే గురువర్యా, నేనూ ఆ విషయం ఆలోచిస్తున్నాను. అతనికన్న మనం ఆ ధనాన్ని మెరుగైన విధంగా ఖర్చుపెట్టగలం.'

రావణుడు దఢాలున ఓడలో తన గది తలుపు తెరచి త్వరగా లోపలికి వచ్చాడు. అతని ముఖమంతా చెమట, ఎర్రబడి ఉంది.

కుంభకర్ణుడు కూడా అన్నగారిలాగే అలసిపోయి అతని వెనుకే వచ్చాడు. ఇద్దరు లంక సైనికులు కూడ అతనితో ఉన్నారు. అతను గదిలోకి ప్రవేశించి, సైనికులను బయటే ఆపేశాడు. 'కత్తులు దూసి, జాగ్రత్తగా కనిపెడుతూండండి. ఇంకెవరినీ లోపలికి రానీయవద్దు.'

అప్పటికే రెండు పాత్రలలో వారికి మదిర పోసి ఉంచాడు. ఒకటి తమ్ముడికి ఇచ్చాడు.

'ధన్యవాదాలు, అన్నా,' అన్నాడు కుంభకర్ణుడు, రక్తం అంటిన పాత్రని చూసి క్షణం తర్వాత ఒక్క గుక్కలో మదిర తాగేశాడు. యుద్ధంలో చేసిన అలసట పోవాలంటే మంచి మదిరకి మించింది లేదు.

రావణుడు కూడ అంతే సమర్థంగా తన పాత్ర ఖాళీ చేశాడు. ఇంకా శ్వాసను నియంత్రించుకొనడానికి ప్రయాసపడుతున్నాడతను.

కరచాప యుద్ధం జరిగి రెండేళ్ళు అయింది. సప్తసింధు పూర్తిగా అధీనమవడంతో అత్యంత వేగంగా ధనం లంకకు చేరుతోంది. రావణుడు ఇప్పుడు ఆ ద్వీపరాజ్యానికి ప్రధానమంత్రి, సైన్యాధిపతి. ఇప్పుడు లంకలో అతనే అత్యంత శక్తిమంతుడు. కుబేరుడు నామమాత్ర పాలకుడుగా మిగిలాడు.

ఇరవై తొమ్మిదేళ్ళ రావణుడి వ్యాపార సామ్రాజ్యాన్ని కుంభకర్ణుడి సమర్థవంతమైన పర్యవేక్షణలో మారీచుడు, అకంపనుడు నడుపుతున్నారు. వ్యాపారాన్ని వీలైనంతగా విస్తరించమని, ప్రపంచ వ్యాపారాధిపత్యం సాధించడం లక్ష్యంగా చేసుకోవాలని మారీచుడికి చెప్పారు. అతను అప్పటికే సప్తసింధులోని ప్రతి రాజ్యంలో అనుమతి పొందిన ముఖ్య వ్యాపారులను నియమించాడు. సామ్రాజ్యంలో జరిగే వ్యాపారమంతా ఈ వ్యాపారుల ద్వారానే జరుగుతుంది. ఇదో కీలక చర్య – ఇది సప్తసింధుతో జరిగే వ్యాపారంలో లంక వారి నియంత్రణ అధికం చేస్తుంది, అంతేకాక ప్రతిరాజ్యంలో విధేయులైన మిత్రులను ఏర్పాటు చేసుకునే వీలు కల్పిస్తుంది.

అకంపనుడు చేయవలసిన పని చరిత్రలోనే పెద్దదైన ఈ విశాల వ్యాపార సంస్థ లెక్కలు, ఆర్థిక వ్యవహారాలు నిజాయితీగా ఉంచాలి. ఉద్యోగులు, భాగస్వాములు అవినీతితో ధనం కాజేయకుండా జాగ్రత్తగా చూడాలి.

ఇప్పటివరకు వాళ్ళ ప్రణాళికలన్నీ చక్కగా అమలు చేశారు. ఇప్పుడు రావణుడు కుబేరుడికన్న ధనవంతుడు. ఇప్పుడా అపార సంపదను అనుభవించడం పైన దృష్టి పెట్టాడు. ప్రపంచంలోనే అత్యంత ధనవంతుడు తన కొత్త హోదాను ప్రతిబింబించే జీవన శైలి కావాలనుకున్నాడు – శ్రేష్ఠమైన మదిర, ఆహారం, అత్యంత సుందరాంగులు, సంగీతం, నృత్యం – అన్నింటిలోనూ కేవలం శ్రేష్ఠమైనవే రావణుడికి కావాలి. అతని కోరికను, కామాన్ని తృప్తి పరచే అన్నిటినీ అనుభవిస్తున్నాడు.

సింహగిరి కింది స్తరాలలో ఉన్న ప్రాసాదాలన్నిటిని, గత ప్రధాని దురదృష్టవశాత్తు మరణించడంతో వెంటనే స్వాధీనం చేసుకున్నాడు. మేఘదూత్ కుటుంబాన్ని, కుబేరుడి చిన్న భార్యలను, వేశ్యలను ఖాళీ చేయించి, ఆ ప్రాసాదాలను విశాలమైన భూసంపత్తిగా మార్చి, రావణుడు రాజులా వైభవంగా పాలిస్తున్నాడు.

అంతకుముందు ఎన్నడూ లేని విధంగా కుంభకర్ణుడిని, ఎంపిక చేసిన తన వేశ్యలు కొందరిని తీసుకుని అతను ఆనందం కోసం ప్రయాణాలు చేయడం కూడ మొదలుపెట్టాడు. వాళ్ళు ప్రశాంతంగా ఉన్న సముద్రంలో అరేబియా ద్వీపం వైపు ప్రయాణిస్తుండగా ఓడ అధికారుల్లో ఒకరు రావణుడి గదికి వచ్చి సముద్రపు దొంగల ఓడ ఒకటి తమ వైపుకు వేగంగా వస్తోందని చెప్పాడు. అన్నదమ్ములిద్దరూ అప్పుడే ఈ అవాంఛితమైన సంఘటనను సరిదిద్ది గదిలోకి వచ్చారు.

'మూర్ఖులు! మన మీద దాడి చేశారు! వాళ్ళేమనుకుంటున్నారు?'

కుంభకర్ణుడు ఆసనం నుంచి లేచి, మదిరపాత్రను చేత్తో పట్టుకున్నాడు. రావణుడి పాత్రను తీసుకుని బల్లవైపు కదిలాడు. వాటిని బల్ల మీద పెట్టి రక్తం అంటుకున్న చేతులను తువ్వాలుతో తుడుచుకున్నాడు. తరవాత పాత్రను శుభ్రంగా తుడిచాడు. తరవాత పాత్రలలో మదిర పోసి పాత్రలను, బట్టను తీసుకొని అన్నగారి దగ్గరకు వెళ్ళాడు. 'ఇదిగో అన్నా. దీనితో చేతులు తుడుచుకోండి. ఇదెవరి రక్తమో ఇంద్రదేవుడికే తెలుసు.'

రావణుడు రక్తమంటిన తన చేతులను చూసుకున్నాడు. బట్టలు కూడ రక్తసిక్తమయ్యాయి. కాని అతని ఖరీదైన వస్త్రాల మీద గాని, శరీరం మీదగాని అతని రక్తం పడలేదు. అతనికి ఒక్క గాయం కూడా కాలేదు. అతను చేతి మీద ఉన్న రక్తాన్ని వాసన చూసి, చేతిని నాలికతో నాకాడు.

'యాక్!' కుంభకర్ణుడు ఏవగింపుగా పెట్టాడు ముఖం.

'హమ్ మ్ మ్. ఇదేదో రుచిగా ఉంది,' అన్నాడు రావణుడు.

కుంభకర్ణుడు ఇంకా ముఖం వికారంగా పెట్టి పానపాత్రని రావణుడికి దూరంగా పెట్టాడు. 'మీరు ముందు నోటిని కడుక్కోవాలి.'

'నేను దీన్ని తాగేస్తాను,' అన్నాడు రావణుడు మదిర పాత్రని కుంభకర్ణుడి చేతిలో నుంచి తీసుకుని మదిర తాగేశాడు. నోటిని చేతుల వెనుక భాగంతో తుడుచుకుని, మరికొంత ముఖానికి పూసుకున్నాడు. 'చెప్పు. ఆ మందబుద్ధి దొంగలు దాడి చేయకముందు ఏం మాట్లాడుతున్నాం?'

ఇప్పుడు తను చూసినదాని గురించి ఆలోచించకుండా ఉండడానికి ప్రయత్నిస్తూ కుంభకర్ణుడు తలవిదిల్చాడు. 'మనం విభీషణుడిని, శూర్పణఖని కలవాలనుకున్నాం. మీరు అమ్మకు వాగ్దానం చేశారు, గుర్తుందా?'

విశ్రవుడు, అతని రెండో భార్య క్రేషియస్ చనిపోయాక కైకసి వారి పిల్లలు విభీషణుడు, శూర్పణఖలను దత్తత తీసుకోవాలనుకుంది. ఆ ఇద్దరు పిల్లలు విశ్రవుడి ఆశ్రమవాసుల వెంట లంకకు వచ్చి సంపన్నుడైన సవతి సోదరుడు రావణుడి ఆశ్రయం కోరారు. అక్కడ వారికి ఎదురైన స్వాగతాన్ని వారూహించలేదు. తండ్రి మీద ఇంకా కోపంగా ఉన్న రావణుడు సవతి సోదరీ సోదరులను బయటికి తోసేసి, ఆశ్రయం నిరాకరించాడు. కాని కైకసి కొడుక్కి ఎదురు చెప్పి, వారిని తిరిగి తీసుకురమ్మని, వారి బాధ్యత తనకు ఉందని చెప్పింది.

రావణుడికి తల్లి చూపించే పరోపకారబుద్ధి నచ్చలేదు. 'కుంభా, నీకు తెలుసు అమ్మ ఎలాంటిదో. ఆమె దయ, జాలి అంతా అబద్ధం. వాళ్ళని కేవలం ప్రపంచం దృష్టిలో తాను ఎంత మంచిదాన్నో చూపించుకోవాలని చేరదీసింది.'

'అన్నా మీకేమైంది? అమ్మ గురించి అలా ఎలా అనగలుగుతున్నారు?'

'నేను అబద్ధమేమీ చెప్పలేదు. నువ్వు చెప్పు నాకు, వీటన్నిటి కోసం ఆవిడేం చేసింది? మన సంతోషం కోసం ఆవిడేం త్యాగాలు చేసింది? నేను కష్టపడి, ఆ వైభవోపేతమైన భవంతిలో ఆవిడ సౌకర్యంగా ఉండడానికి ఏర్పాట్లు చేశాను. ఆవిడ చేసే దానాలకు – వాటి ప్రచారానికి డబ్బులిచ్చేది నేను. ఆ పనికిమాలిన సవతి తమ్ముడు, చెల్లెల్ని ఆవిడ పెంచడానికి నిర్ణయించుకుంటే వాళ్ళ కోసం నేనే ఖర్చు పెడుతున్నాను. ఆవిడ "ఓ, చూడండి! చూడండి! నేనెంత గొప్పదాన్నో" అని చెప్పుకుంటూ తిరుగుతుంది.' రావణుడు తన కళ్ళు బాగా తెరిచి, బిగ్గరగా ఉండే తల్లి గొంతును అనుకరించాడు. 'ఆవిడ కపటి. తన జీవితం స్వయంగా జీవించనీ, అప్పుడు నైతికత గురించి పాఠాలు ప్రపంచానికి చెప్పొచ్చు. నేనేం పట్టించుకోను. ఆవిడ నైతిక బోధలు విని అలసిపోయాన్నేను.'

'అన్నా, ఆవిడతో మీరంత కఠినంగా ఉండవద్దు. అయినా గాని, వీటన్నిటితో విభీషణుడికి, శూర్పణఖకి సంబంధమేంటి? వాళ్ళు చిన్నపిల్లలు.'

కుంభకర్ణుడి భుజాల మీదున్న ఉపాంగాలు బిగుసుకున్నాయి. అతను కలత పడుతున్నాడని చెప్పే స్పష్టమైన సంకేతమది.

రావణుడు నిట్టూర్చాడు. 'నువ్వు అవసరమైనదానికన్న మంచి వాడివి కుంభా.'

కుంభకర్ణుడు మౌనంగా ఉండిపోయాడు.

రావణుడు ఓడిపోయినట్టుగా చేతులు పైకి లేపాడు. 'సరే, సరే! నేను సిగిరియాకి వెళ్ళగానే వాళ్ళని కలుస్తాను.'

కుంభకర్ణుడు చిరునవ్వు నవ్వాడు. 'మా మంచి అబ్బాయి,'

'ఏమంటున్నావ్!' రావణుడు నిటారుగా నిలబడ్డాడు. 'అబ్బాయి అంటున్నావేంటి? నేను నీ అన్నని మర్చిపోకు.'

'అలాగే, అలాగే,' కుంభకర్ణుడు నవ్వుతూ అన్నాడు.

అతన్ని చూసి రావణుడు చిరునవ్వు నవ్వాడు. 'నీకు నేను చాలా చనువిచ్చేస్తున్నాను.'

'ఎందుకంటే నేను లేకుండా మీకు పని జరగదు.'

'మంచిది. నా పని జరిపించే మహాశయా, చెప్పు మరి కుబేరుడి విషయంలో ఏం చేశావ్?'

'దీని గురించి మనం ఇప్పటికే చర్చించాం అన్నా. అతన్ని ప్రయత్నించి తొలగించాల్సిన అవసరం లేదు. ఎలాగైనా అతను వాస్తవానికి నీకు బందీనే. అతను పైనున్న ప్రాసాదం లోంచి మన కింది అంతస్తులు దాటకుండా బయటికి వెళ్ళలేడు. అతని అంగరక్షకులు మన మనుషులు. అతని జీవితాన్ని మనం నియంత్రిస్తున్నాం.'

'కాని, అతన్ని మన చుట్టుపక్కల ఉంచుకోవడం దేనికి?'

'నేను చెప్పేది వినండి అన్నా. లంకలో పన్నులు ఎత్తివేయడం అనే కుబేరుడి ఆలోచన తెలివైనది. సప్తసింధు నుంచి వరదలా వచ్చే ధనంతో, ఇక్కడ పన్ను మీద వచ్చే ఆదాయం మనకు అవసరం లేదు. పౌరులందరూ అస్సలు పన్నులు చెల్లించనవసరం లేదని ప్రకటించి, తన పౌరుల విధేయతని జీవితకాలానికి కొనేశాడు.'

రావణుడు చెయ్యి ఊపాడు. 'లేదు. చాల కాలమైంది. నేను లంక రాజుగా గుర్తించబడాలనుకుంటున్నాను.'

'చూస్తే మీరిప్పటికే ఏదో పథకం రచించినట్లుంది.'

'నిజంగానే. అందుకే నేను నీతో మాట్లాడుతున్నాను!'

'నన్నేం చేయమంటారు?'

'చెబుతాను... ముందు మనం వీళ్ళ పని పూర్తి చేద్దాం. తరవాత చెబుతాను...' రావణుడు మదిర తాగి పాత్రను విసిరేశాడు, తరవాత లేచి గబగబా తలుపు దగ్గరకి నడిచాడు.

కుంభకర్ణుడు అన్నగారిని అనుసరించాడు.

వాళ్ళు క్షణాల్లో ఓడపై భాగంలో ఉన్నారు. అది విలాస నౌక. అందుకని పై భాగమంతా విశాలంగా, వైభవోపేతంగా ఉంది. అయితే ఆ క్షణంలో మాత్రం రణరంగంలా ఉంది. దొంగల శరీరాలు చెల్లాచెదురుగా పడి ఉన్నాయి. లంక సైనికుల్లో కొందరికి చిన్నగాయాలయ్యాయి అంతే. ఎవ్వరూ చనిపోలేదు. ఓడ పక్కనే నీళ్ళలో తేలుతూ సముద్రంలో దొంగల ఓడ చిన్నది ఉంది. దాన్ని కొక్కేలతో పెద్ద ఓడకి తగిలించారు. ఓడలో ధనవంతుడు, భీరువైన వ్యాపారి ఉన్నాడనుకున్నారు దొంగలు. అతని సిబ్బందిని త్వరగా ఓడించవచ్చనుకున్నారు. రావణుడి ఓడ వెంట వచ్చి, దానిని ఎక్కారు. అక్కడివరకే వాళ్ళు ధైర్యంగా రాగలిగారు. తరవాత హిందూ

మహాసముద్రంలో శక్తిమంతులైన యోధులలో లెక్కించదగిన సైనికులతో ముఖాముఖికి తలపడ్డారు. దొంగల్లో చాలామంది యుద్ధం మొదలైన కొద్ది నిముషాల్లోనే హతమయ్యారు. మిగిలిన వాళ్ళు బాగా గాయపడి, ఓడపైన ఒక చివరన కట్టి వేయబడి మోకాళ్ళ మీద కూర్చుని ఉన్నారు.

అన్నదమ్ములిద్దరూ బందీలవైపు నడిచారు, వారి వెంటే సైనికులు అనుసరించారు. వాళ్ళు బలంగా ఉన్న యువకుడి దగ్గర ఆగారు. అతను మోకాళ్ళ మీద కూర్చుని ఉన్నాడు, నుదుటి మీద లోతుగా తగిలిన గాయం నుంచి రక్తం కారుతూ ఉంది.

'అన్నా ఈ మూర్ఖులని ఏం చేయమంటారు? వాళ్ళు ఎవరికోసం పనిచేస్తున్నారో కనుక్కోమంటారా? మధ్యధరా తీరంలో వీళ్ళని బానిసలుగా అమ్మేయవచ్చేమో?'

సమాధానంగా రావణుడు భుజాలు వదులుచేసి, కత్తి దూశాడు. వేగంగా, ఒక్క దెబ్బతో తన ముందు మోకరిల్లి ఉన్న మనిషి తల నరికేశాడు.

కుంభకర్ణుడు భుజాలు ఎగరేశాడు. 'లేకపోతే మనం ఇలా చెయ్యొచ్చు.'

లంక సైనికులు తమ ప్రభువు, దళపతి చేసినట్టుగానే చేశారు. వాళ్ళు కత్తులు దూసి దొంగల్లో ఒక్కొక్కరిని బాధావిముక్తులను చేశారు.

౨౨

22వ అధ్యాయం

కరచాప యుద్ధం జరిగి మూడేళ్ళయింది. కుబేరుడిని వదిలించుకుని రావణుడు లంక రాజయ్యాడు. అతన్ని వదిలించుకొనడం చాలా సులువైంది ఆశ్చర్యజనకంగా.

లంకవారికి అయోధ్యలో వ్యాపారానికి ప్రధాన వ్యవహర్త మంథర అనే స్త్రీ. ఏళ్ళు గడుస్తున్నకొద్దీ కుబేరుడు ఆమెని బాగా నమ్మాడు. అయితే తనతో కలిస్తే అధిక దళారీ వాటా లభిస్తుందని, అవిధేయంగా ఉంటే తీవ్ర శిక్ష అని రావణుడు కబురుపెట్టడంతో లౌకిక వ్యవహారాల్లో ఆరితేరిన మంథర వేగంగా విధేయతను మార్చుకుంది. రావణుడు సూచించిన విధంగా, కుబేరుడి మనసులో అతన్ని చంపడానికి రావణుడు హంతకుడిని నియమించాడని అనుమానాన్ని నాటింది. ఇది నిజం కాదు. కాని కుబేరుడు దీన్ని నమ్మాడు. కుబేరుణ్ణి మరింత భయభీతుణ్ణి చేస్తూ, అతని పూర్వ ప్రధానమంత్రి మేఘదూత్ ప్రమాదవశాత్తు మునిగి చనిపోలేదని, రావణుడే హంతకుడిని నియమించి చంపించాడని చెప్పింది. ఇది నిజం.

భయపడిన కుబేరుడు తనింక సాధించవలసినదేమీ లేదని బహిరంగంగా ప్రకటించి సింహాసనాన్ని వదిలేశాడు. ఇప్పుడు హిమాలయాల్లో దేవభూమికి, తరవాత వీలైతే కైలాసానికి వెళ్లాలనుకుంటున్నానని చెప్పాడు. సన్యాసం తీసుకుంటున్న వ్యక్తికి ఇచ్చే గౌరవ మర్యాదలతో అతనికి లంక నుంచి వీడ్కోలు పలికారు. కాని సన్యాసం కుబేరుడి మనసులోకే రాలేదు. ప్రత్యేకించి రావణుడు చాలావరకు అతడి వ్యక్తిగత సంపదను, భార్యలను, నచ్చిన వేశ్యలను తీసుకెళ్ళనిచ్చాడు. ఇంకా పుష్పక విమానాన్ని కూడ – ఇప్పుడా విమానం అధికారికంగా రావణుడిదే– అతడు ఉత్తరదేశానికి వెళ్ళడానికి ఏర్పాటు చేశాడు.

కుబేరుడు కూడ రావణుడి ఉదారత్వాన్ని బహిరంగంగా ప్రశంసించి తగిన విధంగా ప్రవర్తించాడు.

లంక సింహాసనం కోసం ఎవరూ వాదానికి రాకుండా, రావణుడి హక్కునెవరూ ప్రశ్నించకుండా, కుబేరుడు వెళ్ళే ముందుగానే స్వయంగా రావణుడికి కిరీటాన్ని పెట్టాలని కుంభకర్ణుడు సలహా ఇచ్చాడు. వివేకంతో ఆలోచించే కుబేరుడు సంతోషంగా రావణుడికి కిరీటం ధరింపజేయడానికి అంగీకరించాడు. రాజే స్వయంగా మరొకరి కోసం సింహాసనాన్ని త్యాగం చేస్తే, తర్వాత ఎవరూ అతన్ని హత్య చెయ్యాలనుకోవడానికి కారణం మిగలదు. ఇది తార్కికంగా ఉంటుంది.

లంకకు ఎదురులేని రాజైన తర్వాత, కుబేరుడి ప్రధాన వ్యాపారి బిరుదాన్ని రావణుడు వదిలేశాడు. బదులుగా రాజాధిరాజు, సర్వం సహా చక్రవర్తి, త్రిలోక పాలకుడు, దేవప్రియుడు మొదలైన గొప్ప బిరుదాలు పెట్టుకున్నాడు. ఈ గొప్పవైన బిరుదాలను చూసి కుంభకర్ణుడు వెక్కిరించినపుడు అన్నగారతన్ని నోరుమూసుకోమన్నాడు.

ప్రతిదీ తను అనుకున్న విధంగా జరుగుతున్నందుకు రావణుడు సంతోషంగా, తృప్తిగా ఉండాల్సింది. అయితే, ఈ క్షణంలో ఎందుకోగాని సంతోషంగా లేడు.

'అసలు నీ మాటలు ఎందుకు విన్నానో నాకర్థం కావడం లేదు,' అన్నాడు.

రావణుడు, కుంభకర్ణుడు ప్రస్తుతం కింది స్తరంలో భవంతికి, కైకసి నివాసానికి వెళుతున్నారు. అన్నదమ్ములిద్దరూ ఇప్పుడు సింహగిరి పైనున్న వైభవోపేతమైన కుబేరుడి ప్రాసాదంలో ఉంటున్నారు. కింది అంతస్తులో ఉన్న ప్రాసాదానికి వెళ్ళడానికి వాళ్ళు మధ్యలో చదునైన విశాలమైన చోటునుంచి వెళ్ళాలి. ప్రస్తుతం దానిని పుష్పక విమానం దిగేందుకు వాడుతున్నారు. వాళ్ళ వెనుక దూరంగా వందమంది సైనిక దళం అనుసరిస్తున్నారు.

'అన్నా, మీకీ విషయం నచ్చలేదని నాకు తెలుసు. కాని వారం రోజుల కిందట వాళ్ళీ భవంతిలోకి వచ్చారు. మీకోసం గృహప్రవేశ పూజని ఆపారు. ఆ పూజని ఆలస్యం చెయ్యడం అంత మంగళకరం కాదని మీకు తెలుసు. ఇంక వాళ్ళని ఎక్కువ కాలం నిరీక్షించమనలేం,' కుంభకర్ణుడు సమాధానమిచ్చాడు.

'కావాలని ఆవిడ సప్తసింధు నుంచి కొందరు పురోహితులను ఈ పూజ కోసం రప్పించింది. అది నాకు చిరాకు తెప్పిస్తుందని ఆవిడకు తెలుసు. మన అమ్మ ఎంత కపటో నీకెప్పుడు అర్థమవుతుంది?' రావణుడు కోప్పడ్డాడు.

అన్నగారి ఆగ్రహాన్ని పట్టించుకోకపోవడం మంచిదని తలచి, కుంభకర్ణుడు నడక సాగించాడు.

ప్రాసాదాన్ని సమీపిస్తూ, ప్రవేశ ద్వారం దగ్గర కైకసి, ఆమె వెనుక పిల్లలైన విభీషణుడు, శూర్పణఖ ఉండడం చూశారు. పిల్లలిద్దరికీ పదేళ్ళ లోపు వయసుంటుంది. కైకసి ఆహ్వానించిన ఇద్దరు పురోహితులు ఆమె పక్కన నిలబడి లోస్వరంలో సూచనలిస్తున్నారు. కనీసం వారి వెనుక వందమంది దాసీలు నిలబడి వాళ్ళు చెప్పినట్టు అన్నీ అందిస్తున్నారు. కుమారుడి సౌభాగ్యంతో వచ్చిన వైభవాలన్నిటినీ కైకసి అనుభవిస్తూ ఉంది.

రావణుడు తన మాట వినిపించేంత దూరంలోకి రాగానే, కైకసి 'నువ్వు ఆలస్యంగా వచ్చావు,' అంది.

'నేను వెళ్ళిపోగలను,' అన్నాడు రావణుడు.

అతని తల్లి పెదవులు బిగబట్టి లోపల ఏదో గొణుక్కుంది. తర్వాత పురోహితుడి చేతిలోని పూజా పళ్ళేన్ని తీసుకొని రావణుడి ముఖం చుట్టూ మూడుసార్లు తిప్పింది. రావణుడు పక్కకి జరగ్గానే కుంభకర్ణుడికి అలాగే హారతి ఇచ్చింది.

'లోపలికి రండి,' అంటూ పరుషంగా చెప్పి తనకన్న ముందు రావణుడు, కుంభకర్ణుడు వెళ్ళడానికి నిరీక్షించింది. రావణుడు గడపదాటి లోపలికి అడుగు పెట్టేసమయానికి గట్టిగా, 'కుడిపాదం ముందు పెట్టండి,' అంది.

రావణుడు ఆగి, తల్లివైపు, ఆవిడ పక్కనున్న పురోహితులవైపు చూసి ఎడమ పాదం ముందు పెట్టాడు.

'అన్నా!' అంటూ కుంభకర్ణుడు విసుగ్గా నిట్టూర్చి, తరవాత శ్రద్ధగా, జాగ్రత్తగా గుమ్మంలో కుడిపాదం పెట్టాడు. 'అమ్మా, భవనం అందంగా ఉంది. ఇంత తక్కువ సమయంలో ఎంతో బాగా చేశారు,' అన్నాడు.

కైకసి కొడుకుని చూసి దీర్ఘంగా శ్వాసించింది, ఆవిడ కళ్ళు నీళ్ళతో నిండాయి. 'ఇంత ఉద్వేగ భరితురాలినైనందుకు క్షమించు నాయనా. ఇటీవల నన్నెవరైనా మెచ్చుకొనడం అరుదైపోయింది. నేను ఇతరుల కోసం ఇంత చేస్తాను. కాని నన్నెవరూ మెచ్చుకోరు.'

రావణుడు వెనక్కి తిరిగి తీవ్రంగా చెప్పాడు, 'నేను త్వరగా వెళ్ళాలి అమ్మా. నాకింకా చాలా పనులున్నాయి. ఈ మూర్ఖ పూజ ఎక్కడ జరపాలి? త్వరగా కానిచ్చేద్దాం.'

కైకసి వెంటనే తీవ్ర స్వరంతో అంది. 'జాగ్రత్తగా మాట్లాడు రావణా. ఇది మూర్ఖ పూజ కాదు! మన పూర్వీకులను, సంస్కృతిని గౌరవించే విధానమిది. అగౌరవం చెయ్యకు!'

రావణుడు తల్లికి సమీపంగా వచ్చాడు. 'నువ్వు సరిగ్గా చెప్పావు. ఇది మూర్ఖ పూజ కాదు. మహామూర్ఖ పూజ!'

వాళ్ళు చిన్నపిల్లల్లా మాట్లాడుకొనడం విని కుంభకర్ణుడు చుట్టూ చూశాడు. దాసీలందరూ తలలు వంచుకుని నేలను పరీక్షగా చూస్తున్నారు. పురోహితులు పూజ సామాను సర్దుతున్నారు. పిల్లలైన విభీషణుడు, శూర్పణఖ భయంతో బిక్కచచ్చినట్టుగా ఉన్నారు. 'త్వరగా అనుష్ఠానాలు పూర్తి చేద్దాం. అప్పుడు మీరిద్దరూ ఒకరినొకరు బాధించుకోనవసరం లేదు.'

'తనని నేను బాధ పెట్టనవసరం లేదు,' కైకసి దెప్పుతున్నట్లుగా అంది. 'తనని తాను బాగానే బాధపెట్టుకోగలడు.'

రావణుడు పిడికిళ్లు బిగించి ఆమె వైపు తిరిగాడు. 'నువ్వనేదేమిటి అమ్మా?'

'నేననేదేమిటో నీకు కచ్చితంగా తెలుసు.'

'నేనడుగుతున్నాను. నువ్వనేదేమిటో స్పష్టంగా చెప్పు.'

కుంభకర్ణుడు మళ్ళీ ఇద్దరినీ శాంతపరచాలని చూశాడు. 'వినండి. ఈ పూజ తరవాత చేద్దాం. మనం మళ్ళీ వద్దాం...?'

రావణుడు చెయ్యి పైకెత్తగానే కుంభకర్ణుడు ఆగిపోయాడు. అతను తల్లి మీదికి వాలుతున్నట్లుగా మరింత సన్నిహితంగా వెళ్ళాడు. వాళ్ళిద్దరి మధ్య గాలి విరోధభావాన్ని ప్రేరేపిస్తున్నట్లుగా ఉంది.

'చెప్పమ్మా. ఏమంటున్నావు?'

కైకసి వెనుకంజ వేయలేదు. ఆవిడ సంపదకీ, శక్తికీ మూలం పెద్ద కొడుకే. అయినా అతడంటే ద్వేషం పెంచుకుంది. రావణుడు ఎంత కోపం వచ్చినా, తనకి అపకారం చేయడని ఆమెకు తెలుసు. అతన్ని ఏమి అన్నాగాని ప్రమాదమేమీ లేదు తనకి. 'నేను నీ తల్లినని మర్చిపోకు. నీ జీవితంలో ఏం జరుగుతున్నదో ప్రతి విషయమూ నాకు తెలుసు. నేనెవరి గురించి మాట్లాడుతున్నానో నీకు తెలుసు.'

'ఎవరి గురించి మాట్లాడుతున్నావు? చెప్పు. చెప్పు!'

కుంభకర్ణుడు మళ్ళీ వాళ్ళిద్దరినీ వేడుకున్నాడు. 'అమ్మా దయచేసి ఏమీ అనవద్దు.' రావణుడివైపు తిరిగి 'అన్నా, మనం వెళదాం, పదండి,' అన్నాడు.

రావణుడు తల్లినే కోపంగా చూస్తున్నాడు. 'చెప్పు!'

'అంతా నీ తప్పే! నువ్వు తల్లిని గౌరవించి, మంచి కొడుకులా మాట విని ఉంటే ఇదంతా జరిగేది కాదు! దేవుళ్ళు నిన్ను శిక్షించారని తెలుసుకో. నీ వల్ల అమయాకులైన వాళ్ళని శిక్షించారు. నీ అధర్మం వల్లే కన్యాకుమారి పుణ్యాత్మురాలు వేదవతిని చంపేశారు!'

'అమ్మా,' కత్తిమీద చెయ్యిపెడుతూ రావణుడు అరిచాడు.

'ఆగండి!' అంటూ కుంభకర్ణుడు వాళ్ళిద్దరి మధ్యకీ వెళ్ళి, రావణుడిని తల్లికి దూరంగా లాగాడు. 'అన్నా, వద్దు!'

ఇప్పుడు రావణుడు అదుపు చేసినా ఆగేలా లేడు. తల్లి మీద ఆగ్రహంతో కత్తిని గాల్లో తిప్పాడు. 'ధూర్తురాలా! నా అండ లేకుండా ఒక్కరోజు బతకలేవు! ఆవిడ పేరెత్తే ధైర్యం చేశావ్! కన్యాకుమారిని అవమానించే ధైర్యం చేశావ్! ఎంత ధైర్యం వేద...'

కుంభకర్ణుడు బలవంతంగా అన్నగారిని ప్రాసాదంలోంచి లాక్కెళుతుండగా, వసారాల్లో రావణుడి గొంతు ప్రతిధ్వనిస్తూ ఉంది.

'ప్రేమా?' విశ్వామిత్రుడు అత్యంత ఆశ్చర్యంగా అడిగాడు.

మహర్షి ఆదేశానుసారం సప్తసింధు మీద రావణుడి ద్వేషానికి కారణమేమిటో అరిష్టనేమి పరిశోధించాడు. అదృష్టవశాత్తు అతనికి నిజం తెలిసింది.

'అవును. అతనో కన్యాకుమారిని ప్రేమించాడు.'

'ఏ కన్యాకుమారి?'

'వేదవతి.'

విశ్వామిత్రుడు కళ్ళు చిట్లించి తన దళపతిని చూశాడు. 'అరిష్టనేమీ, ఆవిడే కన్యాకుమారో నాకెలా తెలుస్తుంది? వాళ్ళందరి జన్మ నామాలు నాకు తెలుసని నువ్వనుకుంటున్నావా? ఏ దేవాలయానికి? ఎంత కాలం?'

'క్షమించండి, గురువర్యా. ఆవిడ వైద్యనాథ్ కన్యాకుమారి. చాలాకాలం కిందట. బహుశా రెండు దశాబ్దాల కిందట అయి ఉంటుంది.'

'అయితే పిల్లవాడుగా ఉన్నప్పుడామెని కలిశాడా?'

'అవును, అలాగే అనిపిస్తోంది.'

'కానీ ఆవిడతో అతన్నెపుడూ చూడలేదు కదా మనం, చూశామా? మనం అతణ్ణి గమనించడం మొదలుపెట్టినప్పటి నుంచి చూడలేదు.'

'వాళ్ళు అతని తండ్రి ఆశ్రమంలో కలిశారు. తర్వాత ఒకరినొకరు చాలా ఏళ్ళపాటు చూడలేదు. తర్వాత బహుశా ఎనిమిది, తొమ్మిదేళ్ళ క్రితం కలిశారు. ఎప్పుడు కలిశారో నాకూ కచ్చితంగా తెలియదు.'

'అప్పటి నుంచి అతనామెని ప్రేమిస్తున్నాడంటావా? బాల్యం నుంచీ? అన్నేళ్ళు కలవకుండా ఉన్నాగాని?'

'అలాగే అనిపిస్తోంది.'

'దీనర్థం ఏమిటి?'

'దీనికేమీ అర్థం చెప్పలేను. కాని జరిగినది అదే. అయితే తమ్ముడి సహాయంతో ఆమె ఎక్కడుందో తెలుసుకున్నాడు కాని, అప్పటికి ఆవిడకి వేరొకరితో వివాహమైపోయింది.'

విశ్వామిత్రుడికి అర్థం కాగానే వెనక్కి జారగిలబడ్డాడు. 'పరశురామదేవా, కనికరించు! తన స్వగ్రామంలోనే చంపబడ్డ పూర్వ కన్యాకుమారి కాదు కదా? ఆ చోటు పేరేమిటి... టోడీ?'

'అవును, గురువర్యా.'

'ఆవిడ భర్తని కూడా చంపేశారు, కదా?

'అవును.'

'గ్రామంలో అందరినీ చంపేశారు? క్రూరంగా.'

'అవును. అక్కడేం జరిగిందో ఎవరికీ సరిగా తెలియదు. ఎందుకంటే ఎవరూ బతికిలేరు. కొన్ని రోజుల తరువాత పొరుగు గ్రామంలో కొందరికి శవాలు కనబడ్డాయి. క్రూర జంతువులని వెళ్ళగొట్టి, టోడీలో చనిపోయిన గ్రామస్థులకు అంత్యక్రియలు చేశారు.'

'కాని కన్యాకుమారికి, ఆవిడ భర్తకి వైదిక సంప్రదాయం ప్రకారం అంత్యక్రియలు జరిగాయని విన్నాను నేను.'

'అవును, నేను కూడా విన్నాను ఆ విషయం.'

'అయితే అక్కడ జరిగినదానిని ఒకే విధంగా అర్థం చేసుకోగలం,' విశ్వామిత్రుడన్నాడు.

అరిష్టనేమి తలూపాడు. 'నేనూ అదే ఆలోచిస్తున్నాను గురువర్యా. రావణుడికి వేదవతి పట్ల ఆకర్షణ ఉంది. కాని ఆవిడ ఎక్కడుందో తెలుసుకునేసరికి, ఆవిడకి ఎవరితోనో వివాహమైపోయింది. ఇతని కోసం భర్తను విడిచిపెట్టడానికి ఆవిడ తిరస్కరించి ఉంటుంది. ఆవిడ తిరస్కరించడంతో ఆగ్రహించి రావణుడు ఆవిడని, ఆవిడ భర్తని చంపేసి ఉంటాడు. బహుశా ఆవిడని బలాత్కరించాలని ప్రయత్నించి ఉంటాడు... పూర్తిగా సత్యమేమిటో మనకి తెలియదు. తన నేరానికి సాక్ష్యం లేకుండా మొత్తం గ్రామాన్ని చంపేశాడు.'

విశ్వామిత్రుడికి ఇదంతా విని నోటమాట రాలేదు. ఆయన ఎంతో కాలం జీవించాడు – కొందరాయనకి నూట ఏభై ఏళ్ళుంటాయని అంటారు – ఎన్నో భయంకరమైన విషయాలు జరగడం చూశాడు. ప్రపంచంలో దయకు చోటు లేదు, కాని ఇంత పెద్ద మారణకాండ ఆయన ఊహకు అందనిది. త్రిశంకు కాశ్యపుడి మరణం తర్వాత ఇలాంటిది విన్న గుర్తు లేదు.

'జరిగిందేదో జరిగిపోయింది, గురువర్యా. మనకి ఒక ప్రతినాయకుడు కావాలి. అతను మనకి దొరికేశాడు. అది కూడ రాక్షస ప్రవృత్తి గలవాడు.'

'కుంభకర్ణుడికి దీనితో ఏమీ సంబంధం లేదనుకుంటాను,' విశ్వామిత్రుడన్నాడు. చాలా ఏళ్ళ కిందట తల్లితో కలిసి తన దగ్గరకు వచ్చిన నాగుడైన బాలుడంటే ఆయనకి అభిమానం.

'నేను కచ్చితంగా చెప్పలేను గురువర్యా. అతను పూర్తిగా రావణుడి చెప్పు చేతల్లో ఉంటాడు.'

విశ్వామిత్రుడు గడ్డం కింద చేతులు పెట్టుకుని దీర్ఘాలోచనలో మునిగిపోయాడు. తరవాత గాఢంగా శ్వాస తీసుకుని తల విదిల్చాడు. 'నేనొకసారి కన్యాకుమారిని కలిశాను. వైద్యనాథ్ కన్యాకుమారిని... నాకామె గుర్తుంది. అప్పటికింకా ఆమె బాలికే. సంతోషంగా, అందరి పట్ల, చివరికి జంతువులు పట్ల కూడ దయతో ప్రవర్తించేది. తమకంటె బలహీనులతో మనిషి ప్రవర్తించే విధానం వాళ్ల ప్రవర్తనని బాగా సూచిస్తుంది. అవును, నాకు ఆమె గుర్తుంది.... కొండమైనాని చక్కగా అనుకరించేది. నన్ను కూడ బాగా అనుకరించేది.' ఆ మాటలు చెబుతూ విశ్వామిత్రుడు చిరునవ్వు నవ్వాడు.

'అద్భుతమైన బాలిక. బుద్ధి, హృదయం రెండూ స్వచ్ఛమైనవే.... నిజంగా పుణ్యాత్మురాలు. ఆమె ఇలా మరణించాల్సిన వ్యక్తి కాదు.'

'గురువర్యా, మనం అటువంటి పవిత్రత, సజ్జనత్వాలను గౌరవించే భారతదేశాన్ని సృష్టించాలి.'

కొద్దిసేపు మౌనంగా ఉండి, విశ్వామిత్రుడు దృఢంగా చెప్పాడు, 'మనం ఇప్పుడు విష్ణువుని అన్వేషించాలి. అవును మనం... తప్పనిసరిగా మహోన్నతమైన మన మాతృదేశాన్ని పునరుజ్జీవింపచెయ్యాలి. మన పూర్వీకులకు యోగ్యమైనదిగా తయారుచెయ్యాలి.'

'మనం అన్వేషిస్తున్న ప్రతినాయకుడు దొరికాడు మనకి. ఇప్పుడు మనం శీఘ్రంగా, మన ప్రణాళికను సఫలం చేసే ఆ ఉదాత్త విష్ణువును అన్వేషించాలి,' అరిష్టనేమి అన్నాడు.

గురు శిష్యులిద్దరూ ఒకరి కళ్ళలోకి ఒకరు చూశారు. వాళ్ళ కళ్ళలో ధ్యేయం సజీవంగా కదలాడింది.

—ꝏ—

'అన్నా!' కుంభకర్ణుడి స్వరం చిన్నగా, కంపిస్తున్నట్టుగా ఉంది. అతను తన ఉద్వేగాలతో సంఘర్షణ పడుతున్నట్లుగా ఉంది.

కరచాప యుద్ధం జరిగి అయిదేళ్ళయింది. ఇప్పటికి రావణుడు లంకకు రాజై రెండేళ్ళకు పైగా అయింది. రాచకుటుంబంలోని పొరపొచ్చాలు బయటపడ్డాయి. కైకసి తన మాటను వినేవాళ్ళందరికీ ఇంక రావణుడు తన కొడుకు కాదని, అతనితో సంబంధం ఉండడం తనకిష్టం లేదని చెప్పింది. ఇంకా, విభీషణుడు శూర్పణఖలను తన సొంత బిడ్డల్లా చూడాలని చెప్పింది.

లంకలో కైకసి అనుభవించే హోదా, వైభవాలు, ఆమె చేసే దానధర్మాలు, ఆమెకి లభించే గౌరవం, చెలాయించే అధికారం అన్నీ – ఆవిడకి రావణ మాతగా గుర్తింపు ఉండటం వల్లేనని అందరికీ తెలుసు. కాని ఆవిడ ఎదుట ఈ సంగతి చెప్పే ధైర్యం లేదు ఎవరికీ. చాలామంది తమ ప్రయోజనాల కోసం ఆవిడ అభద్రతలను పెంచి పోషించారు.

కాని ఒక విషయంలో మాత్రం సందేహమే మాత్రమూ లేదు. లంకలో నిజమైన అధికార కేంద్రమొకటే. ఆ మాటకొస్తే, ప్రపంచం మొత్తంలో కాకపోతే భారతదేశంలో ఒకటే అధికార కేంద్రం. అది రావణుడు. రావణుడికి ఎదురు తిరిగే ధైర్యం ఎవరికీ లేదు. అంతేకాక అందరూ అతని ప్రతి ఆజ్ఞనీ, ప్రతి సూచననీ ఎదురు మాట్లాడకుండా

పాటించే వారు. ఈ విషయంలో కొందరు అతని మెప్పును పొందాలని ఆశించి ఒకడుగు ముందుకేసేవారు. అలా జరిగిన 'అతి' విషయంలోనే కుంభకర్ణుడు బాగా విచలితుడవుతున్నాడు.

'ఏమిటది కుంభా? చేయాల్సింది ఏదైనా ఉంటే చేసెయ్యి,' అని నిట్టూర్చాడు.

'చెయ్యటానికేమీ మిగలలేదు, అన్నా.' కుంభకర్ణుడు చాలా మర్యాదగా, పదిమందిలో అన్నగారి ముందు ఎప్పుడూ మాట్లాడే విధంగా వినయంగా చెప్పాడు. కాని బాగా బాధ పడుతున్నట్టు కనిపించాడు.

రావణుడు క్షణం సేపు కుంభకర్ణుడిని చూశాడు. తర్వాత తన ఒడిలో కూర్చున్న అందమైన యువతికి సైగ చేశాడు. ఆమె లేచి తన రవికెను తీసుకొని, బద్ధకంగా చూస్తూ వెళ్ళిపోయింది. ఆ గదిలో ఉన్న మిగిలిన నృత్యకారిణులు కూడ వెళ్ళిపోయారు.

'చెప్పు నన్నేం చెయ్యమంటావు?'

'ప్రహస్తుడిని సైన్యంలోంచి తీసెయ్యండి.'

రావణుడి సైన్యాలు రెండు దళాలుగా విభజింపబడ్డాయి. ఒక దళానికి మహిరావణ పదవి గల అధికారులు నేతృత్వం వహించి భూక్షేత్రాల బాధ్యతలు నిర్వహిస్తారు. అహిరావణ పదవిగల అధికారులు సముద్రాలు, రేవుల బాధ్యతలు నిర్వర్తిస్తారు. అహిరావణులలోనే ప్రహస్తుడున్నాడు. చిలుకా రాజ్యపాలకుడి పట్ల విశ్వాస ఘాతుకం చేసినప్పటి నుంచి రావణుడి సైన్యంలో చేరిపోయాడు. అతడు క్రూరత్వానికి పెట్టింది పేరు. అందరూ భయపడతారు.

'కుంభా, సముద్రాలపై నియంత్రణ కొనసాగాలంటే ప్రహస్తుడిలాంటి కర్కోటకులైన అధికారులే కావాలి. చాలా ఏళ్ళ కిందట క్రకచబాహు సంపదని అతని వల్లే గదా సంపాదించాం, మర్చిపోయావా?'

'అన్నా, కర్కోటకత్వానికి, అధర్మానికి చాలా తేడా ఉంది.'

'పిల్లవాడిలా మాట్లాడకు కుంభా! ధర్మం, అధర్మం అనేదేమీ లేదు. విజయం, ఓటమి మాత్రమే ఉన్నాయి. నేను ఓడిపోను, ఎన్నడూ. నేను రావణుణ్ణి.'

'నేను కుంభకర్ణుణ్ణి, అన్నా. ఈ ప్రపంచంలో ఎవరూ నాకన్న ఎక్కువగా మిమ్మల్ని ప్రేమించరు. మీరు మహాపాపం చేయకుండా చూడటమే నా కర్తవ్యం.'

'నిజమైన మహాపాపం ఒక్కటే,అంతకుముందు మనమున్నట్లుగా పేదగా, అధికార హీనంగా ఉండడం. మనం చిన్నతనంలో ఎంత నిస్సహాయులుగా ఉండేవాళ్ళమో నీకు గుర్తుందా? ఆ రోజులు మళ్ళీ మనకు రాకూడదు.'

'అన్నా, ఇంక మనకి ఎంత సంపద, ఎంత అధికారం కావాలి? మీరు ప్రపంచంలోనే ధనవంతులు. శక్తిమంతులు. మీకు ఇంకా ఎక్కువ అవసరం లేదు.'

'ఆ! ఉన్నాయి అవన్నీ. ప్రపంచంలో నేనే అత్యంత ధనవంతుణ్ణని నువ్వంటున్నావు. అయితే, విను. చరిత్రలోనే అత్యంత ధనవంతుణ్ణి అయ్యేవరకు నేను విశ్రమించను. ఒకసారి అది సాధించాక, ఎవరికి తెలుసు, నేను దేవుళ్ళకన్న సంపన్నుణ్ణి, శక్తిమంతుణ్ణి కావాలను కుంటానేమో! అదేమంత చెడ్డ ఆలోచన కాదనుకుంటాను, నిజానికి. లంక పౌరులు నన్ను దైవంలా ఆరాధించడం నేర్చుకోవాలి.'

'అన్నా, మీరు దేవుడవ్వాలనుకుంటే, దేవుడెలా ప్రవర్తిస్తాడో ఆలోచించండి. ప్రహస్తుడు చేసిన నేరాలవంటి నేరాలను అనుమతిస్తాడా?'

'నేనెలా ప్రవర్తించాలో నన్నే నిర్ణయించుకోనీ.'

'అన్నా, ముంబాదేవిలో ప్రహస్తుడు చేసినది పాపాన్ని మించినది!' అన్నాడు కుంభకర్ణుడు.

'మళ్ళీ చెబుతున్నా, దాన్ని నన్నే నిర్ణయించనీ. ఏం చేశాడతను?'

ముంబాదేవి రేవు భారతదేశ పడమటి తీరంలో లంకకు, సింధు-సరస్వతీ తీరానికి మధ్య కీలకమైన చోట ఉంది. హిందూ మహాసముద్రంలో వ్యాపారం మీద పూర్తి నియంత్రణ కావాలనుకున్నాడు రావణుడు – అది ప్రపంచ వ్యాపార కూడలి. ఈ సముద్రం మీద ఎవరికి ఆధిపత్యం ఉంటే వాళ్ళు ప్రపంచం మీద ఆధిపత్యం చెలాయించగలరు.

అతను దాదాపుగా భారత ఉపఖండంలో ఉన్న అన్ని రేవులను, అరేబియా, ఆఫ్రికా, ఆగ్నేయాసియా తీరాలను అధీనంలోకి తెచ్చుకున్నాడు. ఈ ప్రదేశాల్లో కఠినంగా సీమాశుల్కాన్ని వసూలు చేస్తున్నాడు. నర్మదానది దక్షిణ తీరంలో గల భూవ్యాపార మార్గాల్లో కూడ, తన మిత్రుడు, కిష్కింధ రాజు వాలి సహాయంతో ఆంక్షలు విధించాడు. ప్రపంచంలో అత్యంత సుభిక్షమైన ప్రాంతం సప్తసింధును కూడ తన పిడికిట్లో బంధించాడు. లంక కోసం, తన కోసం దాని సంపదలను పిండుకుంటున్నాడు.

ముంబాదేవి ఒక్కటే మొండిగా అధిక సీమాశుంకాలను విధించడానికి గాని, అక్కడికి ఆశ్రయం కోరి వచ్చిన నావికులను తిరస్కరించడానికి కాని అంగీకరించలేదు. ముంబాదేవిని దేవేంద్రార్లు అనే వంశీకులు పాలిస్తున్నారు.

వ్యాపారం, సేవ రెండూ చెట్టాపట్టాలేసుకుని నడవాలని భావిస్తారు. వాళ్ళు తమ ధర్మ నిర్వహణలో వెనుకడుగు వేయరు. తన వ్యాపారం బాగుండాలంటే దీనినంతం చేయాలని రావణుడు నిర్ణయించుకున్నాడు. తన పట్టుకు ఎదురు ఉండకూడదు. అలా జరిగితే ఆదాయం తగ్గడమే కాకుండా, సర్వాధికారయుతుడైన లంక రాజుగా అతని ప్రతిష్ఠ దిగజారుతుంది.

'అతను ముంబాదేవి రేవును అధీనంలోకి తీసుకున్నాడు,' కుంభకర్ణుడు చెప్పసాగాడు.

'అయితే? నేనే రేవును స్వాధీనం చేసుకోమని చెప్పాను. నువ్వు నా ఆదేశాల్ని ప్రశ్నిస్తున్నావా?'

'లేదు, అన్నా! నేను మీ ఆదేశాలను ప్రశ్నించడం లేదు. నేను మీ ఆజ్ఞలు పాలించే వ్యక్తి అనుసరిస్తున్న విధానాలను ప్రశ్నిస్తున్నాను.'

'విధానాలను గురించి నాకనవసరం. అతను ఫలితాలు చూపించాలి. అవి చూపిస్తే చాలు నాకు.'

'అన్నా, ముంబాదేవి అంతటినీ సర్వనాశనం చేశాడు.'

'అయితే ఏమిటి? దాని పక్కనే ఉన్న సాల్సెట్టి ద్వీపాన్ని రేవుగా వాడుకోవచ్చు.'

కుంభకర్ణుడు హతాశుడయ్యాడు. 'అన్నా, నేను చెప్పింది మీరు వినిపించుకున్నారా? సాల్సెట్టి గురించి మర్చిపోండి. ముంబాదేవి అంతా సర్వనాశనమైంది. ప్రతి ఒక్క దేవేంద్రారు మరణించాడు. వాళ్ళ ప్రాసాదం తగలబెట్టేశారు. ఇళ్ళు నేలమట్టం చేశారు. పురుషులు, స్త్రీలు, పిల్లలు – ఎవ్వరూ బతకలేదు. వాళ్ళ శరీరాలని సామూహికంగా దహనం చేశారు. దయగల రాజు ఇంద్రన్ శరీరం సగం కాలి కనిపించింది. అందరినీ సజీవంగా తగలబెట్టారనుకుంటాను.' రావణుడేమీ ప్రతిస్పందించలేదు. ఆ వార్తతో ఒక్క క్షణం కంగుతిన్నట్టయాడు అంతే.

'వాళ్ళు సైనికులు కారు. యోధులూ కారు. వాళ్ళనీ విధంగా చంపడం అధర్మం. మన సైనికుల్లోనే కొందరు ప్రహస్తుడి చర్యలను అసహ్యించుకొని సైన్యం నుంచి వెళ్ళిపోయారు. అయిదువేల మంది బలిష్టులైన వారిలో మూడోవంతు మందిని అతను కోల్పోయాడు. ప్రహస్తుడు దేవేంద్రార్ల సంపదనంతా తీసుకొని లంక వచ్చాడు, ఆ బంగారం చూసి అతను చేసిన పనికి శిక్ష వేయకుండా ఉంటామని ఆశిస్తున్నాడు,' కుంభకర్ణుడు చెప్పాడు.

రావణుడు దీర్ఘంగా ఆలోచిస్తూ కిందికి చూస్తున్నాడు. అతని కుడి చెయ్యి అప్రయత్నంగా మెడలో ఉన్న పతకాన్ని పట్టుకుంది.

కుంభకర్ణుడు అన్నగారి పక్కన మోకాళ్ళ మీద కూర్చున్నాడు. 'అన్నా, మీరు ప్రహస్తుడిని శిక్షించాలి. ఇలాంటి అధర్మాన్ని మనం ప్రోత్సహించలేం. ఒక ఉదాహరణను ఏర్పాటు చెయ్యాలి.'

రావణుడు కొంతసేపు మౌనంగా ఉండి తర్వాత కుంభకర్ణుడివైపు చూశాడు.

'అన్నా?'

'అవును. ఒక ఉదాహరణ ఏర్పాటు చెయ్యాలి,' రావణుడన్నాడు. 'ఇలా చేద్దాం. ప్రహస్తుడిని బదిలీ చేద్దాం. అతను ముంబాదేవి నుంచి తెచ్చిన సంపదని లంక కోశాగారానికి కలిపేద్దాం. సైన్యం వదిలి వెళ్ళిన వారిని పట్టుకోవడానికి దళాలను పంపుదాం. వాళ్ళలో కొందరినైనా బహిరంగంగా ఉరితీయాల్సిందే.'

కుంభకర్ణుడు నిశ్చేష్టుడై అన్నగారిని చూశాడు.

'కుంభకర్ణా, నేను నీతో ఏకీభవిస్తున్నాను. ప్రహస్తుడు అతిగా ప్రవర్తించాడు. కాని అతణ్ణి సైన్యంలోంచి తీసెయ్యలేం. ప్రపంచంలో చాలామంది మనని అసహ్యించుకుంటున్నారు. అతని కఠినత్వం మనకు అవసరం. అలాగే, సైన్యం వదిలిపోవడాన్ని మనం చూస్తూ ఊరుకోకూడదు. అది మన సైన్యాన్ని నాశనం చేస్తుంది. వాళ్ళందరినీ వెతికి పట్టుకోనవసరం లేదు మనం. దానికి చాలా ప్రయత్నించాలి. తగినంతమందిని, అంటే ఒక వందో, రెండొందల మందినో పట్టుకోవాలి. వాళ్ళని ఉరితీయాలి. అది మిగిలిన వాళ్ళకి హెచ్చరికగా పనిచేస్తుంది.'

'అన్నా... కాని....'

'అలా చెయ్యి, కుంభా,' ఇంక మరే అసమ్మతికి ఆస్కారమివ్వని స్వరంతో రావణుడు చెప్పాడు.

లంక రాజు గుమ్మంవైపు తిరిగి చప్పట్లు కొట్టాడు. రవికెలు విసిరేస్తూ నాట్యగత్తెలు పరిగెడుతూ లోపలికి వచ్చారు. ఇంక సమావేశం ముగిసిందని కుంభకర్ణుడికి అర్థమైంది.

23వ అధ్యాయం

కరచాప యుద్ధం జరిగి పదకొండేళ్ళయింది. ప్రపంచ వ్యాపారం మీద లంక ఆధిపత్యం పూర్తయింది. రావణుడి వ్యక్తిగత సంపద లెక్కించలేనంతగా పెరగడమే కాకుండా, అతను చిన్న ద్వీప రాజ్యాన్ని ప్రపంచశక్తిగా మార్చేశాడు. సప్తసింధు మీద విధించిన భారీ పన్నులు ఆ ఏడు నదుల దేశాన్ని పిండి పిప్పి చేసినా గాని, ఆ దేశం ఇంకా సమృద్ధితోనే అలరారుతోంది. లంక ఇంకా అక్కడి నుంచి సంపదను పిండుకోవచ్చు.

వ్యాపార మార్గాలు, హిందూ మహాసముద్రంలో ప్రధానమైన ప్రతి ఓడరేవుపైన లంక ఆధిపత్యం పూర్తిగా ఉంది. తత్ఫలితంగా అది ప్రపంచ వ్యాప్తంగా వ్యాపారాన్ని కూడ నియంత్రిస్తోంది. రాజ్యం సంపదలతో తులతూగుతూ స్వర్ణలంకగా పేరొందింది – పన్నులసలే లేవు, ఎన్నో రాయితీలు, ఉచిత వైద్యం, విద్య, ఇళ్ళకు ఇరవై నాలుగు గంటల నీటి సరఫరా, విశాలమైన ఉద్యానవనాలు, క్రీడా స్థలాలు, కచేరీ వసారాలు మొదలైనవున్నాయి. రావణుడి లంకలో పేద ప్రజలు లేరు.

రాజ్యంలో రావణుడికి దేవుడి హోదా లభించింది. ఇప్పుడతనికి ముప్ఫయి ఎనిమిదేళ్ళు. గత ఏడాది నుంచి ప్రజలు కొన్ని ఆలయాల్లో అతణ్ణి దేవుడిగా పూజిస్తున్నారు. కేవలం అతని తల్లి కైకసి మాత్రం అతన్ని దేవుణ్ణి చేయడం వ్యతిరేకిస్తోంది. బ్రతికి ఉండగానే ఇటువంటి పూజను ప్రోత్సహిస్తూ వైదిక విధానాలను అగౌరవ పరుస్తున్నాడని బహిరంగంగా ప్రకటించింది.

వ్యక్తిగతంగా కూడ రావణుడి జీవితంలో ఎన్నో మార్పులు వచ్చాయి. కుంభకర్ణుడు నచ్చజెప్పడంతో వివాహం చేసుకున్నాడు. అతడి భార్య మండోదరి

పుణ్యాత్మురాలు, సుందరి. ఆమె తండ్రి మయుడు. చిన్న సామంతరాజు. మధ్య భారతంలో రెండు గ్రామాలకు భూస్వామి. చిన్న గ్రామాలే కాని సమృద్ధమైనవి. దురదృష్టవశాత్తు త్వరలోనే ఆమెకీ, వాళ్ళ చుట్టూ నివసించే వాళ్ళకీ ఒక విషయం స్పష్టమైంది- కేవలం తాను ద్వేషించే భూమి మీద ద్వేషాన్ని స్పష్టం చేయడానికే ఆమెను వివాహం చేసుకున్నాడని. సప్తసింధు మహాసామ్రాజ్యానికి మీ సామ్రాజ్య సైన్యాన్ని ఓడించే శక్తి, మీ సంపద దోచుకెళ్ళే శక్తి మాత్రమే కాకుండా మీ స్త్రీలను కూడ నేను తీసుకెళ్ళగలను అని చెప్పడానికి వివాహం చేసుకున్నట్లుగా ఉంది. ఆ దురదృష్టకరమైన వివాహం వల్ల జరిగిన ఒకే ఒక్క సకారాత్మక పరిణామం రావణుడికి కొడుకు పుట్టడం. కొడుకు ఇంద్రజిత్తును రావణుడు నిజంగా ప్రేమించేవాడు.

ఈ లోగా ఇరవై తొమ్మిదేళ్ళ కుంభకర్ణుడు బాగా ఒంటరివాడయ్యాడు. అన్నగారిని అభిమానించేవాడు కాని ఆయనపట్ల ఉన్న విధేయతతో బలవంతంగా చేయాల్సివస్తున్న కొన్ని పనుల పట్ల అతనికి అసంతృప్తి పెరుగుతోంది. అన్నగారి మీద ప్రేమ, ధర్మాన్ని పాటించాలనే కాంక్ష మధ్య సతమతమవుతూ, వీలైనంతగా లంక నుంచి దూరంగా ఉండటానికి సాకులు వెతుక్కొనడం ఆరంభించాడు. కొన్నిసార్లు వ్యాపార సంప్రదింపుల కోసం, కొన్నిసార్లు మహాసముద్రాల్లో దొంగలను అరికట్టడానికి సైనిక దండయాత్రల కోసం బాగా ప్రయాణించేవాడు. సిగిరియా నుంచి దూరంగా ఉండే ఏ చిన్న అవకాశం వచ్చినా వెళ్ళిపోయేవాడు.

అటువంటి ఒక ప్రయాణంలో ఒకసారి ఇథియోపియా రాజ్యం దామత్ కు వెళ్ళాడు. అది ఎంతోకాలంగా లంకకు మిత్రదేశం. గుర్తున్నంతవరకు పడమటి దేశాలకు, భారతదేశానికి మధ్య వర్తకం పశ్చిమ సముద్ర మార్గం ద్వారానే అభివృద్ధి చెందింది. ఆ మార్గం ఎర్ర సముద్రంలో ఇరుకైన మందాబ్ జలసంధి ద్వారాగాని, పర్షియా అఖాతంలోని హోర్ముజ్ జలసంధి ద్వారాగాని ఉండేది. హోర్ముజ్ జలసంధినే స్థానికులు జిమ్ జియాంగ్ అని పిలిచేవారు. ఈజిప్టు నుంచి గాని, మెసపొటేమియా నుంచి గాని వచ్చే వ్యాపార ఓడలు ఈ జలసంధుల ద్వారానే పశ్చిమ సముద్రంలోకి ప్రవేశించి భారతదేశానికి రాగలిగేవి. రావణుడు నేర్పుగా డిజిబూతి, దుబాయి రేవులను జయించాడు. ఈ రేవులే రెండు జలసంధులను నియంత్రించేవి. ఇప్పుడు దామత్ నుంచి, ఇంకా పడమరగా ఉన్న రాజ్యాల నుంచి వచ్చే ఓడలు పశ్చిమ సముద్రంలోకి, ప్రధాన హిందూ మహాసముద్ర మార్గాలలోకి ప్రవేశించడానికి ఈ రెండు రేవులలో ఎక్కడో ఒక చోట భారీగా సీమ సుంకాలను చెల్లించాల్సి వచ్చేది.

ఇప్పుడు కుంభకర్ణుడు ఆ దేశ పాలకుడిని కలిసి వచ్చే ఏడాదికి వ్యాపారవాటా, సీమసుంకాలు నిర్ణయించడానికి వచ్చాడు. ఆ సమావేశాలు అన్నీ ముగిశాక, దామత్ రాజధాని యహ్-అక్సుమ్ నగర బజారులో తిరగాలని నిర్ణయించుకున్నాడు. లంకకు వెళ్ళటానికి ఒక్కరోజు మాత్రం సమయం ఉండడంతో, అతనికి మొదటిసారి చూస్తున్న ఈ అందమైన నగరంలో ఉన్నవన్నీ చూసేందుకు తగినంత సమయం లేదు.

హఠాత్తుగా తెలిసిన శబ్దమేదో అతన్ని ఆకర్షించింది. మద్దెల వాద్యం – ఇంటికి దూరంగా ఉన్నపుడు వినిపిస్తుందని ఊహించని శబ్దం.

ధూమ్-ధూమ్-దనా-ధూమ్-ధూమ్-దనా

ధూమ్-ధూమ్-దనా-ధూమ్-ధూమ్-దనా

ఆ శబ్దం వస్తున్న వైపు నడవడం మొదలుపెట్టాడు, ఏదో అదృశ్యమైన తాడు లాగుతున్నట్టుగా.

ధూమ్-ధూమ్-దనా-ధూమ్-ధూమ్-దనా

కొన్ని నిముషాల తర్వాత భారతీయ దేవాలయంలా కనిపిస్తున్న దివ్య నిర్మాణం ముందున్నాడు – భూమ్మీద ఎర్రరాతితో నిర్మించిన పెద్ద వేదిక, దేవతలకు నమస్కరిస్తున్నట్లుగా ఆకాశం వరకు వెళ్తున్న శిఖరం. బయటి గోడలపై అప్సరసలు, ఋషులు, ఋషికలు, రాజులు, రాణులు. శిల్పాలు అన్నీ భారతీయ వస్త్ర ధారణలో ఉన్నాయి. ఉన్న ఒకే ఒక్క తేడా అవన్నీ ఆఫ్రికా ప్రజల ముఖాలతో ఉన్నాయి.

కుంభకర్ణుడికి ఆఫ్రికా ఖండం నుంచి వచ్చి భారతదేశంలో స్థిరపడిన కొందరు తెలుసు. ఆఫ్రికా నుంచి వచ్చిన కొందరు ఋషులు, ఋషికలు గురించి కూడ తెలుసు. అయితే యహ్-అక్సుమ్ మధ్యలో రుద్రదేవుడి దేవాలయం ఉంటుందని అతను ఏ కోశానా అనుకోలేదు.

ఆలయంలోకి అతను అడుగు పెట్టగానే మద్దెలలు మరింత బిగ్గరగా మోగాయి.

ధూమ్-ధూమ్-దనా-ధూమ్-ధూమ్-దనా

గర్భగుడి ముందు ఉన్న ప్రధానమైన పెద్ద గదిలో కొన్ని చోట్ల పెద్ద బల్లలు ఉన్నాయి. వాటిమీద వరుసగా ఈ మద్దెలలు పెట్టారు. పొడవుగా బలిష్ఠంగా ఉన్న పురుషులు చేతిలో పొడవైన కర్రలు పట్టుకుని నిలబడి మద్దెలలను లయబద్ధంగా వాయిస్తున్నారు. గుడి ఆవరణ నృత్యం చేస్తున్న జనంతో నిండిపోయింది. పరమానందంతో చేస్తున్న నృత్యం.

మనసులను ప్రభావితం చేసే స్థితి అది. కుంభకర్ణుడు ప్రభావితుడయ్యాడు. అతని శరీరం దానంతటదే ఊగుతోంది, అతనూ నాట్యం చేస్తున్నాడు. రుద్రదేవుడి సంగీతం ప్రతిధ్వనిస్తూ అతని మనసును, ఆత్మను ఆక్రమించేసింది.

వాయిద్యం గతి వేగాన్ని అందుకోగానే నృత్యం వేగవంతమైంది. గుడి ఆవరణ అంతా రుద్రదేవుడి భక్తుల స్వాభావిక శక్తితో నిండి సజీవమైంది. నిదానంగా వాయిద్యం వేగం పెరుగుతూ చరమస్థాయికి చేరి, 'జైశ్రీరుద్ర!' అనే అరపుతో ముగిసింది.

కుంభకర్ణుడు కూడ పరమానందంతో దేవుడిని పిలవడంలో తన గొంతునూ కలిపాడు.

రుద్రదేవుడికి జయం!

'జై దేవీ ఇస్తార్!'

ఇస్తార్ దేవికి జయం.

కుంభకర్ణుడు తన చుట్టూ నాట్యం చేసి అలసటతో చెమట పట్టి, ఆనందంగా ఉన్న ముఖాలను చూశాడు. కొందరి బుగ్గల మీదికి ఆనందబాష్పాలు రాలుతున్నాయి. కొందరు ఇంకా తన్మయత్వంలోనే ఉన్నారు. కొత్తవారు ఒకరినొకరు కౌగలించుకొని శుభాకాంక్షలు చెప్పుకొన్నారు. కుంభకర్ణుడినీ కౌగలించుకున్నారు. అతను నాగుడని గాని, అతని అవకరాలను గుర్తించినట్టుగాని ఎవరూ కనిపించలేదు.

'ఏమిటిలా వచ్చారు కుంభకర్ణా?'

కుంభకర్ణుడు పక్కకు తిరిగి చూస్తే ఎదురుగా పొడవుగా, ముదురు గోధుమరంగు శరీరంతో నిగనిగలాడుతూ ఉన్న స్ఫురద్రూపి కనిపించాడు. అతని ముఖ కవళికలు చూస్తే దామత్ కు చెందిన వాడిలా కనిపించాడు. అయినా కాని, సన్యాసిలా కాషాయరంగు అంగవస్త్రం ధరించాడు. వెంట్రుకలు తీయించుకున్న శిరస్సు వెనుక ముడిపెట్టిన పిలక అతను బ్రాహ్మణుడని తెలియజేస్తోంది. సగం నెరిసిన గడ్డం వల్ల అతని ముఖం ప్రసన్నంగా ఉంది. బలిష్ఠంగా ఉన్నా, శాంతంగా, దయగల కళ్ళు ఏదో తెలియని ప్రశాంతతని సూచిస్తున్నాయి. అతను స్పష్టంగా అంతరంగ ప్రశాంతత సాధించిన వ్యక్తిలా ఉన్నాడు.

కుంభకర్ణుడి భృకుటి ముడిపడింది. 'నేను మిమ్మల్ని ఇంతకు ముందు చూశాను.'

ఆ బ్రాహ్మణుడు చిరునవ్వుతో తలూపాడు.

'నిన్న, దర్బారులో?'

'అవును. నేను మీ వెనుకే నిలబడ్డాను. మీ దృష్టి నిశితం.'

'నేను ముఖ్యమైన వ్యక్తుల్ని గమనిస్తాను,' కుంభకర్ణుడు మర్యాదగా చిరునవ్వుతో నమస్కరిస్తున్నట్టుగా చేతులు జోడించాడు. 'కాని మీరు కూడ రుద్రదేవుడి భక్తులని నాకు తెలియదు. మీ పేరేమిటి మిత్రమా?'

ఆ మనిషి చిరునవ్వుతో ప్రతి నమస్కారం చేశాడు. 'మీరు నన్ను మబకుర అని పిలవవచ్చు, మిత్రమా.'

'మబకుర?' కుంభకర్ణుడు ఆశ్చర్యపోయాడు. 'మీకు తెలుసా సంస్కృతంలో ప్రాచీన పదం బకుర అని ఉంది. దాని అర్థం యుద్ధ కాహళి అని.'

'నాకు తెలుసు. మా భాషలో ఆ పదానికి 'మ' అనే ధ్వనిని ముందు చేరిస్తే 'మహాయుద్ధ కాహళి' అని అర్థం.'

కుంభకర్ణుడు పెదవులు విప్పార్చి చిరునవ్వు నవ్వాడు. 'మంచి పేరు. కాని మీరు శాంతి కాముకుల్లా ఉన్నారు.'

'నేనూ కావలసినంత యుద్ధం చేశాను. దాన్ని రుజువు చేసే మచ్చలున్నాయి నాకు.'

'అయితే శక్తిమంతమైన కరవాలాన్ని ఆలయ మద్దెలలకోసం పక్కన పెట్టేశారా?'

మబకుర మృదువుగా నవ్వాడు. 'పోరాటం కన్న నాట్యం చేయడంలో ఆనందం ఉంది, మీరొప్పుకోరా?'

కుంభకర్ణుడు కూడా నవ్వి, తలూపాడు.

'నేను గుడి పూజారి కావడానికి నా కారణాలు నాకున్నాయి. మీకు ఇష్టం లేకపోయినా వ్యాపార చర్చాప్రతినిధిగా ఉండటానికి కారణమేమిటి?'

'క్షమించండి? నేను ఆ పనిలో సమర్థుణ్ణి కానని అంటున్నారా?' తననేమైనా చెడుగా అంటున్నాడా లేక మరేదైనానా అని కుంభకర్ణుడు నిర్ధారించుకోలేకపోయాడు.

'నేనలా అనలేదు. ఆ పనిలో మీ మనసుకి సంతోషం లేదు అన్నాను అంతే. నిన్న నేను మీ చర్చలు విన్నాను. చకితుణ్ణి అయ్యాను. మీరింకా మెరుగైన షరతులు పెట్టగలిగేవారు. కాని మాతో చాలా ఉదారంగా వ్యవహరించారు.'

కుంభకర్ణుడు మౌనంగా ఉండిపోయాడు.

'మీరు దేనికో నష్టపరిహారం చెల్లిస్తున్నట్టుగా అనిపించింది నాకు. బహుశ అతిగా నష్టపరిహారం ఇస్తున్నట్టుగా. మాకు సహాయం చేస్తే మీ మనసులో భారం కొంతైనా తగ్గుతుందన్నట్టుగా.'

కుంభకర్ణుడు చుట్టూ చూశాడు. దేవాలయంలో దాదాపు ఎవరూ లేరు. చాలామంది భక్తులు వెళ్ళిపోయారు. మళ్ళీ మబకురని చూశాడు. 'మీరెవరు?'

'నాతో కూర్చోండి, మిత్రమా,' మబకుర మృదుస్వరంతో అన్నాడు.

వాళ్ళు స్తంభాలకు ఆనుకుని దేవాలయ ప్రధాన కక్షలో కూర్చున్నారు. కుంభకర్ణుడు దూరంగా ఉన్న గర్భగుడిని చూశాడు. దానిలో రుద్రదేవుడి నిలువెత్తు ప్రతిమ ఉంది. పొడవుగా, బలిష్ఠమైన ఆకారం. విరబోసిన జుట్టు, పెద్ద గడ్డం.

రుద్రదేవుడు నిజ జీవితంలో ఉన్నట్టుగా – భవ్యంగా, భయంకరంగా.

కుంభకర్ణుడు చేతులు జోడించి భక్తిగా నమస్కరించాడు. మబకుర కూడా నమస్కరించాడు.

రుద్రదేవుడి కుడివైపు ఒక దేవీ ప్రతిమ ఉంది. దాదాపు రుద్రదేవుడి ప్రతిమ అంత పొడవూ ఉంది. ప్రశాంతమైన ముఖం, ఆఫ్రికా వారి ముఖ కవళికలు. శరీరం మీద మాత్రం భారతీయ విధానంలో ధోవతి, రవికె, అంగవస్త్రం ఉన్నాయి. ఎడమ చేతిలో అండం, కుడిచేతిలో కరవాలం ఆమెను ప్రేమ, యుద్ధాల దేవిగా చెబుతున్నాయి. కుంభకర్ణుడు, మబకుర ఇస్తారదేవికి నమస్కరించారు.

లంక వాసి మళ్ళీ అడిగాడు. 'మీరెవరు?'

'మీకు సహాయం చేయగలిగే వ్యక్తిని,' మబకుర సమాధానమిచ్చాడు.

'నాకు సహాయం కావాలని ఎవరన్నారు?'

'అన్నీ చెప్పనవసరం లేదు. తమకు తాము హాని చేసుకోవాలని చూసే ఎవరికైనా సహాయం అవసరమని అర్థం. బహుశా మీరు నన్ను నమ్మవచ్చో లేదోనని సంశయిస్తున్నారా....'

కుంభకర్ణుడు మౌనంగా ఉండిపోయాడు.

మబకుర ముందుకు వంగి గొణిగాడు, 'నేను హనుమంతుడి స్నేహితుడిని.'

కుంభకర్ణుడు ఉలిక్కిపడి అతణ్ణి చూశాడు. హనుమంతుడు విఖ్యాత వాయుపుత్ర తెగ సంతతి వాడు. బంగారంలాంటి హృదయం గల భీమకాయుడు. అవసరమున్న వారికి సహాయం చేయడానికి సిద్ధంగా ఉంటాడు. చాలాకాలం కిందట, కుంభకర్ణుడి ప్రాణాన్ని కాపాడాడు ఆయన. అయితే ఈ విషయం ఎప్పుడూ బయటికి చెప్పవద్దని మాట తీసుకున్నాడు. కుంభకర్ణుడు ఆ వాగ్దానాన్ని గౌరవించాడు. అయితే శాశ్వతంగా హనుమంతుడికి కృతజ్ఞుడిగా ఉండిపోయాడు. ఆ రుణాన్ని తీర్చుకునే అవకాశం కోసం నిరంతరం ఎదురుచూస్తున్నాడు.

హనుమంతుడి స్నేహితుడు ఎవరైనా తనకు స్నేహితుడే.

'మీరు వాయుపుత్రులా?' కుంభకర్ణుడు అడిగాడు.

మబకుర తలూపాడు. 'అవును.'

'మీరు నన్ను ద్వేషించడం లేదా?'

మబకుర మృదువుగా నవ్వాడు. 'నేను మిమ్మల్ని ఎందుకు ద్వేషించాలి?'

'నేననేది...' కుంభకర్ణుడు నిట్టూర్చాడు. 'నేను.'...

'చెప్పండి.'

'చూడండి. మీరు దైవాంశగల వాయుపుత్ర తెగవారు. రుద్రదేవుడి వారసులు. పవిత్ర భారతదేశాన్ని రక్షించే బాధ్యత మీది. నేను భారతదేశాన్ని నాశనం చేస్తున్న మనిషి తమ్ముడిని.'

'భారతదేశాన్ని నాశనం చేస్తున్నారా! నిజంగా?' మబకుర కళ్ళు నవ్వుతున్నాయి. 'మీ అన్నగారు అంత శక్తిమంతుడని అనుకుంటున్నారా?'

కుంభకర్ణుడికి నోటమాట రాలేదు. అన్నగారి గురించి జనం గొప్పగా మాట్లాడుకోవడం విన్నాడు. అతని ప్రభావాన్ని, శక్తిని ప్రశ్నించిన వారిని చూడలేదు ఇంతవరకూ.

'ఏమిటి? నాకర్థం కాలేదు.'

మబకుర చిరునవ్వు నవ్వాడు. 'ఎవరైనా భారతదేశాన్ని నాశనం చేస్తున్నారంటే, మీకేమనిపిస్తుంది చెప్పండి?'

'అది .... అది నా దేశం.. నా మాతృదేశాన్ని ప్రేమిస్తాను.'

'అయితే మీ మాతృదేశం ఒక్క మనిషి నాశనం చేయగలిగినంతటి శక్తిహీనమైనదా? నన్ను మరో రకంగా చెప్పనివ్వండి. ఒకవేళ ఒక్క వ్యక్తి నాశనం చేస్తే నాశనమయ్యేంత బలహీన దేశం, మనుగడ సాగించడానికి అర్హమైనదా?'

'ఏమంటున్నారు మీరు?'

'మీరు మత్స్య న్యాయం గురించి విన్నారా?'

'వినని వారెవరు? పెద్ద చేప చిన్న చేపని తినేస్తుంది ఎప్పుడూ. దాన్ని మీరు చేప చట్టం అనొచ్చునేమో.'

'ఆ చట్టం కేవలం చేపలకే వర్తించదని మీకు తెలుసుగా?'

కుంభకర్ణుడు నవ్వాడు. 'అవును, నాకు తెలుసు.'

'ఇది ప్రకృతి మాత చట్టం. బలవంతుడు మనుగడ సాగిస్తాడు.'

'అవును. అది క్రూర చట్టం. అందుకనే మనం దాన్ని పాటించడంలేదు. మనకంటె బలహీనులని మనం చంపం. వాళ్ళని రక్షిస్తాం.'

'అది మానవ ప్రవర్తనా నియమావళి. కాని ప్రకృతి అలా ప్రవర్తించదు. క్రూరత్వం, దయాళుత్వం మానవ భావనలు. ప్రకృతి సంతులనానికి ప్రాధాన్యమిస్తుంది. సంతులనానికి కఠోరప్రేమ అవసరం.'

'కఠోరప్రేమా?'

'మిమ్మల్ని బలహీనపరచే ప్రేమ ఉంటుంది. రాబోయే దాన్ని ఎదుర్కొనడానికి సిద్ధం చేసే కఠోరప్రేమ ఉంటుంది. కొన్నిసార్లు ఆ ప్రేమ కఠినంగా అనిపించవచ్చు కాని అది అవసరం. మీరు ఇప్పుడు, ఇక్కడ బిడ్డ గురించి ఆలోచించే తల్లిదండ్రులైతే, మీ బిడ్డకు ఆమెకు కావలసినవన్నీ ఇస్తారు, ఎందుకంటే మీరు ఆమె ముఖంలో చిరునవ్వు చూడాలనుకుంటారు. కాని మీరు మీ బిడ్డ భవిష్యత్తుని గురించి ఆలోచిస్తే, బిడ్డని పాడుచేయడం చాలా చెడ్డపని అని, అది మీరు చేస్తున్నారని తెలుసుకుంటారు.'

'నిజమే. కాని ఎక్కువ కఠినంగా ఉంటే బిడ్డకు మనసు విరిగిపోతుంది.'

మబకుర చిరునవ్వు నవ్వాడు. 'మనకీ, ప్రకృతికీ మధ్య ఉన్న తేడా అదే. ప్రకృతి మాత ప్రతిక్షణం కనిపెడుతూ ఉండదు. మనుగడ చట్టాలకు అవకాశమిస్తుంది. నిజమే కొన్నిసార్లు బలహీనులు తుడుచుకుపోతారు. కాని మనుషులు భిన్నమైన వాళ్ళు. మనం ఆలోచించగలం ఇంకా.... అంతా గమనిస్తూ ఉండగలం. కఠోరప్రేమని సరైన స్థాయిలో చూపగలం; బలపడేలా చేసేంత కఠినంగా మాత్రమే; మనసు విరిగేంత కఠినంగా కాదు.'

'దీనితో మా అన్నగారికి, నాకు ఉన్న సంబంధమేమిటి?'

'మీరెన్నడైనా ప్రకృతిమాత క్రీడలా, మన జీవితాలను కూడ మనకంటె బలమైన శక్తి నియంత్రిస్తుందని ఒక్క క్షణం ఆగి ఆలోచించారా?'

కుంభకర్ణుడు సమాధానం చెప్పలేనంతగా ఆశ్చర్యపోయాడు.

మబకుర హఠాత్తుగా మాట మార్చాడు. 'మీరెన్నడైనా కార్చిచ్చు చూశారా?'

'చూశాను.'

'అది మంచిదా? చెడ్డదా?'

'అది ఆధారపడి ఉంటుంది.'

'ఏ విషయం మీద ఆధారపడి ఉంటుంది.'

'అగ్ని నియంత్రణలో ఉందా, లేదా అనేదాన్ని బట్టి.'

'అక్షరాలా నిజం. నియంత్రితమైన అగ్ని ఎండుకట్టెలను కాల్చుతుంది. ఎండుపుల్లలు ఒకదశ దాటాక విషపూరితాలై అడవిని నాశనం చేస్తాయి. వాటిని చిన్నగుట్టలుగా చేసి నేలను శుభ్రం చేయడానికి కాల్చకపోతే, వాటి మూలంగా పెద్ద కార్చిచ్చు వ్యాపించే ప్రమాదం ఉంది. నియంత్రించలేని కార్చిచ్చు అన్నిటినీ కాల్చేస్తుంది. అది మంచిది కాదు కదా?'

'అవును. అదస్సలు మంచిది కాదు.'

'కచ్చితంగా అంతే. చిన్న కార్చిచ్చు అంటే చిన్న విషాన్ని పెద్ద విషాన్ని చంపడానికి ఉపయోగించడం అన్నమాట.'

కుంభకర్ణుడు బిగుసుకుపోయాడు. 'మా అన్న విషం కాదు.'

మబకుర చిరునవ్వు నవ్వాడు. సమాధానం చెప్పలేదు. క్షమించమనీ అడగలేదు.

కుంభకర్ణుడు వెళ్ళిపోవడానికి లేచి నిలబడ్డాడు.

'మన మాటలు ఇంకా పూర్తి కాలేదు,' మబకుర అన్నాడు.

'మా అన్న కన్న మీరు చాలా మెరుగైన వారని మీకెందుకు అనిపిస్తోంది?' కుంభకర్ణుడు మళ్ళీ కూర్చుంటూ అడిగాడు. 'దీర్ఘకాలిక కల్యాణం కోసం ప్రజలు కష్టపడాలి అనేది మీరెంత సహజంగా స్వీకరించారో అది నాకు మా అన్నగారు చేసే పనిలా అనుచితంగా అనిపిస్తోంది.'

'ప్రకృతి మాత దృష్టి మీకు తెలుసా, ప్రకృతి మాత దృష్టిలో ఒప్పుకు వ్యతిరేకం తప్పు కాదు, మరోవైపు.'

'ఇది కేవలం కుతర్కం. మీరేం చెప్పాలనుకుంటున్నారు?'

'నేను చెప్పేది ఒప్పయిన మార్గమేదీ లేదు. ఆదర్శమైన పరిష్కారమూ లేదు. ప్రపంచం పరిపూర్ణతావాదుల చేతిలో బాగా పీడింపబడుతుంది, ఒకే ఆదర్శం ఉండదని గుర్తించని వాళ్ళ మూలంగా కష్టపడుతుంది. నిజమైన వివేకవంతులు సర్వోత్కృష్ట పరిష్కారం ఉందని, ఆదర్శ పరిష్కారం లేదని గుర్తిస్తారు. ఎక్కువ మందికి సాయపడే పరిష్కారం అనుసరించదగింది. ఎందుకంటే అందరికీ సాయపడే పరిష్కారం ఉండదు. క్షత్రియులు అత్యంత శక్తిమంతులు కావడం వల్ల భారతదేశం కష్టాలు పడుతోంది. వాళ్ళు తమ అహంతో శూద్రులను, వైశ్యులను అణచివేస్తున్నారు. వాళ్ళ కబంధ హస్తాల నుంచి విడిపించి సమాజాన్ని సక్రమంగా ఉంచాలి మనం. ఆ పాత్రను రావణుడు నిర్వర్తిస్తున్నాడు. అతను క్షత్రియుల పొగరు అణచగలడు.'

'మీరిదంతా నాకెందుకు చెబుతున్నారు? మీరు తననెలా ఉపయోగించుకుంటున్నారో నేను వెళ్ళి మా అన్నగారికి చెప్పగలను.'

'ఆయన మీ మాట వింటాడని ఆశిస్తున్నారా?' మబకుర అడిగాడు. 'ఆయన అకస్మాత్తుగా ధార్మికుడైపోతాడని అనుకుంటున్నారా?'

'మీరు ధార్మికులని నేను నమ్ముతాననుకుంటున్నారా?'

మబకుర చిరునవ్వు నవ్వాడు. 'ధర్మానికి సంబంధించిన ప్రశ్నలకు అంత సులభంగా సమాధానాలు చెప్పగలిగితే బాగానే ఉంటుంది.'

'చెప్పి చూడండి.'

'ధర్మం క్లిష్టమైంది. ధర్మాధర్మాలను గురించి చర్చిస్తూ మనం జీవితకాలమంతా గడపవచ్చు. నిజంగా పరిగణించాల్సిందేమిటంటే, మన ఉద్దేశాలు ధార్మికమైనవా అని – ఫలితం మన నియంత్రణలో ఉండదు. దాన్ని బట్టి ధర్మాన్ని కొలవలేం.'

'ఉద్దేశాలా?'

'కొందరు ఇతరులకు మంచి చేయాలని ప్రయత్నించవచ్చు, వాయుపుత్రుల్లా. మేము మంచి చేయాలని చూస్తున్నాం. కాని మేము వాస్తవానికి సఫలురమవుతామా? కాలం మాత్రమే చెప్పగలదు. కాని మా ఉద్దేశాలను సందేహించాల్సిన పని లేదని మాకు తెలుసు. మేము మాలక్ష్యాల గురించే కాదు, ఇతరుల శ్రేయస్సు కోసం కూడ ఆలోచిస్తున్నాం. ధర్మం వైపు వేసిన మొదటి అడుగు అది. ఇతరుల కోసం మన స్వార్థ ప్రయోజనాలను పట్టించుకోకపోవడం.'

కుంభకర్ణుడు ముందుకు వంగాడు. 'మళ్ళీ అడుగుతున్నాను, ఇదంతా మీరు నాకెందుకు చెబుతున్నారు?'

'ఎందుకంటే రావణుడి దానవ ప్రవృత్తిని బృహత్కల్యాణం కోసం ఉపయోగించుకోవచ్చు. కాని అతని ఆత్మను కూడ రక్షించాలని మేం కోరుకుంటున్నాం.'

కుంభకర్ణుడి భృకుటి ముడివడింది. 'వాయుపుత్రులు ఆయన మంచి గురించి ఆలోచిస్తారని అనుకునేంత అమాయకుడిగా నేను మీకు కనిపిస్తున్నానా?'

'ఎందుకు కాదు? మేం ప్రతి ఒక్కరి మంచి గురించి ఆలోచిస్తాం. అందరికీ మేం సాయం చేయగల సమర్థులం కాకపోవచ్చు. కాని మేం ప్రతి ఒక్కరి మంచి గురించి ఆలోచిస్తాం.'

'నా నుంచి ఏమాశిస్తున్నారు?'

'మీరు మీ అన్నగారికి సహాయం చేస్తారని ఆశిస్తున్నాం.'

'మరైతే నేనేం చేస్తున్నానని మీరనుకుంటున్నారు?'

'చెడ్డ ఒప్పందాలు కుదుర్చుకొనడం వల్ల మీ అన్నగారికి సహాయం చేస్తున్నట్టు కాదు.'

'మాకు అవసరానికి మించిన అపార సంపద ఉంది. నేను దాన్ని కొంచెం పంచగలను. దానివల్ల కొంచెమైనా మంచి జరుగుతుంది. దాతృత్వానికి ఖర్చు చేసినదేదైనా ధర్మానికి మంచే చేస్తుంది.'

మబకుర చిరునవ్వు నవ్వాడు. 'విదుర దేవుడి గురించి విన్నారా?'

'ఎందుకు వినలా. విన్నాను. అంత గొప్ప తాత్త్వికుడు, చరిత్రలో తెలివైనవాళ్ళలో ఒకరి గురించి ఎవరికి తెలియదు?'

'విదుర దేవుడు ఏమన్నాడంటే డబ్బును రెండు రకాలుగా వ్యర్థం చేయవచ్చు. ఒకటి, అనర్హులకు దానం చెయ్యడం. రెండు అర్హులకు దానం చెయ్యకుండా ఉండడం.'

'నేన.....'

'మీరిచ్చే వ్యాపార రాయితీలు మా రాజ్యంలో పాలకులకి, వ్యాపారులకి సాయపడతాయి. వాళ్ళకి దాతృత్వం అవసరం లేదు. పేదలకు సహాయం కావాలి. దామత్ లోనే కాదు, ప్రతిచోట. వాళ్ళని కనిపెట్టి, సహాయం చెయ్యండి. మీ అన్నగారి పేరు మీద వారికి సహాయం చెయ్యండి. ఆయనకి కొంచెం సుకర్మని సంపాదించిపెట్టండి. ఒంటరిగా విచారగ్రస్తులు కావద్దు. ధ్యేయాన్ని అన్వేషించండి. మీరు జన్మించినపుడు మీ అన్నగారు మీ ప్రాణం కాపాడారని నాకు తెలుసు. ఇప్పుడు ఆయన ఆత్మకి సాయపడాల్సిన బాధ్యత మీదే.'

మబకుర మాటలు శ్రద్ధగా విన్న కుంభకర్ణుడు ఆలోచనామగ్నుడైనట్టుగా కనిపించాడు.

'ఆయన మారడని వదిలేయవద్దు,' మబకుర చెప్పసాగాడు. 'మనం నిరంతరం మారుతున్న కాలంలో ఉన్నాం. రావణుడి ఆత్మను కాపాడగలిగే మరో అవకాశం మళ్ళీ వస్తుంది తప్పకుండా. అది గ్రహించుకోలేనంత అజ్ఞానంలో అతనుండవచ్చు. కాని ఆ సమయం ఆసన్నమైనపుడు అతనికి మీ అవసరం ఉంటుంది.'

కుంభకర్ణుడి కళ్ళు చెమర్చాయి. మృదువుగా చెప్పాడు. 'నా అన్నగారిని నేను కోల్పోయాను. నేనాయనని ప్రేమిస్తాను, కాని కోల్పోయాను. ఆయనకు వచ్చిన

కోపం వల్ల, పడిన బాధ వల్ల నేనాయనని కోల్పోయాను. ఆయన అనుభవించిన వేదన వల్ల కోల్పోయాను...'

'వేదవతిగారు చనిపోవడం వల్ల. నాకు తెలుసు,' మబకుర అన్నాడు.

కుంభకర్ణుడు అలాగే మబకురని చూస్తూండిపోయాడు. రావణుడి గురించి అంత వ్యక్తిగతమైన విషయం అతనికి తెలిసిందని నిశ్చేష్టుడయ్యాడు. అది చాలామందికి తెలియని రహస్యం.

'అతను మిమ్మల్ని కూడ ప్రేమిస్తున్నాడని మర్చిపోవద్దు. జీవించి ఉన్నవాళ్ళలో మిమ్మల్ని, తన కొడుకు ఇంద్రజిత్తుని మాత్రమే బహుశా ఆయన నిజంగా ప్రేమిస్తాడు.'

'ఇంద్రజిత్తు కూడ ఆయననంతగా ప్రేమిస్తాడు. బహుశా నాకన్న ఎక్కువగా.'

మబకుర చిరునవ్వు నవ్వాడు. 'నాకు తెలుసు. కాని అతను పసివాడు. అతను తన తండ్రికి సాయం చేయలేడు, కనీసం ఈ వయసులో. అందువల్ల రావణుడిని రక్షించే బాధ్యత మీదే. ఈ జన్మలో మీ స్వధర్మం అదే. దాన్ని బాగా నిర్వర్తించండి.'

'అన్నా, ఈ డబ్బు మనకంత లెక్కలోది కాదు.' కుంభకర్ణుడు ఆందోళనతోను, కోపంగాను ఉన్నాడు. అతని చేతుల పైన ఉన్న రెండు ఉపాంగాలు బిగుసుకుని, నిలువుగా ఉన్నాయి.

కరచాప యుద్ధం జరిగి పదిహేడేళ్ళయింది. కుంభకర్ణుడు రావణుడి వ్యక్తిగత మందిరంలో ఉన్నాడు. ఆ పెద్ద గది మధ్యలో ఎప్పటిలా అర్థనగ్నంగా ఉన్న స్త్రీలు నృత్యం చేస్తున్నారు. రావణుడు సుఖాసీనుడై ఉన్నాడు. ఒడిలో పడుకున్న స్త్రీ వెంట్రుకలతో అతని చేతి వేళ్ళు ఆడుకుంటున్నాయి. అతని ఒక చేతిలో నల్లమందు నింపిన చిలుం ఉంది.

కుంభకర్ణుడు తన సొంత డబ్బుతో దాతృత్వం చేయగలిగేవాడు. కాని ఈ ప్రత్యేకమైన విరాళం రావణుడి వ్యక్తిగత ఆదాయం నుంచి ఇవ్వాలని అతను అనుకున్నాడు. ఇది అలాగే జరగాలి.

రావణుడు చిలుంని ఒకసారి గాఢంగా పీల్చాడు. పెదవులపై, అలసట, మత్తు నిండిన చిరునవ్వుతో కుంభకర్ణుడిని చూశాడు. సుడులు తిరుగుతున్న పొగ మధ్య

నుంచి అన్నాడు. 'నా సంపదనంతటినీ తగలబెడతాను, కాని సప్తసింధు కోసం దాన్ని ఖర్చు చేయను. అది వైద్యనాథ్ లో ఆసుపత్రి కోసమైనా సరే.'

కుంభకర్ణుడు గది అంతా కలయజూశాడు. స్త్రీలు, పొగ, మద్యం, నల్లమందు. అన్ని రకాల అతులు ఉన్నాయక్కడ. 'మీరిప్పటికే మీ డబ్బు తగలబెడుతున్నారు, అన్నా,' అన్నాడు.

'అయితే ఏంటి, నేను దీన్ని సంపాదించాను... దీనితో నేనేం కావాలంటే అది చేసుకోగలను.'

కుంభకర్ణుడు నాట్యగత్తెలవైపు తిరిగి, 'బయటికి వెళ్ళండి,' అన్నాడు.

ఆ స్త్రీలు నృత్యం ఆపారు, కాని గదిలోంచి బైటకి వెళ్ళలేదు. రావణుడి ఆజ్ఞ కోసం చూస్తూ కొందరు అలక్ష్యంగా, కొందరు భయంగా నిలబడ్డారు.

కుంభకర్ణుడు రావణుడి ఒడిలో ఉన్న స్త్రీకి సంకేతం చేశాడు. 'బయటకి వెళ్ళు.'

ఆ స్త్రీ లేవాలని ప్రయత్నించింది కాని, రావణుడు ఆమెని మొరటుగా తన వక్షం మీదికి లాక్కున్నాడు. 'నీ హద్దులు దాటకు, కుంభకర్ణా,' కోపంగా చెప్పాడు.

కుంభకర్ణుడు ముందుకు వచ్చి రావణుడి మెడలో ఉన్న పతకం వైపు చూపించాడు. 'ఈ ఆసుపత్రికి కన్యాకుమారి పేరు మీద వాగ్దానం చేశారు అన్నా. ఆవిడ అంత్యక్రియలు చేస్తూ, తన కర్మ ఋణాలు తీరుస్తామని చెప్పాం. మీరు ఆ విషయం మర్చిపోయి ఉండవచ్చు. కాని నేను మర్చిపోలేదు. నేను ఆ ఆసుపత్రిని నిర్మిస్తాను. అక్కడ రోగులకి ఉచిత వైద్యం జరుగుతుంది. ప్రాణాలు కాపాడబడతాయి. ఈ హుండీ మీద మీ ముద్ర వేస్తారు మీరు.'

రావణుడు మౌనంగా ఉన్నాడు. అతని ముఖంలో ఏ భావమూ లేదు. కోపంగాని, పశ్చాత్తాపంగాని, బాధ గాని. అతను తన వేదన మర్చిపోవడానికి మాదకద్రవ్యాలు, మద్యం, వార వనితలను ఆశ్రయించాడు. ఆ ఆశ్రయం విలువ తన బుద్ధిని సమర్పించడం.

కుంభకర్ణుడు ముందుకువచ్చి, రావణుడి చేతిని పట్టుకొని, అతని చేతి వేలికున్న రాజముద్రని పత్రం మీద వేశాడు. ఇప్పుడు ఈ దాతృత్వ పని కోసం రావణుడి ధనం ఖర్చుపెట్టవచ్చు.

అన్నగారి ఒడిలో అస్తవ్యస్తంగా పడి ఉన్న స్త్రీని చూశాడు. 'మీకు భార్య ఉంది అన్నా. ఆవిడని ఇలా అవమానించకూడదు.'

రావణుడు సమాధానం చెప్పలేదు.

కుంభకర్ణుడు వెనుతిరిగి గదిలో నుంచి బయటికి వెళ్ళిపోయాడు.

రావణుడి ఒడిలో ఉన్న స్త్రీ అతనికి దగ్గరగా జరిగి, అతని బుగ్గలు నిమిరింది. కపట ప్రేమను కనబరుస్తూ, 'మీ తమ్ముడు మీతో మాట్లాడిన పద్ధతి నాకు నచ్చలేదు,' అంది గొణిగినట్టుగా.

రావణుడు వేగంగా స్పందించాడు. పిడికిలి బిగించి ఆ స్త్రీ ముఖం మీద గుద్దాడు. ఆమె ముక్కు పగిలింది. ఆమె జారి కిందపడి, బాధతో అరుస్తుండగా, దూరంగా నృత్యం చేస్తున్న వారిని చూసి 'బయటికి పోండి! అందరూ!' అన్నాడు. తన పాదాల దగ్గర కిందపడి ఏడుస్తున్న ఆమెని చూపించాడు. ఆమె ముఖం ఎర్రగా ఉంది, ముక్కులోంచి రక్తం కారుతూంది. 'ఈ ధూర్తురాలిని కూడ మీతో తీసుకుపొండి!'

ఆ స్త్రీలందరూ ఒక్క పరుగున గదిలోంచి వెళ్ళిపోయారు. రావణుడు ఆసనంలో వెనక్కి జారబడి వేదవతి వేళ్ళను గట్టిగా పట్టుకున్నాడు. మూసుకున్న అతని కళ్ళలోంచి కన్నీరు చెంపల మీదికి జారుతున్నాయి.

నువ్వింతకన్న మెరుగ్గా ఉండగలవు. కనీసం ప్రయత్నించు.

౨౪

24వ అధ్యాయం

'నేను సరైన పనిచేస్తున్నానో లేదో నాకు తెలియదు. ఆయన మీద నేను చాలా ఒత్తిడి పెడుతున్నట్టుంది. ఇటీవల చాలా బలహీనంగా అనిపిస్తున్నాడు,' కుంభకర్ణుడు చెప్పాడు.

కుంభకర్ణుడు వైద్యనాథ్ లో ఉచిత ఆసుపత్రి నిర్మాణానికి రావణుడిని బలవంతంగా ఒప్పించి కొన్ని నెలలైంది. ఇప్పుడతను నిర్మాణం మొదలుపెట్టేముందు అన్నీ సిద్ధంగా ఉన్నాయో లేవో చూడడానికి దేవాలయ పట్టణానికి వచ్చాడు. ధనం కేటాయించడం జరిగింది. వైద్యులను గుర్తించి, నియమించారు. భవనం మరికొన్ని నెలల్లో సిద్ధమవుతుంది. మబకుర కొన్ని సంవత్సరాలుగా కుంభకర్ణుడిని కలుస్తూనే ఉన్నాడు. ఇప్పుడు పని పూర్తి చేయటానికి అతను కూడ వైద్యనాథ్ లోనే ఉన్నాడు.

'మీ అన్నగారు ఏమైనా కావచ్చు, కాని బలహీనుడు మాత్రం అస్సలు కాడు,' మబకుర అన్నాడు.

'నిజమేమిటంటే, ఇటీవల ఆయనని చూడాలంటే విచారం కలుగుతోంది. ఆయన దాదాపుగా మాదక ద్రవ్యాలకి, మద్యానికి బానిసయ్యాడు. ఇప్పుడాయనకి దాదాపు నలభై ఐదేళ్ళు. తన శరీరాన్ని ఇలా దుర్వ్యసనాలతో దుర్బలం చేసుకుంటూ ఉండకూడదు. ఇంక నేను పెట్టే ఒత్తిడి వల్ల కూడ ఆయన పరిస్థితి మరింత క్షీణిస్తోంది.'

'మీరు చెప్పేది తప్పు. ఒత్తిడి మంచిదే.'

'మీరు మరీ చెబుతారు మబకురా. ఒత్తిడి మంచిదెలా అవుతుంది?'

మబకుర వాళ్ళ వెనుక వేదిక మీద ఉన్న చిన్న పొయ్యిని, దాని మీద నీటితో నిండిన పాత్రని చూపించాడు. ఈ ఉడుకుతున్న నీళ్ళలో గుడ్లు, బంగళాదుంపలు ఉడుకుతున్నాయి.

'ఉడుకుతున్న నీళ్ళను చూస్తున్నారా?' మబకుర అడిగాడు.

'దానికి, ఒత్తిడికి సంబంధమేమిటి?' కుంభకర్ణుడు అడిగాడు.

'ఇది మీరు అర్థం చేసుకొనడానికి సాయపడుతుంది.'

కుంభకర్ణుడు నిట్టూర్చాడు. 'మీరు పొడుపు కథలు చెప్పకుండా మాట్లాడలేరా?'

'పొడుపు కథల్లో చెప్పడం వినోదంగా ఉంటుంది. పొడుపు కథలా చెబితే మీరు బాగా అర్థం చేసుకుంటారు. ఎవరో చెప్పినట్టుగా: *పరోక్షప్రియా వై దేవాః'*

సంస్కృతంలోని ఈ సామెతకి దేవుళ్ళకి పరోక్ష రీతిలో చెప్పే విషయం నచ్చుతుందని స్థూలంగా అర్థం చెప్పవచ్చు.

'అయితే వేదాంతాన్ని ప్రత్యక్షంగా చెప్పడానికి కుదరదా?' కుంభకర్ణుడు ప్రశ్నించాడు.

'కుదురుతుంది. ఎందుకు కుదరదు. కాని దీన్ని క్లిష్టమైన పొడుపు కథలో చెబితే మరింత ఆసక్తిగా ఉంటుంది. నిగూఢమైన సందేశాన్ని తెలుసుకొనడంతో వేదాంతం వల్ల కలిగే ఆనందం సజీవంగా ఉంటుంది. అంతేకాకుండా అర్థం చేసుకొనడంవల్ల ఏదో విజయం సాధించినట్టు ఉంటుంది. ఏదో సాధించామని గాని, ఆశ్చర్యజనకంగా గాని లేకపోతే అత్యంత ముఖ్యమైన సందేశం కూడ లక్ష్యాన్ని చేరలేదు.'

'అయితే నేను ఈ మరుగుతున్న నీళ్ళను చూసి మీరు చెప్పబోయే పెద్ద విషయాన్ని అర్థం చేసుకోవాలన్నమాట?' కుంభకర్ణుడడిగాడు.

'మీరు దాన్ని అర్థం చేసుకొనడమేకాదు, మీ అంతట మీకే దాని పరమార్థం తెలుస్తుంది.'

కుంభకర్ణుడు అలసినట్టుగా చేతులు పైకి లేపాడు. 'సరే, అయితే. మీ ప్రశ్నకు సమాధానం, అవును, నేను ఈ మరుగుతున్న నీటిని చూస్తున్నాను.'

'గుడ్లు, బంగళాదుంపలు ఒకే నీళ్ళలో ఉన్నాయి కదా, అవునా?'

'అవును. అక్షరాలా. నేను వాటిని చూస్తున్నాను.'

'అయితే ఆ రెండు ఒకే మంట మీద, ఒకే పాత్రలో ఒకే ఉష్ణోగ్రతలో ఒకే వాతావరణంలో వేడి చేసినవి కదా?

'అవును.'

'మరుగుతున్న నీళ్ళలో ఈ గుడ్డు ఏమవుతుంది?'

'ఉడకబెట్టిన గుడ్డు అవుతుంది.'

మబకురనవ్వాడు. 'అదిస్పష్టంగాకనిపిస్తోంది.నేనుతెలుసుకోవాలనుకునేదేమిటంటే ఉడికిన గుడ్డుకీ, మామూలు గుడ్డుకీ తేడా ఏమిటి?'

'ఇది గట్టిగా ఉంటుంది.'

'సరిగ్గా చెప్పారు! ఇప్పుడు బంగళాదుంపలు చూడండి. నీళ్ళలో వాటికేమైంది?'

కుంభకర్ణుడు చిరునవ్వు నవ్వాడు. 'అవి మెత్తగా అవుతాయి.'

'చూశారా? అదే మరుగుతున్న నీరు, అదే పాత్ర, అదే ఉష్ణోగ్రత కాని గుడ్లు గట్టి పడ్డాయి, బంగళాదుంపలు మెత్తగా అయ్యాయి.'

'అయితే మరిగే నీరు ఒత్తిడి వంటిది. భిన్న వ్యక్తులు భిన్నంగా ప్రతిస్పందిస్తారు. ఒత్తిడి కొందరిని కఠినంగా, కొందరిని మృదువుగా చేస్తుంది. అదేనా మీరు చెప్పాలనుకున్నది?'

'నేను చెప్పాలనుకున్నది అదే కాని మరికొంత ఆలోచించండి. మరిగేనీటి ఒత్తిడి తగలకముందు గుడ్డు ఎలా ఉంది?'

'దానికి గట్టి పెంకు ఉంది, లోపలంతా ద్రవం.'

'గుడ్డు బయట గట్టిగా లోపల మెత్తగా ఉంది. మరిగే నీరు, ఒత్తిడి దానిని లోపల, బయట గట్టిగా చేస్తున్నాయి కాదా?'

'అవును.'

'ఇప్పుడు బంగళాదుంపని చూడండి. అదెలా ఉంటుంది?'

'పల్చని తొక్క- బయట మృదువుగా, లోపల గట్టిగా.'

'వ్యక్తులు కూడ ఒత్తిడికి అదేవిధంగా ప్రతిస్పందిస్తారు. లోపల మెత్తగా ఉన్నవారు తగినంత ఒత్తిడి తగిలితే కఠినంగా అవుతారు. లోపల కఠినంగా ఉన్నవారు మృదువుగా అవుతారు. దీన్ని ఈ రకంగా ఆలోచిస్తే, మీ వ్యక్తిత్వ సంతులనానికి తగిన మోతాదులో ఒత్తిడి అవసరమవుతుంది. అధికమైన ఒత్తిడి మంచిది కాదు – అది మిమ్మల్ని బాధ పెడుతుంది. కాని అసలు ఒత్తిడి లేకుండా ఉండడం కూడ మంచిది కాదు. మీ వ్యక్తిత్వ సంతులనానికి, మీరు పెరగడానికి తగిన మోతాదులో ఒత్తిడి ఉండాలి.'

'నేను పెట్టే ఒత్తిడి వల్ల మా అన్నగారు మళ్ళీ దృఢంగా అవుతారని అంటున్నారా?'

మబకుర తల అడ్డంగా ఊపాడు. 'నేను మీ అన్నగారి గురించి మాట్లాడడం లేదు. మీ గురించి మాట్లాడుతున్నాను.'

కుంభకర్ణుడు ఆశ్చర్యంతో భృకుటి ముడేశాడు.

'ప్రపంచంలో మీవంటి నాగులతో పక్షపాతంగా ప్రవర్తించే వారున్నారు. మీరు పైకి కఠినంగ, భయపెట్టేలా ఉంటారు. కాని లోపల మృదువుగా, సున్నితంగా ఉంటారు. నేను కలిసి సంతోషపడిన మంచి మనుషులలో మీరొకరు.'

కుంభకర్ణుడేమీ అనలేదు కాని, అనుకోకుండా లభించిన ప్రశంసకు ఆనందంతో ముఖం విప్పారింది.

మబకుర కొనసాగించాడు. 'నిజమేమిటంటే అన్నగారికి ఏమవుతుందోనని ఎక్కువగా ఒత్తిడికి లోనవుతున్నది మీరు. ఒత్తిడి మిమ్మల్ని దృఢంగా చేస్తోంది. రాబోయే దాన్ని ఎదుర్కొనేలా మిమ్మల్ని సిద్ధం చేస్తోంది.'

'ఏం రాబోతూంది?'

'విష్ణువు,'

'విష్ణువు?'

'ఏడో విష్ణువు వస్తారు. అధర్మమార్గంలో నడిచేవారికి కష్టకాలం. మీ అన్నగారి ఆత్మను ధర్మమార్గంలోకి తెచ్చే బాధ్యత మీదే, కుంభకర్ణా. లంకలోని అమాయకులను మీరు రక్షించాలి. మీరింకా దృఢంగా ఉండాలి.'

'విష్ణువు వస్తారని నేనేమీ వినలేదు...'

మబకుర చిరునవ్వు నవ్వాడు. 'కేవలం మూర్ఖులు మాత్రమే మంట తగిలినపుడు ప్రతిస్పందిస్తారు. వివేకం ఉన్నవారు, చాలా ఏళ్ళకు ముందే అది రాజుకోకపోయినా దాని రాకను గుర్తిస్తారు.'

'కాని విష్ణువు మా అన్నగారి వెంట ఎందుకు పడతారు?'

మబకుర కుంభకర్ణుణ్ణి చూశాడు, ఇంత మూర్ఖమైన ప్రశ్న వేసినందుకు కనుబొమలు పైకి లేచి ఉన్నాయి.

కుంభకర్ణుడు వెంటనే సర్దుకున్నాడు, కొద్దిగా అవమానపడ్డాడు. 'ఈ విష్ణువు ఎవరు? వారి పేరేమిటి?'

సమాధానం ఇచ్చేముందు మబకుర అరక్షణం సంశయించాడు, 'సమాధానం ఇంకా స్పష్టం కాలేదు.'

కుంభకర్ణుడికి సత్యం చెప్పలేనని మబకురకి తెలుసు. అయినా అతను అబద్ధమాడలేదు కూడ. కనీసం సాంకేతికంగా.

—— ꙮ ——

'నన్ను పిలిచారా అన్నా?' గది ముందు నిలబడి కుంభకర్ణుడు బిగ్గరగా అడిగాడు.

కరచాప యుద్ధం జరిగి ఇరవై ఏళ్ళయింది. గత సంవత్సర కాలంలో రావణుడి వైఖరిలో మార్పు వచ్చింది. నలభై ఏడేళ్ళ మనిషి జాగ్రత్తగా తన వ్యసనాలు వదుల్చుకోవడానికి ప్రయత్నించాడు. మళ్ళీ వ్యాపారాన్ని నియంత్రించడం ఆరంభించాడు. వైద్యనాథ్ ఆసుపత్రికి ఎన్నడూ చూడడానికి వెళ్ళకపోయినా, ఎప్పుడైనా దాని గురించి అడుగుతున్నాడు.

కొన్నేళ్ళ క్రితం హఠాత్తుగా సిగిరియాలో జరిగిన విషాదం వల్ల కదిలిపోయిన అన్నగారు తన ఉదాసీనత, ఆత్మలాలసత్వాల నుంచి బయటపడ్డారని కుంభకర్ణుడు తలచాడు. ఒక అంతుచిక్కని మహమ్మారి నగరంలో వ్యాపించింది. దాన్ని తుడిచిపెట్టటానికి చేసిన అన్ని ప్రయత్నాలు విఫలమయ్యాయి. దాని ప్రభావం పిల్లలపైన బాగా పడింది. నెలలు నిండని శిశుజననం, ప్రసవ సమయంలోనే బిడ్డలు చనిపోవడం జరిగింది. బ్రతికినవారు కూడ అభ్యసనలోపాలు, ఆకలిమందగించడం, నిరంతర కడుపు నొప్పి, బలహీనత, అలసటలతో పెరుగుతున్నారు. కొందరికి చెవుడు వచ్చింది. కొందరు మూర్ఛలతో బాధపడ్డారు. పెద్దలకీ నొప్పుల బాధ తప్పలేదు. చాలామందికి కండరాల, కీళ్ళనొప్పులు, ప్రాణాంతకమైన శిరోవేదనలు కలిగాయి. గర్భవతులైన స్త్రీలు చాలామందికి గర్భం పోవడం, మృతశిశు జననం, ప్రసవ సమయంలో వారు మరణించడం జరిగింది.

ఈ భౌతికమైన లక్షణాలవల్ల అంతటా నిస్పృహ వ్యాపించగా, ఇంతకన్న హానికరంగా, దేశమంతా నైతిక స్థైర్యం దెబ్బతిన్నది. లంకలో ఉన్న అత్యుత్తమ వైద్యులకు కూడ ఈ మహమ్మారికి చికిత్స కాదు కదా దీనికి కారణమేమిటో కూడ అంతుచిక్కలేదు. జనాభా మొత్తం ఏదో ఒక రకంగా పీడింపబడుతుండడంతో, సిగిరియా ఏదో శాపానికి గురైందని వదంతులు మొదలయ్యాయి.

మహమ్మారి విషయంలో రావణుడు ఎక్కువగా బాధపడినది సైన్యం గురించి. సైన్యం బలహీనపడింది. హిందూ మహాసముద్రంలో ఉన్న కొన్ని దళాలను పిలిచి లంక సైన్యాన్ని బలోపేతం చేయవచ్చు కాని ఆయా రేవులలో రక్షణ కరువై వ్యాపారం దెబ్బతింటుంది. అంతేకాకుండా ఇలా చేస్తే లంకలో ఏదో జరుగుతోందని శత్రువులకి తెలిసిపోవచ్చు. తిరుగుబాట్లు జరగవచ్చు.

సప్తసింధు వరకు ఈ విషయం వ్యాపించకుండా రావణుడు చర్యలు తీసుకుంటే, కుంభకర్ణుడు మరింత డబ్బును పెట్టుబడి పెట్టి పరిశోధన చేయించడం, వైద్యులకు,

వారి సహాయకులకు శిక్షణనివ్వడం చేసి సమస్యను తగ్గించే ప్రయత్నం చేశాడు. ఇప్పుడదంతా ఆలోచిస్తూ అన్నగారి ప్రతిస్పందన కోసం ఎదురుచూస్తూ నిలబడ్డాడు.

అప్పుడు రావణుడి గొంతు వినబడింది. 'అవును, కుంభా, లోపలికిరా.'

రావణుడి రహస్య గదిలోకి కుంభకర్ణుడు ప్రవేశించాడు. దానిలో అన్నగారి సంగీత వాయిద్యాలు, అత్యంత అరుదైన వేలాది లిఖిత ప్రతులు ఉంటాయి. ఇంకా అతనికి అత్యంత విలువైన కన్యాకుమారి చిత్రపటాలు ఉంటాయి.

'ఏమిటి వెలుతురు ఇంత తక్కువగా ఉంది?' అతనడిగాడు. రావణుడు గోడమీది కాగడాలను చూపించాడు. 'ఇప్పుడు నువ్వు వాటిని వెలిగించవచ్చు. ఈ చివరి భాగాన్ని వేయటానికి నాకు మసక వెలుతురు అవసరమైంది,' అన్నాడు.

కుంభకర్ణుడు కాగడాలు వెలిగించి అన్నగారు ఏం చేస్తున్నారో చూడాలని ఆయన పక్కకు వచ్చి నిలబడ్డాడు. చిత్రపటాన్ని చూసి ఆశ్చర్యపోయాడు.

రావణుడు అడిగాడు, 'నీకేమనిపిస్తోంది?'

తన మనసులోకి వచ్చిన ఆలోచనను బయటికి చెప్పకుండా ఆపాడు. *భయంకరంగా, దివ్యంగా ఉంది.*

అది వేదవతి చిత్రపటం. కాని తనకు తెలిసిన వేదవతి కాదు. చిత్రంలో ఆమెకి – ఆమె చనిపోయినపుడు ఉన్న వయసే ఉంది. పోలిక కూడా అక్కడికి ముగిసింది. ఈ స్త్రీ బలంగా, కండలు తిరిగిన శరీరంతో దృఢంగా ఉంది. నిజ జీవితంలో కన్న బాగా పొడుగ్గా ఉంది. ఆమె శరీరాకృతిని రావణుడు మార్చలేదు కాని, వ్యాయామ ఆకృతి ఎక్కువగా కనిపించడంతో వంపులంత స్పష్టంగా లేవు. రావణుడు చేసిన మార్పులతో ఆమె కరుణ తక్కువగాను, యోధురాలైన రాజకుమారిలో ఉండే ప్రచండతతోను కనిపిస్తోంది. అద్భుతమైన గుర్రంమీద స్వారీ చేస్తోంది. విరబోసిన జుట్టు అన్ని దిశలకూ వ్యాపిస్తూ ఉంది. ఒకచేతిలో రక్తంతో తడిసిన కరవాలం ఉంది. మళ్ళీ వేటు వేయడానికి సిద్ధంగా అది పైకెత్తి ఉంది. ఆమె ముందు బురద నేలలో సప్తసింధులోని రాజులెందరో మోకరిల్లి ఉన్నారు. వాళ్లు భీతిల్లి భయపడుతూ ఉన్నారు. కొందరి నోళ్ళు తెరుచుకుని అరుస్తున్నట్టు ఉన్నాయి. కొందరి తలలు అప్పటికే నరికి ఉన్నాయి. మిగిలిన వాళ్లు కనికరించమని వేడుకుంటున్నారు. దూరంగా వెనక ఎక్కడో సాధారణ జనం – పేదలు, చిక్కిపోయి ఉన్నారు. పీడకులను తమ దేవత చంపడంతో అత్యంత సంతోష పడుతున్నారు.

భయంకరంగాను, అద్భుతంగానూ ఉంది.

'ఏమనిపిస్తోంది నీకు?' రావణుడు మళ్ళీ అడిగాడు.

'ఇది... ఇది కన్నుల పండువగా ఉంది అన్నా! ఏం చెప్పాలో తెలియడంలేదు.' కుంభకర్ణుడు నత్తుతూ అన్నాడు.

'నీకలా అనిపిస్తున్నందుకు నాకు సంతోషంగా ఉంది,' రావణుడు అన్నాడు. 'ఆమెని ప్రపంచం ఇలా గుర్తుంచుకోవాలి. ఇలాగే ప్రపంచం ఆమెని గుర్తిస్తుంది.'

కాని ఆవిడ ఇలా ఉండేది కాదు.

కుంభకర్ణుడు తన ఆలోచనని తనలోనే ఉంచుకున్నాడు.

'ఆమె ముఖం చూడు. మనం చివరిసారి కలిసినపుడు ఆవిడెలా ఉందో అలాగే చిత్రించాను.'

'అవును, అన్నా. ఆవిడని మీరు ఇంకా అంత స్పష్టంగా గుర్తుంచుకొనడం ఆశ్చర్యకరంగా ఉంది, ఇరవై ఏళ్ళకు పైగానే అయింది కదా?'

'ఆత్మ తన అస్తిత్వ కారణాన్ని ఎలా మర్చిపోతుంది?'

కుంభకర్ణుడు సమాధానం చెప్పే లోపే, రావణుడు పక్కకు తిరిగి ఒక లేఖను తీశాడు. అతని కళ్ళు ఉద్విగ్నతతో మెరుస్తున్నాయి. 'దీన్ని చూడు.'

కుంభకర్ణుడు లేఖను తీసుకుని త్వరగా చదివాడు. 'దీనర్థమేమిటి?'

'దీనర్థమేమిటి? కనిపించడంలేదా? మళ్ళీ చదువు స్ఫటికంలా స్పష్టంగా ఉంది.'

'అవును, కాని...'

'కాని ఏమిటి?'

'రాకుమారి సీత స్వయంవరానికి రమ్మని మిథిల రాజ్యం నుంచి ఆహ్వానం.'

మిథిల సప్తసింధు రాజ్యం. ఒకప్పుడు వైభవంగా వెలిగిన రాజ్యం. గండకీ నది పక్కనున్న నదీ-రేవు పట్టణం. సంపన్నదేశం. కాని నదీ ప్రవాహదిశ చాలా ఏళ్ళ కిందట భూకంపం వల్ల మారడంతో పట్టణంలో సంపద, అధికారం బాగా తగ్గిపోయాయి. ఇంతగా చితికిన స్థితిలో కూడ సప్తసింధులో ఇంకా మిథిలకు గౌరవం ఉంది. ఆ నగరాన్ని ఋషులు, ఋషికలు ఆధ్యాత్మిక, మేధా విషయాలకు సంబంధించి గౌరవిస్తూనే ఉన్నారు. భారతదేశంలో అత్యంత గౌరవాస్పద దేశాలలో అది ఒకటిగా ఉంది.

'అక్షరాలా...'

'కాని ఎందుకు...'

'నేనెందుకు వెళతాననా?'

'ఇదొక వల అన్నా. సప్తసింధు రాజులు మిమ్మల్ని ద్వేషిస్తారని మీకు తెలుసుగా. వాళ్ళు మిమ్మల్నెందుకు ఆహ్వానిస్తారు? దయచేసి వెళ్ళొద్దు.'

రావణుడు ఆశ్చర్యపడినట్టు కనిపించాడు. 'నువ్వు నన్ను వెళ్ళి, సప్తసింధు వాళ్ళతో సామరస్యం నెలకొల్పుకోమంటావు అనుకున్నాను.'

కుంభకర్ణుడు వేదవతి చిత్రాన్ని ఒక క్షణం చూసి మళ్ళీ రావణుడి వైపు తిరిగాడు.

'ఈ చిత్రాన్ని చాలా నెలలు క్రితం వేయడం మొదలుపెట్టాను. నేను మళ్ళీ కొత్త ఆరంభం కావాలనుకుంటున్నాను,' రావణుడు అన్నాడు. 'ఈ ఆహ్వానం రావడంతో సప్తసింధు వాళ్ళతో మనం సామరస్యంగా ఉండగలమనిపిస్తోంది. మన సంపదతో కొంతమంచిని కూడ చేయవచ్చునేమో. నువ్వు నాకు తోడున్నావా? లేవా? అనేదే ప్రశ్న.'

ఎనిమిదేళ్ళ క్రితం మబకుర చెప్పిన మాటలు కుంభకర్ణుడు గుర్తు చేసుకున్నాడు. *రావణుడి ఆత్మకు మళ్ళీ సహాయం కావాల్సి వస్తుందని నాకు నమ్మకం ఉంది. సమయం వచ్చినపుడు సహాయం చేయడానికి అతనికి మీరు అవసరం.*

అతడు దగ్గరగా వచ్చి రావణుడిని కౌగలించుకున్నాడు. 'ఎందుకుండను?' నేను మీతోనే ఉంటాను, అన్నా!'

మనం అధర్మం నుంచి దూరంగా ఉంటే, విష్ణువుకు మన మీద దాడి చేయాల్సిన అవసరం రాదు.

—ꕥ—

అకంపనుడు అయోమయంలో ఉన్నాడు. 'కాని ఇరైవా, నాకు అర్థం కావడం లేదు. మిథిలనా? వాళ్ళు... అంత లెక్కలోకి రారు. కేవలం మేధావులు, వేదాంతులు. వాళ్ళకి అసలైన శక్తి లేదు.'

అకంపనుడి నిజమైన దేవుడు, మామూలుగా అయితే అతనికి నోరు మూసుకొని, చెప్పింది చేయమని అనేవాడు. కాని మహత్వపూర్ణ వ్యక్తులు, పెద్ద పెద్ద కార్యాలు చేసేవారిలో సాధారణంగా ఒక బలహీనత ఉంటుంది. వాళ్ళు తాము చేసిన గొప్ప కార్యాల గురించి చెప్పాలనుకుంటారు. తామెంత మహోత్కులో వినాలనుకుంటారు. మాటలలో కాకపోయినా కనీసం తమ అనుచరుల కళ్ళల్లో ప్రశంసాభావాన్నైనా చూడాలనుకుంటారు. రావణుడు కూడా భిన్నమైన వ్యక్తి కాదు. సామాన్యంగా అతడు

తన ప్రణాళికల గురించి కుంభకర్ణుడికే చెబుతాడు. ఇంద్రజిత్తు ఇప్పుడు చిన్నపిల్లవాడు, ఇంకా మిగిలిన వ్యక్తులంటే రావణుడికి అసలు గౌరవమే లేదు. కాని కొంతకాలం నుంచి అన్నదమ్ముల మధ్య సంభాషణ సామరస్యంగా సాగడం లేదు. కుంభకర్ణుడు నిరంతరం ధర్మం గురించి ఏకరువు పెట్టడంతో వినివిని రావణుడు అలసిపోయాడు.

'దీని గురించి ఎవరితోనూ చెప్పనని ఒట్టువెయ్యి,' రావణుడు అన్నాడు.

అకంపనుడు వెంటనే లంక ప్రామాణిక అభివాదం చేసేందుకు దయనీయమైన ప్రయత్నం చేశాడు. 'ఎవరికీ చెప్పను ఇరైవా.'

'కుంభకర్ణుడికి కూడా చెప్పకూడదు.'

అకంపనుడి ఛాతీ గర్వంతో ఉప్పొంగింది. ఎట్టకేలకు తన నిజమైన దేవుడు తన విలువను గుర్తించాడు. తన సొంత రక్తం మీద కన్న తన మీద ఎక్కువగా నమ్మకముంచుతున్నాడు. 'కలలో కూడ చెప్పను ఇరైవా. నేను ప్రమాణం చేస్తున్నాను. జగన్నాథ మహాప్రభువు మీద ప్రమాణం చేస్తున్నాను.'

'అయితే విను. నేనేం చేయాలనుకుంటున్నానో. నేను స్వయం వరంలో గెలవగానే మిథిలను స్వాధీనం చేసుకుని జనకరాజు నా ఆజ్ఞలు పాలించేలా చేస్తాను. అతను, అతని ఋషుల మండలి నన్ను సజీవదైవంగా గుర్తించేలా బలవంతపెడతాను. లౌకికమైన విషయాల్లో మిథిల శక్తిహీనంగా ఉండవచ్చు కాని ఆధ్యాత్మిక విషయాలలో అత్యంత గౌరవం పొందిన రాజ్యాలలో ఒకటి. బహుశా కాశీతో పోటీపడే స్థాయి. సరస్వతీనది ప్రవహించే ప్రదేశమే ఎక్కువగా గౌరవింపబడుతుంది. మిథిల గనుక నన్ను భగవంతుడిగా పూజించడం మొదలుపెడితే, దాన్ని ఉదాహరణగా తీసుకొని సప్తసింధు రాజ్యాలు చాలా అలాగే చేస్తాయి. నేను జీవించి ఉండగానే వాళ్లు నాకు దేవాలయాలు కడతారు. అప్పుడు, కేవలం అప్పుడు మాత్రమే నాకు అమరత్వం సిద్ధిస్తుంది.'

స్వయంవరానికి సంబంధించి మరో విషయంలో కూడ రావణుడు ఉత్సాహంగా ఉన్నాడు. రాకుమారి సీతతో అతని పెళ్ళి సప్తసింధు వాళ్ళకి అత్యంత అవమానంగా ఉంటుంది; తాను వాళ్ళ ఓడరేవులను, సంపదనే కాకుండా వాళ్ళ స్త్రీలను కూడ పొందగల సమర్థుడు. మండోదరిని కూడ ఇటువంటి కారణాలతోనే వివాహం చేసుకున్నాడు. కాని మండోదరి కేవలం ఒక చిన్న భూస్వామి కూతురు. సీత ఒక రాజు కూతురు – నిజమైన రాకుమారి. క్షత్రియులలో ఒకరిని వివాహమాడి వారిని

అవమానించడం అనే ఆలోచనతో రావణుడికి చాలా సంతోషం కలిగింది. కానీ ఇదంతా అతను అకంపనుడికి చెప్పలేదు. అతను విశ్వాసపాత్రుడైన సేవకుడే కావచ్చు కాని, రావణుడు తన వ్యక్తిగత జీవితాన్ని గురించి అతనితో చెప్పలేదు.

విధేయుడైన ఆ సేవకుడు ఇంకా దిగ్భ్రాంతిలోనే ఉన్నాడు. 'కాని ఇరైవా, వాళ్ళు చేస్తారనుకుంటున్నారా మీరు...'

'వాళ్ళు చేస్తారు.'

'మీతో విభేదించడానికి నేనెంతటి వాడిని మహానుభావా ఇరైవా? కాని నేననేది... సప్తసింధు ప్రజలు మొండివాళ్ళు. లంక వాసుల్లా వాళ్ళు విశాల హృదయులు కారు. చివరికి విష్ణువులకు, మహాదేవులకు కూడా వాళ్ళు సజీవులుగా ఉన్నపుడు దేవాలయాలు లేవు.'

రావణుడు తన ముఖం అకంపనుడికి దగ్గరగా ఉండేలా వంగాడు. 'నువ్వేమంటున్నావ్? నేను విష్ణువు, మహాదేవుడు కన్న తక్కువ వాడిననా?'

'నేను అలా ఆలోచించడానికి కూడ ధైర్యం చేయను మహానుభావా ఇరైవా! మీరు వారి కంటె గొప్పవారు నిజంగా. కాని సప్తసింధు వాసులు ఇంత స్పష్టంగా కనిపిస్తున్న సత్యాన్ని తెలుసుకుంటారో లేదో నాకు తెలియదు. కొన్నిసార్లు మిట్టమధ్యాహ్నమైనా సూర్యదేవుడు ఉదయించాడంటే నమ్మడానికి అంగీకరించరు!' అకంపనుడు మెత్తగా నవ్వుతూ అన్నాడు.

'నువ్వు ఆ విషయం గురించి ఆలోచించనవసరం లేదు. వాళ్ళు సత్యమేమిటో తమ కళ్ళతో చూస్తారు. నన్ను నమ్ము.'

'మీరు సరిగ్గానే చెప్పారు, ఇరైవా. లేకపోతే వాళ్ళు మిమ్మల్ని ఆహ్వానించాలని ఎందుకు అనుకుంటారు?'

'వాళ్ళు అనుకోలేదు. నేను వాళ్ళు అనుకునేలా చేశాను.'

'నిజంగానా?' అకంపనుడు మెచ్చుకోలుగా అన్నాడు.

'సంకాశ్య రాజు కుశధ్వజుడు మిథిలరాజు జనకుడి సోదరుడు. అతను లంకకు చాలా ఋణపడి ఉన్నాడు. కొన్నేళ్ళ క్రితం అతని ప్రధానమంత్రి గుండెపోటుతో హఠాత్తుగా మరణించడంతో అతని వ్యాపార వ్యవహారాలన్నీ అస్తవ్యస్తంగా ఉన్నాయి. అతని ఋణాన్ని చాలావరకు మాఫీ చేశాం, అతను ఆహ్వానం వచ్చే ఏర్పాటు చేశాడు.'

'చాలా నేర్పుగా చేశారు, మహానుభావా ఇరైవా!'

అకంపనుడి ప్రశంస రావణుడికి నచ్చింది.

'అవును, నేనీ పని చాలా చక్కగా చేశాను.'

'స్వామీ, మిథిలలో మన వ్యక్తి ఉన్నారు!'

సప్తసింధులోని అన్ని రాజ్యాలలో రావణుడి అధీకృత వ్యాపార ప్రతినిధులున్నారు. అది మాత్రమే కాదు. రాజ్యాలన్నిటిలో రహస్యమైన గూఢచార వ్యవస్థను నెలకొల్పాడు. ఈ గూఢచారులు, విధేయులు రహస్యంగా పనిచేస్తూ అతని ప్రణాళికలు నెరవేరేలా చూస్తారు.

'మిథిల మనం ఎవరైనా ఉంచేంత ముఖ్యమైంది కాదని అనుకుంటాను,' అన్నాడు రావణుడు. 'అయినా మనకది బాగా ఉపయోగం. ఎవరున్నారు?'

'చాలా ఏళ్ళుగా మనం తనని అంత శ్రద్ధగా పట్టించుకొనడం లేదు. మీరన్నట్టుగానే ప్రభూ, మిథిల అంత ముఖ్యమైన రాజ్యం కాదు. దానితో పెద్ద వ్యాపారమేమీ చెయ్యం మనం. కాని మన గూఢచారి రాజ్య పరిపాలనలో పెద్దస్థాయిలో ఉన్నారు – రక్షకభట ప్రధానాధికారి మిథిలలో.'

'ఎవరతడు?'

'అతడు కాదు. ఆమె. పేరు సమీచి.'

ఆ బాలిక పేరు వినగానే రావణుడు బిగుసుకుపోయాడు. వేదవతి చంపబడినప్పుడు తనతో ఉన్న, కుంభకర్ణుడు తప్ప, ఇంకెవరితోను అతను సంబంధం పెట్టుకోదలచలేదు. వాళ్ళ సమక్షం అతనికి ఆ భయంకరమైన రోజుని గుర్తుచేస్తుంది. టోడీలో అతనితో ఉన్న సైనికులందరినీ ఎక్కడో మారుమూల పదవులిచ్చి పంపేశాడు. వాళ్ళని మళ్ళీ తను చూడనవసరం లేకుండా. సమీచి పేరు వినగనే, తను వేదవతిని రక్షించలేకపోయాననే విషయం, ఆ జ్ఞాపకాలు అతనికి గుర్తొచ్చాయి.

'నువ్వామెతో మాట్లాడి, అన్నీ నాకనుకూలంగా ఉండేవిధంగా ఏర్పాటు చెయ్యి,' అన్నాడు.

'అలాగే చేస్తాను. ఇరైవా?'

'ఏ తప్పూ జరక్కూడదు.'

'జరగదు. ఇరైవా.'

'అక్కడున్నపుడు నేను సమీచిని చూడను, కలవను. అర్థమైందా?'

అకంపనుడికి అర్థం కాలేదు కాని వెంటనే అంగీకరించాడు.

'మీరెలా అంటే అలాగే, ఇరైవా.'

—ొ—

పంఖా ఇరుసులు నిదానించే వరకూ పుష్పక విమానం కొంతసేపు గాలిలో ఎగురుతూ ఉండి తరవాత తీరిగ్గా నేలమీద వాలింది. రావణుడి దగ్గర నిపుణులైన విమాన చోదకులున్నారు.

ద్వారం తెరచుకోగానే రావణుడు విమానంలోంచి బయటికి వచ్చాడు. అతని వెనుకే కుంభకర్ణుడు దిగాడు. కిష్కింధరాజు, వానర వంశీకుడు, ప్రసిద్ధుడైన వాలి, కొంచెం దూరంలో, మందీమార్బలంతో నిలబడి ఉన్నాడు.

రావణుడి పదివేలమంది సైనికులు అప్పటికే మిథిలకు బయలుదేరారు. భారతదేశ తూర్పు సముద్రంలో ప్రయాణిస్తూ, తరవాత గంగానదిలోకి వస్తారు. అక్కడినుంచి ఓడ దిగి జనకుడి మిథిలకు కాలినడకను వచ్చి రావణుడి రాక కోసం ఎదురుచూస్తారు. దీనికి ఇంకా చాలారోజుల గడువుంది గనుక మిథిలకు వెళ్ళే దారిలో కిష్కింధలో ఆగాలని నిర్ణయించుకున్నాడు.

కిష్కింధ అంతా కొండలు, గుట్టలతో చంద్ర మండల ఉపరితలంలా ఉంటుంది. ఈశాన్యంగా ప్రవహించే తుంగభద్రానది ఈ ప్రాంతంలో ప్రవహిస్తూ వెళ్ళి ఉత్తరాన కృష్ణానదిలో కలుస్తుంది.

ప్రకృతిని పూజించే, వైదిక ప్రజల విగ్రహారాధన విధానాలవల్ల నగరంలో చాలాచోట్ల పవిత్ర తుంగభద్రానదిని, దాని పరీవాహక ప్రదేశాన్ని, దేవుళ్ళనూ పూజించడానికి దేవాలయాలు నిర్మించబడి ఉన్నాయి. కిష్కింధలోని ప్రతి మండలాన్ని ఒక దేవాలయం చుట్టూ నిర్మించారు. వీటిచుట్టూ వ్యాపారస్థలాలు, రంగస్థలశాలలు, గ్రంథాలయాలు, ఉద్యానవనాలు, ఇళ్ళు నిర్మించారు. వాలి వివేకశీలి, శక్తిమంతుడు అయిన రాజు. అతని రాజ్యం సుభిక్షంగా, ప్రజలు సంతోషంగా ఉన్నారు. సాహసానికి, గౌరవానికి, హుందా ప్రవర్తనకు అతని ఖ్యాతి దశదిశలా వ్యాపించింది.

'ఏదో జరిగింది,' ఆతిథేయిల వైపు నడుస్తూ, కుంభకర్ణుడు గొణిగాడు.

వాళ్ళు ఆశించిన సాంప్రదాయిక వైదిక స్వాగతం సూచనలేమీ లేవు. అలంకరించిన ఏనుగులు, ఆవులు, పూజా పళ్ళేలతో పురోహితులు లేరు.

అంతేకాకుండా స్వాగతం చెప్పడానికి వచ్చిన వారందరూ ఇబ్బందికరమైన మౌనంలో ఉన్నారు – సంగీతంగాని, మంత్రోచ్చారణగాని లేదు.

వాలి మర్యాదగా నమస్కారం చేస్తూ అందరికన్న ముందు నిలబడ్డాడు. కిష్కింధరాజు తెల్లగా, అసాధారణంగా రోమాలతో, బలిష్ఠంగా మధ్యరకం ఎత్తులో ఉన్నాడు. సందర్భానికి తగిన వేషధారణతో వచ్చినా, అన్యమనస్కంగా ఉన్నాడు.

'సుగ్రీవుడు కనిపించడం లేదు,' కుంభకర్ణుడితో చిన్నగా అన్నాడు రావణుడు.

వాలి సవతి తమ్ముడు సుగ్రీవుడు. రావణుడి దృష్టిలో చేవలేని చవట. ఆ వ్యక్తి గురించి రావణుడికున్న తక్కువ అభిప్రాయాన్నే, గొప్ప రాజుకి దారితప్పిన, అలసత్వంగల తమ్ముడిగా, అతన్ని గుర్తించే చాలామంది అంగీకరిస్తారు. గొప్పగా సఫలమైన అన్నగారి ముందు అతను ఎవరి లెక్కలోకి రాడు. అందువల్ల తన అభద్రతాభావాలను మదిర, ద్యూత వ్యసనాలతో మర్చిపోతుంటాడు. సుగ్రీవుడు ఎన్నో అవివేకమైన పనులు చేసి రాజ్య బహిష్కృతుడు కాగలిగిన యోగ్యత సంపాదించాడు, కాని వారి తల్లి అరుణి రక్షణ వల్ల వాలి తన తమ్ముడిని దేశ బహిష్కారం చేయలేదు.

'నేనూ చూడలేదు,' అన్నాడు కుంభకర్ణుడు.

రావణుడు ఏదో అవకాశం కనిపిస్తున్నట్లుగా చిరునవ్వు నవ్వాడు.

—ॐ—

కిష్కింధలో మాతృవంశీయ సమాజం. సింహాసనం తండ్రి తర్వాత కొడుక్కి లభించదు. తల్లి నుంచి కూతురుకి లభిస్తుంది. కూతురు భర్త (అల్లుడు) రాజవుతాడు. కాని పట్టుదల, అహంకారం కలిగిన రాణి అరుణి సంప్రదాయాన్ని కాదని, సమర్థుడైన పెద్ద కొడుకుని రాజుని చేసింది. ఆవిడకు కూతుర్లు లేరు. సంప్రదాయం ప్రకారం తన చెల్లెళ్ళ కూతుర్లకు సింహాసనం దక్కనివ్వకుండా ఆమె తన కుటుంబం చేతిలోనే సింహాసనం ఉండాలని అనుకుంది.

రావణుడికి ఈ చరిత్ర అంతా తెలుసు, కాని ఇప్పుడతనికి ఆసక్తి ఉన్న విషయం మరొకటి. ప్రస్తుతం అతను కిష్కింధ రాజప్రాసాదంలో అతిథుల గదిలో రాజు వాలితో కలిసి కూర్చుని ఉన్నాడు. కుంభకర్ణుడు తప్ప వాలి అంగరక్షకులు కూడ దరిదాపుల్లో లేరు.

రావణుడు జాగ్రత్తగా తన ముఖంలో అతని పట్ల ఆందోళన కనబరుస్తూ ఉన్నాడు. 'మీరు ఏదో అన్యమనస్కంగా ఉన్నారు రాజావాలి. మీకు ఇచ్చే సీమ సుంకం వాటా ఏమైనా తక్కువగా లేదు కదా? నా మనుషులు కొన్నిసార్లు ఎక్కువ లోభానికి పోతారు,' అన్నాడు.

వాలి బలహీనంగా నవ్వాడు. 'మీ వాళ్ళకి తెలుసు నాతో పెట్టుకోకూడదని. నేను వాలిని.'

రావణుడు హృదయపూర్వకంగా నవ్వాడు. 'మీరు గొప్ప మనిషి మిత్రమా.'

వాలి రావణుడిని చూశాడు. అతని ముఖంలో దుఃఖం ఉంది. అతను మౌనంగా ఉండొచ్చు కాని శూన్యంగా ఉన్న అతని కళ్ళు మాట్లాడుతున్నాయి. *మనిషినా? నేను?*

ఇప్పుడు రావణుడికి ఉదయం తనకు గూఢచారులు చెప్పిన విషయం సరైనదేనని నమ్మకం కలిగింది. కాని తను ఎత్తు వేసే ముందుగా దానిని నిర్ధారించుకోవాలి.

'మిత్రమా? అంగదుడేడీ? ఇక్కడెక్కడా కనబడడం లేదు. బాగున్నాడనుకుంటాను?' రావణుడడిగాడు.

అయిదేళ్ళ అంగదుడు వాలి ముద్దుల కొడుకు. కఠోరంగా, పొగరుగా, ఎవరితో కలవని వాలిని జనం ప్రేమించడం కన్న ఎక్కువగా గౌరవిస్తారు. వాలి తన కొడుకు దగ్గర మాత్రం భిన్నంగా ఉంటాడు. సమయం ఉన్నప్పుడు కొడుకుతో నవ్వుతూ, ఆడుతూ, గారాబం చేస్తూ ఉంటాడు. అప్పుడప్పుడు అంగదుడి కోసం గుర్రం కూడా అవుతాడు. అంగదుడు జన్మించినప్పటినుంచి కిష్కింధ ప్రజలు, చివరికి రాజకుటుంబం కూడ మామూలుగా నవ్వుతూ ఉండే వాలిని చూస్తున్నారు.

'అవును... అంగదుడు... వాడు...' వాలి మాట్లాడడం ఆపాడు, అతని ముఖంలో వేదన, గొంతు దగ్గుత్తికి లోనైంది.

తనకి వచ్చిన సమాచారం కచ్చితమైనదేనని ఇప్పుడు రావణుడికి నిర్ధారణైంది. తన ఉత్సాహాన్ని బయటికి కనిపించనీయలేదు.

తర్వాత. కిష్కింధను నేను తర్వాత స్వాధీనం చేసుకుంటాను. మిథిలను స్వాధీనం చేసుకున్న తరువాత.

దీనికి భిన్నంగా వాలి ముఖంలో అంతా కోల్పోయిన భావం చూసి కుంభకర్ణుడు హతాశుడయ్యాడు. శక్తిమంతుడైన కిష్కింధ రాజుని అతనిలా ఎన్నడూ చూడలేదు. 'మహారాజా, అంతా క్షేమమే కదా?' అనడిగాడు.

వాలి హఠాత్తుగా లేచి వాళ్ళ ఎదుట చేతులు కట్టుకుని నిలబడ్డాడు. 'నన్ను క్షమించండి మిత్రులారా!... నేను వెళ్ళాల్సి ఉంది. కొంచెంసేపటిలో వస్తాను.'

రావణుడు, కుంభకర్ణుడు కూడ వెంటనే లేచి నిలబడ్డారు. 'అవశ్యం, వాలి,' రావణుడన్నాడు. అతని ముఖం చింతాక్రాంతంగా ఉంది. 'మేం చేయగలిగిందేమైనా ఉంటే చెప్పండి, దయచేసి.'

'ధన్యవాదాలు. మనం తరవాత మాట్లాడదాం,' అంటూ వాలి గబగబా గదిలోంచి వెళ్ళిపోయాడు.

కుంభకర్ణుడు వెళ్ళిపోతున్న వాలిని చూసి తన అన్నగారి వైపు ఆశ్చర్యంగా చూశాడు. 'తన తల్లితో మహారాజు వాలికి అంత అనుబంధం ఉందని నేను గుర్తించలేదు.'

అనారోగ్యంతో ఒక నెల కిందట వాలి తల్లి అరుణి చనిపోయింది.

'వాళ్ళమ్మ గురించి కాదు ఇది,' రావణుడన్నాడు.

కుంభకర్ణుడు ఆశ్చర్యపోయాడు. 'అయితే దేని గురించి? చాలా దుర్బలంగా కనిపిస్తున్నాడు. అతను ఎటువంటి కష్టానికి ఇంతలా కుంగిపోవడం నేను చూడలేదు. దేనికో అతను చాలా బాధ పడుతున్నాడు.'

రావణుడు ద్వారం వైపు ఒకసారి చూసి అక్కడ ఎవరూ లేరని నిర్ధారించుకుని, 'ఇప్పుడు మనం మాట్లాడే విషయం మన మధ్యే ఉండాలి,' అన్నాడు.

'తప్పకుండా. విషయం ఏమిటి?' కుంభకర్ణుడు వెంటనే అడిగాడు.

'విషయం అంగదుడి గురించి.'

'అంగదుడి విషయమా? ఏమిటి ఆ పసివాడికేమైనా జరిగిందా?'

'ఇప్పటివరకూ అతనికేమీ జరగలేదు. అతను పుట్టక ముందు ఏం జరిగిందనేది ఇక్కడ ఆలోచించాల్సిన విషయం.'

'అతను పుట్టకముందా?'

'అవును. నీకు నియోగ సంప్రదాయం గురించి తెలుసా?'

కుంభకర్ణుడు నిశ్చేష్టుడయ్యాడు. తన భర్తకు గనుక బిడ్డలు పుట్టించే శక్తి లేకపోతే, భార్య మరో పురుషుడిని తనను గర్భవతిగా చేయమని కోరడం నియోగం. ఇది ప్రాచీన సంప్రదాయం. పలు కారణాల వల్ల ఇటువంటి వ్యక్తి ఋషి అయి ఉంటాడు.

చాలామంది ఋషులను మేధాసంపన్నులుగా గౌరవిస్తారు. కనుకవారు తమ సంతానానికి తమ మేధా వారసత్వాన్ని ప్రసాదిస్తారని నమ్ముతారు. ఇంక ముఖ్యంగా,

చాలామంది ఋషులు ఒకచోట స్థిరంగా ఉండరు. సన్యాసి జీవితం గడుపుతూ పలుచోట్లకు ప్రయాణిస్తూ ఉంటారు. కనుక వాళ్ళు సంతానంపై హక్కును కోరరు. చట్టం ప్రకారం నియోగం ద్వారా స్త్రీకి జన్మించిన బిడ్డ ఆ స్త్రీకి, ఆమె భర్తకు సక్రమ సంతానంగా గుర్తించబడతాడు. రక్త సంబంధం ఉన్న తండ్రి పితృత్వానికి హక్కుదారు కాడు. అజ్ఞాతంగానే ఉండిపోవాలి.

'నాకు గూఢచారులు చెప్పిన దాన్ని బట్టి ఒకసారి సుగ్రీవుడిని రక్షించడానికి ప్రయత్నిస్తూ వాలి తీవ్రంగా గాయపడ్డాడు. ఇది చాలా ఏళ్ళ క్రితం జరిగింది, ఒక వేట సమయంలో. అతని ప్రాణాన్ని రక్షించటానికి చేసిన చికిత్సకు వాడిన ఔషధాల వల్ల అతను సంతానం పొందలేని దుష్పరిణామం కలిగింది. దీన్ని కావాలనే రహస్యంగా ఉంచడం జరిగింది.'

'ఆ పనికి మాలిన తమ్ముడు,' కుంభకర్ణుడు ఏహ్యంగా అన్నాడు. 'అంటే రాజు వాలి భార్య తార నిర్ణయం...'

'తార కాదు,' రావణుడు అతడిని మధ్యలో ఆపాడు. 'అతని తల్లి. రాజమాత వాలి కొడుకే కిష్కింధను అతని తర్వాత పాలించాలని నిర్ణయించింది. పరిష్కారం కోసం నియోగాన్ని ఆశ్రయించింది.'

'అయితే ఏమిటి?' కుంభకర్ణుడడిగాడు. 'అంగదుడు తన రక్త సంబంధంగల కొడుకు కాకపోతే మాత్రం తేడా ఏమిటి? నియమాలు స్పష్టంగా ఉన్నాయి. తార భర్త వాలి గనుక అతడే బిడ్డకు తండ్రి అవుతాడు, బిడ్డ వేరొకరి ద్వారా పుట్టినా. అంగదుడు చక్కటి పిల్లవాడు. భవిష్యత్తులో గొప్పరాజు అవుతాడు. ఇంత చిన్న వయసులో కూడ గొప్పవాడైన తన తండ్రి స్ఫూర్తి, చొరవ, తెలివితేటలు అతనిలో ఉన్నాయనిపిస్తోంది నాకు.'

'ఇదంతా దానికన్న క్లిష్టమైనది.'

'అదెలా?'

'ఆరుణి ఎలాంటిదో నీకు తెలుసుగా?'

'నేను కథలు విన్నాను, అవును, రాజమాత అహంకారం గురించిన...'

'అవును. ఏది ఏమైనా, మనుషులకి చావు సమీపిస్తున్నపుడు తమ ఆత్మల గురించి ఆలోచిస్తారనుకుంటాను. తమ పాపాలకి ప్రాయశ్చితం చేసికొని సత్యం చెబుతారు.'

'వాలికి ఆవిడేం సత్యం చెప్పింది?'

'వారసత్వం పోకుండా ఉండాలంటే నియోగం అవసరమని భావించిన అరుణికి, వాలి భార్యని ఋషి దగ్గరకు తీసుకుని వెళ్ళడం ఇష్టం లేకపోయింది.'

'అయితే ఏం చేసిందావిడ?'

'ఆమె తన రక్తమే పరిపాలన సాగించాలని కోరుకుంది. అందువల్ల ఆమె....'

'అయ్యో భగవంతుడా!' సత్యం స్ఫురించే సరికి కుంభకర్ణుడు ఆశ్చర్యపోయాడు. సుగ్రీవుడు.

వాలి బాధను భరిస్తున్నట్టుగా కుంభకర్ణుడు తలను చేత్తో పట్టుకున్నాడు. 'అతనెంతగా కుమిలిపోయి ఉంటాడో నాకు ఊహించ శక్యం కావడం లేదు. అంగదుడు అతని గర్వం. సంతోషం. ఇప్పుడు... సత్యం తెలుసుకుని... సుగ్రీవుడి పిరికి రక్తం అంగదుడి నరాల్లో....'

'విషయమదే,' రావణుడన్నాడు.

'అంగదుడికి తెలుసా?'

'నాకు తెలిసినంతవరకూ తెలియదు.'

'అయితే రాజమాత వాలికీ విషయం చెప్పిందా?'

'అవును, మరణశయ్యమీద ఉన్నపుడు.'

'ఆవిడెందుకు ఈ విషయం చెప్పకుండా ఉండలేకపోయింది?'

'అపరాధభావం? వాలి విషయంలో అన్యాయం చేశానని అనిపించి ఉంటుంది. చనిపోయేముందు అతనికి నిజం చెప్పి ఉంటుంది.'

'ఎంత స్వార్థం! తన ఆత్మను పాపకర్మ నుంచి శుభ్రం చేసుకోవడానికి, కొడుక్కి సత్యం చెప్పి, జీవితకాల వ్యధను అతనికి బహుమానంగా ఇచ్చింది.'

'తల్లులెంత స్వార్థపూరితంగా ఉంటారో నీకు తెలుసు....'

వ్యంగ్యంగా ఉన్న ఈ మాటలు కుంభకర్ణుడు పట్టించుకోలేదు. 'ఏమిటి రాజు వాలి భీరువైన సుగ్రీవుడితో మాట్లాడాడా?'

'ఆc. అతను కూడా అంగీకరించాడు. ఈ విషయంలో తనకు మరోమార్గం లేదని చెప్పాడు. కేవలం తల్లి ఆజ్ఞను పాటించానని చెప్పాడు.'

'గాడిద గుడ్డు!' కుంభకర్ణుడన్నాడు. 'సుగ్రీవుడు ఏదో ఒకనాడు తన సంతానం సింహాసనం అధిష్ఠిస్తారని సంతోషంగా ఉండి ఉంటాడని నిశ్చయంగా చెప్పగలను.'

'వాలికి నిజం తెలియగానే, సుగ్రీవుడిని రాజ్యం నుంచి బహిష్కరించాడు. నేనైతే వాణ్ణి చంపేసేవాణ్ణి.' రావణుడన్నాడు.

'రుద్రదేవా కరుణించు! ఎంతటి విపరీతం,' కుంభకర్ణుడన్నాడు. రావణుడికి వాలి అంటే సానుభూతి ఉంది. కాని అతను తన జోలెలో పడబోతున్న సంపదను తలచుకుని సంతోషపడకుండా ఉండలేకపోతున్నాడు. ఇప్పుడతను వాలి, సుగ్రీవుల మధ్య భేదాన్ని తన లాభం కోసం వాడుకుని వానర వంశాన్ని నాశనం చేయగలడు. సమృద్ధమైన కిష్కింధను లంక అధీనంలోకి తేగలడు. వాలి సేన అతనికి అధీనమవుతుంది. అవసరమైతే లంక రక్షణకు పనికొస్తుంది.

అతను ఉపశమనంతో ఊపిరి పీల్చాడు. లంకలో తగ్గుతున్న సైన్యం సంఖ్యను చూసి అతను చాలాకాలంగా సతమతమవుతున్నాడు. దానికి ఇప్పుడు పరిష్కారం లభించింది.

కాని ఈ ప్రణాళికకు కుంభకర్ణుడు అంగీకరిస్తాడని అతడనుకోలేదు. ఇది స్వయంగా తనే చెయ్యాలి.

25వ అధ్యాయం

పుష్పక విమానం పవిత్ర భారతదేశానికి ఎగువున వేల అడుగుల ఎత్తులో చక్కగ ఎగురుతూ కిష్కింధ నుంచి మిథిల చేరింది. రావణుడు, కుంభకర్ణుడు సౌకర్యంగా ఉన్న ఆసనాలలో సురక్షితంగా బంధనం కట్టుకుని కూర్చుని ఉన్నారు. రాకుమారి సీత స్వయంవరానికి రావణుడు వెళ్ళవలసిన సరైన సమయానికి వాళ్ళు మిథిల చేరతారు.

ప్రస్తుతం మాత్రం వాళ్ళ మనసులు మిథిల గురించి కాని, సీత గురించి కాని ఆలోచించడం లేదు.

'బ్రహ్మచర్యమా, కుంభా?' రావణుడు ముఖంలో వెక్కిరింత. 'నిజమేనా? స్త్రీలు ఒక ఉద్దేశం కోసమే సృష్టించబడ్డారు. నువ్వు బ్రహ్మచర్యాన్ని అవలంబించి ఆ ఉద్దేశమే కాదంటున్నావు.'

'నిజం చెప్పండి, అన్నా, మీరెందుకు స్త్రీల పట్ల అంత అగౌరవంగా ఉంటారు?' కుంభకర్ణుడు అడిగాడు. తను నలభై ఒక్క రోజుల దీక్ష చేపట్టి దక్షిణ భారతదేశంలో ఉన్న శబరిమలలోని అయ్యప్ప దేవాలయానికి వెళతానని చెప్పడంతో అన్నగారు కోపంగా ఉన్నారని అతనికి తెలుసు. తమ్ముడు తనకు దూరంగా జరుగుతూ, పూర్తిగా ధార్మిక జీవిత విధానానికి దగ్గరవుతూ ఉన్నాడనటానికి దీన్ని మరో సంకేతంగా రావణుడు భావించాడు.

'నన్ను స్త్రీలని గౌరవించమంటావా, ప్రియసోదరా?' రావణుడు నవ్వుతూ అడిగాడు. 'నన్ను నమ్ము. స్త్రీలు గౌరవంగాని, మర్యాదగాని కోరుకోరు. వాళ్ళకి తమ ఖర్చులు భరించే, రక్షణనిచ్చేవాళ్ళు కావాలి. ప్రతిగా వాళ్ళు ప్రేమించడమో, అలాంటిదే ఏదో చేస్తారు!'

'అన్నా, మీరు రెండో వివాహం చేసుకోబోతున్నారు. మీరు స్త్రీల పట్ల మీ అభిప్రాయాలు మార్చుకోవలసిన అవసరం ఉందని నేను నిజంగా భావిస్తున్నాను.'

'చెప్పేది విను, కుంభా, నీ జీవిత కాలంలో నువ్వు అనుభవించలేనంత మంది స్త్రీలను నేను పక్షం రోజుల్లో అనుభవించాను. వాళ్ళెలా ఆలోచిస్తారో నాకు తెలుసు. వాళ్ళు తమకి మంచి, సున్నితమైన పురుషులంటే ఇష్టమని చెప్పవచ్చు. కాని గుర్తుంచుకో వాళ్ళేమనుకుంటున్నారో అది స్త్రీలు చెప్పరు. వాస్తవానికి మర్యాదగా, మంచిగా ఉండే పురుషులను బలహీనులు, నమ్మదగినవారు కారని అనుకుంటారు. వాళ్ళకి అసలైన పురుషులు కావాలి– బలంగా, కఠినంగా ఉండే పురుషులు.'

'మన ధర్మం స్త్రీలను గౌరవించేవాడే నిజమైన పురుషుడు అని చెబుతుంది.'

'ఓహో అయితే నిజమైన పురుషుడంటే ఆత్మ సమర్పణ చేసుకుని, స్త్రీలు కాళ్ళు తుడుచుకునే బట్టలాగా ఉండాలా?'

'నేనలా ఎన్నడూ అనలేదు. అసలైన పురుషుడు తనను తాను గౌరవించుకుంటూ ఇతరులను కూడా గౌరవించేవాడు.'

'గాడిద గుడ్డు. నా వ్యక్తిగత అనుభవంతో చెప్పగలను, నలుగురు స్త్రీలు ఒక పురుషుడి పాటి విలువ చెయ్యరు. చెప్పాలంటే వాస్తవానికి నాలుగు వందల మంది స్త్రీలు కలిపి ఒక్క పురుషుడికి తులతూగరు.'

'ఎంత అర్థం లేని మాటలు! అన్నా, మీరు కనీసం మీ మాటైనా వింటున్నారా?'

'అన్ని వేళలా. నేను తప్పేమీ వినను!'

కుంభకర్ణుడు తన చిరాకుని నియంత్రించుకోవడానికి దీర్ఘంగా శ్వాసించాడు. 'వదిలెయ్యండి, మీ అభిప్రాయాలు నా నమ్మకాలను గాని, అయ్యప్పస్వామి కోసం నేను తీసుకునే దీక్షనుగానీ మార్చలేవు.'

'నువ్వు బ్రహ్మచారిగా ఉంటే దేవుడికి సంతోషమెలా కలుగుతుంది?' రావణుడు కావాలని కుంభకర్ణుడికి కోపం తెప్పించడానికి వెక్కిరింతగా అడిగాడు.

'ఇది బ్రహ్మచర్యం ఒక్కదాని గురించే కాదు అన్నా. నేను ప్రమాణం చేసి అయ్యప్పకు నా విధేయతను ప్రకటిస్తున్నాను. అయ్యప్ప స్వామి పూర్వ మహదేవుడు రుద్రుడు, దేవీ మోహిని అవతారం ధరించిన విష్ణువుకు పుత్రుడు. అయ్యప్పస్వామిని దేశంలో వేలాది దేవాలయాల్లో పూజిస్తున్నా, వ్రతం కేవలం శబరిమల దేవాలయానికే వర్తిస్తుంది. ఆ ప్రాంతంలో ఉన్న అడవిలో నివసించేవారు, శబరి అనే స్త్రీ ఆధ్వర్యంలో

ఆ దేవాలయాన్ని నిర్వహిస్తారు. భక్తులందరికీ నియమాలు స్పష్టంగా విధించారు,' కుంభకర్ణుడు ఓపికగా వివరించాడు.

కుంభకర్ణుడు వేళ్ళతో లెక్కిస్తూ నియమాలు చెప్పాడు: 'వ్రతంలో ఉన్న నలభై ఒక్క రోజులు మేము మాంసం తినం, మద్యం తాగం. నేలమీద నిద్రిస్తాం. భౌతికంగా గాని, మాటలతో గాని ఎవరినీ నొప్పించం. సామాజిక ఉత్సవాలకు దూరంగా ఉంటాం. నిరాడంబరంగా జీవిస్తూ, ఆధ్యాత్మిక ఆలోచనలు కలిగి ఉండడం దీని ఉద్దేశం.'

'అంతా వినడానికి చాలా ఉదాత్తంగా ఉంది. అయితే నాకో విషయం చెప్పు, నువ్వు స్త్రీలకు ఎంత మర్యాదిస్తావో చెబుతున్నావు గదా. శబరిమల దేవాలయంలోకి స్త్రీలను రానివ్వరని నీకు తెలుసుకదా? అది వాళ్ళని అవమానించడం కాదా?'

'ఆడవాళ్ళని రానిస్తారు! ఎందుకు రానివ్వరు. అయితే పునరుత్పత్తి వయస్సు ఉన్న వారిని ఈ ఒక్క దేవాలయంలోకి అనుమతించరు. మౌలికంగా ఋతుక్రమం జరుగుతున్న స్త్రీలని అనుమతించరు.'

'ఆహా! పునరుత్పత్తి అపవిత్రమా? ఋతుక్రమం ఉన్న స్త్రీలు దేవాలయాన్ని కలుషితం చేస్తారా? ఈశాన్య భారతంలో కామాఖ్య దేవాలయంలో ఋతురక్తాన్ని పవిత్రంగా భావించి, పూజిస్తారు నీకు తెలుసా?'

'అన్నా, మీరు నేను చెప్పే విషయాన్ని కావాలని సరిగా అర్థం చేసుకోవడం లేదు. ఋతుక్రమం జరుగుతున్న స్త్రీలను రానివ్వకపోవడానికి, ఋతు రక్తం అపవిత్రం అనడానికి సంబంధం ఎంతమాత్రం లేదు. ఏ భారతీయుడైనా ఎందుకలా అనుకుంటాడు? ఇది సన్యాస మార్గానికి, సర్వసంగ పరిత్యాగానికి సంబంధించినది.'

కుంభకర్ణుడు ఇంకా చెప్పసాగాడు. 'భారతదేశంలో దేవాలయాలన్నిటిలో గృహస్థ ధర్మాలను పాటించడం జరుగుతుంది. ఈ దేవాలయాలలో జరిగే విధి విధానాలు అన్నీ ప్రాపంచిక జీవితం చుట్టూ అల్లుకుని ఉంటాయి. భార్యాభర్తల అనుబంధాన్ని, బిడ్డలకు తల్లిదండ్రుల మధ్య ఉన్న బంధాన్ని, భగవంతునికి భక్తులకి ఉన్న బాంధవ్యాన్ని విధి విధానాలలో పొందుపరచారు. సన్యాసులకు కూడ దేవాలయాలుంటాయి. అవి చాలావరకు జనసంచారం లేని కొండగుహలలో ఉంటాయి. వీటిలోకి సన్యాసులు కానివారు వెళ్ళకూడదు. సన్యాసి దేవాలయంలోకి ప్రవేశించే మార్గం ఒకటే– ప్రాపంచిక బంధాలు త్యజించడం, కుటుంబాన్ని భౌతిక సంపదలను వదిలివేయడం, శాశ్వతంగా సన్యాసదీక్షను తీసుకొనడం.'

రావణుడు కంగారు పడినట్టుగా నటించాడు. 'నువ్వు సన్యాసివి అవుతున్నావా? నన్ను వదిలివెళ్ళిపోతావా? ఇదంతా ఏమిటి!'

కుంభకర్ణుడు నవ్వాడు. 'అన్నా. నేను చెప్పేది వినండి. శబరిమల దేవాలయం శాశ్వతంగా సన్యాసం తీసుకున్న వారికి కాదు. ఆ వ్రతంలో ఉన్న నలభై ఒక్క రోజులు సన్యాసిలా ఉండాలి అంతే. సన్యాసి జీవితం ఎలా ఉంటుందో పరిచయం చేసుకోవడం అది. మీకు ఇది అర్థమైతే ఇంతకుముందు నేను చెప్పిన నియమాలు అర్థమవుతాయి. ఆ నలభై ఒక్క రోజులు లౌకికమైన సుఖాలు, సౌకర్యాలకు, విపరీత ఉద్వేగాలకు దూరంగా ఉండాలి. వీటి కోసమే మద్యం, మాంసం, సంభోగం వద్దని చెప్పడం. ఈ దేవాలయంలో పురుష సన్యాసులకు, పునరుత్పత్తి వయస్సులో వున్న స్త్రీలకు ప్రవేశం లేదు. బాలికలను, వృద్ధులైన స్త్రీలను రానిస్తారు. అదేవిధంగా స్త్రీ సన్యాసినులకు విడిగా దేవాలయాలున్నాయి. అక్కడ పురుషులకు ప్రవేశం లేదు. కుమారీ అమ్మన్ దేవాలయం లాంటివి. నపుంసకులకు దేవాలయాలున్నాయి. అపోహలు ఎందుకొస్తాయంటే, మీలాంటి లౌకికులకు మా సన్యాసుల పద్ధతుల గురించి తగినంతగా తెలియకపోవడంవల్ల.'

'సరే, సరే, నేను ఓడిపోయాను. నీ తీర్థయాత్రకు వెళ్ళు. ఎప్పుడది? కొన్ని నెలల్లోనా?' చేతులు పైకెత్తి లొంగిపోతున్నట్లుగా నటిస్తూ అన్నాడు రావణుడు.

'అవును.' కుంభకర్ణుడు చిరునవ్వుతో చెప్పి *'స్వామియే శరణం అయ్యప్ప'* అని ఉచ్చరించాడు.

అయ్యప్పస్వామి చరణాల దగ్గర ఆశ్రయం పొందుతున్నాం.

రావణుడు తమ్ముడిని ఆటపట్టిస్తున్నా అయ్యప్ప స్వామి అంటే అతనికి అగౌరవం లేదు. అడవి స్వామి ఎంతైనా రుద్రదేవుడికి, మోహినీదేవికి జన్మించినవాడు. ఆయనను యోధానుయోధులలో ఒకడిగా భావిస్తారు.

కుంభకర్ణుడితోపాటు అతను కూడా అన్నాడు, 'స్వామియే శరణం అయ్యప్ప.'

మళ్ళీ రావణుడు మాట్లాడేలోపే పెద్దగా ప్రకటన వినిపించింది. 'మనం కిందికి దిగబోతున్నాం. కట్టిన బంధనాలు సరిగా ఉన్నాయో లేదో చూసుకోండి.'

రావణుడు, కుంభకర్ణుడు ఆసనాలకు కట్టిన తాళ్ళు సరిగా ఉన్నాయో లేదో ఒకటికి రెండుసార్లు చూసుకున్నారు. పుష్పక విమానంలో ఉన్న వందమంది సైనికులూ అలాగే చూసుకున్నారు.

రావణుడు వెలుతురు రంధ్రాల్లోంచి భూమిపుత్రుల నగరం మిథిలను చూశాడు. పై నుంచి చూస్తుంటే భారతదేశంలోని ఇతర నగరాల కన్న మిథిల భిన్నంగా ఉంది. అవన్నీ చాలావరకు నదీ తీరాలలో ఉంటాయి. అసలు మిథిల గతంలో నదీ రేవు పట్టణం. కాని కొన్ని దశాబ్దాల క్రితం గండకీనది తన ప్రవాహ దిశను పడమటి దిశగా మార్చుకొనడంతో మిథిల అదృష్టం నాటకీయంగా మారింది. సప్తసింధులోని గొప్పనగరాల లెక్కల్లోంచి అది వేగంగా కిందికి జారిపోయింది. సామ్రాజ్యంలోని ఇతర నగరాలకన్న పేదది. అవన్నీ రావణుడి వల్ల వేగంగా సౌభాగ్యహీనమైపోయాయి. మిథిల ఎంత పేద రాజ్యమై పోయిందంటే రావణుడు తను నియమించిన ఉప వ్యాపారులను తీసేశాడు. వాళ్ళకి అక్కడ చాలినంత పని లేదు.

'నగరం చుట్టూ ఇంత దట్టమైన అడవి ఉండడం చాలా అరుదుగా చూస్తున్నాం,' అన్నాడు రావణుడు.

సారవంతంగా, పచ్చగా ఉన్న మైదానానికి ఋతుపవనాల వల్ల వర్షపాతం బాగా ఉండడంతో, మిథిల చుట్టూ ఉన్న భూమి చాలా సారవంతంగా ఉంది. మిథిలలో రైతులు ఎక్కువ భూమిని సాగు చేయకపోవడంతో ప్రకృతి కానుకను ఉపయోగించుకొని నగరం చుట్టూ అడవి దట్టమైన సరిహద్దును నిర్మించింది.

'అగడ్తను చూడండి,' కుంభకర్ణుడు ఆశ్చర్యంగా అన్నాడు.

పైనుంచి కోట చుట్టూ ఒకప్పుడు రక్షణకు ఉపయోగపడిన కందకాన్ని చూశారు. దానిలో భద్రత కోసం మొసళ్ళు ఉండేవి. ఇప్పుడది సరస్సులా నీటి అవసరాలు తీరుస్తోంది.

ఆ సరస్సు మిథిల చుట్టూ ప్రవహిస్తూంది, చూస్తుంటే మిథిల ద్వీపంలా అనిపిస్తోంది. పెద్ద మర ఏతాలు సరస్సులోంచి నీళ్ళు తోడి గొట్టాల ద్వారా నగరానికి నీటి సరఫరా చేస్తున్నాయి. సులభంగా సరస్సులో దిగడానికి ఒడ్డున మెట్లున్నాయి.

'ఇప్పుడు వాళ్ళకి సరైన భద్రతనిచ్చే అగడ్త లేదింక!' రావణుడు ఆశ్చర్యంతో అన్నాడు.

'ఇదే తెలివైన పని, వాళ్ళకి అగడ్త అనవసరం. ఎవరైనా మిథిలపై దాడి ఎందుకు చేస్తారు? దోచుకోవడానికి ధనం లేదు. ఇంకా వాళ్లు వాళ్ళకున్న ఒకే ఒక్క నిధి జ్ఞానాన్ని ఉచితంగా పంచిపెడతారు.'

'హమ్ మ్... నువ్వు సరిగ్గా చెప్పావు.'

సోదరులిద్దరూ కోట చుట్టూ ఉన్న అగడ్తను చూస్తూండగా, ప్రధానమైన కోటలోపల కిలోమీటరు దూరంలో మరో గోడ కనిపించింది. కోట బయటి గోడకు,

లోపలి గోడకు మధ్య ఉన్న ప్రదేశాన్ని మడులు కట్టి వ్యవసాయ భూమిగా ఉపయోగిస్తున్నారు. పంటపొలాలు కోతలకు సిద్ధంగా ఉన్నాయి.

రావణుడికి నచ్చింది. 'మంచి ఆలోచన. మిథిలలో ఎవరికో కనీసం రక్షణ జ్ఞానం ఉంది.'

కోట గోడలలోపల పంటలు పండించడం వల్ల ఎటువంటి ముట్టడి జరిగినా ఆహార కొరత ఉండదు. ఇంకా ఈ ప్రదేశంలో మనుషులు నివసించరు కనుక, బయటి గోడ దాటి వచ్చిన వాళ్ళను సులభంగా చంపవచ్చు. లోపలి గోడను దాటే లోపు ముట్టడి చేసినవాళ్ళు చాలామందిని కోల్పోతారు. త్వరగా తప్పించుకునే వీలు లేదు.

కుంభకర్ణుడు అన్నగారితో ఏకీభవించాడు. 'అవును ఇది ప్రతిభ కలిగిన సైనిక వ్యూహం; రెండు కోటగోడల మధ్యలో మనుషులు నివసించని ప్రదేశం. మనం కూడ ఇలా చేయవచ్చు.'

పుష్పక విమానం పైన కొంచెంసేపు తిరుగుతూ ఉండడంతో వాళ్ళు మిథిల ప్రధాన ద్వారాలలో ఒకదాన్ని చూశారు. ద్వారంపై భారతదేశ ఇతర కోటల్లోలా, రాజచిహ్నాలేవీ లేవు.

బదులుగా, ద్వారపైభాగంలో జ్ఞానదేవత సరస్వతీదేవి చిత్రాన్ని చెక్కారు.

చిత్రం కింద ఒక శ్లోకం ఉంది. దూరం నుంచి దాన్ని చదవడానికి కుదరడం లేదు.

'ఆ శ్లోకంలో ఏముందో,' రావణుడన్నాడు.

'అకంపనుడు గారు చెప్పారు. నాకు గుర్తుంది,' కుంభకర్ణుడు అన్నాడు.

'స్వగృహే పూజ్యతే మూర్ఖః
స్వగ్రామే పూజ్యతే ప్రభుః
స్వదేశే పూజ్యతే రాజా
విద్వాన్ సర్వత్ర పూజ్యతే.'

మూర్ఖుడిని ఇంటిలో పూజిస్తారు.
ప్రభువుని స్వగ్రామంలో పూజిస్తారు.
రాజుని స్వదేశంలో పూజిస్తారు.
విద్వాంసుణ్ని సర్వత్రా పూజిస్తారు.

రావణుడు చిరునవ్వు నవ్వాడు. నిజంగానే జ్ఞానానికి అంకితమైన నగరం. నిజంగా ఋషులు ప్రేమించే నగరం. తన ఉద్దేశాన్ని బాగా నెరవేర్చే నగరం.

వలయాకారంలో ఉన్న లోహ తెరలుండడంతో గాలి రంధ్రాల్లోంచి ఏమీ కనపడడం లేదు.

'మనం దిగుతున్నాం,' అన్నాడు కుంభకర్ణుడు.

రెక్కల చప్పుడు తగ్గడంతో పుష్పక విమానం నిదానంగా భూమ్మీద దిగింది. దాని కోసం నిర్దేశించిన స్థలంలో బయటి కోట గోడకు బాగా దూరంగా, అడవిలో చదును చేసిన ప్రదేశంలో దిగింది. రావణుడి అంగరక్షకులు పదివేలమంది అప్పటికే అక్కడ బారులు తీరి ఉన్నారు.

రావణుడు గాఢంగా శ్వాసించాడు. 'పని చేయాల్సిన సమయం వచ్చింది.'

—ℨ𝛿I—

'ఏదో గడబిడ ఉంది, అన్నా,' కుంభకర్ణుడన్నాడు. 'వెనక్కి వెళ్ళిపోదాం.'

రావణుడు మిథిల బయట శిబిరం వేశాడు. ఇక్కడ చుట్టూ తన సైనికులుంటారు, సప్తసింధు రాజ్యంలో పట్టణంలో గోడల మధ్య ఉండడం కన్న ఇదే సురక్షితం. తన వ్యాపార విధానాల వల్ల పేదదాన్నిగా చేసిన రాజ్యం.

'కాని కుశధ్వజ రాజు స్వయంగా నన్ను ఆహ్వానించాడు!' రావణుడన్నాడు ఆగ్రహంతో. తన రాకను తెలియజేయటానికి మిథిల దర్బారుకు వెళ్ళిన కుంభకర్ణుడు, అతని సహాయకుల కోసం ఎదురుచూస్తున్న రావణుడికి, కుంభకర్ణుడు చెప్పాడు.

'నాకు తెలుసు, కాని అందరూ మౌనంగానే ఉన్నారు, అంతసేపూ. రాజు జనకుడు కూడ.'

'అయితే మాట్లాడినదెవరు?'

'విశ్వామిత్ర గురువర్యులు'.

'గురువర్యులకి ఇక్కడేంపని? స్వయంవరోత్సవం పైన చర్చా గోష్ఠి జరగడం లేదు కదా!'

'ఇక్కడాయన ఏం చేస్తున్నారో నాకు తెలియదు. కాని చూస్తే అన్ని నిర్ణయాలు ఆయనే తీసుకుంటున్నట్టు అనిపిస్తోంది. నన్ను కనీసం రాకుమారి సీతను కలవడానికి కూడ అనుమతించలేదు.'

'దీనర్థమేమిటి?' రావణుడి ఆగ్రహం అంతకంతకూ పెరుగుతోంది. 'నేను లంకను. ప్రపంచంలో శక్తిమంతమైన రాజ్యానికి రాజుని. భూమ్మీద సంపన్నదేశం. నేను సీతను స్వయంవరంలో గెలుచుకొనడానికి వచ్చి మిథిలకు ఉపకారం చేశాను. వాళ్ళు నాతో ఇలా ఎలా ప్రవర్తిస్తారు?'

'అన్నా, మనం వెళ్ళిపోదాం. సప్తసింధు జనం మిమ్మల్ని ఎన్నటికీ అంగీకరించరు. మీరు స్వచ్ఛమైన హృదయంతో వచ్చారు. కొత్తగా ఆరంభించాలనుకున్నారు. కాని వీళ్ళు అలా జరగనివ్వరు. ఈ ఆర్యావర్తాన్ని గంగలో కలవనివ్వండి. మనం లంకలో, భారతదేశంలో మన మూలలో సుఖంగా ఉందాం. వెళదాం పదండి.'

'ప్రపంచమంతా నాకు అవమానం జరిగిందని తెలియనిద్దామా? రేపటి నుంచి సామాన్య నరాధములు కూడ నా మీద తిరుగుబాటు చేస్తారా? ఎన్నటికీ జరగదు. నేను వెళ్ళను!'

'అన్నా, నేను చెప్పేది వినండి. విశ్వామిత్ర గురువర్యులు నాతో మీకు స్వయంవరంలో స్వాగతం లేదని నేరుగా చెప్పకుండా, ఆ విషయం నాకు తెలిసేలా చేయాలని ప్రయత్నించారు. నేను కుశధ్వజుడి వైపు చూసిన ప్రతిసారి ఆయన నేల చూపులు చూస్తున్నాడు. ఒక్క మాట కూడ మాట్లాడలేదు. ఇదంతా ఏదో గందరగోళంగా ఉంది.'

'ఆ మూర్ఖుడు కుశధ్వజుడు మనని ఆహ్వానించాడని నువ్వెందుకు వాళ్ళకి చెప్పలేదు?'

'చెబితే మాత్రం ప్రయోజనం ఏమిటి? అతనికి ఆ విషయం ఒప్పుకొనడం ఇష్టం లేదు. ఇంక మనం వెళ్ళిపోదాం.'

'వద్దు. మనం వెళ్ళం!'

'అన్నా....'

'రావణుడు ఇలా అవమానపడడు! లంక ఇలా అవమానపడదు! వాళ్ళేమనుకున్నా నేను లెక్కచెయ్యను. నేను స్వయంవరానికి వెళతాను. గెలుస్తాను. సీతను తీసుకుని వెళతాను, ఒకవేళ నేనామెని తరవాత సిగిరియా చీకటి గదుల్లోకి విసిరేసినాగాని. నేను ఈ స్వయంవరం గెలుస్తాను. నా గౌరవాన్ని దక్కించుకుని తీరతాను!'

'అన్నా, నాకు అలా అనిపించదం...'

'కుంభకర్ణా! నా నిర్ణయం అంతిమం!'

—꧁—

స్వయంవరం రోజున రావణుడు, కుంభకర్ణుడు ముప్ఫయిమంది సైనికులతో శిబిరం నుంచి బయలుదేరారు. పదిహేనుమంది వాళ్ళ ముందు, పదిహేనుమంది వాళ్ళ వెనుక నడిచారు. సైనికులు ప్రపంచంలో సంపన్నదేశ సైనికుల్లా అలంకరించుకుని ఉన్నారు. లంక పతాకం పట్టుకున్నారు. నల్లజెండాలు, జ్వాలల్లోంచి బైటికి వస్తున్న గర్జించే సింహం తల చిత్రించి ఉన్నవి.

స్వయంవరానికి తమకు అనుమతి లేదు గనుక సాయుధులైన వెయ్యిమంది సైనికులను రావణుడిని, అతని అనుచరులను అనుసరించమని కుంభకర్ణుడు నియోగించాడు. వాళ్ళు స్వయంవర వేదిక దగ్గర నిరీక్షించాలి. మలయపుత్రులను రెచ్చగొట్టకుండా కుంభకర్ణుడు జాగ్రత్తగా ఉండాలనుకున్నాడు.

లంకవాసులు సరస్సు మీద ఉన్న వంతెనను దాటి బయటి గోడ ద్వారాల్లోంచి లోపలిగోడ వైపుకు వెళ్ళారు. రావణుడు, కుంభకర్ణుడు వెనుక ఉన్న సైనికులు శంఖాలు ఊదారు, వీలైనంతగా అందరి దృష్టిని ఆకర్షిస్తూ.

మిథిల పౌరులు చాలామంది స్వయంవరానికి వెళుతున్నారు. కొందరు అప్పటికే అక్కడున్నారు. నగరంలో ఉన్న కొద్దిమంది ఇళ్ళలోంచి బయటికి వచ్చి ఊరేగింపును చూస్తున్నారు. ప్రపంచంలోనే సంపన్నుడు, శక్తిమంతుడు అయిన వ్యక్తి ఊరేగింపు. లంకవాసుల ఆడంబరం, వైభవం చూసి శాంతియుతంగా జీవించే మిథిలవాసులు వెనక్కి వెళ్ళిపోయారు. వాళ్ళు లంకవాసులను నొప్పించడంగాని, కోపం తెప్పించడంగాని చేయకూడదనుకున్నారు.

రావణుడు తన చూపును ముందున్న మార్గంపైనే పెట్టాడు. యుద్ధంలో విజయం సాధించి వస్తున్నట్టుగా అతని వైఖరి ఉంది. బలహీనులైన మిథిల పౌరులను చూడడం కూడ అతనికి ఇష్టం లేదు.

స్వయంవరం రాజప్రాసాద సముదాయంలోని ధర్మసభలో ఏర్పాటు చేశారు. రాజదర్బారులో కాదు. ఈ భవనాన్ని జనక మహారాజు మిథిల విశ్వవిద్యాలయానికి దానమిచ్చేశాడు. ఇక్కడ నియమితంగా వివిధ గూఢ విషయాల మీద చర్చలు జరుగుతాయి – భౌతిక సంసారంలోని భ్రమలు, ఆత్మప్రకృతి, సృష్టిమూలం, విగ్రహారాధన పరమార్థం, ఆస్తికత్వ సిద్ధాంత వేదాంత స్పష్టీకరణ... జనక మహారాజు దార్శనికుడైన రాజు... ఆయన తన రాజ్యంలోని వనరులన్నిటినీ ఆధ్యాత్మిక, మేధాపరమైన విషయాలకు సంబంధించి ఖర్చుపెట్టాడు.

వలయాకారంలో ఉన్న మందిరంపైన పెద్ద గుమ్మటం ఉంది. దాని గోడలు

ప్రాచీన మహాఋషులు, ఋషికల చిత్రాలతో అలంకరింపబడి ఉన్నాయి. కొన్ని విధాలుగా వలయాకార ఆకృతి పరిపాలన విషయంలో జనకుడి దృష్టిని తెలుపుతోంది. చర్చలలో ప్రతి ఒక్కరూ ఒకే స్థాయిలో సమానులుగా కూర్చుంటారు. దీనికి నియంత్రించే అధిపతి ఎవరూ ఉండరు. అందరూ స్వేచ్ఛగా, నిర్భయంగా సమస్యలు చర్చించవచ్చు.

స్వయంవరం కోసం మూడంచెలలో ప్రేక్షకులు కూర్చునే వీలు కల్పించారు మందిర ద్వారం దగ్గర. మరో చివర ఒక చెక్క వేదిక మీద రాజసింహాసనం ఉంది. మిథిల వ్యవస్థాపకుడైన మిథి రాజు విగ్రహం సింహాసనం వెనుక ఎత్తైన బల్ల మీద ఉంది. రాజసింహాసనం పక్కనే అటూ ఇటూ ఎక్కువ ఆడంబరంగా లేని రెండు ఆసనాలున్నాయి. మందిరం మధ్యలో వలయాకారంలో ఆసనాలున్నాయి. వాటిలో స్వయంవరానికి వచ్చిన రాజులు, రాజకుమారులు కూర్చుని ఉన్నారు.

లంక సైనికుల శంఖారావాలతో ఆడంబరంగా రావణుడు, కుంభకర్ణుడు తమ ముప్ఫయిమంది అంగరక్షకులతో అట్టహాసంగా మందిరంలోకి ప్రవేశించారు. మిగిలిన వెయ్యిమంది సైన్యం మందిరం బయట నిలబడ్డారు. కనిపించకుండా ఉన్నారు. కాని రాజు గారికి అవసరమైతే తక్షణమే రాగలిగేలా.

రావణుడు, కుంభకర్ణుడు ఏర్పాట్లను పరిశీలిస్తూ ముందుకి నడిచారు.

ప్రేక్షకుల కోసం ఏర్పరచిన మూడంచెల్లో ఉన్న వేదికల మీద ఆసనాలలో పై దానిలో సాధారణ పౌరులు కూర్చున్నారు. ఉన్నత వర్గాల వారు, సంపన్నులు, వ్యాపారులు మొదటి దానిలో కూర్చున్నారు. పోటీదారులు మందిరంలో మధ్యభాగంలో వలయాకారంలో సుఖాసీనులై ఉన్నారు. గుప్త స్వయంవరం కోరుకుంది కనుక రాకుమారి సీత తాను కనిపించకుండా అక్కడ జరిగేది అంతా చూడగలుగుతుంది.

మందిరం మధ్యలో ఒక బల్లపైన ఎక్కుపెట్టని విల్లు ఉంది. రుద్రదేవుడి విల్లు పినాక. దాని పక్కనే చాలా బాణాలున్నాయి. బల్ల పక్కన నేలమీద చిన్న రాగి తొట్టె ఉంది. పోటీదారులు ముందు విల్లు ఎత్తి నారి బిగించాలి. అదేమీ అంత తేలికైన పని కాదు. తర్వాత నీటితో నిండిన తొట్టె దగ్గరికి వెళ్ళాలి. పై నుంచి చుక్క చుక్కగా దానిలో నీటిబిందువులు పడి చిన్న అలలు వస్తున్నాయి. అవి మధ్యలో మొదలై తొట్టి అంచుల వరకూ వ్యాపిస్తున్నాయి. దీన్ని మరింత క్లిష్టం చేయడానికి, నీటి బిందువులు క్రమపద్ధతిలో పడకుండా ఏర్పాటు ఉంది.

నేలకి వంద మీటర్ల ఎత్తులో గుమ్మటం పై నుంచి వేలాడుతూ ఉన్న ఇరుసుకి చక్రం ఉంది. ఆ చక్రానికి హిల్సా చేపను కట్టారు. ఆ చక్రం నిరంతరం ఒక వేగంలో తిరుగుతూంటుంది. పోటీదారులు మత్స్య ప్రతిబింబాన్ని కదులుతున్న నీటిలోంచి చూస్తూ దాని కన్నులో గుచ్చుకొనేలా బాణం వెయ్యాలి. ఈ పనిలో విజయం సాధించిన మొదటి వారిని రాకుమార్తె వివాహం చేసుకుంటుంది.

పోటీదారుల కోసం నిర్దేశించిన పోటీ విధానాన్ని రావణుడు పరిశీలించలేదు. తన ప్రవేశంతో మలయపుత్ర శ్రేష్ఠుడు విశ్వామిత్రుడి ఉపన్యాసానికి ఆటంకం కలిగిందని కూడా అతను గమనించినట్టుగా లేదు. రావణుడు అవేమీ పట్టించుకున్నట్టు లేదు. అతని దృష్టి మరొకదాని మీద ఉంది. పోటీదారుల కోసం నిర్దేశించిన ఆసనాలు అన్నీ నిండిపోయాయి.

నా కోసం వాళ్లు స్థలం కేటాయించలేదు! నరాధములు.

రావణుడి దళం మందిరం మధ్యలోకి వచ్చింది. రుద్రదేవుడి ధనుస్సు దగ్గర ఆగిపోయింది. ముందున్న అంగరక్షకుడు బిగ్గరగా ప్రకటించాడు. 'రాజాధిరాజు, సర్వం సహా చక్రవర్తి, త్రిలోకపాలకుడు, దేవతలకు ప్రియుడు రావణప్రభువు!'

రావణుడు పినాకకి సమీపంలో కూర్చున్న చిన్న రాజు దగ్గరికి వెళ్ళి చిన్నగా ఏదో అన్నాడు, తలతో ఏదో సైగ చేశాడు. భయపడిన ఆ వ్యక్తి ఏమీ అనకుండా లేచి, మరో పోటీదారు వెనక్కి వెళ్ళి నిలబడ్డాడు. రావణుడు ఆ ఆసనం దగ్గరకు వెళ్ళాడు కానీ కూర్చోలేదు. ఆసనం మీద కుడికాలు పెట్టాడు. చేతిని మోకాలి మీద ఆన్చాడు. తర్వాత బద్ధకంగా మందిరం మరోవైపుకి సింహాసనాలున్న వైపు చూశాడు.

విశ్వామిత్ర మహర్షి మిథిల రాజ సింహాసనం మీద కూర్చున్నాడు. ఆయనకి కుడివైపున చిన్న సింహాసనం మీద ప్రస్తుత మిథిల రాజు జనకుడు, ఎడమవైపున ఆయన తమ్ముడు కుశధ్వజుడు ఆసీనులయ్యారు.

దూరంగా ఉన్న విశ్వామిత్రుడితో రావణుడు అన్నాడు. 'మలయపుత్ర మహానుభావా, కొనసాగించండి.'

మలయపుత్ర ముఖ్యుడి ప్రసంగానికి అడ్డు వచ్చినందుకు కనీసం క్షమించమని అడగడం మర్యాద అని కూడ రావణుడు భావించినట్టు లేదు.

విశ్వామిత్రుడు మండిపడ్డాడు. ఆయనతో ఎన్నడూ ఇంత అమర్యాదగా ఎవరూ ప్రవర్తించలేదు. 'రావణా...' ఆయన గర్జించాడు.

రావణుడు అత్యంత నిర్లక్ష్యంగా ఆయనని చూశాడు.

తను చేయవలసిన ముఖ్యమైన పని ఉంది కనుక విశ్వామిత్రుడు ఆగ్రహాన్ని నియంత్రించుకున్నాడు. రావణుడి సంగతి తర్వాత చూద్దాం అనుకున్నాడు. 'మహారాజులు, రాకుమారులు పోటీలో పాల్గొనే క్రమాన్ని రాకుమారి సీత నిర్ణయించింది.'

విశ్వామిత్రుడు మాట్లాడుతూ ఉండగానే, రావణుడు ఆసనం మీది నుంచి కాలు తీసి పినాక వైపు నడవడం మొదలుపెట్టాడు. రావణుడు విల్లు అందుకోబోయే ముందు మలయపుత్ర ముఖ్యుడు తన ప్రకటనను పూర్తి చేశాడు. 'పోటీలో మొదటి వ్యక్తివి నువ్వు కాదు, రావణా. రాముడు. అయోధ్య రాకుమారుడు.'

రావణుడి చెయ్యి విల్లుకు కొన్ని అంగుళాల దూరంలో ఆగింది. విశ్వామిత్రుడి వైపు చూసి ఆ ఋషి మాటలకు ప్రతిస్పందించినది ఎవరో చూడాలని పక్కకు తిరిగాడు. నిరాడంబరమైన ఋషిలా తెల్లటి దుస్తులలో దాదాపు ఇరవై యేళ్ళ యువకుడిని చూశాడు. అతడి వెనక మరో యువకుడు, భారీకాయుడున్నాడు. అతని పక్కన అరిష్టనేమి ఉన్నాడు. రావణుడు మొదట అరిష్టనేమిని, తర్వాత రాముడిని చూశాడు. చూపులతో మనుషులని చంపగలిగితే, ఈ రోజు రావణుడు కొందరినైనా చంపగలిగేవాడు.

ఈ పిల్లవాడే కదా నేను కరచాప యుద్ధంలో తండ్రిని ఓడించిన రోజు పుట్టింది! విశ్వామిత్రుడికి ఎంత ధైర్యం, ఈ బుడతడిని నాకు ప్రత్యర్థిగా నిలబెట్టాడు? లంక రాజుకి ప్రత్యర్థి? ప్రపంచ పాలకుడికి ప్రత్యర్థి?

రావణుడు విశ్వామిత్రుడి వైపు తిరిగాడు. అతని వేళ్ళు మెడలో ఉన్న వేదవతి వేళ్ళతో చేసిన పతకాన్ని పట్టుకున్నాయి. ఆమె అవసరం అతనికి. ఆమె స్వరం వినాలి. కాని అతడేమీ వినలేకపోయాడు. ఇంత పెద్ద అవమానంలో ఆమె కూడ తనను వదిలేసింది.

రావణుడు బిగ్గరగా ప్రతిధ్వనిస్తున్న గొంతుతో, 'నన్ను అవమానించారు!' అన్నాడు.

రావణుడి ఆసనం వెనుక నిలబడిన కుంభకర్ణుడు ఎందుకో తల అడ్డంగా ఊపుతున్నాడు. అతను అప్రసన్నంగా ఉన్నాడు.

'నిపుణత లేని పిల్లవాళ్ళకు నాకన్న ముందు అవకాశమిచ్చే టట్లయితే, నన్నెందుకు ఆహ్వానించారు?' రావణుడి ఒళ్ళు ఆగ్రహంతో ఊగుతోంది.

జనకుడు చిరాకుగా కుశధ్వజుని వైపు చూసి, రావణుడితో అశక్తుడిలా ఇలా చెప్పాడు, 'ఇవి స్వయంవర నియమాలు, లంక మహారాజా....'

చివరకు మేఘ గర్జనలా ఒక స్వరం వినిపించింది. కుంభకర్ణుడి స్వరం. 'ఈ ప్రహసనాన్ని ఇంక చాలించండి!' రావణుడి వైపు తిరిగి, 'అన్నా, వెళదాం పదండి,' అన్నాడు.

రావణుడు హఠాత్తుగా వంగి పినాకను అందుకున్నాడు. ఎవరైనా ప్రతిస్పందించే లోపే నారి సారించి బాణం సంధించాడు. చాలామంది బరువైన పినాకను కనీసం ఎత్తను కూడా లేరు. రావణుడు తన బలాన్ని, నైపుణ్యాన్ని అత్యుత్తమంగా ప్రదర్శిస్తూ, అలవోకగా దానిని ఎత్తి నారి సారించి, ఎవరూ ప్రతిస్పందించకముందే బాణం సంధించాడు. అతని వేగం, దక్షత అందరినీ అప్రతిభులను చేశాయి. అన్నిటినీ మించి అతని బాణానికి లక్ష్యం ఇంకా పేర్కొనదగింది.

అందరూ నిశ్చేష్టులై చూస్తుండిపోయారు. రావణుడు తన బాణాన్ని నేరుగా మహర్షి, మలయపుత్ర ప్రముఖుడు విశ్వామిత్రుడికి గురిపెట్టాడు.

పూర్వపు విష్ణువు స్థాపించిన తెగ మలయపుత్రులు. అందువల్ల ఒకరకంగా వారి ముఖ్యుడు విష్ణువుకు ప్రతినిధి. మలయపుత్ర ముఖ్యునికి వ్యతిరేకంగా ఎవరైనా ఒక్క కఠినమైన పదం మాట్లాడడం కూడ ఊహించలేం. రావణుడెంతటి శక్తిమంతుడైనా సరే, విశ్వామిత్రుడికి బాణాన్ని గురిపెట్టడం ఊహించలేనిది.

సభలో ఉన్న వాళ్ళందరూ భయంతో నోళ్ళు తెరిచి చూస్తుండగా విశ్వామిత్రుడు లేచి నిలబడి, అంగవస్త్రం పక్కకు విసిరి, పిడికిలి బిగించి ఛాతీమీద కొడుతూ, 'బాణం వెయ్యి రావణా!' అన్నాడు.

మహర్షి యోధుడిలా ప్రవర్తించడం చూసి అందరూ నిశ్చేష్టులయ్యారు. జ్ఞానియైన వ్యక్తిలో ఇంత ధైర్యం అరుదైనది. అయితే విశ్వామిత్రుడు ఒకప్పుడు యోధుడు.

ఋషి మాటలు సభా మందిరంలో ప్రతిధ్వనించాయి. 'రా! ధైర్యం ఉంటే బాణం వెయ్యి!'

నేను ఇతణ్ణి చంపెయ్యాలి. ఉన్మత్తుడైన కర్కోటకుడు... కాని ఔషధాలు... కుంభకర్ణుడికి... నాకు...

రావణుడు తన గురిని కొంచెం తప్పించి బాణం వదిలాడు. అది విశ్వామిత్రుడి వెనుక ఉన్న మిథి విగ్రహానికి తగిలి, ఆ పూర్వరాజు ముక్కుని పగలగొట్టింది.

లంక రాజు చుట్టూ చూశాడు. అతను నగర వ్యవస్థాపకుడిని అవమానించాడు. పూర్వరాజును అందరూ గౌరవిస్తారు. ఆదర్శమూర్తిగా భావిస్తారు. అతని స్మృతి

ఈనాటికీ పవిత్రంగా మిగిలి ఉంది. కనీసం కొంతమంది మిథిలవాసులైనా ఆగ్రహంతో ప్రతిస్పందిస్తారని రావణుడు భావించాడు.

రండి. మిథిల గౌరవార్థం పోరాడండి. నా సైనికులను లోపలికి పిలిచి మిమ్మల్నందరినీ చంపడానికి నాకు ఒక సాకు ఇవ్వండి.

కాని మిథిల వాసులు ఎవరూ నిలబడలేదు. తమ రాజ్యసంస్థాపకుడికి అందరి ముందు జరిగిన అవమానానికి లజ్జితులై, అభిమానాన్ని చంపుకుని అలా కూర్చునే ఉన్నారు.

పిరికిపందలు!

రావణుడు చేతి ఊపుతో జనకుడిని తృణీకరించి, కుశధ్వజుడిని రెప్పలార్పకుండా చూశాడు. విల్లును బల్ల మీదికి విసిరేసి, ద్వారంవైపు నడవసాగాడు. అంగరక్షకులు అతని వెంటే నడిచారు.

ఈ గందరగోళం మధ్యలో, కుంభకర్ణుడు బల్ల వద్దకు వచ్చి, పినాక నుంచి నారిని తీసి, విల్లును గౌరవంగా రెండు చేతులతో శిరస్సు కానించుకుని నమస్కరించాడు.

'రుద్రదేవా క్షమించు. మా అన్నకు మీ పవిత్ర ధనుస్సును అవమానించే ఉద్దేశం లేదు. ఆయన తన ఉద్వేగాలకు లొంగిపోయాడు. ఆయనపై ఈ విషయంలో కోపగించుకోవద్దు.'

కుంభకర్ణుడు ఎంతో గౌరవంగా, హుందాగా రుద్రదేవుడి ధనుస్సు పినాకను మళ్ళీ బల్ల మీద ఉంచాడు. తరవాత వెనుతిరిగి వేగంగా మందిరం బయటికి నడిచి, కోపంతో ఉడుకుతున్న రావణుడిని అనుసరించాడు.

26వ అధ్యాయం

'వాళ్ళకెంత ధైర్యం!' ఆగి ఉన్న పుష్పక విమానంలో అటూ ఇటూ తిరుగుతూ ఉన్నాడు రావణుడు. 'వాళ్ళకెంత ధైర్యం? నేను లంకని! నేను వాళ్ళ ప్రభువుని! వాళ్ళకెంత ధైర్యం?'

కుంభకర్ణుడు అతన్ని శాంతింపజేయాలని చూశాడు. 'పోనీయండి, అన్నా. ఏం జరుగుతుందో నేను మీకు చెప్పాను. మనం వెళ్ళిపోదాం.'

'వెళ్దామా? వెళ్దామా? నీకేమైనా పిచ్చా కుంభకర్ణా?'

అన్నగారు తనని 'కుంభా' అనకుండా, పేరును పూర్తిగా అన్నారంటే, శాంతంగా ఉండమని తను ఆత్మీయంగా చెప్పే సలహాను వినే స్థితిలో లేరని కుంభకర్ణుడికి అర్థమైంది.

'ఈ సిగ్గులేని పరాజితులు నన్ను అవమానించారు,' రావణుడు బుసకొట్టాడు, పిడికిళ్ళు మూసి, తెరుస్తూ ఉన్నాడు.

'అందరిలో నన్ను అవమానించారు. దానికి మూల్యం చెల్లిస్తారు!'

'అన్నా, ఏం చేయాలనుకుంటున్నారు?' కుంభకర్ణుడి గొంతు ఉద్వేగరహితంగా ఉంది.

రావణుడు మిథిలవైపు చూపించాడు. 'ఈ నగరాన్ని నేలమట్టం చేస్తాను! ప్రతి ఒక్కరినీ చంపేస్తాను! ఈ భూమి పుత్రులందరినీ మట్టిలో కలిపేస్తాను!'

'నాయకులు చేసిన తప్పులకి, అమాయకులైన పౌరులని శిక్షించడం దేనికి?'

'నాయకుల నేరాలకి వ్యతిరేకంగా పౌరులు తిరగబడకపోతే వారూ నేరస్థులే!'

'కానీ అన్నా–'

'కానీలు, గీనీలు లేవు! వాళ్ళూ నేరస్థులే అని చెప్పాను నేను!'

కుంభకర్ణుడు దయ గురించి ఎత్తకుండా, తర్కసహంగా చెప్పాలని ప్రయత్నించాడు. 'అయోధ్య యువరాజు ఇక్కడున్నాడు. స్వయంవరంలో రాకుమారి సీతను గెలిచాడు. అతను తన భార్యను వదిలి మిథిల నుంచి పారిపోడు. నా గూఢచారులు చెప్పిన దాని ప్రకారం గత కొన్నేళ్ళుగా చక్రవర్తి దశరథుడికి రాకుమారుడు రాముడు ప్రియపుత్రుడయ్యాడు. ఒకవేళ మనం అతన్ని చంపితే, చక్రవర్తి దశరథుడు మనమీద యుద్ధాన్ని ప్రకటిస్తాడు. చక్రవర్తి గనుక యుద్ధం ప్రకటిస్తే, ఒప్పంద షరతుల మూలంగా ఇతర రాజ్యాలు యుద్ధంలో చేరాల్సి వస్తుంది. ఇప్పుడు మనం యుద్ధం చేసే పరిస్థితిలో లేమని మీకు తెలుసు. కేవలం మన ప్రతిష్ఠే మనల్ని సురక్షితంగా ఉంచుతుంది.'

రావణుడు తిట్టుకున్నాడు. కుంభకర్ణుడు చెప్పింది నిజమే. లంక సైన్యాన్ని మహమ్మారి బలహీనం చేసింది. తెగబడి యుద్ధం చేయడం కష్టం.

కాని రావణుడి కోపం అంత సులభంగా శాంతించదు. 'ఏమైనా కానీ, మనం వెళ్ళడం లేదు,' అన్నాడు.

'అన్నా, అకంపనుడు చెప్పారు నాకు. ఆయనకు సమీచి చెప్పిందట– మిథిలలో ఆడ, మగ రక్షక భటులు దాదాపు నాలుగువేల మంది ఉన్నారు. వాళ్ళు ఎదురు పోరాడగలరు.'

'మనకు పదివేలమంది లంకయోధులున్నారు.'

'అయిదుగురికి ఇద్దరు అని లెక్కేసినా, వాళ్ళకున్న రెండు రక్షణ గోడల వల్ల నష్టపోతాం. అది మీకూ తెలుసు.'

రావణుడు ఒప్పుకొనడానికి సిద్ధంగా లేడు. 'ఆ లోపలి గోడ తూర్పు వైపున రహస్య సొరంగం ఉందని విన్నాను. ఆ సొరంగం ద్వారా కొంత సైన్యాన్ని నగరంలోకి పంపవచ్చు. ద్వారం దగ్గర రక్షక భటులని చంపి మనవాళ్లు ప్రధాన ద్వారాలు తెరిస్తే, సైన్యం పని పూర్తి చేస్తుంది. వాళ్ళని మనం చంపగలం!'

కుంభకర్ణుడు కూడ రహస్య సొరంగం గురించి అకంపనుడు చెప్పగా విన్నాడు. అతనికి సమీచి నుంచి సమాచారం అందింది. రహస్య సొరంగం నుంచి వాళ్ళని లోపలికి తీసుకెళతానని సమీచి చెప్పిందని, కాని దాడి చేసినప్పుడు మాత్రం రాకుమారి సీతకు హాని చేయవద్దని మాట తీసుకుందని కూడ అకంపనుడు చెప్పాడు. రావణుడికి, లంకకు విధేయంగా ఉంటానని ప్రమాణం చేసిన వ్యక్తి ఇలా కోరడం

విచిత్రం. బహుశా రహస్య సారంగం అని చెప్పడం వల విసరడమేమో. సమీచి విధేయతను కుంభకర్ణుడు సందేహించాడు. రావణుడు మాత్రం సందేహించలేదు.

'దాడికి సిద్ధం చెయ్యండి,' అన్నాడు.

'అన్నా, నాకు ఇప్పటికీ–'

'నేను చెప్పాను, దాడికి సిద్ధం చెయ్యండి!'

కుంభకర్ణుడు గాఢంగా శ్వాసించి, తలవంచి, అప్రసన్నంగా 'అలాగే, అన్నా,' అని గొణిగాడు.

—ॐ—

రాత్రి చాలాసేపు గడిచింది. నాలుగో ప్రహర, నాలుగో గంట. లంక శిబిరంలో కాగడాలు వెలుగుతున్నాయి. రావణుడి అంగరక్షకులు సాయంత్రం నుంచి ఎడతెగకుండా కష్టపడుతూ అడవిలో చెట్లను నరికి తెడ్డు పడవలను తయారుచేస్తున్నారు, అగడ్తను దాటడానికి. మిథిల వాసులు కాలిబాట వంతెనను నాశనం చేసేశారు.

రావణుడు సరస్సు పక్కన నిలబడి నీటి అవతల ఉన్న కోటగోడలను చూస్తున్నాడు. శరీరం పై భాగాన్ని కప్పేలా కవచం ధరించాడు. రెండు కత్తులు, మూడు కటార్లు నడుముకు వేలాడుతున్నాయి. అతని పాదరక్షలలో మరో రెండు చిన్న కత్తులు దాచాడు. భుజాలకు బాణాలతో నిండిన తూణీరం ఉంది. ఎడమ చేతిలో విల్లు ఉంది. రావణుడు యుద్ధానికి సిద్ధంగా ఉన్నాడు.

లంక రాజు పక్కనే కుంభకర్ణుడు నిలబడి ఉన్నాడు. అతని భుజాల పైనున్న చేతులు కూడా కత్తులు విసరగలవు కనుక రావణుడికన్న కొన్ని ఎక్కువ ఆయుధాలే ఉన్నాయి అతని దగ్గర. సైనికులు కూడ సాయుధులై సిద్ధంగా ఉన్నారు. పడవలకు దగ్గరగా రక్షణలో సిద్ధహస్తులని పేరు తెచ్చుకున్న పదివేలమంది లంకవాసులు అప్రమత్తులై ఉన్నారు.

రావణుడు తాను చూస్తున్న దుర్భిణిని కిందికి దించాడు. 'బయటి గోడల మీద వాళ్ళు ఎవరినీ ఉంచలేదు.'

కుంభకర్ణుడు తన దుర్భిణిని తీసి గోడలను క్షుణ్ణంగా పరిశీలించాడు. 'హమ్మ్. విషయం బోధపడింది. వాళ్ళు మనం బయటి గోడ ఎక్కాలనుకుంటున్నారు.

వాళ్ళ సైనికులు చాలావరకు లోపలిగోడ పైన పిట్టగోడల వెనక ఉన్నారు. మనం బయటి గోడ ఎక్కి లోపలి గోడలవైపు వెళ్ళే లోపు బాణాలు వేసి వీలైనంతమంది సైనికులను చంపుతారు.'

రావణుడు వెక్కిరించినట్టు నవ్వాడు. 'మేధావులైన ఏడ్పుగొట్టు వాళ్ళ నగరంలో యుద్ధ వ్యూహం తెలిసినవాళ్ళెవరో ఉన్నారు, అయినా వాళ్ళు మనతో సరితూగరు. మనం లోపలి గోడలు ఎక్కం. తెరుచుకున్న ద్వారాల్లోంచి దౌడు తీస్తాం.'

కుంభకర్ణుడు తలూపాడు.

'మనకి సమాచారం ఎప్పుడందుతుంది?' రావణుడు అడిగాడు.

కుంభకర్ణుడు కోటగోడను చూస్తూ సమాధానమిచ్చాడు, 'ఇప్పటివరకూ మనకే సమాచారం రాలేదంటే ఏదో జరిగిందనిపిస్తోంది.'

'నేనేం పట్టించుకోను. మనం వెనక్కి వెళ్ళడం లేదు.'

కుంభకర్ణుడు అన్నగారివైపు తిరిగాడు. 'నాకు తెలుసు, అన్నా,'

అప్పుడే పరిగెత్తుకుంటూ అకంపనుడు వాళ్ళ వైపు వచ్చాడు. 'ఇరైవా! ఇరైవా! ఇదంతా వల.'

'మెల్లగా, మూర్ఖుడా!' రావణుడు కోప్పడ్డాడు.

'ఏం జరిగింది?' కుంభకర్ణుడడిగాడు.

'మహానుభావా, ఇరైవా, రహస్య సొరంగం ఎప్పుడో కూలిపోయింది. ఇంతకుమించిన చెడు ఏమిటంటే, ద్రోహి జటాయువు, అతని మలయపుత్రులు గోడ మీద నుంచి మనపై బాణాలు వేస్తున్నారు. మనం సగం దళాన్ని కోల్పోయాం. పదిమంది ఎలాగో తప్పించుకుని వచ్చి నాకు సమాచారమందించారు. బహుశా సమీచిని కనిపెట్టేసి, మన యుద్ధవ్యూహాన్ని బలవంతంగా తెలుసుకుని ఉంటారు.'

'లేకపోతే సమీచి మనకు అబద్ధం చెప్పి ఉండొచ్చు,' కుంభకర్ణుడన్నాడు.

'దీనివల్ల పెద్ద తేడా ఏం లేదు. మనం ఇప్పుడు కూడ దాడిచేస్తాం.' రావణుడన్నాడు.

'అన్నా....'

'నా దగ్గర మరో వ్యూహం ఉంది.'

సైనికులు పడవలను అగడ్తలోకి చేరుస్తున్నారు. పదివేలమంది సైనికులు సరస్సు దాటి, కోట బయటికి చేరడానికి అరగంట పడుతుంది.

మిథిల యుద్ధం మొదలైంది.

లంకవాసులు ఎంతో సమర్థంగా బయటిగోడల దగ్గరకు చేరారు.

అక్కడ నిరోధకత లేదు – పిట్టగోడల మీద నుంచి బాణాలు వేసే లేదా వేడి నూనెను పోసే మిథిల సైనికులు లేరు – స్వేచ్ఛగా వెళ్ళవచ్చు.

కుంభకర్ణుడు ఈలోగా రావణుడి నూతన ఆవిష్కారాన్ని ఆశ్చర్యంతో చూస్తున్నాడు – అతని మరో వ్యూహాన్ని.

'ఇది ఉత్కృష్టం, అన్నా. ఇది పనిచేయవచ్చనుకుంటాను,' కుంభకర్ణుడన్నాడు.

'ఇది పనిచేస్తుంది!' రావణుడు చెప్పాడు.

'మీరు గొప్పవారు. ఇప్పటికీ మీలో చేవ వుంది.'

'నేనెప్పుడూ దాన్ని కోల్పోలేదు,' రావణుడన్నాడు.

కుంభకర్ణుడిని ఆశ్చర్యపరచినది రావణుడు కనుగొన్న వస్తువు. సాధారణ పరికల్పనతో అసాధారణ రీతిలో వినాశకారి. ఒక పెద్ద విల్లును పెద్ద ఆధారం మీద ఉంచారు. దాదాపు మనిషంత ఎత్తుంది. దూరంగా నేలకు సమాంతరంగా బిగించి ఉంచారు. మధ్యలో ఉన్న ఇరుసుకు విల్లును కట్టారు. దానికి బాగా మందంగా ఉన్న నారిని కట్టారు. విలుకాడు కూర్చోవడానికి ఆధారం మరో చివరలో ఒక ఆసనం నిర్మించారు. విలుకాడు చేయవలసిన పనేమిటంటే ఆ పెద్ద విల్లులో, దాదాపు చిన్న బల్లెం అంత పరిమాణంలో ఉన్న బాణాన్ని సంధించి, నారిని లాగి వదలడం. బాణం వెళ్ళాల్సిన మార్గాన్ని, కోణాన్ని నియంత్రించే విధంగా ఆధారాన్ని ఎటైనా తిప్పుకొనే విధంగా సాధనాలు అమర్చారు.

ఇలాంటివి వెయ్యి ఆధారాలు ఉన్నాయి. అన్నిటికీ విల్లులు అమర్చి ఉన్నాయి.

ముఖ్యంగా, దాడి చేస్తున్న సైన్యం కోటగోడల మీది సైనికులపై బాణాలు వేసే ప్రామాణిక నైపుణ్యాన్ని రావణుడు మరింత వేగవంతంగా రూపొందించాడు.

సమీచి చెప్పిన సమాచారం వల్ల వాళ్ళకి మిథిల 'సైనికులు' కేవలం రక్షక భటులే తప్ప, యోధులు కారని ముందే తెలుసు. వాళ్ళకి లోహ కవచాలు లేవు. చెక్క కవచాలే ఉన్నాయి. అవి బాణవర్షాన్ని తట్టుకోగలవు కాని క్షిపణుల్లాంటి బల్లేలను తట్టుకోలేవు.

'తమకి ఏం తగిలిందో కూడా వాళ్ళు తెలుసుకోలేరు. బయటి గోడల అవతల నుంచి బల్లేలను ఎలా విసురుతున్నామో అని ఆలోచిస్తుంటారు. మన సైన్యంలో రాక్షసులు, భారీకాయులు ఉన్నారేమోనని అనుకుంటారు!' కుంభకర్ణుడు అన్నాడు.

రావణుడు ఇకిలించాడు. అతనిలో రక్తదాహం పెరుగుతోంది. యుద్ధ తీవ్రతను మించి అతని హృదయ స్పందన వేగాన్ని మరేదీ పెంచలేదు. 'వాళ్ళకి ఆలోచించేంత సమయం లేదు. తీరిక లేకుండా చస్తుంటారు.'

'దాడికి ఆదేశమిచ్చెయ్యనా?'

రావణుడు చుట్టూ చూశాడు. కోట బయటి గోడలకు పెద్ద నిచ్చెనలు వేశారు. నిచ్చెనలపైన దుర్భిణులు పట్టుకుని మిథిల లోపలి గోడలను చూస్తూ ఎంత విధ్వంసం జరిగిందో చెప్పటానికి కాపలాదారులను ఏర్పాటు చేశారు. బల్లేల దాడి మొదలవగానే మిథిల సైనికులు పారిపోతారని రావణుడు భావించాడు. కాని మంచి సేనాపతి ఊహలపైన కాకుండా కచ్చితంగా జరిగే వాటిపైన భరోసా పెట్టుకుంటాడు. ఇలా జరగకపోవచ్చుకాని వీరులైన మిథిల వాసులు కొందరు ఎదురుదాడి చేయవచ్చు. కోటలోని లోపలి గోడ దగ్గర మిథిల సైనికులు లేరని నిర్ధారణ అయితే, లంక సైనికులు బయటి గోడలు ఎక్కి దాడి చేయగలరు.

రావణుడు కుంభకర్ణుడివైపు చూశాడు. 'మారణకాండ మొదలుపెడదాం.'

ఇది రాత్రివేళ జరుగుతున్న దాడి కనుక, జెండాల ద్వారా ఆదేశాలు ఇవ్వడం కుదరదు. కుంభకర్ణుడు తన ప్రతినిధి వైపు తిరిగి తల ఊపాడు. ప్రతినిధి వెంటనే శంఖాన్ని ఊదాడు. సంకేతం విడుదలైంది. శంఖనాదంలోని దీర్ఘత, విరామాలు రావణుడి సైన్యమంతటికీ సంకేతాన్ని అందించాయి. మిగిలిన ప్రతినిధులు కూడ లంక సైనికులందరికీ చేరేలా సంకేతాన్ని పునరుద్ఘాటించారు.

ఆ బృహద్విల్లులలో విలుకాళ్ళు బాణాలు పెట్టడం ఆరంభించారు. క్షణిక విరామం తర్వాత మళ్ళీ శంఖనాదాల సంకేతం వినిపించింది. లంక బల్లేలు వరుసగా విడుదలయ్యాయి. యుద్ధం కోసం కాక జ్ఞానం కోసం నిర్మితమైన నగరం మీదికి వేయి క్షిపణులు సంహారానికి ప్రయాణించాయి. మిథిల వాసులు చెక్క కవచాల వెనుక దాగారు. కాని ఆ కవచాలు వాళ్ళ మీదికి వస్తున్న బల్లేలను ఆపడానికి సరిపోవు.

కాపలాదారుల సంకేతం కోసం రావణుడు, కుంభకర్ణుడు నిరీక్షించారు. క్షణం తర్వాత వారిలో ప్రతి ఒక్కరూ బిగించిన పిడికిలిని ఎత్తి చూపారు, దాదాపు అందరూ ఒక్కసారిగా.

నేలమీద ఉన్న లంక వాసులు హర్షధ్వానాలు చేశారు. 'భారతాధిప లంకా!'

భారతదేశాధిపతి లంక! లేకపోతే మరీ కచ్చితంగా చెప్పాలంటే భారతదేశ ప్రభువు లంక!

'నేరుగా దాడి చెయ్యండి!' రావణుడు గర్జించాడు. మిథిల లోపలి గోడల వద్ద ఉన్న మిథిల సైన్యాన్ని బల్లేలు గందరగోళపరచాయి. 'కాలయాపన వద్దు! మరోసారి దాడి చెయ్యండి.'

వెంటనే విలుకాళ్లు పనిలో పడ్డారు. అన్ని విల్లులు సిద్ధం చెయ్యడానికి కొన్ని నిముషాలు పడుతాయి.

'మన మనుషులు బయటిగోడను ఎక్కాక మనం బాణాలు వెయ్యలేం. లోపలి గోడవైపు వెళుతుండగా వాళ్ళకి మన బాణాలే తగలవచ్చు.' కుంభకర్ణుడన్నాడు.

'అందుకే నేను మరో విడత బల్లేలు విసరమంటున్నాను. మనం దాడి చేయడానికి ముందే మిథిల సైనికులు వెనక్కి వెళ్ళిపోవాలి,' రావణుడన్నాడు.

కుంభకర్ణుడు కాపలాదారులవైపు చూశాడు. అందరూ దాదాపుగా చేతులు తలల పైకెత్తి ఊపుతున్నారు.

'అన్నా, చూడండి. మనం మరో విడత బాణాలు వెయ్యనవసరం లేదు. ఇప్పటికే వాళ్ళు వెనక్కి పోతున్నారు.'

'పిరికిపందలు ఒక్క విడతకు కూడా తట్టుకోలేకపోయారు,' రావణుడు అసహ్యంగా అన్నాడు.

'మనం దాడి చేద్దామా?'

'వద్దు. భద్రత కోసం మరో విడత బాణాలు వేద్దాం.'

కాపలాదారులు ఇప్పుడు తలలమీద చేతులు అడ్డంగా పెట్టారు. మిథిల సైనికులు పూర్తిగా వెనక్కి పోతున్నారు.

మరోసారి అయిష్టమైన గర్జిస్తున్న శబ్దం వినగానే కుంభకర్ణుడు రావణుడి వైపు చూశాడు. మరో వెయ్యి బాణాలు విల్లు నుంచి సంధించబడ్డాయి. అవి లోపలిగోడ నుంచి పారిపోతున్న మిథిల సైనికులను ఛేదిస్తున్నాయి.

ఆ కొద్ది నిముషాల్లోనే నాలుగువేల మంది మిథిల సైనికుల్లో కనీసం వెయ్యిమంది మట్టికరిచారు. లంక సైనికుడొక్కడు కూడ మరణించలేదు.

కాపలాదారులు ఇప్పుడు తలలపైన చేతులు పెట్టుకుని అరచేతులతో చప్పట్లు చరుస్తున్నారు. సంకేతం స్పష్టంగా ఉంది. లోపలి గోడ పైన మిథిలవాసులెవరూ లేరు. వారు చనిపోయి అయినా ఉండాలి. లేకపోతే పారిపోయి అయినా ఉండాలి.

'ఆక్రమణ!' రావణుడు గర్జించాడు.

ప్రతినిధులు సైన్యానికి ఆదేశాలు చేరవేశారు, లంక సైనికులు యుద్ధ నినాదాలు చేస్తూ బయటి గోడను ఎక్కసాగారు. ఆయుధాలు సిద్ధంగా ఉంచుకున్నారు. చంపడానికి సిద్ధంగా ఉన్నారు. నిస్సహాయులైన మిథిలవాసులను నాశనం చేయడానికి సిద్ధంగా ఉన్నారు.

అయితే వాళ్ళు ఆశ్చర్యచకితులవబోతున్నారు.

మిథిల పేద నగరం. ఉన్న కొద్ది సంపద కూడ అన్యాయంగా పంచబడింది. సంపన్నులు బాగా సంపన్నులు. పేదలు బాగా నిరుపేదలు.

దీని ఫలితంగా ధనవంతులు నగరం మధ్యలో విలాసవంతమైన భవనాల్లో నివసిస్తుండగా, పేదవారు కోటగోడ సమీపంలో గుడిసెలలోను, మురికివాడల్లోను నివసించేవారు. మిథిల రాజకుమారి, ప్రధానమంత్రి సీత ఇటువంటి అన్యాయాన్ని సహించలేకపోయింది. అందువల్ల ఆమె పన్నులు, బయటివారి మద్దతుతో ధనం సేకరించి మురికివాడల అభివృద్ధికి కృషి చేసింది. మురికివాడలలో నివసించే అందరికీ పెద్ద గృహాలు కట్టేంత స్థలం లేకపోవడంతో ఒక అద్భుత పరిష్కారాన్ని కనుగొంది – నాలుగంతస్తుల తేనెటీగల గృహసముదాయం. వాటిని లోపలి కోటగోడ వరకూ నిర్మించారు.

ఈ గుడిసెవాసుల నివాసాన్ని ఆకృతి కారణంగా తేనెటీగల నివాసం అని పిలిచేవారు. చాలామంది ఆవాసులు కోటగోడలనే తమ ఇంటి గోడలను చేసుకుని కిటికీలు నిర్మించుకున్నారు. సీత వారిని ఆపలేదు. సప్తసింధు అధికార నిర్మాణంలో మిథిల స్థాయి చాలా చిన్నది కనుక పేద పౌరుల అభివృద్ధి కన్న భద్రతకు ఆమె ఎక్కువ ప్రాధాన్యతనివ్వలేదు.

స్వయంవరం కోసం గోడలో కిటికీలను తాత్కాలికంగా చెక్కలతో మూసేశారు. కాని ఇప్పుడు మిథిలవాసులు ఆ చెక్కలను త్వరగా తీసేశారు. దానితో రెండు కోటగోడల మధ్య ఖాళీగా ఉన్న ప్రదేశం వాటిలోంచి బాగా కనిపిస్తుంది – అంతేకాక బయటి కోటగోడలోపలి నుంచి తమవైపు వచ్చే లంకవాసులపై బాణాలు వేయడం సులభం. మిథిల వాసులు తేనెటీగల సముదాయం లోపల ఉంటారు కనుక ఎటువంటి క్షిపణి దాడుల నుంచి అయినా వారిని పై కప్పు రక్షిస్తుంది.

మౌలికంగా, నగర నిర్మాణ విధానం వలన యుద్ధ సమయంలో బాగా ప్రయోజనం కలిగింది!

తమ కోసం ఎదురుచూస్తున్న ప్రమాదం గురించి తెలియక, లంకవాసులు వేగంగా ముందుకు వస్తున్నారు. లోపలి గోడ వైపుకు నిచ్చెనలు పట్టుకుని

పరిగెత్తుకొస్తున్నారు. చేతిలో ఆయుధాలతో, రెండో గోడ ఎక్కి నిస్సహాయులైన మిథిల నగర వాసులను చంపడానికి సిద్ధంగా వస్తున్నారు. వాళ్ళు నిరోధాన్ని ఊహించలేదు.

'అందరినీ చంపెయ్యండి!' రావణుడు సైనికులతోపాటు పరిగెడుతూ గర్జించాడు. అతని కళ్ళలో రక్తదాహం. 'దయ చూపవద్దు! దయ చూపవద్దు!'

లంక సైనికులు చేస్తున్న రణగొణధ్వనిలో, దూరంగా బిగ్గరగా వినిపించిన ఆదేశాన్ని వినలేకపోయాడు. అది తేనెటీగల గృహసముదాయం నుంచి వెలువడింది. సీత, ఆమె భర్త రాముడు ఇచ్చిన ఆదేశం. 'బాణాలు వెయ్యండి!'

ముందుకు వెళుతున్న లంక సైనికులపై బాణవర్షం కురవసాగింది. రావణుడు లోపలివైపు పిట్టగోడలవైపు చూశాడు. కాని బాణాలు గోడలో కిందకి ఉన్న కిటికీల్లోంచి వస్తున్నాయి. ఆ కిటికీలు ఉన్నాయని వాళ్ళకు తెలియను కూడా తెలియదు.

లంక సైనికులు ఏం చెయ్యాలో తోచని స్థితిలో రక్షణ లేకుండా ఉండడంతో బాణాలు వారిని చంపుతున్నాయి. నష్టం భారీగా ఉంది. దాదాపు ప్రతి బాణం గురి మీదకే వస్తోంది. ఎందుకంటే సైనికులు గుంపుగా వేగంగా ముందుకు వస్తున్నారు. ఈ అస్తవ్యస్త స్థితిలో, దాడి చేస్తున్నవారిలో ఒక భాగం ఆగిపోయారు. రావణుడి సైనికులు తమపై పడుతున్న శరపరంపరను తప్పించుకొనడం కోసం అటూ ఇటూ పారిపోతున్నారు. మరికొందరు తమ డాళ్ళ వెనక దాక్కుంటున్నారు. వీలైనంత ఎక్కువమందిని చంపుతూ, మిథిలవాసులు బాణాలు వేస్తూనే ఉన్నారు.

రావణ, కుంభకర్ణుల సమీపంలో ఉన్న సైనికులు తమ డాళ్ళను తీసి అన్నదమ్ములిద్దరినీ కాపాడారు.

'వెనక్కి పోదాం, అన్నా! మనం మృత్యుక్షేత్రంలో ఉన్నాం,' కుంభకర్ణుడు అరిచాడు.

'వీల్లేదు!' రావణుడు గర్జించాడు. 'మనం చేయాల్సిందల్లా లోపలిగోడను ఎక్కడమే. మన సైన్యం వాళ్ళని హతమార్చేస్తుంది! ఇంకొన్ని నిముషాలు!'

'అన్నా! మరికొన్ని నిముషాల్లో మీకు సైన్యం ఉండదు!'

రావణుడు క్రోధంతో ఊగిపోతున్నాడని కుంభకర్ణుడు గ్రహించాడు. రావణుడి అనుమతి లేకుండా సైన్యాన్ని వెనక్కి వెళ్ళమని తను ఆదేశించలేనని అతనికి తెలుసు. 'అన్నా! వాళ్ళు మనల్ని పీపాలో చేపల్ని చంపినట్టు చంపేస్తున్నారు! ఆదేశించండి!'

డాళ్ళ వెనక సురక్షితంగా ఉన్న రావణుడు చుట్టూ చూశాడు. విధేయులైన అతని సైనికులు అతని చుట్టూ చనిపోయి పడిపోతున్నారు. కర్కశంగా చంపివేయబడుతున్నారు.

లంకరాజు తలూపాడు, ఆ కదలిక చీకటిలో కనిపించనట్టుగా ఉంది.

కుంభకర్ణుడు ప్రతినిధివైపు తిరిగాడు. 'వెనక్కి వెళ్ళండి!' శంఖనాదాలు మోగాయి, వాటి స్వరాన్ని లంక ప్రతినిధులు గుర్తించారు. ఈసారి వాటి స్వరం భిన్నంగా ఉంది. సంకేతం అందగానే, లంక సైనికులు వెనుతిరిగి పరిగెత్తారు. ఎంత వేగంగా వచ్చారో అంత వేగంగా వెనుతిరిగిపోయారు.

తేనెటీగల గృహసముదాయంలో హర్షధ్వానాలు చెలరేగాయి.

లంక చేసిన మొదటి దాడిని తిప్పికొట్టారు.

౨౭

27వ అధ్యాయం

ఆ మర్నాడు మొదటి ప్రహరలో అయిదోగంట.

వాస్తవంగా జరిగిన నష్టం కన్న, లంక శిబిరంలో దిగ్భ్రాంతి ఎక్కువైంది. శాంతికాముకులైన మిథిలవాసులపైన వాళ్ళు సునాయాస విజయాన్ని ఊహించారు. బలమైన ఎదురుదాడిని వాళ్ళు అసలు ఊహించలేదు.

గత రాత్రి ఫలితంతో రావణుడు ఖిన్నుడయ్యాడు, కాని ఆలోచించుకుని, ఇంకా తమకు అనుకూలంగానే పరిస్థితులు ఉన్నాయని గుర్తించాడు. గతరాత్రి లంక సైనికులు వెయ్యిమంది చనిపోయారు. కాని సమీచి ఇచ్చిన రహస్య సమాచారం ద్వారా మిథిల వాసులు కూడ అంతమంది చనిపోయారు. తక్కువగా ఉన్న మిథిల సైన్యంలో వెయ్యిమంది చనిపోవడం పెద్ద నష్టమే. రాకుమారి సీత సైన్యంలో మూడువేలమంది ఉన్నారు. వారు కూడ రక్షక భటుల నుంచి తీసుకున్నవారు. లంక సైన్యంలో యుద్ధాల్లో ఆరితేరిన వారున్నారు. ఇంకా, వారికి సమీచి నుంచి అందిన సమాచారం ప్రకారం గత రాత్రి లంక సైన్యం చేసిన వినాశనం చూసి మిథిలపౌరులు భయభ్రాంతులయ్యారు. మనోబలం చాలా క్షీణించింది, రాకుమారి సీత తన పౌరులను యుద్ధోన్ముఖులను చేయడానికి బాగా కష్టపడుతోంది. కాని ఆమె సఫలత సాధించేటట్టు కనిపించడం లేదు.

ఎంత ఎక్కువగా దీని గురించి ఆలోచిస్తే అంతగా తన సైన్యానికి గెలిచే శక్తి, మిథిల రాజు నగరాన్ని నాశనం చేసే శక్తి ఇంకా ఉందని రావణుడికి అనిపించింది. ఇంక ఇప్పుడు, అన్నిటినీ మించి ఇది ప్రతిష్ఠకు సంబంధించిన విషయం.

లంక సైన్యం రాత్రంతా కష్టపడుతూనే ఉన్నారు. గాయపడిన వారికి తాత్కాలిక శిబిర చికిత్సాలయాల్లో చికిత్స చేస్తున్నారు. అడవిని కూడ వేగంగా నరికేస్తున్నారు.

ఉదయానికల్లా వారికి కావలసినంత కలప లభించింది. కొంతమంది సైనికులు కలపను కోసి పెద్ద చెక్కలుగా తయారుచేశారు. ఈ చెక్కలను మిగిలినవారు కలిపి పెద్ద దీర్ఘ చతురస్ర కవచంలా తయారుచేశారు. వీటికి బలమైన కొక్కేలను పక్కన, అడుగున బిగించారు. ప్రతి కవచం ఇరవైమందిని రక్షించగలదు.

రావణుడు, కుంభకర్ణుడితో కలిసి సైన్యం మధ్య తిరుగుతూ పనిని పర్యవేక్షించాడు.

'కచ్ఛప డాళ్లు చక్కగా తయారవుతున్నాయి,' అన్నాడు కుంభకర్ణుడు. యుద్ధం చెయ్యాలనే ఉత్సాహం కుంభకర్ణుడికి మొదట లేదు, కాని తిరిగి వెళ్ళడం అనే ప్రశ్నే లేదని ఇప్పుడతనికి అర్థమైంది. మొదటి ప్రయత్నం విఫలమవగానే వెనుతిరిగితే సప్తసింధులో శక్తిహీనమైన చిన్న రాజ్యం చేతిలో లంక సైనికులు ఓడిపోయారనే వార్త వ్యాపిస్తుంది. దీనితో రావణుడి శత్రువులకు బలం పుంజుకుంటుంది. ముందుగానే యుద్ధం లేకుండా ప్రయత్నించి ఉంటే, దాని ప్రభావం ఇంత వినాశకరంగా ఉండేది కాదు. కాని ఇప్పుడు చాలా ఆలస్యమైపోయింది. ఇతర తిరుగుబాట్లు తలెత్తకుండా ఆపడానికైనా సరే ఇప్పుడు మిథిలతో యుద్ధం చేయాలి, ఓడించాలి.

'అవును, ఈ రోజు రాత్రి మళ్ళీ దాడి చేద్దాం. బయటి గోడలు పగలగొట్టేద్దాం. వాటిని ఎక్కాల్సిన అవసరం లేదు. ఏమైనా అక్కడ మిథిల వాసులెవరూ ఉండరు. బయటిగోడ దాటి, మన కచ్ఛపడాళ్ళతో లోపలి గోడలను పగులగొడదాం. ఆ మూర్ఖులు దాడికి సిద్ధంగా లేరు. మొదటిసారి వాళ్ళని మనం తక్కువగా అంచనా వేశాం. మళ్ళీ మనం ఆ తప్పు చేయవద్దు,' రావణుడు అన్నాడు.

కుంభకర్ణుడు తలూపాడు. కాని గురువర్యులు విశ్వామిత్రుడు, కొందరు మలయపుత్రులు ఇంకా కోటలోనే ఉన్నారనే విషయం అతన్ని వేధిస్తోంది. శక్తిమంతులైన మలయపుత్రులను అంత తేలిగ్గా తీసుకోకూడదు ఎన్నడూ.

రావణుడి మనసు ఇంకా జరగబోయే యుద్ధం మీదే ఉంది. 'ఒకసారి మనం వాళ్ళ గోడలు బద్దలు గొట్టామంటే, వాళ్ళందరినీ చంపేద్దాం. ఎవరినీ ప్రాణాలతో వదలవద్దు. జంతువులని కూడా.'

కుంభకర్ణుడు ఏమీ అనలేదు.

'నువ్వు డాళ్ళు పరిశీలిస్తూ ఉండు. నేను చారుల నివేదికలు చదువుతాను,' రావణుడు చెప్పాడు.

'సరే, అన్నా.'

కుంభకర్ణుడు దీర్ఘంగా ఆలోచిస్తూ దూరంగా నడిచాడు. ఈ యుద్ధం చెయ్యాల్సిందేనని అతనికి తెలుసు. కాని మనసులో ఉన్న ఏదో అమంగళం జరగబోతుందనే భావం అతన్ని వదలడం లేదు.

అతను సైన్యం మధ్యలో తిరుగుతూ కచ్చపడాళ్ళు పరిశీలిస్తూ ఉండగా, గాల్లో బాణం వస్తున్న శబ్దాన్ని విన్నాడు. వెంటనే వంగాడు, బాణం అతని పాదాల దగ్గర ఒక చెక్కకు గుచ్చుకుంది. ఆశ్చర్యంగా పైకి చూశాడు.

మిథిలలో ఇంత దూరం, ఇంత కచ్చితంగా బాణాన్ని ప్రయోగించగలిగే వాళ్ళెవరు?

గోడలవైపు చూశాడు. కోట లోపలి గోడలపైన అసాధారణమైన పొడవు కలిగిన ఇద్దరు పురుషులు నిలబడి ఉన్నారు. మూడో వ్యక్తి వారికన్న కొంచెం పొట్టిగా ఉన్నాడు. మూడో వ్యక్తి చేతిలో విల్లు ఉంది; అతను తనవైపే సూటిగా చూస్తున్నట్లుగా ఉంది.

కుంభకర్ణుడు చెక్కకు గుచ్చుకున్న బాణాన్ని పరిశీలించడానికి ముందుకు నడిచాడు. బాణానికి ఒక భూర్జపత్రం కట్టి ఉంది. దాని ముడి తీసి త్వరగా చదివాడు.

రుద్ర దేవా కరుణించు!

—ℇठI—

'నిజంగా వాళ్ళు ఇలా చేస్తారని నమ్ముతావా కుంభకర్ణా?' రావణుడు అసహ్యంగా చీత్కరిస్తూ పత్రాన్ని విసిరేశాడు.

కుంభకర్ణుడు పరిగెత్తుకుంటూ రావణుడి దగ్గరకు వచ్చి, పక్కకు తీసుకొని వెళ్ళి పత్రాన్ని చూపించాడు. అది మిథిల ప్రధానమంత్రి రాకుమారి సీత భర్త, అయోధ్య యువరాజు రాముడు పంపినది. ఆ పత్రంలో, చాలా స్పష్టంగా, మలయపుత్రులు మిథిల కోట లోపలి గోడలలో అసురాస్త్రాన్ని ఏర్పాటు చేశారని, దాన్ని లంక సైనికులు కనిపెట్టలేరని, లంక సైన్యాన్ని వెనక్కి పంపకపోతే, రాముడు అసురాస్త్రాన్ని ప్రయోగిస్తాడని ఉంది. నిర్ణయించుకొనడానికి రావణుడికి గంట సమయం ఇచ్చారు.

'అన్నా, వాళ్ళు అసురాస్త్రాన్ని వేస్తే, అది –'

'వాళ్ళ దగ్గర అసురాస్త్రం లేదు. బెదిరిస్తున్నారు,' అన్నాడు రావణుడు.

అసురాస్త్రాన్ని చాలామంది దైవీఅస్త్రం అని భావిస్తారు. దాన్ని సామూహిక వినాశనానికి ప్రయోగిస్తారు. గతంలోని మహాదేవుడు రుద్రదేవుడు చాలా శతాబ్దాల

క్రితం దైవీ అస్త్రాన్ని అనధికారికంగా ప్రయోగించడాన్ని నిషేధించాడు. ప్రతి ఒక్కరూ ఆ ఆజ్ఞను పాటించారు. ఆ చట్టాన్ని ఉల్లంఘించిన వాళ్ళు పద్నాలుగేళ్ళు వనవాసం చెయ్యాలని నిర్దేశించాడు. రెండోసారి ఉల్లంఘిస్తే మరణశిక్ష. రుద్రదేవుడి విధేయులైన వాయుపుత్రులు ఈ శిక్షను కఠినంగా అమలు చేస్తారు.

అయితే, కొందరు అసురాస్త్రం సామూహిక వినాశకారి కాదని, సామూహికంగా అశక్తం చేసే అస్త్రమని అంటారు. దీన్ని దైవీ అస్త్రమని చెప్పలేం కనుక రుద్రదేవుడి నిషేధం దీనికి వర్తించకపోవచ్చునని అంటారు. రావణుడు అసురాస్త్రం దైవీ అస్త్రమా, కాదా అని ఆలోచించలేదు.

దాన్ని తయారుచేయడానికి అవసరమైన ముఖ్యపదార్థం సంపాదించడం చాలా కష్టమని అతనికి తెలుసు– భారతదేశంలో ఎవరికీ ఇది లభ్యం కాదనేది నిశ్చితం. తన శత్రువు దగ్గర ఉండడానికి ఆస్కారం లేని అస్త్రం గురించి ఆలోచించడంలో అర్థం లేదని భావించాడు.

'కాని, అన్నా, మలయపుత్రుల దగ్గర–'

'విశ్వామిత్రుడు బెదిరిస్తున్నాడు కుంభకర్ణా!'

గురువర్యులు విశ్వామిత్రుల్ని గౌరవించకుండా పేరుతో మాత్రమే చెబుతున్న రావణుడి మాటలు విని నిశ్చేష్టుడై, కుంభకర్ణుడు మౌనంగా ఉండిపోయాడు.

—ꙮ—

హెచ్చరిక లంకవాసులకు చేరి మూడు గంటలైంది. కుంభకర్ణుడు కూడ ఇప్పుడు ఆ పత్రం బెదిరింపు కోసమేనేమో అనుకోసాగాడు కాని ఏదో ఆపద రాబోతుందనే ఆలోచన మాత్రం అతన్ని వదలడం లేదు.

'ఇప్పటికైనా ఒప్పుకుంటావా, కుంభా? నేనెప్పుడూ పొరపాటు పడను,' రావణుడు అన్నాడు.

అన్నగారికున్న నమ్మకం తనకూ ఉంటే బాగుండునని కుంభకర్ణుడు అనుకున్నాడు, కాని సహజ జ్ఞానం మరేదో చెబుతోంది.

'దైవీఅస్త్రం ప్రయోగిస్తే పడే శిక్ష గురించి తెలుసుకదా?' రావణుడు అడిగాడు. 'రుద్రదేవుడి నియమాలను మలయపుత్రులు ఉల్లంఘిస్తారని నీకు అనిపిస్తోందా? మనం మిథిలలో ఒక్కొక్కరినీ చంపేసినా, ఆయన జోలికి వెళ్ళే సాహసం చెయ్యం అని గురువర్యులకి తెలుసు. ఆయన సురక్షితంగా ఉంటారు.'

మలయపుత్రులకు వేరే దారి లేదని రావణుడికి తెలియదు. వాళ్ళకి రుద్రదేవుడి నియమాలపై శ్రద్ధ వున్నా గాని, ఎలాగైనా సీతని రక్షించాల్సిందే వాళ్ళు.

కుంభకర్ణుడి సహజ జ్ఞానం సరైనదే.

'ఇప్పుడు నువ్వు అనుమతిస్తే, నేను బయటికి రావచ్చా?' రావణుడు వ్యంగ్యంగా అడిగాడు.

కుంభకర్ణుడు పట్టుబట్టడంతో రావణుడు, విసుక్కుంటూ ఆగి ఉన్న పుష్పక విమానంలోనే ఉన్నాడు. పుష్పక విమానం పై భాగాన్ని సీసంతో తయారుచేస్తారు. వివిధ దైవీఅస్త్రాలు, చివరికి అసురాస్త్రం వల్ల కలిగే దుష్ప్రభావాలు సీసం అరికట్టగలదని ప్రసిద్ధి. అందువల్లే దాన్ని ఐంద్రజాలిక లోహం అంటారు. హెచ్చరిక బాణం ప్రయోగించిన చోటును కుంభకర్ణుడు జాగ్రత్తగా గమనిస్తున్నాడు. ఆపద వస్తుందనే మొదటి సంకేతం అందగానే అన్నగారు సురక్షితంగా ఉండేలా విమాన ద్వారాలు మూసేయడానికి సిద్ధంగా ఉన్నాడు.

కుంభకర్ణుడు తల అడ్డంగా ఊపాడు. 'వద్దు, అన్నా. దయచేసి రావద్దు. మిమ్మల్ని రక్షించడం నా బాధ్యత.'

'నీ మూర్ఖత్వం నుంచి నిన్ను కాపాడటం నా బాధ్యత! పక్కకి తప్పుకో. నేను వెళ్ళి కచ్చప డాళ్ళ బరువును పడవలు మోయగలవా, లేదా అని పరిశీలించాలి.'

'అన్నా, దయచేసి నా మాట వినండి.'

'రుద్రదేవా! నీకేమైనా పిచ్చిపట్టిందా, కుంభకర్ణా?' విసిగిపోయి రావణుడన్నాడు.

'దయచేసి ఉండండి, అన్నా. మీ భద్రత చాలాముఖ్యం.'

'నీ రక్షణ కావల్సినంత పసివాణ్ణి కాదు నేను!'

'దయచేసి ఇక్కడే ఉండండి, అన్నా! నేను వెళ్ళి పడవలు తనిఖీ చేస్తాను.'

'ఛ!'

'అన్నా, నామాట కోసం మీరిదంతా చేస్తున్నారనుకోండి. నాకేదో కీడు జరగబోతోందని–'

'మనం నీ ఊహలపై ఆధారపడి యుద్ధ ప్రణాళికలు తయారుచెయ్యలేం.'

'వేడుకుంటున్నాను. విమానంలో ఉండండి. నేను వెళ్ళి పడవలు తనిఖీ చేసి వస్తాను.'

రావణుడు కోపంగా కూర్చుండిపోయాడు. 'మంచిది!'

—𐀀—

కుంభకర్ణుడు సరస్సు దగ్గర నిలబడి పడవలలోకి కచ్ఛప దాళ్ళు సైనికులతో ఎక్కిస్తున్నాడు. అతనింకా కోటవైపు అసురాస్త్రాన్ని ప్రయోగించిన సంకేతమేమైనా కనిపిస్తుందేమోనని అప్రమత్తంగా చూస్తూనే ఉన్నాడు.

కొంతదూరంలో ఉన్న విమానం వైపు వెనక్కి తిరిగి చూసి, రావణుడు విమానం లోపలే ఉన్నందుకు సంతోషించాడు.

అక్కడే ఉండమని రావణుడికి సైగ చేసి, పడవల మీద జరిగే పని చూడడానికి వెనుతిరిగాడు.

కుంభకర్ణుడికి హఠాత్తుగా మనసులో ఏర్పడిన అశుభసూచక ఆలోచన బలపడసాగింది. చాలా బాధ కలిగిస్తోంది. పొట్టలో పేగులు పట్టుకుని పిండేస్తున్నట్టుగా అనిపించింది.

కోటవైపు చూశాడు. లోపలి గోడకు తేనెటీగల గృహసముదాయం ఉన్న వైపు. కంగారుతో అతని కళ్ళు వెడల్పయ్యాయి.

మలయపుత్రులు చివరికి అసురాస్త్రాన్ని సంధించగల వ్యక్తిని కనుగొన్నారని కుంభకర్ణుడికి తెలియదు. రుద్రదేవుడి ఆదేశాన్ని ఉల్లంఘించి, శిక్ష స్వీకరించే మనిషి. తను ప్రేమించిన స్త్రీని రక్షించాలని బలమైన కోరికతో నియమోల్లంఘనకు పాల్పడిన వ్యక్తి. సాధారణంగా ఇటువంటి పని చేయని వ్యక్తి – సీత భర్త రాముడు.

రాముడు సంధించిన బాణం గాలిలో అతివేగంగా వస్తోంది.

రుద్రదేవా కరుణించు.

కుంభకర్ణుడు వెంటనే అరుస్తూ వెనుతిరిగాడు,

'అన్నా!'

పుష్పక విమానం వైపు కాళ్ళు పరిగెత్తగలిగినంత వేగంగా పరిగెత్తాడు.

ఈ లోగా తేనెటీగల గృహసముదాయం పైన, మండుతున్న బాణం అసురాస్త్ర క్షిపణి శిఖరం పై నున్న చిన్న ఎర్రని చదరంలో గుచ్చుకుని, వెంటనే దాన్ని వెనక్కి తోసేసింది. బాణానికున్న అగ్ని ఎర్రచదరం వెనక అంటుకుని ఇంధన కక్ష చేరి క్షిపణికి శక్తినిచ్చింది. ప్రచండమైన ప్రకాశం, చిన్న చిన్న విస్ఫోటాలు అనేకం జరిగాయి. కొన్నిక్షణాల తర్వాత అసురాస్త్ర శిఖర మూలం దగ్గర భారీ మంటలు చెలరేగాయి.

కుంభకర్ణుడు విమానం చేరి ద్వారం వైపు గెంతాడు. అతని బరువంతా అన్నగారి మీద పడింది, ఆయన విమానంలోపలికి ఎగిరిపడ్డాడు. కుంభకర్ణుడి వేగం కూడ అతన్ని లోపలికి తీసుకొచ్చింది. కాని విమానం తలుపు ఇంకా తెరిచే ఉంది.

అసురాస్త్ర క్షిపణి బయల్దేరి మిథిల గోడలపైన చాపంలా ఎగిరి, దూరాన్ని క్షణాల్లో అధిగమించింది. అగడ్త సరస్సు బయట వైపు ఉన్న లంక సైనికులు ఆశ్చర్యంగా, కంగారుగా పైకి చూశారు. ఆ క్షిపణి అర్థం ఒకటే.

ఏదో దైవీ అస్త్రం.

వాళ్ళు మరణానికి చేరువలో ఉన్నారు. ఆ సంగతి వాళ్ళకి తెలుసు. ప్రతిస్పందించటానికి సమయం లేదు. పరిగెత్తే సమయం లేదు. అయినా ఎక్కడికి పరిగెత్తుతారు? ఎక్కడ దాక్కుంటారు?

వాళ్ళు ఆరుబయట ఉన్నారు. అసురాస్త్రానికి సులభంగా బలవుతారు.

వినాశం వాళ్ళవైపుకే వస్తున్నా, లంక సైనికులెవరూ తమకు కనిపిస్తున్న దృశ్యం నుంచి కళ్ళు తిప్పుకోలేదు. అగడ్త సరస్సు పైన అసురాస్త్రం ఎగురుతున్నపుడు చిన్న పిల్లల టపాసు పేలిన శబ్దం వినవచ్చింది.

సైనికుల గుండెల్లో భయం స్థానంలో వేగంగా ఆశ పాదుకుంది.

బహుశా దైవీ అస్త్రం విఫలమైందేమో.

కాని తేనెటీగల గృహసముదాయం పైన నిలబడిన మలయపుత్రులకు, అయోధ్య రాకుమారులకు బాగా తెలుసు. వాళ్ళు గురువర్యులు విశ్వామిత్రుడు చెప్పినట్టుగా చెవులు మూసుకున్నారు.

అసురాస్త్రం చేసే సంహారం ఇంకా మొదలవలేదు. రావణుడు ఇంకా విమానంలో నేల మీదే ఉండగా కుంభకర్ణుడు లేచి నిలబడ్డాడు. తలుపు దగ్గరకు వెళ్ళి, తన శరీరం బరువునంతటినీ ఉపయోగించి పక్క గోడకు ఉన్న లోహ మీటను నొక్కాడు. విమానం తలుపు నిదానంగా మూసుకుంటోంది. చాలా నిదానంగా.

తలుపు సమయానికి మూసుకోదు.

మరో ఆలోచన లేకుండా కుంభకర్ణుడు సిద్ధంగా నిలబడ్డాడు. విమానం లోపల. ప్రవేశ ద్వారం వెనక. తలుపు నిదానంగా మూసుకుంటూ ఉంది, నిదానంగా మూసుకుంటోంది, బాధపెట్టేంత నిదానంగా.

కుంభకర్ణుడు తన భారీకాయంతో ఇంకా తెరుచుకుని ఉన్న ద్వార భాగంలో అడ్డంగా నిలబడ్డాడు.

విస్ఫోటం ప్రభావం తనను దాటి విమానం లోపలికి వెళ్ళకుండా నిలబడ్డాడు.

తనను తను త్యాగం చేసుకోవడానికి సిద్ధంగా. తను ప్రేమించిన మనిషి కోసం కుంభకర్ణుడు నిలబడ్డాడు.

తన సోదరుడి కోసం.

తన అన్నగారి కోసం.

అసురాస్త్రం లంక సైనికులపైన ఒక క్షణం ఎగిరి తరవాత చెవులు చిల్లులు పడే శబ్దంతో – ఆ శబ్దానికి దూరంగా ఉన్న మిథిల గోడలు కూడ ఊగాయి – పేలింది. లంక సైనికుల కర్ణభేరులు పగిలిపోయాయి. వారి ఊపిరి తిత్తుల్లో గాలి అంతా పీల్చేసినట్టయింది.

కాని ఇది కేవలం జరగబోయే వినాశనానికి ఆరంభం మాత్రమే.

విస్ఫోటం తరవాత స్మశాన నిశ్శబ్దం అలముకుంది. మిథిల పై కప్పులపై నిలబడిన ప్రేక్షకులు క్షిపణి పేలినచోట ఆకుపచ్చ కాంతిని చూశారు. అది విపరీతమైన వేగంతో కింద ఉన్న లంక సైనికులను మెరుపులా తాకింది. వాళ్ళు అలాగే, కదల్లేక తాత్కాలిక పక్షవాతం వచ్చినట్టుగా స్తంభీభూతులయ్యారు. పేలిన క్షిపణి ముక్కలు వారిపైన పడ్డాయి.

పుష్పక విమానం తలుపు మూసుకునే కొన్నిక్షణాల ముందు కుంభకర్ణుడు ఆకుపచ్చ కాంతిని చూశాడు. తలుపు దానంతటదే మూసుకుని, తాళం పడిపోయింది. వాహనం లోపల ఉన్న వారికి ఎక్కువ గాయం అవకుండా. కుంభకర్ణుడు అదేక్షణంలో అచేతనంగా పడిపోయాడు.

'కుంభా ఆఆఆఆఆఆ!' అరుస్తూ రావణుడు తమ్ముడి దగ్గరకు వచ్చాడు.

విమానం బయట అసురాస్త్రం పని ఇంకా పూర్తి కాలేదు. అసలైన వినాశం ఇంకా జరగాల్సి ఉంది.

ఏదో పెద్ద కాలసర్పం యుద్ధానికి బుసకొడుతున్నట్టుగా శబ్దం వినవచ్చింది. నేలమీద పడిన క్షిపణి భాగాల నుంచి భయంకరమైన హరిత బాష్పవాయు మేఘాలు అలముకున్నాయి. అవి స్తంభితులై ఉన్న లంక సైనికులపై పరచుకునిపోయాయి.

ఈ బాష్పవాయువే అసురాస్త్రంలో అసలైన ఆయుధం. వాస్తవమైన అస్త్రం. విస్ఫోటాలు, కదలనీయని హరిత కాంతి వేటను సిద్ధం చేశాయి. చిక్కని హరిత బాష్పవాయువు అసలైన సంహారి.

కొన్ని నిముషాల్లోనే వినాశకారి అయిన వాయువు పుష్పక విమానం బయట స్తంభీభూతులై ఉన్న లంక సైనకులను చుట్టుముట్టింది. ఇది వాళ్ళని కొన్ని రోజుల పాటో, కొన్ని వారాలపాటో అచేతన స్థితిలో ఉంచుతుంది. కొందరిని చంపేస్తుంది. కాని ఆ క్షణంలో ఘోరమైన నిశ్శబ్దం అలముకుంది. దయకోసం అరిచే

అరుపులు,కేకలు లేవు. ఎవరూ పారిపోవడానికి ప్రయత్నించలేదు. వాళ్ళు నేల మీద పడి ఉన్నారు నిశ్చలంగా, ఈ దానవాస్త్రం అంతులేని అగాధంలోకి తోస్తుందని నిరీక్షిస్తూ. ఆ ఘోర నిశ్శబ్దంలో కేవలం క్షిపణి ముక్కల్లోంచి వెలువడే వాయువు బుసే వినిపిస్తోంది.

విమానం లోపల, విచారిస్తున్న రావణుడు మోకాళ్ళ మీద కూర్చుని, తమ్ముడిని చేతుల్లోకి తీసుకున్నాడు. అతని చెంపల మీద నుంచి కన్నీళ్ళు కారుతూ ఉన్నాయి. కదలకుండా ఉన్న తమ్ముడిని మేల్కొలపాలని పదే పదే అతని శరీరాన్ని కుదుపుతున్నాడు. 'కుంభా! కుంభా!'

అరగంట గడిచింది. అసురాస్త్రం లంక సైనిక సంహారం పూర్తి చేసింది.

విమానం లోపల ఉన్న కొద్దిమంది సిబ్బంది మాత్రమే బతికి బయటపడ్డారు. వాళ్ళలో ఒకరు వైద్యుడు. ప్రామాణిక విధానంలో విమానం ఎప్పుడూ ఎగరడానికి సిద్ధంగా ఉండాలి.

వైద్యుడు తన దగ్గరున్న ఆపత్కాల ఔషధాలతో క్షిపణి వల్ల కలిగిన పక్షవాత ప్రభావానికి కుంభకర్ణుడికి చికిత్స చేశాడు. అతని శరీరం ఇంకా కదలడంలేదు. శ్వాస కూడా బలంగా లేదు. కాని తల మాత్రం కొంచెం కదపగలుగుతున్నాడు. విమానంలో నేలమీద పడుకుని ఉన్నాడు. అతని ఉపాంగాల నుంచి నిదానంగా రక్తం కారుతూ ఉంది. అతని తల అన్నగారి ఒడిలో ఉంది.

అతనేదో చెప్పాలనుకున్నాడు, కాని నాలుక వాచిపోయింది. మాట ముద్దగా, అర్థం కాకుండా ఉంది.

'మాట్లాడకు, విశ్రాంతి తీసుకో. నీకు బాగవుతుంది. నీకేం కానివ్వను, నేను,' అంటూ చిన్నగా చెప్పాడు రావణుడు. అతని చెంపల మీద కన్నీళ్ళు కారుతున్నాయి.

'అనా.... ను... బా...గ.....వా?'

తమ్ముడేమంటున్నాడో అర్థమైన రావణుడి చెంపల మీద నుంచి నీళ్ళు ధార కట్టాయి. ఈ స్థితిలో కూడ కుంభకర్ణుడు రావణుడు క్షేమంగా ఉన్నాడో లేడోనని ఆత్రుతగా ఉన్నాడు. లంక రాజు మృదువుగా తమ్ముడి నుదుటి మీద ముద్దు పెట్టాడు. 'నేను బాగానే ఉన్నా. తమ్ముడూ, విశ్రాంతి తీసుకో.'

పాక్షికంగా పక్షవాతానికి గురైన కుంభకర్ణుడి ముఖంలో వంకరగా చిరునవ్వు వచ్చింది.

'మీరు... నా... ఋణ... నరు.'

కన్నీళ్ళ మధ్యలో రావణుడు నవ్వాడు. 'సరే, సరే. నీకు రుణపడి ఉన్నాను తమ్ముడూ, నీకు రుణపడి ఉన్నాను.'

కుంభకర్ణుడు తల అడ్డంగా కదిపాడు కొంచెం, ఇంకా వంకర చిరునవ్వు ఉంది ముఖంలో. 'ఊ...కే... దాగా.'

'విశ్రాంతి తీసుకో, కుంభా. విశ్రాంతి...'

కుంభకర్ణుడు కళ్ళు మూసుకున్నాడు.

రావణుడు ఏడుస్తూ కుంభకర్ణుడి తలను ఛాతీకి అదుముకున్నాడు. 'నన్ను క్షమించు, కుంభా. నన్ను క్షమించు. నేను నీ మాట విని ఉండాల్సింది.'

'ప్రభూ,' గాలి రంధ్రాల్లోనుంచి బైటకి చూస్తున్న లంక సైనికుడు ఒకరు నెమ్మదిగా పిలిచాడు.

రావణుడు పైకి చూశాడు.

'వాయువు ఇంకా కనిపిస్తోంది,' అన్నాడా సైనికుడు.' మన మనుషుల మీద పరుచుకుంది. ఏం చేద్దాం?'

దానర్థమేమిటో రావణుడికి తెలుసు. పుష్పక విమానం బయట నేల మీద కదలలేక పడి ఉన్న సైనికులు కొన్ని రోజులో, కొన్ని వారాలో అలాగే ఉంటారు. అచేతన స్థితిలో, వారిలో కొందరు ఎప్పుడూ లేవలేకపోవచ్చు. తనూ బయటికి వెళ్ళలేడు. వాయువు వల్ల కలిగే దుష్పరిణామం ఇంకా బలంగానే ఉండొచ్చు.

మిథిల యుద్ధంలో ఓడిపోయాడు. అతని అంగరక్షక దళం నాశనమైంది. విమానంలో ఉన్న కొద్దిమంది తప్ప సైనికులు లేరు. తను చెయ్యగలిగిందేమీ లేదు.

కాని ఇప్పుడదంత బాధగా అనిపించడంలేదు.

తమ్ముడి వైపుచూశాడు. అతన్ని దగ్గరగా లాక్కున్నాడు.

ఇప్పుడు తమ్ముడు ముఖ్యం. కుంభకర్ణుడు మళ్ళీ ఆరోగ్యవంతుడయ్యేలా చెయ్యాలి.

రావణుడు విమాన చోదకుల వైపు చూశాడు. 'ఈ శాపగ్రస్తమైన చోటు నుంచి బయటికి తీసుకెళ్ళండి.'

28వ అధ్యాయం

రావణుడు దీర్ఘంగా శ్వాసించాడు. 'ఎట్టకేలకు మలయపుత్రుల మీద ప్రతీకారం తీర్చుకొనే అవకాశం వచ్చింది.'

మిథిల యుద్ధం జరిగి పదమూడేళ్ళకు పైగా అయింది. రావణుడు, కుంభకర్ణుడు సిగిరియాలోని రాజప్రాసాదంలో రాజుగారి అభ్యంతర మందిరంలో ఉన్నారు. కాలంతోపాటు యుద్ధజ్ఞాపకం కూడ మాసిపోయింది, కాని గాయం ఇంకా రావణుడిని సలుపుతూనే ఉంది.

అతను భయపడినట్టుగా సప్తసింధువాసులపై అతను పొందిన ఘోరమైన అవమానంగాని, బలమైన పదివేలమంది సైనికులు అతి భయంకరంగా చనిపోవడం గాని పెద్ద ప్రభావాన్ని చూపలేదు. మిథిల యుద్ధం జరిగిన వెంటనే కొద్దికాలం వరకు సప్తసింధులోని కొందరు లంక ఆధిపత్యాన్ని సవాలు చేయాలని కలలు కనడం ఆరంభించారు. వాళ్ళు అయోధ్య యువరాజు రాముడిని తిరుగుబాటుకు నాయకుడిగా చూడసాగారు. అయితే ఉద్యమం బలవత్తరం కాకముందే దైవీఅస్త్రాన్ని అనధికారికంగా ఉపయోగించినందుకు పూర్వ మహాదేవుడు నిర్దేశించిన నియమాల ప్రకారం దశరథ మహారాజు రాముడిని పద్నాలుగేళ్ళు సప్తసింధు నుంచి బహిష్కరించాడు. అతను వెళ్ళిపోవడంతో తిరుగుబాటును గురించిన కలలన్నీ చచ్చిపోయాయి. రాముడి భార్య సీత, అతని తమ్ముడు లక్ష్మణుడు కూడ అతనితో వెళ్ళడంతో నైతిక స్థైర్యం కూడ మరింతగా దిగజారింది.

రావణుడి ప్రతిష్ఠకు కూడ నష్టం వాటిల్లింది. అతని ప్రజలు అతను మళ్ళీ మిథిలకు వెళ్ళి దాన్ని నాశనం చేసి ఓటమికి ప్రతీకారం తీర్చుకుంటాడని భావించారు. కాని

లంక సైన్యం మళ్ళీ యుద్ధానికి దిగే పరిస్థితిలో లేదని రావణుడికి తెలుసు. అదీగాక మలయపుత్రులు కోలుకున్న లంక సైనికులను మిథిల నుంచి తమతో తీసుకుని వెళ్ళి వారిని బందీలుగా తమ వద్ద ఉంచారు. వాళ్ళని తిరిగి అప్పగించటానికి నిర్ణయించిన ధర ఏమిటంటే, రుద్రదేవుడిమీద ప్రమాణం చేసి, తానింక మిథిలపైగాని, సప్తసింధులోని మరే రాజ్యంపైన గాని దాడి చేయనని రావణుడు చెప్పాలి.

సప్తసింధు మీద యుద్ధానికి సైన్య సమీకరణ చేస్తే, తాను రావణుడికి, కుంభకర్ణుడికి ప్రాణరక్షక ఔషధాలు ఇవ్వనని విశ్వామిత్రుడు హెచ్చరించి, రావణుడు మాటమీద నిలబడేలా దృఢపరచుకున్నాడు. ఈ సంగతి రావణుడికి బాగా తలకెక్కేలా చేయడానికి ఔషధాల ధరను, గుహో పదార్థం ధరను పెంచాడు. అవమానంతో ఉడుకుతున్నా రావణుడికి ఈ షరతులను అంగీకరించడం తప్ప వేరే దారి కనిపించలేదు. కాని, మలయపుత్రుల మీద పగ తీర్చుకొనడానికి అతను నిరీక్షిస్తున్నాడు, ఇప్పుడు ఎట్టకేలకు అతనికి ఆ అవకాశం లభించినట్టుగా ఉంది.

'అన్నా, ఇది ప్రతీకారం కోసం కాదు. మనకి కావల్సింది పొందడానికి. మనం జాగ్రత్తగా ఉండాలి. చాలా జాగ్రత్తగా ఉండాలి,' కుంభకర్ణుడు అన్నాడు.

'నీ విషయంలో అది నిజం కావచ్చు. నాకు మాత్రం మలయపుత్రుల మీద పగ తీర్చుకొనడం కూడ అంత ముఖ్యమైనదే. అయితే నేనెన్నటికీ తెలివి తక్కువగా కాని, కోపంలో కాని ఏమీ చెయ్యను. నేనంత మూర్ఖుణ్ని కాను.'

కుంభకర్ణుడు అంగీకరిస్తున్నట్టుగా చేతులు పైకి లేపాడు. 'అయితే సరే.'

'ముఖ్యమైన విషయమేమిటంటే, వాళ్ళకి ఇప్పుడు విష్ణువు ఉంది. విష్ణువు ఎంపిక ఆసక్తికరంగా కూడ ఉంది,' రావణుడు ఆలోచిస్తూ చెప్పాడు.

'అవును, హఠాత్తుగా అన్ని విషయాలు అర్థమవుతున్నాయి. మలయపుత్రులు మిథిలను కాపాడడానికి ఎందుకంతగా తపించారో నాకు అర్థం కాలేదు. వాళ్ళు రుద్రదేవుడి నిషేధాన్ని ధిక్కరించి అసురాస్త్రాన్ని ఉపయోగించి వాయుపుత్రులతో సంబంధాలను శాశ్వతంగా చెడగొట్టుకున్నారు. మిథిల వంటి ప్రాముఖ్యత లేని రాజ్యం కోసం అంత ఇబ్బంది పడడం అనవసరం. ఇప్పుడర్థమైంది స్పష్టంగా. వాళ్ళు అమూల్యమైన తమ ఋషుల నగరాన్ని కాపాడుకొనడానికి ప్రయత్నించలేదు, తమ విష్ణువును కాపాడుకొనడానికి ప్రయత్నించారు! మీరు కోపంగా ఉన్నారని వాళ్ళకి తెలుసు, ఆ రోజు మీరు అందరినీ చంపేస్తారని అనుకున్నారు.'

రావణుడు తలూపాడు. 'వాళ్ళు తమ ప్రాణాలు లెక్కచేయలేదు. ధ్యేయాన్ని రక్షించుకోవాలనుకున్నారు. వాళ్ళ ధ్యేయం సఫలమవ్వాలంటే, వాళ్ళకి విష్ణువు అవసరం.'

'రాకుమారి సీత.'

'చిన్న, శక్తిహీనమైన మిథిల నుంచి విష్ణువుని ఎంపిక చేస్తారని ఎవరు మాత్రం అనుకుంటారు,' రావణుడు కుడిభుజాన్ని కొంచెం సడలిస్తూ అన్నాడు. ఇప్పుడతనికి అరవై ఏళ్ళు, జీవితంలో నొప్పులు, బాధలు నిరంతరం భాగమైపోయాయి. అతను జీవించి ఉండడానికి వాడే ఔషధాలు కూడ అతని శక్తిని తగ్గిస్తున్నాయి. సిగిరియాలో వ్యాపిస్తున్న మహమ్మారి కూడ మరింతగా నష్టాన్ని కలిగిస్తోంది.

'అభ్యర్థి ఆమె ఒక్కతే కాదు,' కుంభకర్ణుడన్నాడు.

రావణుడు ఆశ్చర్యంగా తమ్ముడిని చూశాడు.

'వాయుపుత్రులు, గురువర్యులు వశిష్ఠులు తరవాతి విష్ణువు రాముడు అవ్వాలి అనుకుంటున్నారు.'

అయోధ్య రాచకుటుంబానికి రాజగురువు, ప్రధాన సలహాదారు వశిష్ఠుడు. ఆయనకు సప్తసింధు రాజ్యాలలో అత్యధిక గౌరవం లభించడానికి కేవలం ఈ హోదా మాత్రమే ప్రధాన కారణం కాదు. ఆయన మహర్షి, జ్ఞాని. అపార మేధాసంపన్నుడు. బహుశా ఆయనతో సమానుడు కేవలం మలయపుత్ర ముఖ్యుడు విశ్వామిత్రుడొక్కడే. వశిష్ఠ మహర్షి పూర్వ మహాదేవుడు రుద్రదేవుడి వారసులైన వాయుపుత్ర తెగకు చాలా సన్నిహితుడు.

'రాముడా? నిజంగానా?'

'అవును.'

'అది చాల అనుచితం. వాయుపుత్రులు, గురువర్యులు విశ్వామిత్రులు ఏం చేయాలనుకుంటున్నారు? రాముడికి, సీతకి మధ్యలో వైవాహిక స్పర్థను పుట్టించాలనుకుంటున్నారా?' రావణుడు అన్నాడు.

కుంభకర్ణుడు నవ్వాడు. 'ఏది ఏమైనా విష్ణువుగా ఎవరిని ఎంపిక చేయాలి అనే తుది నిర్ణయం వాయుపుత్రులది కాని, గురువర్యులు వశిష్ఠుడిది కాని కాదు. మలయపుత్రులు ఒక్కరే విష్ణువుని ఎంపిక చేస్తారు. గురువర్యులు విశ్వామిత్రులు ఎంపిక చేసేశారు. తరవాతి విష్ణువు సీత.'

రావణుడు ఆసనంలో వెనక్కి వాలి, గాఢ శ్వాస తీసుకున్నాడు. 'గురువర్యులు వశిష్ఠుడికి, గురువర్యులు విశ్వామిత్రుడికి మధ్య ఉన్న విభేదానికి కారణమేమిటి? ఒకప్పుడు వాళ్ళిద్దరూ స్నేహితులే కదా?'

'నాకు తెలియదు అన్నా. అది మరో కథ, మరో గ్రంథం. దానికీ మనకీ సంబంధం లేదు.'

'నీకు చాలా విషయాల గురించి బాగా తెలుసు,' అన్నాడు రావణుడు. 'ఈ విష్ణువు వ్యవహారం గురించి ఇదంతా నీకెలా తెలిసింది?'

'మీకు తెలియకపోవడమే మంచిది.'

'ఎందుకని?'

'నన్ను నమ్మండి, అన్నా.'

రావణుడు కుంభకర్ణుడివైపు చూస్తుండిపోయాడు.

'మనం పెద్ద ఆటలో పావులమని అనిపిస్తుంటుంది నాకు అప్పుడప్పుడు. అలా ఎందుకనిపిస్తుంది?'

'ప్రతి మనిషీ పావే అన్నా. కాని చదరంగంలో అవతలి వైపుకు వెళ్ళే పావు హఠాత్తుగా చాలా శక్తిమంతమవుతుంది.'

రావణుడు కనుబొమలనెత్తి, చిరునవ్వు నవ్వాడు. 'నిజ జీవితానికి, చదరంగానికి తేడా ఉంది, తమ్ముడూ.'

'ఉంటుంది. చదరంగం నిజ జీవితానికి ప్రతినిధి కదా. చదరంగమెలా ఆడతారనేదే జీవితంలో ఎలా ఉంటున్నామని తెలియజేస్తుంది.'

'వివేకమైన మాటలు. ఏమైనాగానీ, నీమీద నాకు పూర్తిగా నమ్మకముంది కుంభా. నేను నిన్ను నమ్మని ప్రతిసారీ నాకు హాని జరిగింది.'

కుంభకర్ణుడు నవ్వి, ఆవులించాడు. 'మళ్ళీ నిద్ర వస్తోందా?' రావణుడి ముఖంలో అపరాధ భావం.

అసురాస్త్రం కుంభకర్ణుడి మీద బాగా దుష్ప్రభావం చూపింది. నాగుడిగా జన్మించడం వలన బాల్యం నుంచీ అతను చాలా నొప్పులు, అసౌకర్యాలు భరించాడు. అతని ఉపాంగాలు కీళ్ళ దగ్గర బాగా నొప్పి పుట్టేవి, బాల్యంలో వాటి నుంచి బాగా రక్తస్రావమయ్యేది. మలయపుత్ర ఔషధాల వల్ల, నొప్పి, రక్తస్రావం అదుపులో ఉన్నాయి. అయితే విషపూరితమైన అసురాస్త్రం హరిత వెలుగువల్ల అతని పరిస్థితి బాగా క్షీణించింది. అదీకాకుండా ఏభై ఒక్క ఏళ్ళు అతనికి. ఒకప్పుడున్నంత బలంగా ఇప్పుడు లేదు. తిరిగి ప్రారంభమైన రక్తస్రావమూ, నొప్పీ, ఇప్పుడు భరించలేని స్థితిలో ఉన్నాయి.

మలయపుత్ర వైద్యుడు సిగిరియాకు వచ్చి కొన్ని కొత్త ఔషధాలు ఇచ్చారు. అవి నొప్పిని, రక్తస్రావాన్ని కొంత తగ్గించాయి కాని కుంభకర్ణుడిని బద్ధకస్తునిగా

చేశాయి. అతను ప్రతిరోజూ చాలాసేపు నిద్రపోతున్నాడు. కొన్ని రోజులు ఔషధాలు ఆపితే తప్ప అతనికి మళ్ళీ చలాకీతనం వచ్చి చురుగ్గా ఉండలేకపోతున్నాడు. కాని అయిదు రోజులకన్న ఎక్కువ రోజులు ఔషధాలు వేసుకోకపోతే మళ్ళీ నొప్పి, రక్తస్రావం మొదలవుతాయి. అంతకుమించితే అతని ప్రాణమే ప్రమాదంలో పడుతుంది.

ఇదంతా మిథిల యుద్ధ సమయంలో అన్నగారి ప్రాణం కాపాడడానికి తన ప్రాణాన్ని ప్రమాదంలో ఉంచడం వల్లే జరిగింది.

రావణుడు తనను తాను క్షమించుకోలేకపోతున్నాడు. గత పదమూడేళ్ళుగా తన పథకాలన్నిటినీ ఆపేశాడు – కిష్కింధను స్వాధీనం చేసికొని లంక సామ్రాజ్యాన్ని విస్తరించడం లాంటివి. బదులుగా అతను తన తమ్ముడు సజీవంగా, వీలైనంత ఆరోగ్యంగా ఉండేలా శ్రద్ధ తీసుకున్నాడు.

కుంభకర్ణుడు రావణుడిని చూసి చిరునవ్వు నవ్వాడు. 'నేను బాగానే ఉన్నాను, అన్నా.' రావణుడు చిరునవ్వు నవ్వి తమ్ముడి భుజం తట్టాడు.

కుంభకర్ణుడు అన్నాడు. 'ఏది ఏమైనా గాని, వాయుపుత్రులతోగాని, గురువర్యులు వశిష్ఠుడితోగాని మనకు గొడవేం లేదు. మలయపుత్రులు మన చెప్పుచేతలలో ఉండడం అవసరం మనకి. విష్ణువుని మనం తెస్తేనే అది సాధ్యం. ఎలాగైనా ఆమెని వాళ్ళు కాపాడాలనుకుంటారు, అప్పుడు మనం వాళ్ళని పీల్చిపిప్పి చేయగలం. ఇరవై ఏళ్ళకు సరిపడ ఔషధాలను సరఫరా చేయమని అడుగుదాం– వాళ్లు వసూలు చేసే అధిక ధరలు చెల్లించకుండా, విష్ణువు లంకలో బందీగా ఉన్నంతవరకూ మనం మలయపుత్రుల నుంచి ఎంత ఎక్కువ కోరినా ఆపేవాళ్ళు లేరు.'

రావణుడు తలూపాడు.

'అయితే మనం ఇలా ముందుకు వెళదామా?' కుంభకర్ణుడు అడిగాడు.

'ఊఁ మనం సీతని అపహరించుదాం.'

'అన్నా, గుర్తుంచుకోండి. ఇది ప్రతీకారం కోసం కాదు. మనకి కావలసినది మాత్రమే మనమడుగుదాం. మలయపుత్రుల మీద మనకు కొంచెం పట్టు కావాలి అంతే. విష్ణువుని మనం చంపం.'

రావణుడు తలూపాడు.

'ఆమె మనకి బందీ.'

'అంతే.'

'రాజకీయ ఖైదీ. ఆమెని లంకలో ఒక ప్రాసాదంలో ఉంచుతాం. చీకటి కొట్టంలో కాదు.'

'నాకు అర్థమైంది కుంభా! నువ్వింతగా దీన్ని గురించి చెప్పాల్సిన పని లేదు!'

కుంభకర్ణుడు చిరునవ్వు నవ్వి క్షమించమన్నట్టుగా చేతులు జోడించాడు.

—ꕥ—

'అన్నా, ఇదంత మంచి ఆలోచన కాదనుకుంటాను,' కుంభకర్ణుడు గొణిగాడు.

రావణుడు, కుంభకర్ణుడితో కలిసి సిగిరియాలోని రాజప్రాసాదంలో వ్యక్తిగత మందిరంలో ఉన్నాడు. రావణుడి కొడుకు ఇరవై ఏడేళ్ళ ఇంద్రజిత్తు కూడా వాళ్ళతో ఉన్నాడు. ఇంద్రజిత్తు ఆకారం కూడా తండ్రిలా భయపెట్టేదిగా ఉంటుంది. అతను పొడుగ్గా, ఆశ్చర్యం గొలిపే కండలతో, గంభీరంగా ఆజ్ఞాపిస్తున్నట్టుగా ఉండే గొంతుతో ఉంటాడు. తల్లిలా ఎత్తైన దవడలు, గోధుమరంగు జుట్టు. దాన్ని రెండు పాయలుగా తీసి పైన ముడివేశాడు. అతని నున్నని ముఖం మీద నూనెరాసిన పెద్ద మీసాలు చక్కగా అమిరాయి. వస్త్రాలు నిరాడంబరంగా ఉన్నాయి – గోధుమరంగు ధోవతి, తెల్లటి అంగవస్త్రం. భారతదేశంలో యోధులు మెచ్చే చెవిదుద్దులు తప్ప వేరే ఆభరణాలేవీ ధరించలేదు. లంకలో ప్రబలుతున్న మహమ్మారి ఇంద్రజిత్తును తాకకపోవడం, రావణుడికి గర్వంగా అనిపించింది.

లంక రాజుకి కొడుకంటే అమిత ప్రేమ. పేరు కూడ స్వయంగా తనే పెట్టాడు. ఇంద్రజిత్తు అంటే దేవతల రాజు ఇంద్రుడిని జయించగలిగేవాడు.

చాలా పురాతన కాలంలో ఇంద్రుడు దేవతల రాజు. ఆ పేరు కాలక్రమంలో దేవతలకు రాజులు అనిపించేవారందరికీ బిరుదుగా ఉంది. కొడుకు మీద రావణుడి ఆకాంక్షలు రహస్యాలు కావు.

'నేను బాబాయి కుంభకర్ణుడి మాటలతో ఏకీభవిస్తున్నాను,' అన్నాడు ప్రశాంతమైన స్వరంతో ఇంద్రజిత్తు, తను మాట్లాడేది దూరంగా ఉన్నవారికి వినిపించకుండా. 'ఇది చాలా ముఖ్యమైన పని. దాన్ని మనమే నిర్వర్తించాలి. దీన్ని మనం బాబాయికి, అత్తకు వదలకూడదు. వాళ్ళు అహంకారం, అసమర్థతల భయంకర సమ్మేళనం.'

రావణుడు తనకు మర్యాదనిచ్చేంత దూరంలో నిలబడిన పురుషుడిని, స్త్రీని చూశాడు. విభీషణుడు, శూర్పణఖ – తన సవతి తమ్ముడు, చెల్లెలు. ఇంద్రజిత్తుకి

బాబాయి, అత్త. వాళ్ళ వైపు చూసినపుడు రావణుడు తన ముఖంలో ద్వేషం కప్పిపుచ్చలేకపోయాడు. తను ద్వేషించే తండ్రికి, అసహ్యించుకునే సవతి తల్లికి వాళ్ళు పుట్టారు. అది చాలదన్నట్టుగా ఎప్పుడూ ఏడుస్తూండే తల్లి కైకసి వాళ్ళని దత్తత తీసుకుంది. పెంచింది. తనని తక్కువ చేసి చూపడానికి ఆవిడ ఎంతకైనా తెగించగలదు అనుకున్నాడు మళ్ళీ.

'ఈ పని మేము చేస్తాం, అన్నా,' అన్నాడు విభీషణుడు తనకన్న చాలా పెద్దవాడైన సవతి అన్నగారితో.

విభీషణుడిది సగటు ఎత్తు. అసాధారణమైన తెల్లటి ఛాయ. పరుగులు తీసేవాడిలా సన్నని శరీరం. సన్నని చేతులని కండలు చూపించడానికన్నట్లుగా బార్లా జాపుతూ ఉంటాడు. నల్లటి పొడవైన జుట్టును తల వెనుక ముడివేశాడు. గడ్డాన్ని చక్కగా కత్తిరించి, ముదురు గోధుమరంగు వేశాడు. ఖరీదైన ఊదా ధోవతి, గులాబీ అంగవస్త్రం, బోలెడన్ని ఆభరణాలు ధరించాడు. అతను షోకిల్లాలా కనిపిస్తాడు. రావణుడికి అతను చూపించే మర్యాద, నమ్రత కపటంగా ఉంటాయి.

'నేను నీ అన్నను కాను,'– రావణుడు దృఢంగా చెప్పాడు. 'నేను నీ రాజుని.'

'నిస్సందేహంగా స్వామీ,' అన్నాడు విభీషణుడు వెంటనే తనను తాను సరిదిద్దుకుంటూ, క్షమించమన్నట్టుగా చెవులు పట్టుకుని.

రావణుడు కళ్ళు తిప్పుకున్నాడు.

'మన ఆలోచన పనిచేస్తుంది, స్వామీ,'

రావణుడి గూఢచారులు సీత, రాముడు, లక్ష్మణుడు గోదావరి తీరంలో ప్రశాంతంగా ఉన్నచోట, పదహారుమంది మలయపుత్ర సైనికుల రక్షణలో పంచవటిలోఉన్నారని చెప్పారు. అయితే కేవలం పదహారు మంది సైనికులు ముఖ్యమైన విష్ణువుకు రక్షణగా ఉన్నారంటే రావణుడు అనుమానించాడు. కాని రాముడి చేత అసురాస్త్రాన్ని ప్రయోగింప జేసినందుకు సీతకు మలయపుత్రుల మీద ఇంకా కోపంగా ఉందని చెప్పారు. ఆమె మలయపుత్రుల సహాయాన్ని తిరస్కరించింది. ఆమెతో ఉన్న సైనికులు జటాయువు దళంలోని వారు. అతడిని ఆమె సోదరుడిగా భావిస్తుంది – వాళ్ళు తమతో ఉండడానికి ఆమె అందుకే అంగీకరించింది.

రామలక్ష్మణుల దృష్టి మరల్చడానికి శూర్పణఖ అందాన్ని వాడుకోవచ్చని విభీషణుడు సూచించాడు. ఆమెతో కలిస్తే ఆ పురుషులు కొంచెం ప్రమత్తంగా

ఉంటారు. శూర్పణఖ అప్పుడు వారి నుంచి ఏదో ఒక వంకతో సీతని దూరంగా తీసుకుని వెళ్ళి, అపహరిస్తుంది. సీత ఈర్ష్యతో శూర్పణఖ మీద దాడి చేసిందని, ఆ దాడిలో ప్రమాదవశాత్తు నదిలో మునిగిపోయిందని అయోధ్య రాకుమారులకు చెబుతారు. గోదావరిలో వేగంగా ప్రవహించే ప్రవాహాలు ఉన్నాయి కనుక ఆమె శవం ఎన్నటికీ కనిపించకుండా ఉండే అవకాశం ఉంది.

ఈ రకంగా, లంక మీదకు నింద రాకుండా సీతను అపహరిస్తామని విభీషణుడు వివరించాడు.

'మన సైనికులను పంపి, ఆమెని తీసుకుని రమ్మంటే పోలా?' కుంభకర్ణుడు అడిగాడు.

'ఒకవేళ ఇలా జరుగుతుండగా రాముడు గాయపడితే, ప్రమాదంలో పడితే ఎలా?' విభీషణుడు మళ్ళీ ప్రశ్నిస్తూ సమాధానమిచ్చాడు.

విభీషణుడు పైకి అనకుండా ఉన్న విషయం అందరికీ తెలుసు. రాముడు సాంకేతికంగా అయోధ్యరాజు. అయోధ్య రాజు సప్తసింధు చక్రవర్తి. లంక సైనికుడి చేతిలో అతను మరణిస్తే ఒప్పంద షరతుల ప్రకారం సప్తసింధు రాజ్యాలన్నీ కలిసి లంక మీద యుద్ధం ప్రకటిస్తాయి. ఇప్పుడు లంక యుద్ధం చేసే పరిస్థితిలో లేదు. సైన్యం యుద్ధం చేసేంత బలంగా లేదు.

కుంభకర్ణుడు ఇంకా ఇది ఒప్పుకున్నట్టు లేదు. 'మన సోదరిని ఎరగా వాడకుండా, రాముడిని సీతని వేరు చేయడానికి మరో మెరుగైన మార్గం మనం కనుగొనగలమనిపిస్తోంది నాకు.'

'మనకు దైవమిచ్చిన ఆయుధాలతో మనం యుద్ధం చేస్తాం అన్నా. శూర్పణఖకు దేవుడు అసాధారణమైన అందాన్నిచ్చాడు,' చెప్పాడు విభీషణుడు.

ఈ ప్రశంసకు సంతోషించిన శూర్పణఖ గర్వంగా చిరునవ్వు నవ్వింది. ఆమె విభీషణుడిలా ఉంటుంది, కాని అనారోగ్యంగా కనిపించే సోదరుడికన్న చూడడానికి అందంగా ఉంటుంది. ఆమెకు భారతీయుడైన తండ్రి పోలికల కన్న, గ్రీకు దేశీయురాలైన తల్లి పోలికలు ఎక్కువగా ఉన్నాయి. ఆమె చర్మం ముత్యమంత తెలుపు. కళ్ళలో అయస్కాంత శక్తి ఉంది. సూటిగా కొనదేలిన ముక్కు, ఎత్తైన చెంపలు. జుట్టు రాగి రంగులో ఉంది. భారతదేశంలో ఇలాంటి జుట్టు అరుదుగా ఉంటుంది. చక్కగా దువ్వి ఉంది. ఆమె శరీరాకృతి అందంగా, హుందాగా ఉంది. అందమైన ఖరీదైన ఊదారంగు అద్దిన ధోవతిని, నడుము ఒంపు కనిపించేలా

అందంగా కట్టుకుంది. చీనాంబరపు రవికె చిన్న వస్త్రపు ముక్క. అది ఆమె వక్షరేఖను స్ఫుటంగా కనిపింపచేస్తోంది. అంగవస్త్రం భుజం మీది నుంచి వదులుగా వేలాడుతూ శరీరాన్ని ఏమాత్రం కప్పకుండా, చూపిస్తోంది. ఈ అతిశయ చిత్రాన్ని పూర్తి చేస్తూ ఆభరణాల అతి ప్రదర్శనతో ఉందామె.

ఈ పథకాన్ని తాను సమర్థంగా పూర్తి చేయగలననే నమ్మకం శూర్పణఖలో కనిపిస్తోంది. అయితే కుంభకర్ణుడు మాత్రం ఇంకా సందేహిస్తున్నాడు. అతను ఇంద్రజిత్తు అభిప్రాయం కోసం అతనివైపు చూశాడు.

ఆత్మవిశ్వాసం గల యువకుడు వెంటనే చెప్పాడు. 'విభీషణ బాబాయ్, నేను అమర్యాదగా మాట్లాడుతున్నానని అనుకోవద్దు. కాని నేనింతవరకూ జీవితంలో ఇటువంటి మూర్ఖపు ఆలోచనను వినలేదు. ఇది పనిచేస్తుందని నాకనిపించడం లేదు.'

విభీషణుడికి కోపం వచ్చింది బాగా. కాని అతి ప్రయత్నం మీద నోటిని అదుపులో పెట్టుకున్నాడు. అన్నగారు అవమానించడం అలవాటైపోయింది, సరిపెట్టుకుంటున్నాడు, ఈ కుర్ర కుంక కూడ అలాగే మాట్లాడితే వినాలా? ఇది భరించలేనిది!

'హృదయం ఉన్న మగవాడెవరైనా దీన్ని కాదనుకోగలడని అనుకుంటున్నావా?' శూర్పణఖ తనని చూపిస్తూ అడిగింది.

'ఇంక చాలు శూర్పణఖా! నువ్వు నా సోదరివి. నా సమక్షంలో నువ్వలా ఎలా మాట్లాడగలుగుతున్నావు?' కుంభకర్ణుడు నిశ్చేష్టుడయ్యాడు.

'మీరు బ్రహ్మచారులైపోయారు, అన్నా. మీకు అర్థంకాదు,' అంది శూర్పణఖ వెక్కిరిస్తున్నట్లుగా.

కుంభకర్ణుడు రావణుడివైపు తిరిగాడు. 'అన్నా, దీనికి నేను ఒప్పుకోను. మనం ముందు వేసుకున్న ప్రణాళిక ప్రకారం చేద్దాం.'

శూర్పణఖ విభీషణుడిలా అభిమానపడకుండా, సిగ్గుపడకుండా అంది – 'నేను దీన్ని చేస్తాను. మీ చేతులకు మట్టి అంటించుకోనవసరం లేదు. మీ నమ్మకాన్ని గెలుచుకునే అవకాశమివ్వండి మాకు.'

రావణుడు దీన్ని ఆలోచించాడు. కుంభకర్ణుడు అలసిపోయాడు. ఇప్పటికే నిద్రొస్తున్నట్టుగా ఉన్నాడు. అతనికి త్వరగా ఔషధాలు ఇవ్వాలి. ఇంద్రజిత్తు ఉన్నాడు – తన గర్వం, ఆనందం, తన వారసుడు. వీళ్ళిద్దరినీ సంకటంలో పడవేయకుండా ఉండాలంటే మార్గం....

'అంతేకాకుండా స్వామీ, మేము మీకు సన్నిహితులం కాదని అనుకుంటారు చాలామంది. మే పట్టుబడినా, సీత అపహరణకూ మీకూ సంబంధం ఉందని అనుకోరు. ఇది మీకు ఇష్టం లేని బంధువులు చేసిన స్వతంత్ర కార్యంలా ఉంటుంది. మీకు నిందరాదు,' విభీషణుడు చెప్పాడు.

రావణుడు కళ్ళు చిట్లించాడు. ఈ విషయం అర్థవంతంగా ఉంది.

'అన్నా, మీరు కోల్పోయేదేమీ లేదు. మేము ఓడిపోతే మీరు ఎలాగైనా సైనికులతో పంచవటికి వెళతారు. మాకు అవకాశమిస్తే జరిగే హాని ఏమిటి?' శూర్పణఖ విడువకుండా అడిగింది.

అవును... హాని ఏముంది?

'సరే,' అన్నాడు రావణుడు.

శూర్పణఖ సంతోషంగా చప్పట్లు చరుస్తూ అరిచింది.

విభీషణుడు ఎంతో వినయంగా నేలమీద మోకరిల్లి తలను నేలకాన్చి రావణుడికి నమస్కరించాడు. 'దీనికి మీరు చింతించరు, స్వామీ.'

రావణుడు అతన్ని చూశాడు. *నటించే మూర్ఖుడు.*

౨౯

29వ అధ్యాయం

భారతదేశ పడమటి తీరంలో ఉన్న సాల్సెట్టి రేవుకు విభీషణుడు, శూర్పణఖ లంక నుంచి బయలుదేరి చాలా వారాలైంది. శిథిలమైన ముంబాదేవి రేవుకు ఉత్తరంగా ఉన్న ఈ ద్వీపమే ఇప్పుడు లంకకు ప్రధాన రేవు అయింది ఇక్కడ. ఇది రాముడు, సీత, లక్ష్మణుడు, పదహారుమంది మలయపుత్రులతో కలిసి ఉంటున్న పంచవటికి సమీపంలో ఉన్న రేవు కూడ.

బాబాయి, అత్తలతో ఇంద్రజిత్తు సాల్సెట్టి ద్వీపానికి వచ్చాడు. కాని ఇంక ఈ పనిలో కల్పించుకోవద్దని అతనికి ఆదేశాలున్నాయి. తన కొడుకు ప్రాణం ప్రమాదంలో పడేయడం రావణుడికి ఇష్టం లేదు. వీరుడైన ఆ యువకుడు దీన్ని చాలా వ్యతిరేకించాడు గాని, తండ్రి ఆజ్ఞకు చివరికి తలొగ్గక తప్పలేదు.

సాల్సెట్టి నుంచి విభీషణుడు, శూర్పణఖ కొందరు సైనికులను తీసుకుని సీతను అపహరించే ఉద్దేశంతో పంచవటికి వెళ్ళారు.

కాని ఆ ధ్యేయం ఘోరంగా విఫలమైంది.

'నన్ను క్షమించు,' రావణుడు కుంభకర్ణుడితో అన్నాడు. 'నీ మాట విని ఉండాల్సింది.'

రావణుడు, కుంభకర్ణుడు పుష్పక విమానంలో, వందమంది సైనికులతో కలిసి సాల్సెట్టి ద్వీపానికి వెళుతున్నారు.

శూర్పణఖ సీతను అపహరించలేకపోవడమేకాకుండా ఆమె చేతిలో బందీ అయింది. బందీ అయిన లంక రాకుమారిని సీత ఈడ్చుకుంటూ పంచవటికి లాక్కెళ్ళింది. అక్కడ సీతారాముల అనుచరులకు లంక సైనికులకు బాహాబాహీ

జరగబోయింది. ఇవన్నీ చాలవన్నట్టుగా అనుకోకుండా లక్ష్మణుడి వల్ల శూర్పణఖ ముక్కుకు గాయమైంది.

విభీషణుడు వారితో పోరాడకుండా వెనక్కి తిరిగిపోవాలని సైనికులను ఆదేశించాడు. తనను, సోదరిని, సైనికులని సజీవంగా ఉంచుకోవాలని. వాళ్ళు త్వరగా సాల్సెట్టి చేరుకుని, అక్కడి నుంచి ఇంద్రజిత్తు నాయకత్వంలో తమ దుర్దశను రావణుడికి చెప్పటానికి తిరిగి లంకకు వెళ్ళారు.

రావణుడు పుష్పక విమానంలో పట్టగలిగినంత మంది సైనికులను తీసుకుని లంక నుంచి వెంటనే బయలుదేరాడు. శూర్పణఖ గాయాన్ని సౌందర్య శస్త్ర చికిత్సలు కాలక్రమంలో మాన్పినాగాని, ముఖం చూపలేకుండా జరిగిన అవమానానికి మాత్రం రక్తంతోనే ప్రతీకారం.

విమానంలో ప్రయాణిస్తున్నంతసేపు రావణుడు తన అసమర్థులైన సోదరి, సోదరులను తిట్టుకుంటూనే ఉన్నాడు. అయితే కుంభకర్ణుడు సర్దిచెప్పిన తర్వాత రాముడి శిబిరంపైన దాడి చేయడానికి తనకు సరైన సాకు దొరికిందని గుర్తించాడు. ఏం జరిగినా గాని లంక రాజ కుటుంబ సభ్యురాలికి జరిగిన అవమానానికి జవాబు ఈయవలసినదే. ఇది గౌరవానికి సంబంధించిన అంశం కనుక తార్కికంగా ఆలోచించే వారెవరైనా ఇది యుద్ధమని అనరు. దానివల్ల ఒప్పంద షరతులు చెల్లక, అయోధ్యకు సహాయం రాకుండా సప్తసింధు రాజ్యాలను ఆపుతుంది.

కుంభకర్ణుడు అన్నగారిని చూసి, చిరునవ్వు నవ్వి, క్షమాపణను చేతితో ఆపేశాడు. 'వదిలెయ్యండి, అన్నా. దీని గురించి మనం ఇప్పటికే మాట్లాడుకున్నాం. మన సవతి తమ్ముణ్ణి, చెల్లెల్ని బాగా తిట్టుకున్నాం. ఇంక ఇప్పుడేం చెయ్యాలో దానిమీద దృష్టి పెడదాం. మనం విష్ణువుని అపహరించాలి. అంతే. ఇంక మనసులోకి మరేదీ రానీయొద్దు.'

'నిజమే,' రావణుడన్నాడు, చిరునవ్వుతో. చేతులని నెత్తిమీదకి చాచాడు. 'ఏ దాడిలోనైనా బాగా విసుగుపుట్టించేదేదో తెలుసా?'

'ఏమిటి?'

'వేచి ఉండటం.'

'అది నిజమే.'

'మనం త్వరగా యుద్ధంలో ఉంటాం అని ముందుగా తెలియడం కష్టంగా ఉంటుంది. అది మొదలయ్యేవరకూ చేతులు ముడుచుకుని కూర్చోవలసి ఉంటుంది. మనం

మామూలుగా మాట్లాడుతూ, ప్రవర్తిస్తూ ఉండాలి. హృదయ స్పందన పెరగకుండా, రక్తదాహం పెంచుతూ, అది అదుపు తప్పకుండా చూసుకుంటూ ఉండాలి.'

కుంభకర్ణుడు నవ్వాడు. 'కాని మీ రక్త పిపాసను అక్కడ కూడా అదుపులో ఉంచుకోవాలి.'

రావణుడు కుంభకర్ణుడిని కోపంగా చూశాడు.

'అన్నా, వాస్తవం చూడండి. మీరు అదివరకటిలా లేరు. ఇప్పుడు మీకు అరవై ఏళ్ళు. మీ నాభిలో ఉపాంగం, దానికి నిరంతరం వాడే ఔషధాల వల్ల బలహీనమయ్యారు. చాలినన్ని యుద్ధాలు చేశారు. ఇంక సైనికులను యుద్ధం చెయ్యనివ్వండి ఇప్పుడు.'

'ఆఁ నువ్వు కూడా ఇప్పుడు యుద్ధం చేసే స్థితిలో లేవు!' రావణుడు వాదమాడుతున్నట్టుగా అన్నాడు.

కుంభకర్ణుడు విమాన చోదకులవైపు చూశాడు, వాళ్ళకి తమ మాటలు వినిపిస్తాయి.

'అందుకనే నేనూ యుద్ధం చెయ్యను,' తన గొంతును తగ్గించి చెప్పాడు.

'వాళ్ళు మన కుటుంబంపై దాడి చేశారు. నువ్వు మనం ఏం చేయకూడదంటున్నావు?' రావణుడు కోపంగా గుసగుసలాడాడు.

'కాదు, అన్నా. మీరు తెలివిగా చేయాలంటున్నాను.'

'నేను పిరికి పందను కాను!'

'మిమ్మల్ని నేనలా అనలేదు.'

'అయితే నేను యుద్ధం చెయ్యాలి.'

'అస్సలు వద్దు.'

'నన్ను ఆదేశించే అధికారం నీకు లేదు కుంభకర్ణా.'

'మీరన్నది నిజమే. కాని మీరిచ్చిన మూడు వరాల్లో ఒకటి కోరుకునే అధికారం ఉంది నాకు.'

మిథిల యుద్ధం తరువాత తన వల్ల కుంభకర్ణుడి ఆరోగ్యానికి శాశ్వత హాని జరిగిందనే అపరాధ భావంతోను, పశ్చాత్తాపంతోను, రావణుడు తమ్ముడికి జీవితకాలంలో ఎప్పుడైనా కోరుకునే విధంగా మూడు వరాలు ఇచ్చాడు. ఏది ఏమైనా ఈ మూడు కోరికలు తీరుస్తానని చెప్పాడు. ఇప్పటివరకూ కుంభకర్ణుడు దేనినీ అడగలేదు.

రావణుడు కోపంతో గుర్రుమన్నాడు. తనకి వేరే దారి లేదని అతనికి తెలుసు. 'నువ్వు న్యాయంగా మాట్లాడటం లేదు, కుంభా!'

'మనం విష్ణువుని బంధిస్తాం, అన్నా. ఆమెని అపహరిస్తాం. మీ ప్రాణాన్ని ప్రమాదంలో పెట్టాల్సిన అవసరం లేదు.'

రావణుడు కోపంతో బుసకొడుతూ దూరంగా చూశాడు.

కుంభకర్ణుడు మృదువుగా నవ్వాడు. 'జరిగిన మంచిని కూడ చూడండి, అన్నా. నా దగ్గర ఇంకా రెండు వరాలే ఉన్నాయి.'

రావణుడు గాలిరంధ్రాల్లోంచి కింద ఉన్న సాల్సెట్టి భూమిని చూశాడు.

సమీచిని, ఆమె ప్రియుడు ఖరను ఎక్కించుకోవడానికి వాళ్ళు సాల్సెట్టి రేవులో కొంచెంసేపు ఆగారు. ఖర సమీచి ప్రియుడేకాక, లంక సైన్యాధిపతి కూడ. విమానం మళ్ళీ గోదావరి తీరానికి తన లక్ష్యంవైపు ఎగరసాగింది.

శూర్పణఖతోను, విభీషణుడితోను జరిగిన దాడి తరవాత రాముడు, సీత, లక్ష్మణుడు, వారితో ఉన్న మలయపుత్రులు పంచవటిని వదిలేశారు. లంక గూఢచారులకు వారి జాడ తెలియలేదు. కాని బందీగా పట్టుకున్న మలయపుత్రుడిని క్రూరంగా హింసించి విష్ణువు, ఆమె సహచరులు ఎక్కడున్నారో కచ్చితమైన ప్రదేశాన్ని సమీచి కనుగొంది. వాళ్ళు పంచవటికి దూరంగా దిగువున ఎక్కడో ఉన్నారు కాని, నదికి సమీపంలోనే ఉన్నారు. కుంభకర్ణుడికి ఈ విషయం తెలియగానే, వాళ్ళని దాడి బృందంతో చేరమని ఆజ్ఞాపించాడు.

రావణుడు సమీచివైపు, తరువాత తమ్ముడివైపు చూశాడు. 'మనం ఈ స్త్రీని మనతో ఎందుకు తీసుకువెళ్ళాలి? తను మనతో ఉండడం నాకిష్టం లేదు!'

'అది మీకు ఇబ్బంది అని తెలుసు, అన్నా,' కుంభకర్ణుడు శాంతంగా చెప్పాడు. 'కాని ఆమెకు వాళ్ళున్న చోటు తెలుసు.'

'అయితే ఏంటి? ఇప్పుడు మనకి సమాచారం తెలుసు. మనం వెళ్ళగలం.'

'సమీచికి రాకుమారి సీత మనందరికన్న బాగా తెలుసు. విష్ణువు సేవలో ఆమె చాలా ఏళ్ళు పనిచేసింది. ఆమె సలహా మనకు ఉపయోగపడవచ్చు.'

'సాల్సెట్టి నుంచి బయలుదేరేముందుగానే ఆమెని అడిగి అన్నీ తెలుసుకోవాల్సింది. ఈమె మనతో ఎందుకు వస్తోందనేది నాకిప్పటికీ అర్థం కావడంలేదు.'

'ఈమె మనతో ఉండడం మనకు శ్రేయస్కరం.'

'మిథిల యుద్ధంలో కూడ ఈమె ఉంది. తన మూలంగా మనకు చాలమంచి జరిగింది. పనికిరానిది!'

'కాని ఇప్పుడు మనకు ఉపయోగపడాలని ప్రయత్నిస్తోంది. ఆమెకి అవకాశమిద్దాం. మనకి పోయేదేముంది?'

రావణుడు గాఢంగా శ్వాసించాడు. సమాధానం చెప్పలేదు. 'అన్నా, నన్ను నమ్మండి, దయచేసి. విష్ణువును పట్టుకొనడం ముఖ్యం; ఆమెని సజీవంగా బంధించాలి. మన ఉద్వేగాలు పక్కన బెట్టి, దాని మీద దృష్టి పెడదాం.'

'ఒక్కోసారి నువ్వు చాలా చిరాకు తెప్పిస్తావు కుంభా! నేను నీ చిత్రం ఎందుకు గీశానో నాకు తెలియడం లేదు,' రావణుడు హఠాత్తుగా అనేశాడు.

'మీరు నా చిత్రం గీశారా?' కుంభకర్ణుడు నిజంగానే ఆశ్చర్యపోయాడు. రావణుడు గీసే చిత్రాల్లో ఒకే ఒక వ్యక్తి ఉంటారని అతనికి తెలుసు. 'కన్యాకుమారితో పాటు నన్ను గీశారా?'

రావణుడు అవునన్నట్టుగా తలూపాడు.

'నాకెప్పుడూ చూపిస్తారు దాన్ని?' కుంభకర్ణుడు అడిగాడు.

రావణుడు తన పక్కనున్న సంచిని తీసి దానిలో ఉన్న చిత్రాన్ని బయటికి తీశాడు.

'ఏమిటి? మీతో తీసుకొచ్చారా దాన్ని?' కుంభకర్ణుడికి ఆనందం కలిగింది.

రావణుడు చుట్టి ఉన్న చిత్రాన్ని తమ్ముడికి ఇచ్చాడు. కుంభకర్ణుడు కొంచెం జరిగి విమానంలో ఎవరూ చూడకుండా విప్పాడు. 'ఆహా!'

రావణుడి నిత్య ఆరాధ్యదేవత కన్యాకుమారి చిత్రం మధ్యలో ఉంది. వృద్ధురాలైనట్లుగా ఉంది. జుట్టు పూర్తిగా నెరిసింది. ముఖం మీద చక్కటి ముడతలు. కొంచెం వంగి ఉంది. కనీసం అరవై ఏళ్ళున్నట్లుగా ఉంది. ముఖంలో మాత్రం దివ్యత్వం అలాగే ఉంది – హుందాతనం, సౌందర్యం, దయాళుత్వం.

ఆవిడ గోడ ఎక్కడానికి చిన్న పిల్లవాడికి సాయం చేస్తోంది. కుంభకర్ణుడు చిరునవ్వు నవ్వాడు. 'ఈ పిల్లవాడు తెలిసిన వాడులా ఉన్నాడు!'

రావణుడు మృదువుగా నవ్వాడు, ఆ పిల్లవాడు కుంభకర్ణుడే. బాగా రోమాలతో ఎలుగుబంటిలా, కుండలాంటి చెవులు, భుజాలపైన రెండు అదనపు చేతులు. అన్ని అవకరాలున్నా పిల్లవాడు ముద్దుగా ఉన్నాడు. సంతోషంగా అక్కున చేర్చుకోవాలనిపించేలా ఉన్నాడు.

'నేనెక్కడికి వెళుతున్నాను?' చిత్రాన్ని తదేకంగా చూస్తూ అడిగాడు కుంభకర్ణుడు.

గోడ పైభాగంలో ఉన్న కంచెను చూపించాడు రావణుడు. గోడపైన వలయాకారంలో చక్రంలా ఉన్న ఆకృతులను వరుసగా గోడ పొడవునా చిత్రించాడు. కుంభకర్ణుడు దానిని చాలా బాగా అర్థం చేసుకున్నాడు.

'ధర్మచక్రం.'

'అవును. నువ్వు నీ ధర్మాన్ని చేరడానికి పైకి పాకుతావు.' అన్నాడు రావణుడు.

'ఈ చిత్రంలో మీరు నాకు కనిపించడం లేదు. మీరెక్కడున్నారు?' రావణుడు సమాధానమీయలేదు.

'మిమ్మల్ని మీరు ఎక్కడ చూస్తున్నారు, అన్నా?'

రావణుడు మౌనంగా ఉండిపోయాడు.

కుంభకర్ణుడు చిత్రాన్ని దగ్గరగా చూశాడు. తరవాత అసంతృప్తితో అన్నగారి వైపు చూశాడు. 'అన్నా.'

గోడమీద బాగా పరిశీలనగా చూస్తే తప్ప కనిపించని పది ముఖాలున్నాయి. నాట్యశాస్త్రంలో చెప్పిన వాటిలో తొమ్మిది నవరసాలను వ్యక్తీకరిస్తున్నాయి. శృంగారం, హాస్యం, కరుణ, రౌద్ర, వీరం, భయం, భీభత్సం, అద్భుతం, శాంతం. మధ్యలో ఉన్న పదో ముఖంలో ఏ భావమూ లేదు. నిర్వికారంగా ఉంది.

చిత్రంలో రావణుడేం చూపించాలనుకున్నాడో కుంభకర్ణుడు చూడగలిగాడు. లంకరాజును ప్రజలు దశాననుడు అంటారు. అతనికి పది తలలకున్న జ్ఞానం, శక్తి ఉన్నాయని అంటారు. రావణుడు ఈ పేరును ఉపయోగించుకుని, భారతీయ కళాసంప్రదాయంలోని ఉద్వేగాలకు దీనిని ప్రతీకగా చెబుతూ మరింత లోతైన అర్థాన్ని సూచించాడు. పరంపరాగత జ్ఞానం ప్రకారం, వ్యక్తి భ్రమాపూరిత ప్రాపంచిక విషయ లోలత్వంలో బంధించే ఉద్వేగాల గోడను అధిగమించినప్పుడే నిజమైన ఆధ్యాత్మిక జ్ఞానం లభిస్తుంది. చిత్రంలో తనను తాను కుంభకర్ణుడు ఎక్కాలని ప్రయత్నిస్తున్న గోడగా చూపించాడు.

'నాపట్ల నీకున్న ఈ ఉద్వేగాల గోడని అధిరోహించు, తమ్ముడూ,' రావణుడు అన్నాడు. 'నన్ను వదిలి ధర్మాన్ని వెదుకు. నేను చాలాదూరం వెళ్ళిపోయాను. నాకు ఆశ లేదు. కాని నువ్వు మంచివాడివి. నీ బాల్యాన్ని, అమాయకత్వాన్ని పునశ్శోధించు. నన్ను వదిలి మళ్ళీ మొదటి నుంచి ప్రయత్నించు. ధర్మమార్గంలో నడువు, నీ ఆత్మ అదే కాంక్షిస్తోందని నాకు తెలుసు.'

కుంభకర్ణుడు ఏమీ అనకుండా చిత్రాన్ని గట్టిగా చుట్టి, రావణుడి సంచిలో పెట్టేశాడు.

'కుంభా... నేను చెప్పేది విను.'

'నేను నా ధర్మాన్ని నిర్వర్తిస్తున్నాను, అన్నా.'

'కుంభా-'

'ఇంక చాలు.'

—⟨ornament⟩—

వనవాసం చేస్తున్నవారి శిబిరాలున్న చోటికి పుష్పక విమానం చేరేవేళకు అకాల తుఫాను చెలరేగింది. చోదకులు అతికష్టమ్మీద విమానానికి హాని జరక్కుండా కిందికి దింపారు. ఎగిరే వాహనానికి తుఫాను ప్రమాదకరమైనా, అనుకోకుండా అది లంకవాసులకు లాభదాయకమైంది. హోరుగాలిలో విమానం రెక్కల చప్పుడు వినబడలేదు. వాళ్ళు శబ్దం కాకుండా విమానం దిగారు. తాత్కాలిక శిబిరంపై దాడి చేస్తూ ఆశ్చర్యాన్ని కలిగించారు.

యుద్ధం క్లుప్తంగా, ప్రభావవంతంగా జరిగింది.

మలయపుత్రులు చాలామంది చనిపోయారు. లంక సైనికులెవరూ చనిపోకపోవడంలో ఆశ్చర్యం ఏమీ లేదు. జటాయువు, అతని ఇద్దరు సైనికులు తప్ప, మలయపుత్రులు అందరూ చనిపోవడమో, తీవ్రంగా గాయపడటమో జరిగింది.

కాని రాముడు, లక్ష్మణుడు, సీత అదృశ్యమయ్యారు. కుంభకర్ణుడు ఇద్దరేసి సైనికులతో ఏడు బృందాలు ఏర్పాటు చేసి ఆ ముగ్గురిని వెదకడానికి పంపాడు.

అదే సమయంలో సేనాధిపతి ఖరుడికి బ్రతికి ఉన్న మలయపుత్రులు, ముఖ్యంగా జటాయువు నుంచి సమాచారం రాబట్టే పని అప్పగించాడు.

రావణుడు, కుంభకర్ణుడు ఈ పనుల్లో కల్పించుకోకుండా దూరంగా నిలబడ్డారు. ఇబ్బంది కలిగే సంకేతం చూడగానే వారిని రక్షించడానికి సైనికులు వారి చుట్టూ వలయంలో నిలబడ్డారు.

'ఇది చాలా సమయం పడుతోంది,' విసుగ్గా కుంభకర్ణుడితో అన్నాడు రావణుడు.

'విమానంలోకి వెళ్ళి నిరీక్షిద్దామా?' కుంభకర్ణుడు అడిగాడు.

రావణుడు తల అడ్డంగా ఊపాడు. వద్దు.

ఖరుడు ఇంకా జటాయువుని హింసిస్తూనే ఉన్నాడు. ఇప్పుడు జటాయువుని ఇద్దరు లంక సైనికులు మోకాళ్ళమీద ఉంచి పట్టుకుని ఉన్నారు. మలయపుత్రుడి చేతులు వెనక్కి కట్టేసి ఉన్నాయి. జటాయువుని బాగా హింసించారు; అతను తీవ్రంగా గాయపడి, రక్తమోడుతున్నాడు, కాని ఏమీ చెప్పలేదు.

'సమాధానమివ్వు,' అంటూ ఖరుడు కత్తిని జటాయువు చెంపలపై గుచ్చాడు. రక్తం మరింత కారింది. 'ఆమెక్కడుంది?'

జటాయువు అతని మీద ఉమ్మేశాడు. 'నన్ను త్వరగా చంపు. లేకపోతే నిదానంగా చంపు. నేను నీకేమీ చెప్పను.'

ఖరుడు కోపంగా కత్తినెత్తాడు అతని గొంతులో పొడవాలని. హఠాత్తుగా అడవిలోంచి బాణం వచ్చి అతని చేతికి గుచ్చుకుంది. అతను బాధతో, ఆశ్చర్యంతో అరిచాడు. కత్తి చేతిలోంచి జారి కింద పడింది.

రావణుడు, కుంభకర్ణుడు నిశ్చేష్టులై చుట్టూ చూశారు. వాళ్ళకి దగ్గరగా ఉన్న లంక సైనికులు వాళ్ళ చుట్టూ రక్షణ వలయంలో నిలబడ్డారు. కుంభకర్ణుడు అన్నగారు యుద్ధానికి దిగకుండా ఆయన చేతిని పట్టుకుని ఆపాడు.

శత్రువు నుంచి బాణం వచ్చిన వైపుకు లంక సైనికులు బాణాలు గురిపెట్టారు. వాళ్ళకేమీ కనబడలేదు. ఎవరో దట్టంగా ఉన్న చెట్ల చాటు నుంచి, అడవి లోపల నుంచి బాణం వేశారు.

'బాణాలు వెయ్యొద్దు!' కుంభకర్ణుడు బిగ్గరగా ఆదేశించాడు, విష్ణువు సజీవంగా కావాలి అతనికి.

లంక సైనికులు వేగంగా విల్లులు కిందికి దించారు.

ఖరుడు బాణాన్ని విరిచేశాడు, బాణం మొన చేతిలో ఇంకా అలాగే ఉంది. కొంతసేపు రక్తం కారి ఆగుతుంది. దట్టంగా ఉన్న చెట్ల వెనక్కి చూశాడు. చీకటిలోకి. తిరస్కార పూర్వకంగా హేళనగా అడిగాడు. 'ఎవరు వేశారు దాన్ని? దీర్ఘకాలంగా బాధలో ఉన్న రాకుమారుడా? భారీకాయుడైన అతని సోదరుడా? లేకపోతే విష్ణువే స్వయంగా వేసిందా?'

సమాధానం రాలేదు.

'ఎదురుగా వచ్చి నిజమైన యోధుల్లా పోరాడండి!' ఖరుడు అరిచాడు.

ఈ ఎగతాళికి కూడ సమాధానమేమీ రాలేదు.

రావణుడు, కుంభకర్ణుడు సైనికుల వలయంలో సురక్షితంగా ఉన్నారు. వాళ్లు డాళ్ళు ఎత్తి పట్టుకుని సిద్ధంగా ఉన్నారు.

బాణం వచ్చిన వైపు చూపిస్తూ, 'సైనికులను లోపలికి పంపు,' అన్నాడు రావణుడు.

'వద్దు,' కుంభకర్ణుడు అన్నాడు. 'మనం ఇంక సైనికులను చంపుకోకూడదు. వాళ్ళు ముగ్గురున్నారు. వాళ్ళు విడివిడిగా ఉండొచ్చు. మన సైనికులు వెళ్ళిపోతే వాళ్ళు మిమ్మల్ని పట్టుకోవచ్చు.'

'కుంభా, నేనంత ముఖ్యం కాదు. వాళ్ళని పట్టుకో–'

కుంభకర్ణుడు అన్నగారి మాటకు అడ్డు వచ్చాడు. 'ఈ దాడికి మొత్తం కారణం మీరు. మిమ్మల్ని మలయపుత్ర ఔషధాలతో సజీవంగా ఉంచడానికి మనం విష్ణువుని అపహరిస్తున్నాం. మీ ప్రాణాన్ని ప్రమాదంలో పెట్టను.'

రావణుడు మళ్ళీ ఏమీ వాదించకుండానే, మరో అయిదు బాణాలు వరుసగా ఒకదాని వెంట ఒకటి వచ్చాయి. రావణుడు, కుంభకర్ణుడు నిలబడిన చోటికి. అయితే ఇవి మరోవైపు నుంచి వచ్చాయి. మొదటి బాణం వచ్చిన చోటి నుంచి చాలా దూరంగా.

అన్నదమ్ముల చుట్టూ ఉన్న సైనికులకు తగిలాయా బాణాలు. అయిదుగురు లంక సైనికులు చనిపోయారు. కాని తక్కిన వాళ్ళు కదల్లేదు. రావణుడి చుట్టూ ఉన్న రక్షణ వలయం చెదరలేదు. తమ రాజు కోసం ప్రాణాలర్పించడానికి సిద్ధంగా ఉన్నారు.

అంగరక్షకులు తమ శౌర్యాన్ని ప్రదర్శిస్తున్నారు.

'అడవిలో ఇద్దరున్నట్టున్నారు వాళ్ళు,' కుంభకర్ణుడు గొణిగాడు. 'విష్ణువు తప్పించుకోలేదని ఆశిస్తున్నాను.'

రావణుడేమీ అనలేదు. అతనికి అనుమానంగా ఉంది. ఖరుడి మీద బాణపు దాడికి, కుంభకర్ణుడి మీద, తన మీద వేసిన అయిదు బాణాల దాడికి మధ్య చాలా సమయం పట్టింది.

తాజాగా దాడి జరిగిన వైపుకి లంక సైనికులు కొందరు వెళ్ళారు.

అప్పుడు ఎవరో ఎండుపుల్లల మీద కాలు వేసినట్లుగా శబ్దం వినవచ్చింది మరో దిశ నుంచి. ముగ్గురు సైనికులు ఆ దిశగా వెళ్ళారు.

ఇప్పుడు రావణుడికి నమ్మకం కలిగింది. 'ఒక్క వ్యక్తే ఉన్నారు. మనల్ని అయోమయంలో పడెయ్యడానికి వేగంగా అటూ ఇటూ వెళుతున్నారు.'

'కచ్చితంగానా?' కుంభకర్ణుడు అడిగాడు.

రావణుడు సమాధానం చెప్పేలోపునే, ఖరుడు కదిలాడు. జటాయువు వెనక్కు వెళ్ళి, గాయం తగలని ఎడమ చేత్తో కత్తి అతని గొంతు మీద పెట్టాడు.

దాగి ఉండి దాడి చేసే వారిని అన్నివైపుల నుంచి వేటాడవచ్చు. లేకపోతే మంచి లక్ష్యాన్ని చూపి బెదిరించి బయటికి రప్పించవచ్చు. ఖరుడు తెలివైనవాడు. తెలివైన పని చేశాడు.

'మీరు పారిపోయి ఉండొచ్చు,' వెక్కిరిస్తున్నట్టుగా అన్నాడు. 'కాని పారిపోలేదు. అందువల్ల చెట్ల చాటున దాగిన వారిలో మీరూ ఉన్నారు, మహావిష్ణూ. మిమ్మల్ని పూజించే వారిని మీరు రక్షించాలనుకుంటున్నారు. ఎంత స్ఫూర్తిమంతం... ఎంత కరుణ...' ఖరుడు కన్నీళ్ళను తుడుచుకుంటున్నట్లుగా నటించాడు.

రావణుడు చాలాదూరంగా ఉన్నాడు. సైనికులు అడ్డుగా ఉండడంతో ఖరుడు కనిపించలేదతనికి. చిరునవ్వు నవ్వాడు. కుంభకర్ణుడి వైపు తిరిగాడు. 'ఈ ఖరుడు నాకు నచ్చాడు.'

ఖరుడు బిగ్గరగా అంటూ ఉన్నాడు. 'అందుకని నేనో మార్గం చెబుతాను. ఎదుటకి రండి. మీ భర్తని, భారీకాయుడైన మరిదిని కూడ రమ్మనండి. ఈ సేనాధిపతిని బ్రతకనిస్తాం. అయోధ్య తుచ్ఛ రాజకుమారులను కూడ క్షేమంగా వదిలేస్తాం. మాక్కావలసింది మీరు లొంగిపోవడం.'

సమాధానం లేదు.

ఖరుడు కత్తితో జటాయువు గొంతు మీద తేలిగ్గా గీశాడు. ఎర్రటి చిన్న రేఖ ఏర్పడింది. అతను పాడుతున్నట్టుగా అన్నాడు, 'నా దగ్గర రోజంతా లేదు....'

హఠాత్తుగా జటాయువు తలతో ఖరుడి గజ్జల్లో కొట్టాడు. లంక వాసి నొప్పితో సతమతమవుతూ కిందపడ్డాడు. జటాయువు అరచాడు. 'పారిపోండి! దూరంగా పారిపోండి దేవీ! మీ ప్రాణాలు కన్న నేను విలువైన వాడిని కాను.'

ముగ్గురు లంక సైనికులు వెళ్ళి జటాయువును నేలకు అదిమారు. ఖరుడు బిగ్గరగా తిట్టుకుంటూ లేచి నిలబడ్డాడు. కాని నొప్పితో ఇంకా వంగి ఉన్నాడు. కొన్ని క్షణాల తర్వాత మలయపుత్రుడి వైపు కదిలి బలంగా తన్నాడు. బాణాలు వచ్చిన ప్రతి దిశ వైపూ తిరిగి చెట్ల వరుసను పరిశీలించాడు. చూస్తున్నంతసేపు జటాయువును మళ్ళీ మళ్ళీ తంతూనే ఉన్నాడు. వంగి, విసురుగా జటాయువును తన కాళ్ళ దగ్గరకు లాగాడు.

ఈసారి గాయపడిన కుడి చేత్తో బలంగా జటాయువు తలను కదలకుండా పట్టుకున్నాడు. అతను మళ్ళీ తన్నకుండా. మళ్ళీ అతని ముఖంలోకి ఎగతాళి వచ్చింది. మలయపుత్రుడి మెడ మీద కత్తి పెట్టాడు. 'నేను ఈ కంఠ నాళాన్ని కోసేయగలను. మీ విలువైన సేనాపతి కొన్నిక్షణాల్లో చస్తాడు మహావిష్ణూ,' అన్నాడు. మలయపుత్రుడి పొట్ట దగ్గర కత్తిని పెట్టాడు. 'లేకపోతే, నిదానంగా రక్తం కారుతూ చస్తాడు. మీరందరూ ఆలోచించుకోవడానికి సమయమిస్తున్నాను.'

అప్పటికీ సమాధానం రాలేదు.

'మాకు కావలసినది విష్ణువు,' ఖరుడు అరిచాడు. 'ఆవిడని లొంగిపోనీయండి. మిగిలిన వాళ్ళు వెళ్ళిపోవచ్చు. మాటిస్తున్నాను, మీకు లంక వాసి వాగ్దానం!'

చెట్ల వెనుక నుంచి ఒక స్త్రీ గొంతు వినిపించింది. 'అతన్ని వదిలిపెట్టు!'

కుంభకర్ణుడు గుసగుసగా రావణుడితో, 'ఆమే. విష్ణువు,' అన్నాడు.

ఖరుడు అరిచాడు, ఇంకా జటాయువు పొట్ట మీద కత్తి పెట్టి, 'ముందుకు వచ్చి, లొంగిపొండి, అతన్ని వదిలి వేస్తాం.'

అప్పుడు సీత, మిథిల రాకుమారి, మలయపుత్రులు విష్ణువుగా గుర్తించినావిడ అడవిలోంచి బయటకు వచ్చింది. చేతిలో విల్లు, బాణం సంధించి ఉంది. తూణీరం ఆమె వీపుకు కట్టి ఉంది. లంక రాజులు ఆమెను చూడలేకపోయారు. రావణుడు తన చుట్టూ ఉన్న రక్షణ వలయాన్ని తోసి ఆమెని చూడాలని ప్రయత్నించాడు. కాని కుంభకర్ణుడు అతన్ని వెనక్కు లాగాడు.

'అన్నా, ఆవిడ భర్త, మరిది ఇంకా చెట్ల చాటునే దాగి ఉండవచ్చు. మీరు బయటికి వెళితే ప్రమాదం,' అన్నాడు కుంభకర్ణుడు.

'ఛ!'

'మీరు నాకు మాటిచ్చారు, అన్నా.'

రావణుడు నిలబడిన చోటే ఉన్నాడు. కోపంగా. కాని కదల్లేదు.

'మహావిష్ణూ,' ఖరుడు వెక్కిరింతగా అన్నాడు, క్షణంసేపు జటాయువుని వదిలి, తన తల వెనుక ఉన్న మచ్చని చేత్తో తడుముకుంటూ. అంతగా మరువని జ్ఞాపకాన్ని ఎగదోస్తూ.

'ఎంతో దయతో ఇక్కడకు వచ్చారు. మీ భర్త, భారీకాయుడైన ఆయన తమ్ముడు ఎక్కడున్నారు?'

సీత సమాధానం చెప్పలేదు. కొందరు లంక సైనికులు నిదానంగా ఆమె వైపు వస్తున్నారు. వాళ్ళ కత్తులు ఒరల్లోనే ఉన్నాయి. వాళ్ళ చేతిలో పెద్ద వెదురు కర్రలు

ఉన్నాయి. వాటితో గాయపరచవచ్చు, చంపలేరు. వాళ్ళకి ఇచ్చిన ఆదేశాలు స్పష్టంగా ఉన్నాయి. విష్ణువుని సజీవంగా బంధించాలి.

ఆమె ముందుకు వచ్చి, విల్లును కిందికి దించింది, కాని బాణం ఇంకా దానిలోనే ఉంది. 'నేను లొంగిపోతున్నాను. సేనాపతి జటాయువుని వదిలిపెట్టు.'

జటాయువు కడుపులోకి కత్తితో లోతుగా పొడుస్తూ ఖరుడు మృదువుగా నవ్వాడు. నిదానంగా, మెత్తగా. కాలేయాన్ని, మూత్రపిండాన్ని, ఎక్కడా ఆపకుండా...

'వద్దూ ఊఊఊ!' సీత అరిచింది. విల్లు తీసుకుని బాణం వదిలింది ఖరుడి కంట్లోకి. అది కంట్లో గుచ్చుకుని, మెదడులోకి పోయి వెంటనే ఖరుణ్ణి చంపింది.

'నాకామె సజీవంగా కావాలి!' రక్షణ వలయం మధ్యలోంచి కుంభకర్ణుడు అరిచాడు.

సీతవైపు వెళుతున్న వారితో, చాలామంది సైనికులు కలిశారు. వెదురు కర్రలు పైకి లేచి ఉన్నాయి.

'రామా ఆఆఆఆ!' సీత అరుస్తూ, తూణీరంలోంచి మరో బాణాన్ని తీసి సంధించి వదిలింది. మరో లంక సైనికుడు నేలకూలాడు.

మిగిలిన వారి వేగాన్ని అది తగ్గించలేదు. వాళ్లు ముందుకు వస్తూనే ఉన్నారు.

సీత మరో బాణం వేసింది. ఆమె చివరి బాణం. మరో లంక సైనికుడు నేలకూలాడు. మిగిలినవాళ్ళు ఆగలేదు.

'రామా ఆఆఆఆ!'

లంక సైనికులు ఆమెపైకి వచ్చేశారు, వెదురు కర్రలు పైకి లేపారు.

'రామా ఆఆఆఆ!' సీత అరిచింది.

ఒక లంక సైనికుడు దగ్గరకు రాగానే, విల్లును విసరి అతని వెదురుకర్రను విల్లు కొక్కెంతో లాక్కుంది. ఆ కర్రతో లంక సైనికుడి నెత్తిమీద కొట్టింది. అతను నేలమీద పడ్డాడు. తల మీద కర్రను వేగంగా తిప్పసాగింది. భయంకరమైన దాని ధ్వనికి అప్రమత్తంగా ఉన్న సైనికులు ఆగారు. ఆమె తన ఆయుధాన్ని కదల్చకుండా, స్థిరంగా ఉంచింది.

శక్తిని కాపాడుకుంటోంది. సిద్ధంగా, అప్రమత్తంగా ఉంది. ఒక చేత్తో కర్ర మధ్యలో పట్టుకుంది. దాని చివర చంకలో ఉంది కదలకుండా. రెండో చేయి చాచి ఉంది. కాళ్ళు ఎడంగా పెట్టింది సంతులనం కోల్పోకుండా. ఆమె చుట్టూ కనీసం ఏభై మంది లంక సైనికులున్నారు. కాని వాళ్ళు తగినంత దూరంలోనే ఉండిపోయారు.

'రామాఆఆఆఆ!' తన గొంతు అడవిలో ఉన్న భర్తకు వినిపించాలని ప్రార్థిస్తూ అరిచింది సీత.

'మిమ్మల్ని గాయపరచడం మాకిష్టం లేదు, మహావిష్ణూ,' అన్నాడు లంక సైనికుడు మర్యాదగా. 'దయచేసి లొంగిపొండి. మీకు హాని చేయం.'

సీత జటాయువు వైపు ఒకసారి చూసింది.

'అతన్ని రక్షించే ఔషధాలు మా పుష్పక విమానంలో ఉన్నాయి,' లంక సైనికుడు అన్నాడు. 'దయచేసి, మిమ్మల్ని గాయపరచేలా ప్రేరేపించవద్దు, మమ్మల్ని.'

సీత గుండెలనిండా గాలిపీల్చి మళ్ళీ అరిచింది, 'రామాఆఆఆఆఆ!'

ఆమెకు దూరంగా అస్పష్టంగా ఒక స్వరం వినిపించినట్టుగా ఉంది. 'సీతాఆఆఆఆ...'

హఠాత్తుగా ఒక సైనికుడు ఆమెకు ఎడమ వైపు నుంచి కర్రని కిందికి తిప్పుతూ వచ్చాడు. సీత మడమల మీద కొట్టాలని. ఆమె పైకి ఎగిరింది. దెబ్బను తప్పించుకోవాలని. గాలిలో ఉండగానే, కుడిచేతిలో ఉన్న కర్రను వదులుచేసి వేగంగా ఎడమవైపుకి తిప్పసాగింది. కర్ర లంక సైనికుడి తల మీద దెబ్బవేసింది. అతను స్మృతి తప్పాడు.

ఆమె కిందికి దూకగానే, మళ్ళీ అరిచింది, 'రామాఆఆఆఆ!'

భర్త స్వరం వినిపించిందామెకి. మృదువుగా దూరం నుంచి. 'వదలండి... ఆమెని... వదలండి....'

అస్పష్టంగా ఉన్న స్వరాన్ని కుంభకర్ణుడు కూడ విన్నాడు. రావణుడివైపు చూశాడు. తర్వాత సైనికులను ఆజ్ఞాపించాడు. 'ఇప్పుడే బంధించండి ఆమెని! ఇప్పుడే!'

పదిమంది సైనికులు ఒక్కసారిగా కలిసి వెళ్ళారు. కాని ఆమె తన కర్రని వేగంగా అన్ని దిశల్లో తిప్పుతూ చాలామందిని పడగొట్టింది.

'రామాఆఆఆఆ!'

మళ్ళీ ఆ స్వరం వినిపించింది. ఈసారి అంతదూరంలో లేదు.

'సీతాఆఆఆఆఆ!'

లంక సైనికులదాడి స్థిరంగా ఆగకుండా సాగుతోంది. ఆమె లయబద్ధంగా కర్రను తిప్పుతూ ఉంది ఘోరంగా. ఆమె శత్రువులు చాలామంది. లంక సైనికుడు తన కర్రతో ఆమె వెన్ను మీద వెనక నుంచి కొట్టాడు.

'రాఅఆఆ.....'

సీతా మోకాళ్ళు వంగిపోయాయి, ఆమె నేలమీద పడిపోయింది. ఆమె కోలుకునేలోపే, సైనికులు పరిగెత్తి ఆమెని గట్టిగా పట్టుకున్నారు. వేపాకును పట్టుకుని ఒక సైనికుడు ముందుకు వస్తున్నప్పుడు ఆమె ఎదురు తిరగడానికి చాలా ప్రయత్నించింది. దాని మీద నీలం రంగు లేపనం ఉంది. ఆకును బలవంతంగా ఆమె ముక్కు దగ్గర గట్టిగా అదిమాడు. సీత అచేతనురాలైంది.

'ఆమెని త్వరగా విమానంలోకి తీసుకునిరండి! త్వరగా!'

కుంభకర్ణుడు అన్నగారివైపు తిరిగాడు. 'వెళదాం పదండి, అన్నా.'

'సీతను చూడనీ.'

'అన్నా, సమయం లేదు. రాజు రాముడు, రాకుమారుడు లక్ష్మణుడు దగ్గరలోనే ఉన్నారు, వాళ్ళిక్కడికి త్వరగా వచ్చేస్తారేమో. వాళ్ళని చంపాల్సి రావడం నాకిష్టం లేదు. ఇది బాగుంది. మనకి విష్ణువు దొరికింది. అయోధ్య రాజు గాయపడలేదు. మనం విమానంలోకి వెళ్ళగానే మీరామెను చూడవచ్చు. పదండి.'

రావణుడు, కుంభకర్ణుడు విమానంవైపు నడవసాగారు. ఇంకా అంగరక్షక వలయం ఉంది వారి చుట్టూ. లంక సైనికులు అంచె మీద సీతను మోసుకుంటూ వారి వెనుకే నడిచారు.

లంక సైనికులు విమానంలోకి వచ్చి తమ స్థానాల్లో కూర్చుంటున్నారు.

చివరిగా ఎక్కిన సైనికుడు ప్రక్కగోడ మీది లోహపు మీటను నొక్కగానే చిన్నగా శబ్దం చేస్తూ తలుపు మూసుకుంటోంది.

అన్నదమ్ములిద్దరూ తమ ఆసనాలు చేరగానే, కుంభకర్ణుడు విమాన చోదకులవైపు తిరిగాడు. 'ఇక్కణ్ణించి త్వరగా తీసికొని వెళ్ళండి, మమ్మల్ని.'

రావణుడు, కుంభకర్ణుడు ఆసనాల్లో సిద్ధంగా కూర్చున్నారు. అచేతనంగా ఉన్న సీతను అంచెతో సహా విమానం నేలమీద కట్టేశారు.

'యోధురాలు!' అన్నాడు కుంభకర్ణుడు మెచ్చుకోలుగా చిరునవ్వుతో.

దాడి జరిగినపుడు సీత మకరాంతుడనే మలయపుత్ర సైనికుడితో కలిసి భోజనానికి అరటి ఆకులు కోయడానికి వెళ్ళింది. రామలక్ష్మణులు వేటాడటానికి

దూరంగా వెళ్ళారు. వాళ్ళందరూ లంక సైనికులకు తమ ఆచూకీ దొరకదని భావించారు.

సీతను కనుగొన్న లంక సైనికులు మకరాంతుణ్ణి చంపగలిగారు, కాని సీత చేతిలో చనిపోయారు. శిథిలమైన మలయపుత్ర శిబిరానికి చాటుగా వెళ్ళిందామె. తరవాత చెట్లు చాటునుంచి, విల్లు బాణాలతో దాక్కున్న చోటు నుంచి చాలామంది లంక సైనికులను చంపింది. కాని విశ్వాసపాత్రుడైన అనుచరుడు జటాయువును రక్షించాలనే కోరిక ఆమెను బలహీనురాలిని చేసింది.

'మలయపుత్రులు ఆమెను విష్ణువు అనుకుంటున్నారు,' అన్నాడు రావణుడు నవ్వుతూ. 'ఆమె యోధురాలు అవాల్సిందే!'

అప్పుడే సీత చుట్టూ మూగిన లంకవాసులు ఆమెని వదిలి విమానంలో తమ ఆసనాలవైపు వెళ్ళారు.

అచేతనంగా ఉన్న ఆమె శరీరం రావణుడికి ఇరవై అడుగుల దూరంలో పడి ఉంది. ఆమె నీర్కావి రంగు ధోవతి, తెల్లటి రవికె ధరించి ఉంది. కాషాయరంగు అంగవస్త్రం శరీరంపైన కప్పి ఉంది. తాళ్ళతో ఆమెను అంచెకు కట్టి ఉంచారు. తల ఒక పక్కకు తిరిగి ఉంది. కళ్ళు మూసి ఉన్నాయి. నోటి నుంచి చొంగ కారుతూ ఉంది.

ఆమెను అచేతనురాలిగా చేయడానికి విషాన్ని పెద్దమోతాదులో ఉపయోగించారు.

తమ జీవితాల్లో మొదటిసారి రావణుడు, కుంభకర్ణుడు సీతను చూశారు.

యోధురాలైన మిథిల రాకుమారి. రాముడి భార్య. విష్ణువు.

రావణుడు కన్నార్పకుండా ఆమెని చూశాడు.

ఊపిరి బిగబట్టాడు. గుండె స్పందించడం లేదు. స్థిరంగా ఉంది.

నిశ్చేష్టుడైన కుంభకర్ణుడు అన్నగారిని చూశాడు, తరవాత సీతను చూశాడు. తన కళ్ళను తానే నమ్మలేకపోయాడు.

ఆ బిడ్డ బతికింది. ముప్పయి ఎనిమిది సంవత్సరాలు. ఇప్పుడామె స్త్రీ.

మిథిల స్త్రీల్లా కాకుండా సీత అసాధారణమైన పొడవుంది. సన్నని కండలు తిరిగిన శరీరంతో, దేవీమాత ఆలయంలోని సైన్యంలో యోధురాల్లా ఉంది. గోధుమ వర్ణంలో ఉన్న శరీరంపై గర్వంగా కనిపించే యుద్ధ గాయాల మచ్చలు ఉన్నాయి.

కాని రావణుడి కళ్ళు ఆమె ముఖానికి అతుక్కుపోయాయి. అంతకుముందు చూసిన ముఖంపైన.

మిగిలిన శరీరం కన్న కొంచెం ఛాయతో ఎత్తైన చెంపలు, చిన్న ముక్కు. పెదవులు పల్చగానూ లేవు. మందంగానూ లేవు. విశాలమైన కళ్ళు చిన్నవీ కావు బాగా పెద్దవీ కావు. ముడతలు లేని కనురెప్పలపైన చక్కగా వంపు తిరిగిన కనుబొమలు. పొడవైన నల్లటి జుట్టు చెల్లాచెదురుగా ముఖం మీద ఒక పక్కకు పడి ఉంది. హిమాలయ పర్వతవాసిలా ఉంది.

ఈ ముఖం అతనికి బాగా తెలుసు. అసలు ముఖం కన్న కొంచెం పలచన. కఠినమైనది. తక్కువ మృదుత్వం. కుడి కణత మీద కనీకనిపించని పుట్టుమచ్చ, బహుశా బాల్యంలో తగిలిన గాయపు మచ్చ.

ఏమాత్రం సందేహం లేదు. ఒకే మూసలోంచి ప్రకృతి మాత ఈ ముఖాన్ని అచ్చుపోసింది.

రావణుడెన్నటికీ మర్చిపోలేని ముఖమిది. తన మనసులో వృద్ధురాలవుతున్నట్లుగా చూసిన ముఖమిది. అతను ప్రేమించిన ముఖమిది.

విమానం పైకి ఎగరసాగింది. పంఖాలు వేగంగా తిరుగుతూ పెద్ద శబ్దం చేస్తున్నాయి.

రావణుడు శ్వాసించలేకపోతున్నాడు. గిర్రున తిరుగుతున్న ప్రపంచంలో ఊతం కోసం చేతులతో ఆసనాన్ని గట్టిగా పట్టుకున్నాడు.

బహుశా సమయం వచ్చింది, పూర్వకర్మ రుణాన్ని చెల్లించాల్సిన సమయం.

క...క....

బలమైన గాలికి విమానం ఊగింది, కాని రావణుడు గమనించలేదు.

మాట రానట్టు కన్నార్పకుండా చూస్తున్నాడు.

శ్వాస కష్టంగా ఉంది.

గుండె కొట్టుకోవడం లేదు.

కాలం కదలడం లేదు.

స్పష్టంగా తెలుస్తోంది. స్పష్టంగా ఆమె ముఖంలో కనిపిస్తోంది.

సీత పృథ్వి బిడ్డ.

సీత వేదవతి కూతురు.

'గురువర్యా! గురువర్యా!'

మలయపుత్రుల రహస్య రాజధాని అగస్త్య కూటంలో గురువు గారి నిరాడంబరంగా ఉన్న వ్యక్తిగత గదిలోకి అరిష్టనేమి గబగబా వచ్చాడు.

గాఢ ధ్యానంలోంచి విశ్వామిత్రుడు బయటికి వచ్చి, నిదానంగా కళ్ళు తెరిచాడు. ఆ సమయంలో సాధారణంగా ఎవరూ ఆయనకి ఆటంకం కలిగించే ధైర్యం చేయరు. కాని ఇది అరుదైన విషయం. ఆయన ఏదో వార్త కోసం ఎదురుచూస్తున్నారు. వార్త రాగానే తెలియజేయమని అరిష్టనేమిని ఆదేశించారు.

'చెప్పు?' ఆయన తన విలక్షణ స్వరంతో అడిగారు.

'పని జరిగింది, గురువర్యా.'

'వివరంగా చెప్పు.'

'రావణుడు, కుంభకర్ణుడు సమీచి ద్వారా సీత, రాముడు, లక్ష్మణుడు ఎక్కడున్నారో తెలుసుకున్నారు. వాళ్ళు పుష్పక విమానంలో అక్కడికి వెళ్ళి ఆకస్మిక దాడి జరిపారు.'

'తరవాత?'

'సీతను అపహరించారు. శిబిరంలో మిగిలిన వారంతా చనిపోయారు. రాముడు, లక్ష్మణుడు ఆ సమయంలో వేటకు వెళ్ళడంతో బ్రతికారని చెప్పారు.'

విశ్వామిత్రుడు వెనక్కి ఆనుకున్నాడు. ఆయన ముఖంలో కనీకనిపించని చిరునవ్వు.

మనం మళ్ళీ ఆటలో ప్రవేశించాం.

'గురువర్యా, వాళ్ళ సహాయం కోసం మనం మరికొందరు మలయపుత్రులను పంపడానికి ఆలస్యమెందుకు చేశామో నాకర్థం కావడంలేదు. శూర్పణఖతో జరిగిన దానికి రావణుడు ప్రతీకారం కోరుకుంటాడని మనకు తెలుసు. మనం రక్షించగలిగే–'

'ఎవరిని రక్షించగలిగేవాళ్ళం?'

'జటాయువుని, వాళ్ళతో ఉన్న మిగిలిన మలయపుత్రులని. దాడిలో వాళ్ళందరూ చనిపోయారు.'

'భారతమాత శ్రేయస్సు కోసం వాళ్ళు ఆత్మత్యాగం చేశారు. వాళ్ళు నిజంగా అమరవీరులు. వాళ్ళని మనం గౌరవిద్దాం. జటాయువుకు, అతని దళానికి మనం దేవాలయాలు నిర్మిద్దాం.'

'కాని, సీత మాటేమిటి గురువర్యా? లంక వాసుల దగ్గర మన విష్ణువుంది. నేను విన్నదాన్ని బట్టి వాళ్ళామెను సజీవంగా బంధించారు. కాని రావణుడు ఆమెను

గాయపరచకుండా ఉంటాడని నేను నమ్మను. లేకపోతే ఇంకా ఆమెని చంపనైనా చంపుతాడు.'

'ఆమెని అతను గాయపరచడు. నన్ను నమ్ము.'

'గురువర్యా, అతను రాక్షసుడని మీకూ, నాకూ తెలుసు. రాక్షసుడెలా ప్రవర్తిస్తాడో ఎవరూహించగలరు?'

విశ్వామిత్రుడు సాలోచనగా అరిష్టనేమిని చూశాడు. రహస్యం చెప్పాల్సిన సమయం ఆసన్నమైంది.

'రాక్షసుడనా అంటున్నావు? అయితే ఒక ప్రశ్న అడగనీ, ఈ రాక్షసుడు మంచిగా ప్రవర్తించిన వ్యక్తి ఎవరైనా ఒకరు నీకు తెలుసా?'

ఈ వింత ప్రశ్నకు అరిష్టనేమి భృకుటి ముడివేశాడు. 'నేను అతని తమ్ముడు కుంభకర్ణుడని మాత్రమే అనుకోగలను. అతన్ని కూడ ఒక్కోసారి విసుక్కుంటాడు.'

'అతని తమ్ముడు ఒక్కడేనా? నిజంగా? ఎవరూ లేరా ఇంక?'

'తన కొడుకును ప్రేమగా చూస్తాడనేది స్పష్టం! ఓ అవును! ఎప్పుడో చనిపోయిన ఆరాధ్యదేవత, వేదవతి.'

'సీతకు ఏ హానీ చేయకుండా ఉండటానికి కారణం వేదవతి,' విశ్వామిత్రుడు చెప్పాడు.

విశ్వామిత్రుడికి చాలాకాలం నుంచి టోడీ ఘటనల గురించి మొదట వారు ఊహించినది తప్పని అనుమానంగా ఉండేది. చాలా ఏళ్ళ క్రితం అరిష్టనేమిని, మరికొందరిని మరిన్ని వివరాల కోసం పంపాడాయన. టోడీలో శవాలను చూసిన మనుషులతో అరిష్టనేమి మాట్లాడాడు. వేదవతి ఇంటికి దూరంగా చెట్లకు కట్టి ఉన్న శరీరాలను గురించి కూడ తెలుసుకున్నాడు. ప్రతి ఒక్కరినీ హింసించి చంపిన చిహ్నాలున్నాయి శరీరాల మీద. మిగిలిన వారి శరీరాలు గ్రామంలో చెల్లాచెదురుగా పడి ఉన్నాయి. అంటే పారిపోవడానికి ప్రయత్నిస్తుండగా వెంటాడి చంపినట్టుగా. శవాలను అడవి జంతువులు పీక్కుతినడానికి వదిలేశారు. అరిష్టనేమి రెండు శవాలకు మాత్రం వైదిక ఆచారం ప్రకారం గౌరవ మర్యాదలతో అంత్యక్రియలు జరిగాయని అవి పృథ్వి, వేదవతిలవని దృఢపరచుకున్నాడు.

ఇదంతా విన్న తరవాత విశ్వామిత్రుడు తన అభిప్రాయం మార్చుకున్నాడు. బహుశా రావణుడు తాము అనుకున్నదానికి భిన్నంగా మర్యాదగా ప్రవర్తించి ఉంటాడు. చెట్లకి కట్టి ఉన్న శరీరాలు వేదవతిని, ఆమె భర్తని చంపిన వారివై ఉంటాయని ఊహించాడు.

సారాంశం స్పష్టం: రావణుడు వేదవతిని గాఢంగా ప్రేమించాడు. ఆమెని గౌరవించాడు చివరివరకూ. ఆమెని కోల్పోయిన ఆక్రోశంతో మారణకాండ జరిపాడు. ఆమె చనిపోయిన తరవాత ఆగ్రహంతో గ్రామస్థులను చంపమని ఆజ్ఞాపించి ఉంటాడు.

మహాదేవుడి తెగ వాయుపుత్రులు కూడ ఇదే అభిప్రాయానికి వచ్చి ఉంటారని విశ్వామిత్రుడు స్పష్టంగా ఊహించాడు. మారణకాండ తర్వాత ఏం జరిగిందో వారికి తెలియదేమోనని అనుమానించాడు. వాళ్ళు కీలకమైన ఆ చివరి సంబంధాన్ని ఊహించలేదు – వేదవతి బిడ్డ జీవించి ఉందని. లేకపోతే సీత విషయంలో వారు భిన్నంగా ప్రవర్తించి ఉండేవారు.

అరిష్టనేమి ఇంకా ప్రశ్నార్థకంగా చూస్తున్నాడు. 'వేదవతికి, సీతకూ ఉన్న సంబంధమేమిటి గురువర్యా? రావణుడు ఆమెకెందుకు హాని చెయ్యడు?'

'ఆమెకెందుకు హాని చెయ్యడంటే, సీత వేదవతి కూతురు.'

అరిష్టనేమి నిశ్చేష్టుడయ్యాడు. 'ఏమిటి?'

విశ్వామిత్రుడు తలూపాడు, ముఖంలో చిరునవ్వుంది. *అవును, మనం మళ్ళీ ఆటలో ప్రవేశించాం.*

'ఈ విషయం మీకెంతకాలంగా తెలుసు గురువర్యా?' ఎప్పుడు కనుక్కున్నారు?'

'సీతను విష్ణువుగా చెయ్యాలని నిర్ణయం తీసుకొనడానికి కొంచెం ముందుగా. ఆమెకు పదమూడేళ్ళ వయస్సున్నప్పుడు.'

'పరశురామదేవా! దాదాపు ఇరవై అయిదేళ్ళ కిందట!'

'అవును. కొండ మైనా అరపు వల్ల ఆమెని నేను గుర్తించి సంబంధం ఊహించాను.'

'కొండ మైనా? నిజంగా?'

'అవును. సంబంధం గుర్తించినపుడు, నా ఎంపిక సరైనదేనని మరింత దృఢంగా నిశ్చయించుకున్నాను. సీత సరైన విష్ణువు, ఆదర్శనాయకుడు అవుతుంది. ఎందుకంటే ప్రతినాయకుడు ఈ నాయకుడిని చంపే ధైర్యం ఎన్నటికీ చేయడు.'

అరిష్టనేమి తన ముఖ్యుడికి ఆశ్చర్యంగా నమస్కరించాడు. 'స్వామీ మీరు నిజంగానే పరశురామదేవుడి పథప్రదర్శకులు కావడానికి యోగ్యులు.'

విశ్వామిత్రుడు చిరునవ్వుతో ఆ ప్రశంసను అంగీకరించాడు.

'జై పరశురామ్,' అన్నాడు.

'జై పరశురామ్,' అరిష్టనేమి కూడా అన్నాడు. 'ఇప్పుడేం చేద్దాం గురువర్యా?'

'ఇప్పుడు, మనం మన వనరులన్నీ ఉపయోగించుదాం. లంక మీద దాడికి – మన సైనికులు, మన డబ్బు– హనుమంతుడు. సీత రావణుడిని నాశనం చేస్తుంది. భారతదేశమంతా ఆమెని విష్ణువుగా అంగీకరిస్తుంది.'

'హనుమంతుడెందుకు? అతను...' అరిష్టనేమి సరిగ్గా సమయానికి తనను తాను ఆపుకున్నాడు. అతను గురువుగారి ఆగర్భశత్రువు వశిష్ఠుడి పేరు అనబోయి ఆగాడు.

'చాలాకారణాలున్నాయి,' విశ్వామిత్రుడన్నాడు. 'ముఖ్యమైనది సీతను హనుమంతుడు సోదరిలా ప్రేమిస్తాడు. సీత కూడా అతన్ని సోదరుడిలా విశ్వసిస్తుంది.'

అరిష్టనేమి చిరునవ్వు నవ్వాడు, తలను ఆశ్చర్యంగా తిప్పుతూ. 'మీలాంటి వారెవరూ లేరు, గురువర్యా. ఎవరూ ఇలాంటి ప్రణాళిక రచించి ఉండరు.'

'వేచి చూడు. భారతమాత రక్షించబడుతుందనడంలో నాకేమాత్రం సందేహం లేదు. మన విష్ణువే ఆమెను రక్షిస్తుంది. ఈ విషయంలో మనం శాశ్వతంగా గుర్తుండిపోతాం. మన పూర్వీకులు మనని చూసి గర్వపడతారు,' విశ్వామిత్రుడు ప్రకటించాడు.

అరిష్టనేమి గౌరవంగా చేతులు జోడిస్తూ అన్నాడు, 'జై శ్రీరుద్ర. జై పరశురామ్.'

విశ్వామిత్రుడు కూడ మలయపుత్రుల ఈ మంత్రాన్ని జపించాడు. 'జై శ్రీరుద్ర. జై పరశురామ్.'

'దివోదాసూ! ఇటు తిరుగు నన్ను చూడు!'

గురుకులంలో ఉన్న రోజుల్లో దివోదాసుగా పేరున్న వశిష్ఠుడు, ఒకప్పుడు తనకు అత్యంత ప్రియ స్నేహితుడైన ఆ మనిషి వైపు విశ్వామిత్రుడివైపు తిరిగాడు.

'కౌశికుడా....' అన్నాడు వశిష్ఠుడు పళ్ళు బిగించి, విశ్వామిత్రుడి గురుకులం పేరుతో పిలుస్తూ. 'ఇదంతా నీ తప్పే.'

విశ్వామిత్రుడు చితి మంట వైపు, తిరిగి వశిష్ఠుడివైపు చూశాడు. 'ఆమె నీవల్లే చనిపోయింది. ఎందుకంటే చెయ్యాల్సింది నువ్వు చేయలేకపోయావు కాబట్టి. సిగిరియా, త్రిశంకుడు...'

విశ్వామిత్రుడిని అడ్డుకుంటూ వశిష్ఠుడు ముందుకు వచ్చాడు. 'ఎంత ధైర్య నీకు! ఆమె నీ వల్లే చనిపోయింది కౌశికా! చెయ్యకూడని పని చేస్తానని నువ్వు పట్టుబట్టినందువల్ల ఆమె చనిపోయింది. నేన్నీకు చెప్పాను! హెచ్చరించాను!'

వశిష్ఠుడు సన్నగా పీలగా ఉన్నాడు. తల మీద జుట్టు లేదు. నెత్తిమీద పిలక మాత్రం ఉంది. బ్రాహ్మణుడని తెలుస్తోంది. బాగా పెరిగి ఎగురుతున్న గడ్డం మూలంగా ఆయన దార్శనికుడిలా ఉన్నాడు. ఈ క్షణంలో మాత్రం నిదానస్తుడిలా లేడు. కోపంతో వణుకుతున్నాడు. పిడికిళ్ళు బిగించి ఉన్నాయి. కళ్ళలోంచి కోపం కట్టలు తెంచుకుంటోంది.

వశిష్ఠుడు నిస్సందేహంగా పొడగరి. కాని తనముందున్న విశ్వామిత్రుడితో పోలిస్తే పొట్టిగా ఉన్నాడు. దాదాపు ఏడడుగుల ఎత్తు, నల్లటి శరీర ఛాయ, విశాలమైన ఛాతీ, బలిష్ఠమైన శరీరం, గుండ్రని పొట్ట కలిగిన విశ్వామిత్రుడి సమక్షమే ప్రజల్ని భయభ్రాంతుల్ని చేస్తుంది. పొడవాటి నల్లటి గడ్డం, ముడివేసిన జుట్టు గాలికి స్వేచ్ఛగా ఎగురుతున్నాయి. ఆయన వశిష్ఠుడి మెడ పిసికెయ్యకుండా అదుపు తప్పకుండా ఉండాలని ప్రయత్నిస్తున్నాడు.

'ఇక్కడి నుంచి వెళ్ళిపో,' విశ్వామిత్రుడు గర్జించాడు. 'నేను ఆవిడ ముందు నిన్ను చంపను.'

వశిష్ఠుడు మరింత ముందుకువచ్చి, విశ్వామిత్రుడిని కోపంగా చూశాడు. వాళ్ళ స్నేహం ఎప్పుడో చచ్చిపోయింది. దాని ఆనవాళ్ళు వాళ్ళిద్దరూ ప్రేమించిన స్త్రీ కాలుతున్న చితితో పాటు కాలిపోయాయి. ఆ మండుతున్న చితిలోంచి కొత్త శత్రుత్వం పుట్టింది. వందేళ్ళకు పైగా ఉండే శత్రుత్వం.

'నీకు భయపడుతున్నాననుకున్నావా? సరే రా! పోరాడుదాం! ఎప్పుడో నువ్వే చెప్పు!' వశిష్ఠుడన్నాడు.

విశ్వామిత్రుడు చేతిని పైకి లేపాడు. చాలా ప్రయత్నంతో తనని తాను నియంత్రించుకుని వెనక్కి జరిగాడు. 'నేనామె స్వప్నాన్ని పూర్తి చేస్తాను. నేను శ్రేష్ఠుడినని, నీకంటె శ్రేష్ఠుడినని నిరూపిస్తాను.'

'నువ్వెవరు ఆమె కోసం ఏమైనా చెయ్యడానికి! ఆమెనాది. నేను–'

'గురువర్యా!'

వశిష్ఠుడు దాదాపు వంద సంవత్సరాల వెనుకటి స్మృతి నుంచి వర్తమానంలోకి వస్తూ కళ్ళు తెరిచాడు.

మనసులో త్వరగా ప్రార్థన ముగించి అడిగాడు. 'ఏం జరిగింది?' ఆయన తన స్నేహితుడు హనుమంతుణ్ణి రాముడిని, సీతని రక్షించడానికి పంపాడు. హనుమంతుడు సమయానికి అక్కడకు చేరాడని ఆశించాడు.

'మాకు హనుమంతుడి నుంచి కబురు అందింది, గురువర్యా. నన్ను క్షమించండి, రావణుడు రాకుమారి సీతను అపహరించాడు.'

'మరి రాముడు?'

'రాకుమారి సీతతో ఉన్న మలయపుత్రులందరినీ లంక సైనికులు చంపేశారు. కాని మాకు చెప్పిన దాని ప్రకారం రాకుమారులు రాముడు, లక్ష్మణుడు ఇంకా జీవించి ఉన్నారు. మన విష్ణువు సురక్షితం. వార్త ముందు అనుకున్నంత దుర్వార్త కాదు.'

వాయుపుత్రులు రాముడిని విష్ణువుగా గుర్తించాలని వశిష్ఠుడు తీసుకున్న నిర్ణయానికి అంగీకరించారు. భారతదేశానికి అది శ్రేయస్కరమని వారూ నమ్మారు. సాంకేతికంగా, పూర్వపు మహాదేవుడి తెగవారికి తరవాతి మహాదేవుడిని గుర్తించే హక్కు ఉంది, కాని తరువాతి విష్ణువును కాదు.

'దుర్వార్తే, మిత్రమా. యుద్ధం రగిలింది.'

'కాని... కాని రావణుడు యుద్ధాన్ని కోరుకుంటున్నాడని నాకు అనిపించడం లేదు, గురువర్యా. లంక చాలా బలహీనంగా ఉందని మనకు తెలుసు.'

'రావణుడేం కోరుకుంటున్నాడనేది లెక్కించదగింది కాదు. అతను తోలుబొమ్మ మాత్రమే. అతను కాదు దీని వెనుక ఉన్నది.'

'అయితే ఎవరు?'

'విశ్వామిత్రుడు.'

'కాని-' వాయుపుత్ర వార్తాహరుడు మాట్లాడకుండా ఆగాడు. వశిష్ఠుడికీ విశ్వామిత్రుడికీ ఉన్న వైరం అతనికి తెలుసు. మనకి ఒకప్పుడు అత్యంత ప్రియ స్నేహితుడే, మనకి అత్యంత బద్ధ విరోధి కాగలడు. అతనికి తెలుసు వశిష్ఠుడికి, విశ్వామిత్రుడికి మధ్య జరిగే ఈ భీకర, విద్వేష పూర్వకమైన యుద్ధంలో వేలు పెట్టకూడదదని.

'ఇప్పుడేం చేద్దాం, గురువర్యా?'

వశిష్ఠుడి పిడికిళ్ళు బిగించి ఉన్నాయి, కండరాలు ఉద్రిక్తంగా ఉన్నాయి. సాధారణంగా కరుణతో, వినమ్రంగా ఉండే ఆయన కళ్ళు కోపంతో మండుతున్నాయి. ఆయన ముఖం దృఢనిశ్చయానికి ప్రతిరూపంగా ఉంది.

'ఇప్పుడు.... మనం యుద్ధం చేద్దాం!'

.... ఇంకా ఉంది.

అమీశ్ ఇతర రచనలు

శివత్రయం

భారతదేశ ముద్రణ చరిత్రలో అతివేగంగా అమ్ముడైన మొదటి గ్రంథమాల.

మెలూహా మృత్యుంజయులు
(శివత్రయంలో -1వ పుస్తకం)

క్రీస్తుపూర్వం 1900. ఆధునిక భారతీయులు సింధునాగరకత అని పొరపాటుగా పిలిచేది, ఆ కాలపు ప్రజలకు మెలూహా దేశంగా తెలుసు – ఎన్నో శతాబ్దాల కిందట ప్రభువు రాముడు నిర్మించిన సుభిక్షమైన సామ్రాజ్యం. ఇప్పుడు వాళ్ళ ప్రధాన నది సరస్వతి ఎండిపోతోంది. తూర్పు నుంచి వారి మీద ఉగ్రవాద దాడులు జరుగుతున్నాయి. పౌరాణిక నాయకుడు నీలకంఠ వచ్చి దుష్టశక్తులను సంహరిస్తాడా?

నాగా రహస్యం
(శివత్రయంలో 2వ పుస్తకం)

దుష్టుడైన నాగా యోధుడు తన స్నేహితుడు బృహస్పతిని చంపి అతని భార్య సతి వెంట పడుతున్నాడు. దుష్ట సంహారానికి అవతరించిన శివుడు తన శత్రువుని కనుక్కునే వరకు నిద్రించడు. అతని ప్రతీకార దాహం నాగుల వరకు అతన్ని తీసుకుని వెళుతుంది. ఘోరమైన యుద్ధాలు జరుగుతాయి. శివత్రయంలోని 2వ పుస్తకంలో నమ్మశక్యం కాని నిజాలు బయటపడతాయి.

వాయుపుత్ర శపథం
(శివత్రయంలో 3వ పుస్తకం)

శివుడు నాగుల రాజధాని పంచవటిని చేరతాడు. తన అసలైన శత్రువుతో పవిత్ర యుద్ధం కోసం సిద్ధంగా ఉంటాడు. ఏం జరిగినా నీలకంఠ ఓడిపోరాదు. తప్పనిసరి పరిస్థితులలో వాయుపుత్రులతో చేరతాడు. అతను సఫలమవుతాడా? దుష్టశక్తితో యుద్ధానికి అసలైన మూల్యమేం చెల్లించాలి? తెలుసుకోవడానికి ఈ శివత్రయంలోని మూడో భాగాన్ని చదవండి.

రామచంద్ర గ్రంథమాల

భారతదేశ ముద్రణ చరిత్రలో అతివేగంగా అమ్ముడవుతున్న రెండో గ్రంథమాల.

రాముడు – ఇక్ష్వాకు కులతిలకుడు
(రామచంద్ర గ్రంథమాలలో 1వ పుస్తకం)

అతను తన దేశాన్ని ప్రేమిస్తాడు. చట్టాన్ని అతిక్రమించడు ఎట్టి పరిస్థితుల్లో. అతని సోదరులు, భార్య సీతతో కలిసి సంక్షోభంతో పోరాడతాడు. అతను రాకుమారుడు రాముడు. అతని మీద ఇతరులు వేసిన నిందను బాపుకుంటాడా? ఈ సంఘర్షణలో సీత మీద అతనికున్న ప్రేమ అతన్ని బ్రతికిస్తుందా? తన బాల్యాన్ని నాశనం చేసిన రాక్షసుడు రావణుడిని ఓడిస్తాడా? విష్ణువు విధిని పూర్తి చేస్తాడా? అమీశ్ రామచంద్ర గ్రంథమాలతో ఐతిహాసిక ప్రయాణాన్ని ఆరంభించండి.

సీత–మిథిల యోధ
(రామచంద్ర గ్రంథమాలలో 2వ పుస్తకం)

ఎవరో వదిలేసిన పాప పొలంలో దొరికింది. ఆ పాపను, శక్తిహీనమైనది అందరూ నిర్లక్ష్యం చేసేది అయిన మిథిల రాజ్యపు రాజు దత్తత చేసుకున్నాడు. ఈ బిడ్డ ఇంత ఎత్తుకు ఎదుగుతుందని ఎవరూ అనుకోలేదు. కాని వాళ్ళూహించింది తప్పు. ఆమె సామాన్యురాలు కాదు. ఆమె సీత. నూతనమైన మల్టీ లీనియర్ కథనంతో అమీశ్ మిమ్మల్ని రామచంద్ర గ్రంథమాలలోని ఐతిహాసిక ప్రపంచంలోకి తీసుకెళతారు.

వ్యాసాలు

అజరామర భారతం

కథారచయిత అమీశ్‌తో కలిసి భారతదేశాన్ని అన్వేషించండి. ఇంతకుముందెన్నడూ లేని విధంగా స్పష్టంగా చెప్పే వ్యాసాలు, సూటైన ఉపన్యాసాలు, చర్చలతో నూతనంగా భారతదేశాన్ని గురించి తెలుసుకోవడానికి సాయపడతారు. అజరామర భారతంలో ఆధునిక దృక్పథంతో ప్రాచీన సంస్కృతీ దృశ్యాన్ని ఆకర్షణీయంగా ఆవిష్కరింపజేశారు.